மறைக்கப்பட்ட பக்கங்கள்

பால் - பாலினம் - பாலியல் ஒருங்கிணைவு

கோபி ஷங்கர்

கோபி ஷங்கர் மதுரை இளம் சமூக சேவகர்களுக்கான காமன்வெல்த் நாடுகளின் விருது பெற்ற முதல் தமிழர். பாலின சமத்துவப் போராளியான கோபி பால்புதுமையராக வாழும் ஒரு இன்டெர்செக்ஸ் நபர்.

26 வயதாகும் கோபி ஸ்ரீ ராமகிருஷ்ணா மடத்தில் இந்திய மெய்யியலைக் கற்று ஸ்ரீ ராமகிருஷ்ணா விஜயம் ஆசிரியர் குழுவில் சேவையாற்றினார். கோபி கடந்த 2016 சட்டமன்றத் தேர்தலில் போட்டியிட்ட இந்தியாவின் இளம் வேட்பாளர் ஆவார். பால், பாலினம், பாலின ஒருங்கிணைவு பற்றிய இவரது சொற்பொழிவு ஸ்பெயின் பாராளுமன்றத்தில் பொதுப் பார்வைக்காக யுனெஸ்கோ, ஐக்கிய நாடுகள் சபை, ஐரோப்பியப் பாராளுமன்றத் தலைவர்கள் முன்னிலையில் காட்சிப்படுத்தப்பட்டது.

2015ம் ஆண்டு கோபி இந்தியப் பாராளுமன்றத்துக்கு மாற்றுப் பாலினத்தவர் மசோதா தாக்கல் செய்ய சாட்சிக்காக அழைக்கப் பட்டார். கோபியின் கட்டுரைகள் விர்ஜினியா பல்கலைக்கழக சமூகவியல் பாடத்திட்டத்தில் இடம்பெற்றவை. இவர் கொலம்பியா, ஜார்ஜ் வாஷிங்டன், ஆக்ஸ்போர்ட் பல்கலைக்கழக மாணவர்களுக்கு பாலினங்கள் குறித்து வகுப்புகள் எடுத்துள்ளார். தற்போது கேம்பிரிட்ஜ் பல்கலைக்கழகம் இவருக்கு சிறப்பு முதன்மைத்துவப் பட்டம் வழங்கியுள்ளது.

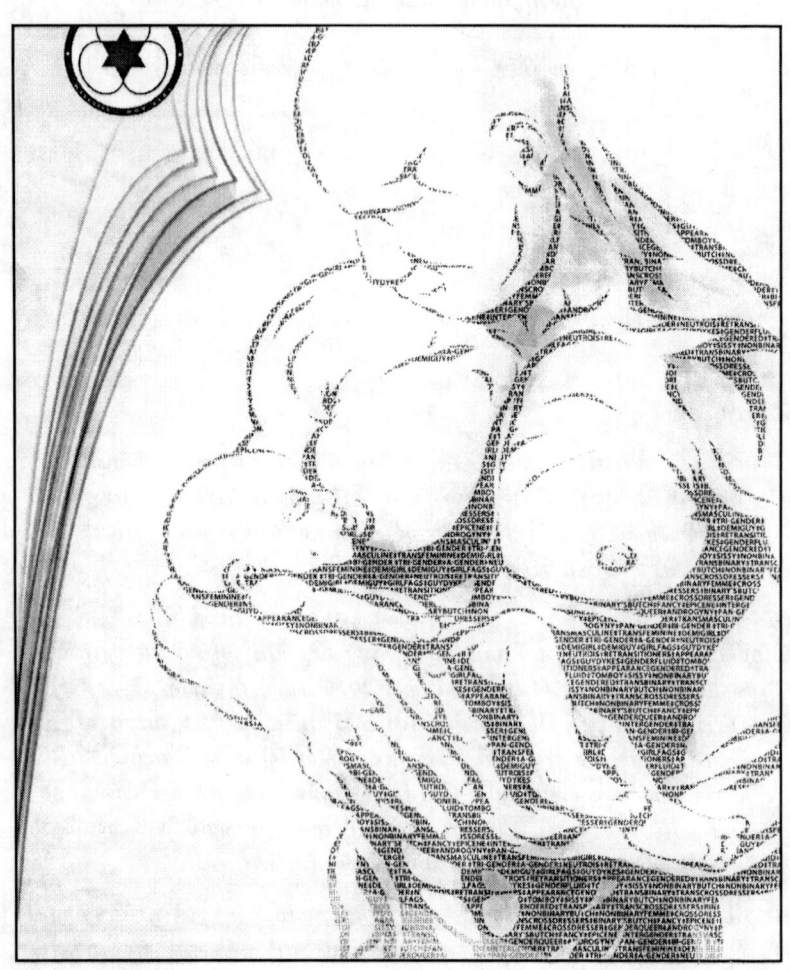

கோபி ஷங்கர் வடிவமைத்த, பால்புதுமையர் கோட்பாடை நிறுவும் படம்.

மறைக்கப்பட்ட பக்கங்கள்

பால் - பாலினம் - பாலியல் ஒருங்கிணைவு

கோபி ஷங்கர்

கிழக்கு

மறைக்கப்பட்ட பக்கங்கள்: பால் - பாலினம் - பாலியல் ஒருங்கிணைவு
Maraikkappatta Pakkangal: Paal - Paalinam - Paaliyal Orunginaivu
Gopi Shankar ©

First Edition: November 2017
296 Pages
Printed in India.

ISBN: 978-93-86737-32-8
Kizhakku 1046

Kizhakku Pathippagam
177/103, First Floor,
Ambal's Building, Lloyds Road,
Royapettah, Chennai - 600 014.
Ph: +91-44-4200-9603

Email : support@nhm.in
Website : www.nhm.in

 kizhakkupathippagam
 kizhakku_nhm

Author's Email: br.gopishankar@gmail.com

Kizhakku Pathippagam is an imprint of New Horizon Media Private Limited

This book is sold subject to the condition that it shall not, by way of trade or otherwise, be lent, resold, hired out, or otherwise circulated without the publisher's prior written consent in any form of binding or cover other than that in which it is published and without a similar condition including this the rights under copyright reserved above, no part of this publication may be reproduced, stored in or introduced into a retrieval system, or transmitted in any form or by any means (electronic, mechanical, photocopying, recording or otherwise), without the prior written permission of both the copyright owner and the above-mentioned publisher of this book.

புனித அன்னை சாரதா தேவிக்கு

உள்ளே

	வெளிச்சத்தைத் தேடி...	/ 09
1.	முக்கியமான தீர்ப்பு	/ 15
2.	பாலின வகைகள்	/ 25
3.	மதுரைக்கு அரசியா? அரசனா?	/ 27
4.	பால்புதுமைக் கோட்பாடு	/ 30
5.	ஈர்ப்பின் வகைகள்	/ 59
6.	இடையிலிங்கம்	/ 68
7.	இடையிலிங்க நிலையால் ஒடுக்கப்பட்ட இந்திய வீராங்கனைகள்	/ 75
8.	இடையிலிங்கத்தவர் குறித்த தவறான கருத்துக்கள்	/ 81
9.	சூழியர் காதல் வகை	/ 86
10.	மாறாத கருத்துகள்	/ 92
11.	அறியப்படாத அறிவியல்	/ 95
12.	உருவான கலாசாரம்	/ 97
13.	ஃப்ராய்ட் கூறிய உண்மை	/ 99
14.	கிரேக்கத்தின் மீது ரோமின் காதல்	/ 102
15.	பிளேட்டோ ஒரு முன்னோடி	/ 107
16.	சீயஸும் அவர் காதலனும்	/ 112
17.	பண்டைய கிரேக்கத்தின் ஓரினக் காதல்	/ 115
18.	ரோமின் கலாசாரம்	/ 123
19.	பேராலயத்தில் மறைக்கப்பட்ட கடிதம்	/ 129
20.	அலெக்ஸாண்டரின் ஒரே காதலன்	/ 131
21.	லெஸ்போஸ் தீவில் நங்கை	/ 133
22.	ரோம் வளர்த்த காதல்	/ 136
23.	அழிக்கப்பட்ட கலை வடிவம்	/ 140
24.	ஸ்ரீ ராமகிருஷ்ணர்	/ 148

25. சிந்துச் சமவெளி நாகரிகம்	/	150
26. சூஃபி ஞானியின் காதல்	/	154
27. ஸ்ரீ கிருஷ்ணரின் காதலர்கள்	/	156
28. மதத்தின் பெயரில் அரசியல்	/	159
29. இயேசுவின் பெயரில் கொலை	/	161
30. இடையில் தெளித்த விஷம்	/	164
31. இந்தியா சந்திக்கும் சவால்	/	166
32. சர்ச்சைக்குரிய சட்ட பிரிவு 377	/	168
33. இயல்பில் வந்த நாகரிகம்	/	172
34. பாகனியப் பெண் தெய்வங்கள்	/	174
35. இர்ஷாத் மஞ்சி - மதக் கோட்பாடுகளைத் தாண்டி	/	175
36. பார்சிய இலக்கியம்	/	180
37. எகிப்தின் மறுபக்கம்	/	183
38. ஞானமடைந்த மதம்	/	188
39. சீனா திரும்பிப் பார்க்கிறது	/	190
40. ஆழத்தில் புதைந்த ஆப்பிரிக்க ரகசியம்	/	193
41. கருப்பின இலக்கியம்	/	196
42. ஜப்பான் மறக்கலாமா?	/	198
43. பிஷ்ஷு வாரியாஸ்	/	203
44. தனிப்பட்ட கலாசாரம்	/	205
45. மறைக்கப்பட்ட பிணங்கள்	/	207
46. பிரான்சின் இரண்டாம் விடுதலை	/	210
47. லெஸ்பியன் பெண்ணியம்	/	213
48. பெண்ணியம் முறியடித்த பெண்ணியம்	/	215
49. பெண்ணியம் பெண்ணின் முதல் எதிரி	/	217
50. முதல் நங்கை	/	219

51.	ஹிட்லரின் இரண்டு எதிரிகள்	/ 221
52.	சப்தமற்ற குண்டு வெடித்தது	/ 225
53.	மனதில் புதைந்த ரகசியங்கள்	/ 229
54.	சமூகம் கொன்றது	/ 235
55.	பரவிய புரளிகள்	/ 237
56.	இருளிலிருந்து ஒளிக்கு	/ 239
57.	வண்ணத்தில் பதிந்த வாழ்க்கை	/ 242
58.	உலகத்திற்கு ஒரு சட்டம்	/ 244
59.	பாலினம் பயணித்த தடம்	/ 248
60.	பாலின அரசியல்	/ 252
61.	ஒருபால் தம்பதிக்குக் குழந்தை	/ 254
62.	ஓரினப் பொருளாதாரம்	/ 257
63.	நாகரிகம் வந்த நாகரிகம்	/ 259
64.	பாலின அகதிகள்	/ 262
65.	இணையத்தில் வீடு	/ 266
66.	இவர்களை யார் கொலை செய்தது?	/ 269
67.	நம்பி டூ நார்மல்	/ 273
68.	திருமணம் செய்ய போறீங்களா? ஒரு நிமிடம் ப்ளீஸ்!	/ 276
69.	அங்கீகரிக்கப்படாத எழுத்துகள்	/ 279
70.	இந்தியாவில் பாலியல் கல்வி	/ 282
71.	இந்தியாவில் ஒருபால் ஈர்ப்பின் இன்றைய நிலை	/ 286
72.	அஞ்சலி கோபாலன் எனும் மாமனிதர்	/ 290
	ஆதாரங்கள்	/ 294

வெளிச்சத்தைத் தேடி...

பால், பாலினம், மற்றும் பாலியல் ஒருங்கிணைவு (செக்ஸ், ஜென்டர் மற்றும் செக்ஸ்வல் ஓரியன்டேஷன்) இவை மூன்றுக்கும் இடையே உள்ள வேறுபாட்டை விளக்குவதற்கான ஒரு சிறிய முயற்சியே இப்புத்தகம். கூடவே உலக வரலாற்றிலும் இலக்கியங்களிலும் பால் மற்றும் பாலினம் தொடர்பான பதிவுகளையும் அலசுகிறது இந்த நூல்.

பொதுவாக நம் எல்லோருக்கும் தெரிந்திருக்கிற ஆண் மற்றும் பெண் பாலினம் தவிர்த்து, ஐம்பத்தெட்டுக்கும் மேற்பட்ட பாலினங்கள் இவ்வுலகில் இருக்கின்றன. இந்த ஐம்பத்தெட்டுக்கு மேற்பட்ட பாலினங்களுக்கு ஆங்கிலத்துக்கு அடுத்து தமிழில்தான் வழக்கு ரீதியான சொற்கள் சூட்டப்பட்டுள்ளன. இந்த வழக்கு ரீதியான தமிழ்ப் பெயர்கள் ஒரு சில அறிஞர்களின் முயற்சியால் 2012ல் அமெரிக்கன் கல்லூரியில் சூட்டப்பட்டது. இது பால், பாலினங்கள், பாலியல் ஒருங்கிணைவு குறித்து அடிப்படைத் தகவல்களை தரும் முக்கியமான புத்தகம் என்று ஐரோப்பியன் க்ராடுயட் பள்ளியின் மூத்த பேராசிரியர்கள் தெரிவித்துள்ளனர். ஹார்வர்ட் கே, லெஸ்பியன் ரீவியூ மற்றும் வெர்ஜினியா பல்கலைக் கழகத்தின் சமூகவியல் பாடத்திட்டத்தில் இந்த நூலின் ஒரு சில பகுதிகள் இடம்பெற்றுள்ளது.

பெரும்பான்மையான மக்களுக்கு பால், பாலினம் மற்றும் பாலியல் ஒருங்கிணைவு குறித்தான அடிப்படைப் புரிதல் இல்லை. பிறக்கும் போது நமக்கும் இருக்கும் பிறப்பு அடையாளத்தைப் பால் என்றும், வளரும்போது நாம் தேர்ந்தெடுக்கும் பால் அடையாளத்தைப்

பாலினம் என்றும் கூறுகிறோம். ஒரு குழந்தை பிறக்கும்போது அதன் பிறப்புறுப்பை வைத்து அது ஆணா அல்லது பெண்ணா என்று அறிகிறோம். பிறக்கும் குழந்தையின் பிறப்புறுப்பு தெளிவில்லாமலோ, இருவேறுபட்ட பிறப்புறுப்புகளோடு பிறந்தாலோ, இந்தக் குழந்தைகளை இடையிலிங்க (இண்டர்செக்ஸ்) குழந்தைகள் என்று சொல்கிறோம்.

நம் நாட்டில் ஒரு வருடத்திற்கு பத்தாயிரத்திற்கும் மேற்பட்ட இண்டர்செக்ஸ் குழந்தைகள், பிறந்த முதல் நாளிலேயே, செக்ஸ் செலக்டிவ் சர்ஜரி எனப்படும் மருத்துவரீதியான கொடுமைக்கு உள்ளாக்கப்படுகிறார்கள். பத்து வருடங்களுக்கு முன்பு இந்தியாவில் பெண் சிசுக்கொலை என்பது முக்கியப் பிரச்சினையாக இருந்தது. இன்று இந்த இன்டர்செக்ஸ் குழந்தைகளின் சிசு வதை முக்கியப் பிரச்சினையாக எழுந்துள்ளது. இன்டர்செக்ஸ் குழந்தைகளைப் பிறந்தவுடன் பால் மாற்றுவது, உலக சுகாதார நிறுவனத்தின் சட்டத்தித்திற்குப் புறம்பானது. ஐநா மனித உரிமைகள் ஆணையம் இதற்கு எதிர்ப்பு தெரிவித்துள்ளது. இந்த நிலையை மாற்ற இப்புத்தகம் உதவலாம்.

இன்டர்செக்ஸ் குழந்தைகளை இந்தியாவில் ஹிஜ்ரா என்றும் அரவாணி என்றும் மாற்றுப்பாலினத்தவர் என்றும் தவறாக நினைத்துக்கொள்கின்றனர். இது முற்றிலும் தவறான ஒரு விஷயம். இவர்களுக்குள் இருக்கும் வேறுபாட்டையும் இந்தப் புத்தகம் எடுத்துச்சொல்ல முயற்சி செய்கிறது.

இன்டர்செக்ஸ் என்ற சொல் புதிதாக இருக்கலாம். ஆனால் சங்க இலக்கியங்கள் இவர்களை பேடி என்று குறிக்கிறது. உலக இலக்கியங்கள் அனைத்திலுமே இவர்களுக்கான இடம் தனித்துவமாக இருக்கிறது. பெருவாரியான இன்டர்செக்ஸ் குழந்தைகள் பிறப்பால் பெண்ணாக அறியப்படுகிறார்கள், வளரும்போது ஆணாக வளர்கிறார்கள். இந்திய மக்கள்தொகையில் ஒரு வருடத்திற்கு குறைந்தபட்சம் பத்தாயிரம் இண்டர்செக்ஸ் குழந்தைகள் இந்த வதைக்கு உள்ளாகிறார்கள்.

இந்தப் புத்தகம் தமிழ்மொழியில் வெளியாவது ஒரு சிறப்பான விஷயம். இதுபோல பால், பாலினம், பாலியல் ஒருங்கிணைவை சேர்த்து எழுதப்பட்ட புத்தகங்கள் ஆங்கிலத்தில்கூடக் குறைவே. அந்த வகையில் இந்தப் புத்தகம் ஒரு முன்னோடி.

புவியியல் மற்றும் மெய்யியல் ரீதியாக பாரதம் என்று அன்றும் இன்றும் கூறப்படும் நம் நாட்டில், மதத்தையோ, மொழியையோ

மையப்படுத்தாமல், பாலினத்தை மையப்படுத்தி ஒரு கலாசாரம் வளர்கிறது. பகுதிக்கு பகுதி, பிராந்தியத்துக்கு பிராந்தியம் இவர்களுக்கென ஒரு மொழி, மதம், ஒரு குடும்ப கட்டமைப்பு எல்லாம் பாலினத்தை மையப்படுத்தி இருப்பது ஒரு பெரிய விஷயம். இந்த ஏழாயிரம் வருட கலாசாரம் மிகவும் பழைமையான ஒரு கலாசாரமாக, மாற்றுப் பாலினத்தவருக்குரிய கலாசாரமாக, இந்த நெடிய இந்திய நாட்டில் வரலாற்றுத் தொடர்ச்சியோடு இருக்கிறது. மாற்றுப்பாலினத்தை மையப்படுத்திய திருவிழாக்கள் மற்றும் சடங்குகள் (Gender Specific Rituals) என்பது, ஒவ்வொரு மாநிலத்திலும் இன்றும் பரவலாக பிரமாண்டமாகக் கொண்டாடப் படும் ஒரு விஷயம்.

டிரான்ஸ்ஜெண்டர் (Transgender) என்ற சொல் 1950க்குப் பிறகு பின் நவீனத்துவப் பெண்ணியவாதிகளால் பிரபலப்படுத்தப்பட்ட ஒரு சொல்லாகத் திகழ்ந்தாலும், இந்தச் சொல் உருவாவதற்கு முன்னரே சமூகத்தில் ஒரு சிறிய அங்கீகாரத்துடன் ஆசியக் கண்டத்தில் இந்த மக்கள் வாழ்ந்திருக்கிறார்கள். ஒரு சூழ்நிலையில் பிரிட்டிஷ் காலனிய அரசாங்கத்தின் தாக்கத்தின் விளைவாக ஒருபால் ஈர்ப்பும், மாற்றுப்பாலினரின் செயல்பாடுகளும் குற்றம் என்று கருதத் தொடங்கிய காலம் வந்தது. டிரான்ஜென்டர் மக்கள் அதாவது மாற்றுப் பாலினத்தவரை இந்தியாவில் குற்றவாளிகளாகக் கருதுவதற்கான ஒரு நோடிஃபிகேஷனைக்கூடக் கொடுத்தார்கள்.

கிறித்துவத் திருச்சபையைச் சேர்ந்த தாமஸ் அக்வினாஸ் எனப்படும் அறிஞரின் தத்துவத்தை ஒட்டி, இயற்கைக்குப் புறம்பான உடலுறவு, இயற்கைக்கு உட்பட்ட உடலுறவு என்பதெல்லாம், மெக்கலேவால் அனைத்து காமன்வெல்த் நாடுகளிலும் சட்டமாகப் பிறப்பிக்கப்பட்டது. இந்தச் சட்டத்தின் விளைவாக வரலாற்றில் முதன்முறையாக ஒருபால் ஈர்ப்பானது ஒரு பெருங்குற்றமாகக் கருதப்பட்டது. இந்தச் சட்டம் பற்றி விரிவாக இந்தப் புத்தகத்தில் எழுதப்பட்டிருக்கிறது.

இந்தப் புத்தகம் எவ்வகையிலும் எந்த ஒரு பாலினத்தையோ, பாலியல் ஒருங்கிணைப்பையோ, தூக்கிப்பிடிக்கவோ ஆதரிக்கவோ தாழ்த்தவோ எழுதப்படவில்லை. இந்தப் புத்தகத்தில் முன்வைக்கப் படும் அனைத்துக் கருத்துகளும் உண்மைத் தரவுகளை முன்வைக்கும் ஒரே நோக்கத்தில் மட்டுமே இங்கே எழுதப்பட்டிருக்கின்றன. இதுகுறித்த விவாதங்கள் ஆரோக்கியமாக நடக்கவேண்டும் என்பதே இப்புத்தகத்தின் முதலும் கடைசியுமான நோக்கம்.

தற்கால இந்திய அரசியல் சூழ்நிலையில் பால், பாலியல் சிறுபான்மையினர், பால் சிறுபான்மையினர் குறித்த இந்த முன்னெடுப்புகள் எல்லாம், பெருவாரியாக இடதுசாரிகளால் மட்டுமே நடத்தப்படுவதான பிம்பம் உருவாக்கப்படுகிறது. ஆனால் இப்படிப்பட்ட இடதுசாரிகள் இந்திய கலாசாரத்தில் ஊடுருவியிருக்கும் மாற்றுப்பாலினத்தை மையப்படுத்திய திருவிழாக்கள் மற்றும் சடங்குகள் பற்றியோ, தத்துவம் பற்றியோ புராணம் பற்றியோ பேசுவது இல்லை. பெருவாரியான இடதுசாரிகள் இதைப் பற்றிப் பேசுவதே ஒரு ஃபேஷன் என்று மாறிவிட்ட காலகட்டம் இது. என்னைப் பொருத்தவரை அரசியல் கோட்பாடுகளைவிட நோக்கமே முக்கியம். இடதுசாரிகளுக்கு இணையாக வலதுசாரிகளும் இதுபோன்ற மக்களை ஆதரிக்கவே செய்கிறார்கள். ஆனால் இந்த உண்மை அதிகம் வெளியில் தெரிவதில்லை.

ஆசியப் பகுதியில் உள்ள கலாசாரத்தைச் சேர்ந்த எந்த ஒரு மெய்யியல் தத்துவமும், ஒருபால் ஈர்ப்புடையவர்களையோ பால் சிறுபான்மையினரையோ அல்லது பாலியல் சிறுபான்மை யினரையோ தூக்கில் இட வேண்டும் என்றோ கொல்ல வேண்டும் என்றோ சொல்லவில்லை. அவர்களை அங்கீகரித்ததும் இல்லை; ஒதுக்கியதும் இல்லை. இதுபோன்ற மக்களுக்கு சில சமூகத்தில் ஓர் இடமும் கொடுக்கப்பட்டது என்பதை மறுக்கமுடியாது. இதை நேர்மையாகப் புத்தகத்தில் பதிவு செய்திருக்கிறேன்.

பாலியல் சிறுபான்மை நபரான நான், இடையிலிங்க நபராக முதன்முதலில் தேர்தலில் போட்டியிட்ட நான், இந்த சமயத்தில், இந்தப் புத்தகத்தை உருவாக்குவதில் பெரும்பான்மை பங்குவகித்த என் சமூகத்தை சேர்ந்த விஜய் விக்கி மற்றும் ஜான் மார்ஷலுக்கு நன்றியைத் தெரிவித்துக்கொள்கிறேன்.

இந்தப் புத்தகம் எங்கள் வரலாறு. எங்கள் வரலாற்றை நாங்களே எழுதும் முதல் புத்தகமாக இது திகழும். இந்தப் புத்தகத்தில் நான் எல்லாவற்றையும் எழுதி விடவில்லை. இந்தப் புத்தகத்தின் முதல் பதிப்பின் முதல் பிரதியை வெளியிட்டது பாஜகவைச் சேர்ந்த வானதி ஸ்ரீனிவாசன் அவர்கள். இந்தப் புத்தகத்தைப் பற்றிய ஒரு பெரிய புரிதலுடனே அவர் இதை வெளியிட்டார். இச்சந்தப்பர்த்தில் அவருக்கு நன்றி தெரிவித்துக் கொள்கிறேன்.

இந்தப் புத்தகத்தைச் செம்மையாக்கி பெரிய அளவில் வெளியிடும் கிழக்கு பதிப்பகத்திற்கு என் நன்றி. இந்தப் புத்தகம் வெளிவரு வதற்குக் காரணமாக இருந்தவரும், 'சிருஷ்டி மதுரை' என்னும்

மாணவர் குழுமத்திற்கு ஒரு பெரிய ஆதரவாக இருந்து வருபவருமான அரவிந்தன் நீலகண்டன், இந்தப் புத்தகத்தைத் திருத்தி வெளியிட உதவிய ஹரன் பிரசன்னா மற்றும் எனக்கு ஆதரவளித்த, நவீன உளநிலைப் பகுப்பாய்வியலின் அரசி என்று அறியப்படும் பேராசிரியர் ப்ராசா எல்.எட்டிங்கர் அவர்களுக்கும் என் நன்றிகளைத் தெரிவித்துக்கொள்கிறேன்.

அன்னை சாரதா தேவியின் நினைவுகளுக்கு இந்நூலை சமர்ப்பிக்கிறேன்.

- கோபி ஷங்கர்
மதுரை

முக்கியமான தீர்ப்பு

2014ம் வருடம் ஏப்ரல் 15ல், உச்சநீதிமன்றம் இந்தியாவில் அது வரையிலும் வெளிப்படையாகத் தெரியாத ஒரு பாலின அரசியலை முன்னிறுத்தும் விதமாக முக்கிய ஆணை ஒன்றைப் பிறப்பித்தது. இந்திய தேசிய சட்ட உதவி ஆணையம் பிறப்பித்த அறிக்கையில் சொல்லப்பட்டவை: இந்தியாவில் ஹிஜிரா சமூகம் என்று அறியப்படும் அரவாணி சமூகத்தின் பாலினத்தை அங்கீகரிக்கும் விதமாக ஆண், பெண் தவிர்த்து அரவாணி சமூகத்தில் இருப்பவர் களை இனி அரசாங்கம் மூன்றாம் பாலினம் என்று அங்கீகரிக் கின்றது. அரவாணி சமூகத்தைப் பிற-பிற்படுத்தப்பட்டோருடன் சேர்ப்பது. அரசியலமைப்பில் இருக்கின்ற அனைத்து அடிப்படை உரிமைகளும் அரவாணி சமூகத்திற்கும் கிடைக்க மத்திய, மாநில அரசுகள் மிக விரைவில் நடவடிக்கை எடுக்க வேண்டும் என்ற ஆணையை உச்சநீதிமன்றம் பிறப்பித்துள்ளதால், கல்வி, அரசியல், மருத்துவம் என அனைத்துத் துறைகளிலும் இவர்களுக்குத் தேவை யான வசதிகளைச் செய்துதருவது.

அரவாணி, திருநர் (திருநங்கை, திருநம்பி) மாற்றுப் பாலினத்தவர் என்று பாலின சமூகத்தைக் குறிக்கும் பலதரப்பட்ட சொற்களை 130 பக்க அறிக்கை குறிப்பிட்டாலும், மொழி, சமூக, அரசியல், மருத்துவ ரீதியாக இந்தத் தீர்ப்பை அணுகுவதில் பெரும் சிக்கல்கள் உள்ளன. இந்த சட்டத்தில் இருக்கும் சிக்கல்கள்: முதலில், திருநங்கை, மாற்றுப் பாலினத்தவர் என்றால் யார்? இதைப் பற்றிச் சரியான தெளிவு இல்லை. திருநங்கைகளின் உரிமை பற்றிப் பேசுகிறது இத்தீர்ப்பு. ஆனால், யாரைத் திருநங்கை என்று கூறுவது என்பதில் தெளிவு இல்லை.

ஆணிலிருந்து பெண்ணாக மாறிய மாற்றுப் பாலினத்தவரை மையப் படுத்தி இந்தச் சட்டம் உருவாக்கப்பட்டுள்ளதைத் தவிர்த்து, பிற பாலினத்தவர்களை இந்தச் சட்டம் கருத்தில் கொள்ளவில்லை. பிற பாலினங்களைப் பற்றி இந்தத் தீர்ப்பில் குறிப்பு இருந்தாலும், அது தெளிவின்றி அமைந்துள்ளது.

ஹிஜிரா, இனக், அரவாணி, திருநர், மாற்றுப் பாலினத்தவர் என்று ஒவ்வொரு வார்த்தைக்கும் உள்ளார்ந்து வேறு வேறு அர்த்தம் உள்ளது. உச்சநீதிமன்றத்தின் தீர்ப்பானது மேற்கூறிய அனைத்துப் பாலின அடையாளச் சொற்களையும் ஒரு பொருள்பட அணுகுகிறது. இது முற்றிலும் தவறான விஷயம்.

பிறப்பால் பெண்ணாக அடையாளப்படுத்தப்பட்டவர்களுக்கும், பெண்கள் சார்ந்து வரும் பிற பாலின அடையாளங்களுக்கும், இடையிலிங்க நிலையுடன் பிறப்பவர்களுக்கும் எந்த வகையிலும் இத்தீர்ப்பு உதவப் போவதில்லை. நுணுக்கமான பல்துறை சார்ந்த சட்டச் சிக்கல்களை இந்தத் தீர்ப்பு மாற்றவில்லை. பால்புதுமையினரின் இருப்பை இந்தத் தீர்ப்பு ஒரு புள்ளி அளவு கூடப் பதிவு செய்யவில்லை.

ஜமாத் எனும் ஹிஜிரா மற்றும் அரவாணி சமூகத்தினர் வாழும் அமைப்பில் நடக்கும் வன்கொடுமைகள் பற்றியோ ஒடுக்குதல் பற்றியோ இந்தத் தீர்ப்பு கேள்வி எழுப்பவில்லை. ஜமாத் கட்டமைப்பில் இருக்கும் மூட நம்பிக்கைகளை அழித்து இதை உடைக்கும் வரை திருநர், மாற்றுப் பாலினத்தவர், ஹிஜிரா, அரவாணி எனப்படும் இவர்கள் கல்வித்துறையில் சிறந்து விளங்கவோ சமூகத்தில் பெரும் பங்காற்றவோ இயலாது. பெரும்பாலான பால்புதுமையினர் தங்களை திருநர் என்று நினைத்து ஜமாத்தில்தான் வாழ்கின்றனர்.

இந்தச் சட்டத்தைப் பெரும்பாலான திருநங்கை சமூகம் வரவேற்றாலும் எந்த விதமான பெரும் மாற்றத்தையும் இந்தச் சட்டம் உருவாக்கிவிடாது. மாறுபட்ட சமூகச் சிக்கல்களுக்கே இது வழி வகுக்கும். அரசு சாரா நிறுவனங்களுக்கும் முதலாளித்துவ வர்க்கத்திற்கும் வசதி செய்வதாகவும், இந்தியாவில் பாலின அரசியலில் பெரும் குழப்பத்தை ஏற்படுத்தும் விதமாகவுமே இந்தத் தீர்ப்பு அமைந்துள்ளது.

உச்சநீதிமன்றத்தின் 130க்கும் மேலான பக்கங்களைக் கொண்ட இத்தீர்ப்பில், ஒன்றோடு ஒன்று முரண்பட்ட கருத்துகள் உள்ளன.

பெரும்பாலும் வெளிப்படையாகக் கண்ணுக்குத் தெரிந்த, ஆணிலிருந்து பெண்ணாக மாறும் திருநரின் பிரச்சினைகளை மட்டும் மையப்படுத்தும் இந்தத் தீர்ப்பானது, எந்த அடிப்படைத் தேசிய உரிமைகளும் இல்லாமல், உண்மையான சிறுபான்மை யினராக இருக்கும் இடையிலிங்க மக்கள் மற்றும் பால்புதுமையினர் போன்ற பல பாலினம் சார்ந்த சமூகங்களை மொத்தமாக ஒடுக்குவதாக அமைந்துள்ளது.

இவர்களின் நியாயங்கள் இன்னும் சமூகப் பார்வைக்கே வரவில்லை. காரணம் இங்கு திருநராகவும், பால்புதுமையினராகவும், மாற்றுப் பாலினத்தவராகவும், அரவாணிகளாகவும் சாதித்தவர்கள் ஒரு சிலரே. அப்படி சாதித்த ஒரு சிலரும், முக்கியமாகத் திருநங்கை கள், தங்களின் வெற்றிக்குப் பின்னணியில் தங்களை மட்டுமே முன்னிறுத்திக் கொள்கின்றனரே தவிர, ஆதரவிற்காகவும் அங்கீகாரத்திற்காகவும் தவிக்கும் பிற பாலினத்தவரையோ, ஏன் சம திருநங்கைகளையோ கூடக் கைதூக்கி விடுவதில்லை.

இந்தியத் திருநர் சமூகப் போராட்டத்தில் பெரும்பங்காற்றிய திருநங்கை சொப்ணா, ''நான் என்னைப் பற்றிப் பேசுவதைவிட என் இனத்தைப் பற்றி பேச வாய்ப்புக் கேட்கிறேன். என்னுடன் சேர்ந்த இதரப் பாலினத்தவரின் உரிமையையும் கேட்கிறேன். எண்ணிக்கை யில் இத்தகையவர்கள் ஒருவராக இருந்தாலும் அவர்களுக்கான அனைத்து அடிப்படைக் குடியுரிமைகளைப் பெற இந்தநாடு வழி செய்ய வேண்டும்'' என்று கூறுகிறார்.

'பாலினம்' என்றால் என்ன? ஆண் பெண் என்ற இரு பாலினங்கள் தான் உள்ளனவா? அதற்கும் மேற்பட்ட பாலினங்கள் இருக்கின்றனவா?

இருக்கின்றன! எக்கச்சக்கமாக இருக்கின்றன!

ஒரு மனிதன் பிறந்தது முதல் இறக்கும் வரை, பல நேரங்களிலும் இந்த 'பாலினம்' என்ற வார்த்தையைக் கடந்து வந்திருப்போம். நம் சமூகம் இதை 'ஆண், பெண்' என்ற இரண்டிற்குள் அடக்கி வைத்து, அதைத் தாண்டிய சிந்தனைகளில் நம்மைக் கவனம் செலுத்த விடுவதில்லை.

ஒருவருடைய பாலினத்தைத் தீர்மானிப்பது எது? ஒருவரின் உடல் அமைப்பா? சமூகத்தின் கண்ணோட்டமா?

இரண்டுமே இல்லை.

பாலினம் என்பது ஒரு தனிப்பட்ட மனிதனின் உரிமை. சுதந்திரம். விருப்பம். இதை ஓர் எல்லைக்குள் அடக்குவது ஓர் அடக்குமுறை. இன்று அறிவியல் என்பது நமக்கான தேவைகளை எளிமைப் படுத்தவும், இலகுவாக்கவும் பயன்படுத்தப்படுகிறது. நம் பயணத்தை எளிதாக்க வாகனங்களை உருவாக்கினோம். நம் வேலைகளை எளிமையாக்க பற்பல சாதனங்களைக் கண்டுபிடித்தோம். வளர்ந்து வரும் நோய்த் தாக்குதல்களைச் சமாளிக்க மருத்துவத் துறைகளை பிரம்மாண்டமாக்கினோம். இவ்வளவு செய்த நாம் ஒரு தனி மனிதனின் உணர்வுகளை மதிப்பதற்கு ஒன்றும் முயற்சி எடுக்கவில்லை. அதை அறிந்துகொள்ளக்கூட முயலவில்லை.

'பசி' என்பது நம் அனைவருக்கும் பொதுவான ஓர் உணர்வு. பசிக்கும்போது நம்மை ஒருவர் 'நீ இதைத்தான் சாப்பிடணும்' என்று நமக்குப் பிடிக்காத ஓர் உணவைச் சாப்பிடச் சொன்னால் என்ன செய்வது? நமக்கான உணவை நாம் தேர்ந்தெடுக்கும் உரிமை என்பது நமக்கு வேண்டும். அதேபோல 'காமம்', 'பாலின ஈர்ப்பு' என்கிற விஷயங்கள்கூடத் தனிமனிதனின் ஓர் உணர்வுதான். இவற்றில் நம் சமூகத்தைக் காரணம் காட்டி, இதைத்தான் செய்ய வேண்டும் என்று கட்டாயப்படுத்துவது சந்தேகமே இன்றித் தனிமனித உரிமைகளைப் பறிக்கும் செயல்தான்.

இருபத்தைந்திற்கும் மேற்பட்ட பாலினங்கள் பற்றியும், சமபால் ஈர்ப்பாளர்களின் உணர்வுகளைப் பற்றியும் இதுவரை சொல்லப் படாத பல விஷயங்களை இங்கு விவாதிக்கப்போகிறோம்.

சமபால் ஈர்ப்பு என்பது மேற்கத்திய தாக்கத்தின் விளைவு என்ற பொய்ப் பிரசாரங்களுக்குச் சவுக்கடி கொடுப்பது போல, நம் இந்தியாவின் பண்டைய வரலாற்றுகள் மற்றும் மதங்கள் மூலம், இவைபோன்ற விஷயங்கள், உலகம் தோன்றியது முதல் என்றைக்கும் இருப்பதுதான் என உரக்கச் சொல்லும் ஒரு களமாக இது அமையும்.

மேற்கத்திய வரலாறுகள், இந்திய வரலாறுகள், பாலினங்கள் தொடர்பாக நடக்கும் அரசியல், பால் உரிமைகள் மறுக்கப்பட்டு புலம்பெயர்ந்த அகதிகள் என்று இதை உலகியல் கண்ணோட்டத் தோடு மட்டும் அணுகாமல், அறிவியல், மருத்துவம் மற்றும் உளவியல் கண்ணோட்டத்திலும் பாலினம் பற்றிய ஒரு தெளிவான விளக்கத்தைக் கொடுக்க முயன்றுள்ளோம்.

தனிமனித உரிமை என்பது அத்தியாவசியமான ஒன்று. பல தனிமனிதர்கள் சேர்ந்தால்தான் ஒரு சமூகம். சமூகம் சில

விஷயங்களைத் திணிக்கும்போது, சிலர் உரிமைகளை இழக்க வேண்டிய நிர்ப்பந்தம் ஏற்படுகிறது. ஆணும் பெண்ணும் மணந்தால்தான் அது இல்லறம் எனக் கருதும் சமூகம், ஓர் ஆணும் ஆணுமோ, பெண்ணும் பெண்ணுமோ இணைவதை விரும்ப வில்லை. அதற்கு பலத்த எதிர்ப்பையும் காட்டுகிறது. சமூகத்தின் நிர்ப்பந்தத்தால், ஒருபால் ஈர்ப்பாளர்கள் பலரும் எதிர்ப்பாலினத்த வரை மணம்புரிந்து வாழ்க்கை முழுவதும் துன்பம் அனுபவிக்கிறார்கள். இப்படி பல தனி மனிதர்களும் துன்பத்தை அனுபவிப்பதன் மூலமாகத்தான் ஒரு சமூகம் தன் கட்டமைப்பைக் கட்டுப்பாட்டிற்குள் வைத்துக்கொள்ள வேண்டும் என்பது எந்த வகையில் நியாயம் என்பதை உரக்கக் கூறியுள்ளோம்.

நேற்றைக்குத் தவறாக நினைக்கப்பட்ட விஷயங்கள் பல இன்றைக்கு ஏற்றுக்கொள்ளப்பட்டுவிட்டன. அதேபோலப் பலரால் இன்றைக்குத் தவறாகப் பார்க்கப்படும் இந்தக் கண்ணோட்டம் நாளை மாறவேண்டும் என்பதுதான் நம் எண்ணம்.

என் பசியை, வலியை, இன்பத்தை, துன்பத்தை உங்களுக்கு நான் உணர்த்த முடியாது. அவற்றை விளக்குவதன் மூலம் அதில் இருக்கும் உண்மையை உங்களுக்கு உணர்த்தலாமே தவிர, முழுமை யாக என் உணர்வுகளை வேறு ஒருவருக்கு வெளிப்படுத்த முடியாது. அதேபோலத்தான் பாலின ஈர்ப்பு என்கிற எண்ணமும்.

பிறப்பு, வளரும் விதம், சேர்க்கை, வாழும் சூழ்நிலை, கற்ற அனுபவம் இவற்றின் மூலம் இதைத் தீர்மானிக்கமுடியாது. இயற்கைக்குப் புறம்பானதாகச் சிலர் இதைச் சித்தரிக்கிறார்கள். எது இயற்கை என்பதை அவர்கள் எந்த வரையறையை வைத்துத் தீர்மானித்தார்கள்? இனப்பெருக்கம் மட்டும்தான் இயற்கையா? இயற்கை என்று அவர்கள் நிர்ணயித்துள்ள கோட்பாடே அடிப்படை யில் தவறானது.

பாலினம் தொடர்பாக நம் இந்தியச் சமூகத்தில் போதுமான விழிப்புணர்வு ஏற்படுத்தப்படவில்லை. பதின்மவயது மாணவர் களுக்கு முறையான பாலியல் கல்வி கற்றுத்தரப்படுவதில்லை. பெற்றோர்களுக்கும் ஆசிரியர்களுக்குமே பாலினம் பற்றியும் ஈர்ப்புப் பற்றியும் எந்தத் தெளிவும் இல்லை. பாலினம் பற்றிப் பேசினாலே குற்றம் என்றே அவர்கள் அணுகுகிறார்கள். பாலினம் பற்றியும் உணர்வுகள் பற்றியும் பிள்ளைகளுக்குச் சொல்லிக் கொடுக்க வேண்டிய பெற்றோர்களும் ஆசிரியர்களும் ஒதுங்கி நிற்பதால், அந்தப் பிள்ளைகளே அவற்றைத் தேட முற்படுகின்றனர்.

இந்த நவீன யுகத்தில் இணையம், ஊடகங்கள் என்று அவர்கள் தேடும்போது அவர்களுக்குக் கிடைப்பதெல்லாம் உடலுறவு இச்சைகள் மட்டுமே. அதைத் தாண்டிய விழிப்புணர்வும், தெளிவும் அவர்களுக்குக் கிடைக்காததால், இந்த இச்சைகளுக்கு அவர்கள் அடிமையாகிவிடுகிறார்கள்.

சில விஷயங்களை மூடி மறைக்க மறைக்கத்தான், பதின்ம வயதினருக்கு அதைத் தெரிந்துகொள்ளும் ஆர்வம் அதிகமாகும். அந்த ஆர்வம் சிலநேரம் அதற்கு அடிமையாகும் நிலைக்குக்கூட ஆளாக்கிவிடும். அதனால் இனியாவது அதைப்பற்றிய புரிதல்கள் முதலில் பெரியவர்களுக்கு வழங்கப்பட வேண்டும். எப்போதுமே எந்த ஒரு விஷயத்துக்கும் ஆழமான தொடக்கம் தேவை. பாலின விழிப்புணர்வும் மறுமலர்ச்சியும் அப்படி ஒரு தொடக்கத்தை சமூகத்தில் மெல்ல மெல்ல உண்டாக்கும் என்று நம்பலாம்.

இதை மேற்தட்டுச் சிந்தனையாகச் சிலர் நினைக்கிறார்கள். அப்படி இல்லை. பாலின உணர்வுகள் என்பது அடித்தட்டு மனிதன் முதல் சமூகத்தின் உயர்குடி மனிதன் வரைக்கும் பொதுவானதுதான்.

எல்லோரும் வலது கைப் பழக்கம் உள்ளவர்களாக இருப்பதால், இடது கைப் பழக்கம் உள்ளவர்களைத் தவறாகப் பார்ப்பது எவ்வளவோ அறிவற்ற செயலோ அதே போலத்தான் எல்லோரும் எதிர்பால் ஈர்ப்புக் கொண்டிருக்கும்போது சிலர் மட்டும் சமபால் ஈர்ப்பாளர்களாக இருப்பதைக் குற்றம் சொல்வதும். மேலும் இதுபோன்ற மாற்றுப்பாலினம் மற்றும் பாலின ஈர்ப்புத் தொடர்பான விஷயங்களில் தவறான விழிப்புணர்வு ஒரு பக்கம் மெல்ல எழுந்தாலும்கூட, அதைப்பற்றிய தவறான பிம்பம் மிகவேகமாக உருவாகிவிடும். எய்ட்ஸ் நோயையும் ஒருபால் ஈர்ப்பாளர்களையும் இணைத்து வெளிவந்த செய்திகள் தொடங்கி, அடிப்படையான பாலின ஈர்ப்பு விஷயங்கள் பற்றிக் கூட தவறான பிம்பங்கள் உருவாக்கப்பட்டு பரப்புரைகள் நடந்தன.

கிராமங்களில் ஒரு பழமொழி சொல்வார்கள். 'சாண் ஏறினால் முழம் சறுக்குவது.' அதைப்போல உண்மையான விழிப்புணர்வு ஒருபடி ஏறினால், தவறான பொய்ப் பிம்பங்கள் பத்து படி மேலே ஏறுகின்றன. அதைத் தவறென்று சொல்ல யாரும் முன்வருவதில்லை. இந்தப் புத்தகம் பல தவறுகளை வெளிச்சம் போட்டுக் காட்டும், பல உண்மைகளைச் சத்தம் போட்டுச் சொல்லும்.

தன் பாலியல் ஈர்ப்பை மறைக்கவும் மறுக்கவும் முடியாமல் தவிக்கும் ஓர் இளைஞன், சமூக நிர்ப்பந்தத்தால் இதைத் தவறென

நினைக்கக் கட்டாயப்படுத்தப்படுகிறான். மனதிற்கும் சமூக அழுத்தத்திற்கும் இடையில் நடக்கும் போராட்டத்திற்கு ஆளாகிப் பல இளைஞர்கள் இன்று மனநலக் குறைபாட்டோடு அவதியுறு கிறார்கள். பாலியல் உரிமைகள் மறுக்கப்பட்டப் பல இளைஞர்கள், அதை வெளியே சொல்ல முடியாமல் தங்களுக்குள் புதைத்துக் கொண்டு, தற்கொலை செய்துகொண்டிருக்கிறார்கள். இவற்றை யெல்லாம் இந்தச் சமூகம் மௌனமாக வேடிக்கை மட்டுமே பார்த்துக்கொண்டிருக்கிறது. மனிதர்களின் வாழ்க்கைக்காக உருவாகிய சமூகம், மனிதனைப் படுகுழியில் தள்ளி தன் கட்டமைப்பை இன்னும் பலப்படுத்திக்கொள்வதுதான் வேதனை யான உண்மை.

காதல் என்பது மதம், மொழி, இனம், நாடு கடந்த ஒன்று என்று சொல்வார்கள். ஆனால், அதைத் தாண்டி 'பாலினம்' கடந்தது காதல் என்கிற உண்மையை இந்த உலகம் உணரும் வரை வெளித்தெரியாத மரணங்கள் தவிர்க்க முடியாத ஒன்றாகிவிடும்.

உலக அளவில் பாலினம் தொடர்பான மொத்தக் கருத்துக்களைத் தொகுத்த முதல் புத்தகமாக இது வெளிவந்துள்ளது. இந்தப் புத்தகம் பெரிய அளவில் புரட்சியை உண்டாக்காவிட்டாலும், 'நவீன தீண்டாமையால்' ஒடுக்கப்பட்டு, பாலின உரிமைகள் மறுக்கப் பட்டு, நாளும் உணர்வு ரீதியாகப் போராடிக்கொண்டிருக்கும் பல கோடி மனிதர்களின் எண்ணங்களை, இதைப் படிக்கும் ஒவ்வொரு வரையும் உணரவைக்கும். ஒடுக்கப்பட்டவர்களின் உணர்வுகளை நிச்சயம் இப்புத்தகம் பிரதிபலிக்கும்.

'பாலினம்' என்பது ஒருவரின் உடல் மற்றும் உணர்வு சம்பந்தப்பட்ட விஷயம். ஆண்-பெண் என்ற இரண்டு எல்லைகளை வகுத்துக் கொண்டு, அதில் ஒட்டுமொத்தப் பாலின அம்சங்களையும் இணைக்க முனைவது தவறான விஷயம். அந்த எல்லையைத் தாண்டி இருபதுக்கும் மேற்பட்ட பாலினங்கள் இருப்பதை நாம் இன்னும் தெரிந்துகொள்ளாமல் இருக்கிறோம்.

'பாலின ஈர்ப்பு' என்பது பற்றியும் இன்னும் முழுமையான அறிவை நாம் பெறவில்லை. ஒரு ஆண், பெண் மீதுதான் ஈர்ப்புக் கொள்ள வேண்டும்; ஒரு பெண், ஆண் மீதுதான் ஈர்ப்புக் கொள்ளவேண்டும் என்ற வரையறையை வகுத்துக்கொண்டு, அதைத் தாண்டிய பாலின ஈர்ப்பு வகைகளைப் பற்றி இதுவரை நாம் அறியாமல் இருக்கிறோம். இங்கு நாம் ஒருபால் ஈர்ப்புக்கான உரிமை பற்றிப் பேசவில்லை. ஒட்டுமொத்த 'பால்புதுமையினர்' (Genderqueer) பற்றிய சமூக

விழிப்புணர்வுக்கான களத்தை அமைத்துக் கொடுப்பதற்கான முயற்சியைப் பற்றிப் பேசுகிறோம்.

உடலின் நோய்களைப் பற்றிப் படிக்க மருத்துவத் துறை இருக்கிறது. கணினி முதல் சகல அறிவியலையும் படிக்க பொறியியல் துறை இருக்கிறது. சட்டம் பற்றிப் படிக்க சட்டத்துறை, இலக்கியத்துக்கு இலக்கியத்துறை என்று ஒவ்வொன்றுக்கும் ஆயிரம் வழிகள் இருக்கும்போது, ஒருவரது உணர்வு சம்பந்தப்பட்ட விஷயமான பாலினம் மற்றும் பாலின ஈர்ப்பு தொடர்பான விஷயங்களைப் படிக்கவும் அவற்றைத் தெரிந்துகொள்ளவும் ஒரு வழியும் இங்கில்லை. நம் நாட்டில் மற்ற உலக நாடுகளுக்கு இணையாக, தரமான பல பல்கலைக்கழகங்கள் இருக்கின்றன, அவற்றில் எந்த இடத்திலும் இதைப்பற்றிய ஓர் ஆய்வு கூடச் செய்யப்படவில்லை. மற்ற நாடுகளில் இருபத்தைந்து ஆண்டுகளாக ஆய்வு செய்யப்பட்டும் அங்கீகரிக்கப்பட்டும் வரும் ஒரு விஷயத்தைப் பற்றிய அறிவு இன்னும் நம் நாட்டில் அரிச்சுவடி அளவிற்குக்கூட உருவாக வில்லை. பாலினம் தொடர்பான பல சர்ச்சைகளும், குழப்பங்களும் நித்தமும் உருவாகும் நம் நாட்டில், உளவியல் படித்த ஒரு மருத்துவருக்குக் கூட இத்தகைய 'பால்புதுமையினர்' பற்றிய அறிவு கிடைக்கவில்லை என்பதுதான் உண்மை.

பாலினத்தை எப்படி வரையறை செய்வது? எந்த வகையான பாலினத்திற்கு எந்த வகையான கோட்பாடுகள் உண்டு? இவை தொடர்பான எவ்விதத் தெளிவும் இன்னும் நம் நாட்டில் உருவாக்கப்படவில்லை. ஆண்-பெண் என்ற இரு வகையோடு 'மற்றவர்கள்' என்று மூன்றாவதாக ஒரு பிரிவையும் பல நாடுகளும் தங்கள் நாடுகளில் அதிகாரபூர்வமாக அங்கீகரித்துள்ளார்கள். இதன்மூலம் 'பால்புதுமையினர்' பற்றிய விழிப்புணர்வை அவர்கள் பெற்றிருப்பது நமக்குத் தெரிகிறது. நம்மைப் பொருத்தவரை 'மற்றவர்கள்' என்று குறிப்பிடப்படுவது 'திருநங்கை' மட்டும்தான். ஆணாக இருந்து பெண்ணாக மாறிய திருநங்கைகள் பற்றிய ஓரளவு அறிவைப் பெற்றிருக்கும் நாம், பெண்ணாக இருந்து ஆணாக மாறிய 'திருநம்பி'களை பற்றிய எதையும் தெரிந்துகொள்ள வில்லை. பெண் உரிமைகள் பெரிதாகப் பேசப்படாத நம் நாட்டில், பெண்ணாக இருந்து ஆணாக மாறிய 'திருநம்பி'யைப் பற்றிய விழிப்புணர்வு கிடைக்காததில் வியப்பொன்றும் இல்லை. இதைத்தாண்டிய, எண்ணற்ற பாலினம் மற்றும் பால் ஈர்ப்புகளை உள்ளடக்கிய 'பால்புதுமையினர்' பற்றி நாம் அறிந்துகொள்ள வேண்டிய கட்டாயத்தில் உள்ளோம். இது தொடர்பான தெளிவான

புரிதல்கள் அந்தந்த மனிதர்களுக்கே இல்லாததால் நித்தமும் சிலர் தற்கொலை செய்துகொள்கிறார்கள். பலர் நடைப்பிணமாய் வாழ்கிறார்கள்.

'ஒருபுறம் சமூக நிர்ப்பந்தம் தன் பாலினத்தை வரையறுக்கிறது, மறுபுறம் தன் உடலும் உணர்வும் வேறு ஒருவிதமாகக் காட்டுகிறது' என்கிற குழப்பமான மனநிலையில் வாழும் எண்ணற்ற இளைஞர்கள் மனரீதியில் நிறைய பாதிக்கப்பட்டு உள்ளனர். இத்தகைய நபர்களுக்கு கலந்தாய்வு கொடுத்து, இவர்களைத் தேற்றும் பொறுப்பில் இருக்கும் மருத்துவர்களுக்கே இதைப்பற்றிய தெளிவு இல்லை. இதனால் மனநோய் மிக்க இளைஞர் உலகத்தை நாம் உருவாக்கிகொண்டு இருக்கிறோம். தெளிவான சிந்தனை இன்மையால் மனதளவில் ஊனமுற்ற ஓர் இளைய சமுதாயம் உருவாக நாம் காரணமாக இருக்கிறோம்.

'பாலியல் கல்வி வேண்டுமா?' என்கிற வாதம் பல நாட்களாக இருக்கும் ஒன்றுதான். வெறும் உடலுறவு சார்ந்த விஷயமாக இத்தகைய பாலியல் கல்விகளை சிலர் பார்ப்பதால் இப்படி கேட்கிறார்கள். ஆரோக்கியமான மனநலத்தை உருவாக்க பாலியல் கல்வி நிச்சயமாக அவசியம்தான். எந்த விஷயத்தை நாம் மூடி மறைக்க முயல்கிறோமோ, அது ஒருநாள் வெடித்துச் சிதறும்போது பல எதிர்விளைவுகளை நாம் அனுபவிக்க நேரிடும். பாலியல் கல்வி கொடுக்காமல், தெளிவான பாலியல் அறிவை நம் பிள்ளைகளுக்குக் கொடுக்காததன் விளைவுதான், இன்றைக்கு நாம் நித்தமும் பார்க்கும் கற்பழிப்புகளும், வன்புணர்வுகளும் குழந்தைகள் மீதான பாலியல் வன்முறைகளாகளும். இன்னும் தாமதித்தால் இது மிகப்பெரிய விளைவை நோக்கி நம்மைச் செலுத்திவிடும். உலகுக்கே 'காம சூத்திரம்' என்ற ஓர் அற்புதமான 'பாலியல் கல்வி' நூலைக் கொடுத்த நம் நாட்டில் இன்று பாலியல் அறிவு இல்லாததால் நிகழும் குற்றங்கள் எண்ணற்றவை.

இதற்கெல்லாம் தீர்வுதான் என்ன? சமூக விழிப்புணர்வுதான் ஒரே தீர்வு. ஆனால், சமூக விழிப்புணர்வுக்கு அடித்தளமாக இருக்க வேண்டிய மூன்று முக்கியத் துறைகளில் இதைப்பற்றிய தெளிவு முதலில் உருவாக வேண்டும். கல்வித்துறை, மருத்துவத்துறை மற்றும் சட்டத்துறைகளில் இதைப் பற்றிய அறிவை நாம் கொண்டுசேர்க்க வேண்டும். இந்த மூன்று துறைகளும் எப்போது 'பால்புதுமையினர்' பற்றிய தெளிவான மனநிலைக்கு வருகின்றனவோ, அன்றுதான் சமூக விழிப்புணர்வுக்கு நாம் அடித்தளம் அமைத்ததாக

அர்த்தம். அறிவியலும் மருத்துவமும் கண்டுபிடித்திருக்கும் இந்த உண்மைகளை நாமும் புதுப்பித்துக்கொள்ள வேண்டும். பழைய கருத்துக்களைச் சொல்லி, உண்மைகளை மறைக்கக்கூடாது. 'இளம்பிள்ளை வாதம்' என்கிற கொடிய நோய் நம் நாட்டில் நிறையக் காணப்பட்டது. யாரோ வெளிநாட்டினர் கண்டுபிடித்துக் கொடுத்த போலியோ சொட்டு மருந்தினால் இன்று அந்த நோயின் சுவடே இல்லை. வெளிப்படையாகத் தெரியும் நோய்க்கு அவர்கள் சொன்ன மருந்தைக் கொடுத்து நம் மக்களைக் காப்பாற்றினோம். மனதளவில் அதைவிட அதிக பாதிப்பை உண்டாக்கும் இத்தகைய 'மனநோய்'களுக்கு அவர்கள் சொன்ன 'பால்புதுமையினர்' கோட்பாட்டை அங்கீகரிப்பதில் தவறில்லை.

கிராமப்புறச் சொல்லாடல்களில், 'மேல் வயிற்றுப் பசி', 'கீழ் வயிற்றுப் பசி' என்று சொல்லப்படுவதுண்டு. இரண்டு பசிகளுமே மனிதனுக்கு அத்தியாவசியமானவைதான். ஏனோ, அதில் கீழ் வயிற்றுப்பசியை பற்றிப் பேசுவது மட்டும் தவறாகப் பார்க்கப் படுகிறது. ஒரு மனிதன் எப்படி சாப்பிட வேண்டும், எதைச் சாப்பிட வேண்டும், எவ்வளவு சாப்பிட வேண்டும் என்ற பல விஷயங்களைச் சொல்லித்தரும் நம் கல்வி முறை, கீழ் வயிற்றுப் பசிக்கான ஒரு தெளிவையும் கொடுக்கவில்லை. தாகம், பசி, உறக்கம் போன்று 'காமமும்' இயல்பான மனித உணர்வுதான். ஒருவனை 'நீ இதைத்தான் சாப்பிட வேண்டும்' என்று கட்டாயப்படுத்துவது எந்த அளவிற்குத் தனி நபர் உரிமை மீறலோ, அதே அளவு தவறானது, அவனது பாலின ஈர்ப்பு உணர்விலும் தலையிடுவது.

'ஒவ்வொரு மனிதனுக்கும் தனித்தனிப் பாலினம் இருக்கலாம்', 'ஒவ்வொரு மனிதனுக்கும் அவரவர் விருப்பப்படிப் பாலின ஈர்ப்பு இருக்கலாம்', 'ஒவ்வொரு மனிதனுக்கும் தன் பாலினத்தையும், பாலின ஈர்ப்பையும் தேர்ந்தெடுக்கும் உரிமை இருக்க வேண்டும்.'

இத்தகைய உண்மைகளை நம் மக்கள் புரிந்துகொள்வதற்கான சரியான சமயம் இதுதான். ஒவ்வொரு விஷயத்திற்கும் நாட்டின் முன்னோடி மாநிலமாக இருக்கும் நம் தமிழகம், பால்புதுமையினர் விஷயத்திலும் மற்ற மாநிலங்களுக்கு முன்னோடியாக, இந்தியாவில் முதல் குரல் கொடுக்கும் மாநிலமாக இருக்க வேண்டும் என்பதே எங்கள் நோக்கம். தெளிவான மனநிலையில் உள்ள வளமான இளைய சமுதாயத்தை நாட்டில் உருவாக்க அரசு இதற்கான பணிகளைத் தொடங்கவேண்டும் என்பது ஒவ்வொரு 'மறைக்கப் பட்ட பாலினச் சிறுபான்மையினரின்' கோரிக்கை.

பாலின வகைகள்

பாலினம் என்று சொன்னால் உடனடியாக ஆண், பெண் ஆகிய இரண்டு மட்டும்தான் நம் நினைவுக்கு வரும். இன்னும் கொஞ்சம் யோசித்தால் திருநங்கைகள் நினைவுக்கு வரலாம். உண்மையில் ஆண், பெண், திருநர் தவிர்த்து இருபதுக்கும் மேற்பட்ட பாலினங்கள் உலகில் உள்ளன.

பாலினம் என்பது நீங்கள் உங்களை எப்படி பார்க்கிறீர்கள் என்பதைப் பொருத்தே அமைகிறது. பாலினம் (Gender) என்பது வேறு, பாலியல் ஒருங்கிணைவு (Sexual Orientation) என்பது வேறு. பொதுவாக மக்களிடம் ஆண், பெண் பற்றிய விழிப்புணர்வே மேலோங்கி நிற்கிறது. சமீபகாலமாகத்தான் திருநங்கைகள் மீது வெளிச்சம் பரவத் தொடங்கியிருக்கிறது. என்னென்ன பாலினங்கள் இருக்கின்றன என்று சுருக்கமாகப் பார்ப்போம்.

ஆண் - Male
பெண் - Female
திருநர் - Transgender
திருநங்கை - Transwomen
திருநம்பி - Transmen
பால்புதுமையர் - Genderqueer
பால் நடுநர் - Androgyny
முழுநர் - Pangender
இருநர் - Bigender

திரிநர் - Trigender

பாலிலி - Agender

திருநடுகர் - Neutrois

மறுமாறிகள் - Retransitioners

தோற்றப் பாலினத்தவர் - Appearance gendered

முரண் திருநர் - Transbinary

மாற்றுப்பால் உடையணியும் திருநர் - Transcrossdressers

இருமை நகர்வு - Binary's butch

எதிர் பாலிலி - Fancy

இருமைக்குரியோர் - Epicene

இடைபாலினம் - Intergender

மாறுபக்க ஆணியல் - Transmasculine

மாற்றுப்பக்க பெண்ணியல் - Transfeminine

அரைப்பெண்டிர் - Demi girl

அரையாடவர் - Demi guy

நம்பி ஈர்ப்பனள் - Girl fags

நங்கை ஈர்ப்பனன் - Guy dykes

பால் நகர்வோர் - Genderfluid

ஆணியல் பெண் - Tomboy

பெண்ணன் - Sissy

இருமையின்மை ஆணியல் - Non binary butch

இருமையின்மை பெண்ணியல் - Non binary femme

மாற்றுப்பால் உடை அணிபவர் - Cross dresser

இந்தப் பட்டியல் இன்னும் நிறைவடையவில்லை.

எதற்காக இப்போது இவர்களைப் பற்றி நாம் தெரிந்துகொள்ள வேண்டும்? ஏனென்றால் நாம் வாழும் சமூகத்தில்தான் இவர்களும் வாழ்கிறார்கள். இவர்களையும் ஒன்றிணைத்ததுதான் சமுதாயம். சமுதாய மாற்றங்களுக்கு இவர்களும் பங்களிக்கிறார்கள். இதற்குப் பல எடுத்துக்காட்டுகளை வரலாற்றில் பார்க்கமுடியும்.

பொதுவாக பெரிதும் அறியப்படாமல் இருக்கும் மேற்கூறிய இந்தப் பாலினங்கள் மற்றும் பாலின ஈர்ப்பு வகைகள் பற்றி அறிவியல், மனோதத்துவம், கலாசாரம், மானுடவியல், மதம் மற்றும் அரசியல் சார்ந்து மெய்யியல் ரீதியாக இனிவரும் பக்கங்களில் காணலாம்.

மதுரைக்கு அரசியா? அரசனா?

மதுரையை ஆண்ட முதல் பாண்டிய மன்னன் குலசேகர பாண்டியன். அவரின் மகன் மலையத்துவச பாண்டியனுக்கும் காஞ்சனமாலைக்கும் திருமணமாகி வெகுநாட்களாகக் குழந்தை பிறக்கவில்லை. பாண்டிய வம்சத்துக்கென வாரிசு இல்லையே என்று மன்னரும் மகாராணியும் கவலைப்படாத நாள் இல்லை. தங்களுக்குப் பிறகு பாண்டிய வம்சம் இல்லாமல் போய்விடுமோ என்கிற அச்சம் நாளுக்கு நாள் இருவருக்கும் அதிகமானது.

அப்போது பாண்டிய மன்னனின் குலகுருவின் ஆலோசனைப்படி குழந்தை வேண்டி ஒரு மாபெரும் யாகம் நடத்தினர். தங்கள் வம்சம் தழைத்தோங்க, பாண்டிய வம்சம் விருத்தியாக ஒரு மகன் வேண்டும் என்று இறைவனிடம் மனமுருகி வேண்டினார்கள். யாகம் உண்டான நெருப்பிலிருந்து யாரும் எதிர்பாரா சமயம் மூன்று வயது நிரம்பிய ஒரு பெண்குழந்தை வெளிவந்து, நடந்து சென்று காஞ்சனமாலை மடியில் அமர்ந்தது.

மன்னரும் அரசியாரும் மனம் நெகிழ்ந்து போனார்கள். மகிழ்ச்சியில் சில நிமிடங்கள் தங்களையே மறந்து உற்சாகமான இருவருக்கும் ஒரு திடீர் அதிர்ச்சி உண்டானது. தாங்கள் இறைவனிடம் வேண்டியது ஆண் குழந்தை, ஆனால் இப்போது இறைவன் கொடுத்திருப்பதோ பெண் குழந்தை. அதுவும் மூன்று மார்புக் காம்புகளுடன் ஒரு மாறுபட்ட உடல் அமைப்பை உடைய பெண் குழந்தை. அப்படியானால் யாகத்தில் எதுவும் தவறு செய்துவிட்டோமோ என்று பதறினார்கள்.

அப்போது வானத்திலிருந்து ஒரு அசரீரி ஒலித்தது. ''பாண்டியா! கவலைப்படாதே. நீ வழிபாட்டில் எந்தப் பிழையும் செய்யவில்லை. உன் யாகத்திற்கு மனம் குளிர்ந்தே இறைவன் இந்தப் பெண்

குழந்தையைக் கொடுத்திருக்கிறார். இதை ஓர் ஆண் பிள்ளையைப் போல வளர்த்து, ஓர் இளவரசனுக்குரிய எல்லாப் பயிற்சிகளையும் கொடு. நீ எதிர்பார்ப்பது போலவே பாண்டிய வம்சத்தை பார் புகழச் செய்யும் வீரதீரச் செயல்களை இவள் செய்வாள். உன்னையும் உன் வம்சத்தையும் காலமும் புகழும் அளவிற்குப் பெரிய வெற்றிகள் பெறுவாள். அவளுக்கென ஒரு மணவாளனைக் காணும்போது, அந்த மூன்றாவது மார்பகம் மறைந்துபோகும்.''

இதைக் கேட்ட மன்னர் மிகவும் உற்சாகமானார். அன்று முதல் அந்தக் குழந்தையை வில், வாள் பயிற்சிகள், குதிரையேற்றம், யானை பழகுதல் என்று எல்லா வீரக்கலைகளையும் கற்கச் செய்தார் மலையத்துவச பாண்டியன். இந்த பெண்தான் வரலாற்றில் நாம் காணும் தடாதகை பாண்டியன் என்னும் மன்னன். இவர் ஆண் என்றும், பெண் என்றும் இருவேறு கருத்துகள் நிலவுகின்றன. ஆனால், இந்தப் பெண்தான் மதுரையின் அரசியாக நாம் வழிபடும் மீனாட்சி அம்மன் என்பது முக்கியமான விஷயம்.

பிறப்பால் பெண்ணாக இருந்தாலும், அந்தக் காலத்தைய பெண்மையின் கோட்பாட்டாகச் சொல்லப்பட்ட எந்த விஷயத்துக்குள்ளும் தன்னைக் கட்டுப்படுத்திக்கொள்ளாமல் ஓர் ஆணுக்குரிய வீரம், பாவம் என்று வளர்ந்தார் மீனாட்சி. அதுவரை அவரின் பெற்றோருக்கு எந்தக் கவலையும் இருக்கவில்லை. ஆனால், மீனாட்சிக்குத் திருமணம் என்ற பேச்சு எழுந்ததும் பெற்றோர் கவலை கொள்ளத் தொடங்கினர். மாபெரும் சுயம்வரம் நடத்தி, மகளுக்குத் திருமணம் செய்ய ஏற்பாடு செய்தார் பாண்டியன். ஆனால், மீனாட்சி அதை மறுத்து தன் நாட்டின் எல்லையை விரிவுபடுத்த வடக்கு நோக்கிச் சென்றுவிட்டார்.

செல்லும் வழியெல்லாம் வெற்றி. பல மன்னர்களை வெற்றிகொண்டார். எதிரிகளைப் பந்தாடினார். கைலாசம் வரை சென்றபோது அங்கு மீனாட்சி சந்தித்தது சொக்கநாதரை. (ஆம், சிவபெருமானைத்தான்!) சொக்கனைக் கண்டதும், அதுவரை மீனாட்சிக்குள் ஏற்படாத ஒரு வெட்கம், காதல் போன்ற உணர்வுகள் உண்டாயின. அந்த நொடியே, மீனாட்சியின் மூன்றாவது மார்பகம் மறைந்து போனது. பத்து நாட்களில் மதுரைக்கு வந்து மீனாட்சியை மணம் முடிப்பதாக சொக்கன் கூறினார். அவர் சொன்னபடியே மீனாட்சி திருக்கல்யாணம் மதுரையில் நடந்தது. இதுதான் புராணம்.

இதில் ஒரு சில விஷயங்களை நாம் நோக்க வேண்டும். மீனாட்சி பிறப்பால் பெண்தான். ஆனால் தன்னை எந்தக் கணத்திலும் ஒரு பெண்ணாக நினைக்காமல், ஆணுக்குரியதாகச் சொல்லப்படும்

குணாதிசயங்களைப் பெற்றிருந்தார். இங்கு மூன்றாவது மார்பகம் மறைந்த பிறகுதான், தன் பெண்மையை உணர்ந்தார் மீனாட்சி.

நாம் இப்போது பேசும் பால்புதுமைக் கோட்பாடு மீனாட்சி அம்மன் காலத்தில் இருந்திருப்பதை நம்மால் உணர முடிகிறது. பிறப்பால் எந்தப் பாலினமாக இருந்தாலும், தன் உணர்வால் வேறு ஒன்றாகத் தன்னை நினைத்துக்கொண்ட நிகழ்வை நாம் கவனிக்க வேண்டும். இது தவறல்ல, இயல்பான உணர்வுதான் என்று ஆயிரம் ஆண்டுகளுக்கு முன்பு உணர்ந்த ஒரு விஷயத்தை, இன்றும் நம்மால் இங்குள்ளவர்களுக்கு முழுமையாக உணர்த்த முடியவில்லை.

மேலும், இன்றைய மீனாட்சி அம்மன் கோவிலின் பல சிற்பங்கள் (குறிப்பாகத் தூண்கள் மற்றும் படிக்கற்கள்) பால்புதுமை எண்ணங்களையும். ஒருபால் ஈர்ப்பு உணர்வுகளையும் தெளிவாக விளக்குகின்றன. மேலும் பல சிற்பங்கள் இருந்ததாகவும் மதுரையின் மீது படையெடுத்து வந்த மாலிக் கபூர் பல சிற்பங்களை அழித்துவிட்டதாகவும் கூறப்படுகிறது. கோவில் சிற்பங்களில் அத்தகைய சிற்பங்கள் இருப்பதைப் பார்க்கும்போது, நாம் ஏன் இன்று அதைத் தவறாகப் பார்க்கிறோம் என்பது வியப்பாக இருக்கிறது. எல்லா விஷயத்திலும் முன்னைவிட இப்போது முன்னேறி இருக்கும் நாம், இந்தப் பாலின உணர்வு விஷயத்தில் மட்டும் ரொம்பவே பின்தங்கிவிட்டோம். ஆன்மிக ரீதியில் இவற்றை எதிர்ப்பவர்கள், கோவில்களில் இருக்கும் இந்த சிற்பங்களுக்கு என்ன பதில் சொல்வார்கள்?

ஆராய்ச்சிகளும், கள ஆய்வுகளும் இன்னும் நிறைய மேற்கொள்ளப் பட்டால் இதைப்பற்றிய பல உண்மைகள் வெளிவரும். ஆனால், இதற்கு நம் அறநிலையத்துறையினரும் ஆன்மிகவாதிகளும் முட்டுக்கட்டை போடுகிறார்கள்.

ஆய்வுகளும், ஆராய்ச்சிகளும் மேற்கொள்ளும் பட்சத்தில், நம்மால் இன்னும் விரிவாகவும் தெளிவாகவும் பாலின சிந்தனைகளை வெளிக்காட்ட முடியும். நம்மைவிடப் பல மடங்கு பாலின சிந்தனைகளில் நம் முன்னோர்கள் அறிவாளிகள். அந்த அறிவில் ஒரு பங்கையாவது நாம் அறிய இத்தகைய முயற்சிகளைச் செய்தல் வேண்டும். அங்கயற்கன்னியானவள் பால்புதுமைக்கு (Genderqueer) ஒரு சிறந்த எடுத்துக்காட்டு. பாலினங்களுக்கு அப்பாற்பட்ட சக்தியாக திகழும் அன்னை மீனாட்சி, ஆணும் இல்லை, பெண்ணும் இல்லை, திருநரும் இல்லை. பால்புதுமையின் கோட்பாட்டில் இவர் வருகிறார்.

அவ்வாறெனில் பால்புதுமைக் கோட்பாடு என்றால் என்ன?

பால்புதுமைக் கோட்பாடு

பொதுவாக அறியப்பட்ட பொது இருமை நிலைக் கொள்கையில் (Hetero-normative) இருந்து விடுபட்டு தனி சார்பு நிலையில் வாழ விரும்பும் மக்களே பால்புதுமையினர். சமூகம் வரையறுத்த குறிச்சொற்களை, அடையாளங்களை ஏற்க மறுத்து, அதன் அதிகாரக் கட்டமைப்பைக் கேள்வி கேட்பதே கோணல் கோட்பாட்டின் (queer Thoery) முதல் நிலை.

பெண்ணியத்திற்குப் பெண்கள் கருப்பொருளாக இருந்த நிலையை மாற்றி, பெண்மையை அதன் மையமாக வைத்து, திருநர் பெண்ணியம் (Trans Feminism), நங்கையர் பெண்ணியம் (Lesbian Feminism), கோணல் பெண்ணியம் (Queer Feminism) என்று பல பிரிவுகளை உருவாக்க வழி செய்தது இந்தப் பால்புதுமையர் கோட்பாடு.

ஆண், பெண் என்ற இருமையை மீறி திருநர் வகையிலும் இருமைக் கொள்கை வளர்ச்சி அடைந்ததால் நவீன திருநர் நிலைக்கொள்கையில் (Trans - normative) இருக்கும் பாகுபாடு ஏராளம். பால் மாற்று அறுவை சிகிச்சை, கலாசாரப் பெண்கள் என்ற வரையறைக்குள் சிக்குவது, குணநலன்களில் பெண்மை வெளிப்பாடு, நடையில் நளினம் என்ற மிகவும் பின்தங்கிய நிலை இங்கும் உள்ளது. அறுவை சிகிச்சை செய்யாத திருநர்களை ஒதுக்குவது, திருநர் சமூகம் வரையறுத்த நிலைப்பாட்டில் வராத மனிதர்களை ஒதுக்குவது என்று, வரலாற்றின் முன்பகுதியில் இருந்தே தங்களுக்கான மொழி, கலாசாரம் என்பதுடன் இருமைக் கொள்கையையும் உருவாக்கி வளர்ந்துவிட்டது இந்த திருநங்கைச் சமூகம்.

இந்தப் பாகுபாட்டைக் கடந்து எண்ணற்ற பாலினங்களை அரவணைப்பதுதான் இந்தக் கோட்பாடு. இங்கும் நம் பார்வை ஓரினப் புணர்பொது நிலையில் (Homo-normative) சுருங்கிவிடாமல் ஒரு விரிவான பொதுப் பார்வை உருவாகி வர வேண்டும்.

எப்போதுமே நாம் ஒருசில விஷயங்களில், காலம் காலமாக என்ன சொல்லப்பட்டு வருகின்றதோ அதைத்தான் நம்புவோம். பெரும் பான்மையை நோக்கித்தான் நமது பொதுப்புத்தி இருக்கும். ஆண் பெண் என்ற இரண்டு பாலினத்தைத் தவிர, அதைத் தாண்டிய, அந்த எல்லைகளுக்கு அப்பாற்பட்ட பாலினங்கள் பற்றி நாம் யோசித்திருக்க மாட்டோம். யோசிக்க இந்தச் சமூகமும் விட்டிருக்காது. ஒரு 'நாள்' என்றால் அதில் 'இரவு பகல்' என்ற இரண்டை நாம் பொதுவாகக் குறிப்பிடுவோம். அதே நேரத்தில் அதற்கு இடைப்பட்ட காலங்களான 'அதிகாலை, எற்பாடு, நண்பகல், பிற்பகல், மாலை, யாமம்' போன்றவையும் இருக்கத்தான் செய்கின்றன. இப்படிப் பேசாமல் விடப்படும் பாலினங்களைப் பற்றிச் சொல்வதுதான் பால்புதுமைக் கோட்பாடு. இருமைக் கொள்கை எனும் இறுக்கத்தில், வெறுமையான மொழிப்பெயர்ப்பு சார்ந்த மெய்யியல் பேசி, அரைகுறை பெண்ணியத்திற்குப் பெண்களைக் கருப்பொருளாக்கிய தால், இந்தியாவில் பெண்ணியமே பல பெண்களுக்கு எதிரியாக மாறிவிட்டது.

நாம் 'இயல்பு' என்று வைத்திருக்கும் எல்லையிலிருந்து கொஞ்சம் விலகிச் சென்றிருக்கும் பாலினங்கள்தான் அவை. பால்புதுமை பற்றி மைக்கேல் வார்னர் பல புதிய விஷயங்களைக் கூறினார். ஆனால், இந்தப் புதுமைகளை ஏற்கும் அளவிற்கு நம் சமூகம் இன்னும் பழக்கப்படவில்லை. சமூகத்தில் ஆழப்புதைந்திருக்கும் சில நம்பிக்கைகளை நாம் எளிதில் மாற்றிவிட முடியாது; அப்படி மாற்றிட மேம்போக்கான காரியங்கள் மட்டும் போதாது; நாம் செய்யும் காரியங்கள் மக்கள் மனதில் தாக்கத்தை ஏற்படுத்தவேண்டும்; அதில் உள்ள உண்மைகளைப் புரியவைக்கவேண்டும் என்கிறார் வார்னர்.

பால்புதுமையினர்களாக வகைப்படுத்தப்படும் பட்டியல், 'அவர்களை சமுதாயம் என்னவாக பார்க்கிறது? அவர்கள் என்னவாக இருக்க நினைக்கிறார்கள்?' என்பதைப் பொருத்தே தீர்மானிக்கப் படுகிறது. ஸ்ட்ரைட் என்று சொல்லப்படும் எதிர்பால் ஈர்ப்புக் கொண்டவர்களின் கண்ணோட்டத்தில் பொதுவான பாலின ஈர்ப்பையும் விருப்பங்களையும் பார்க்காமல், அவரவர் தனிப்பட்ட பாலியல் உரிமைகளைப் பொருத்து பால்புதுமை 1990களில் கோட்பாடாக உருவாக்கப்பட்டது. பச்சை கண்ணாடியை அணிந்துகொண்டு,

பார்ப்பதல்லாம் பச்சை நிறம் என்று ஒருவன் நினைப்பதைப் போல, ஸ்ட்ரைட் கண்ணோட்டத்துடன் பாலின ஈர்ப்புகளைப் பற்றிப் பார்ப்பது தவறென்று சொல்லவே இந்தக் கோட்பாடு உருவானது.

1985-களில் மிகவும் பிரபலமான பெண்ணியவாதிகளான ஜீடித் பட்லர், ஈவ் செட்விக், பிராக எத்திங்கர், கிறிஸில்டா போல்ஸ்கி ஆகியோர், கோணல் கோட்பாட்டை அடிப்படையாக வைத்து, அறிவியல், மருத்துவம், சமூகவியல் எனப் பல தளங்களை ஒன்றிணைத்து உருவாக்கியதுதான் பால்புதுமையர் கோட்பாடு. ஈவ் கொசஸ்கி செட்விக், ஜூடித் பட்லர், அட்ரியேன்னே ரிச் மற்றும் டயானா பஸ் ஆகியோர் இதன் அடிப்படைக் கட்டமைப்பை உருவாக்கினர்.

இது, உலகத்தில் பரவலாக நிலைநாட்டப்பட்டிருந்த பாலின மற்றும் பாலியல் இருமைக் கொள்கையைக் கேள்விக்குள்ளாக்கியது. அதாவது சமூகத்தால் வரையறுக்கப்பட்டு அறிவியலால் நிர்ணயிக்கப் பட்டிருந்த ஆண், பெண் என்ற இரண்டு பாலினத்தையும் கேள்விக்குட் படுத்தி, இருமையின்மைக் கொள்கையை நிலைநாட்டியது. கலாசார பரிமாண வளர்ச்சி, மொழிக் கட்டமைப்பு, இருபாலர் உடையிலும் தோற்றத்திலும் உள்ள வரையறை ஆகியவற்றைக் கேள்விக்குட் படுத்தியது. உதாரணமாக ஒரு பெண், ஆண் உடையை அணிவது பெரிதாகத் தெரியாவிட்டாலும், ஒரு பதின்வயது ஆண், பெண் உடையை உடுத்துவது மிகவும் கேவலமாகப் பார்க்கப்படுகிறது. ஆண்கள் என்றால் மீசையும், திடமான உடல் கட்டமைப்பும் கொண்டு, தன் நெஞ்சை மறைத்துக்கொள்ளும் ஒரு சமூகக் கட்டாயம் இல்லாத சூழல் உள்ளது.

கலாசாரம், பாலின மற்றும் பாலியல் சார்ந்த பார்வைகள் நாட்டிற்கு நாடு மாறுபடலாம். பெண்களைக் கொண்டாடி பெண்மையைக் கேவலமாகப் பார்க்கும் சமூகக் கட்டமைப்பு என்றும் இருந்து கொண்டுதான் இருக்கும். இந்த உலகில் பாலினத்தை மையப்படுத்தி ஓர் இன, கலாசார, மொழி, சமூக உட்கட்டமைப்பு, இந்தியா என்று வரையறுக்கப்படும் இந்தப் பிரதேசத்தில் மூவாயிரம் வருடத்திற்கு முன்பு இருந்ததாக அறியப்படுகின்றது. இதில் பெரும்பான்மை யான சடங்கு சார்ந்த சம்பிரதாயங்கள் அழிந்துவிட்டாலும், இன்னும் உயர்த்துடிப்புடன் ஹிஜிரா சமூகம் அல்லது த்ரீத்திய ப்ராக்கிருத்தி குழுமமாக இவர்கள் வாழ்ந்து வருகின்றனர்.

தென், தென்மேற்கு, வடக்கு, வடகிழக்கு ஆகிய திசைகளில் இவர்களது கலாசாரம் பற்றி கிராமிய மற்றும் பழங்குடியினர் வழக்கில் உள்ள கதைகள், சம்பவங்கள், அவர்களின் மொழி,

குடும்ப உறவுமுறை என்று பலவற்றில் பல மாறுபாடுகள் நிகழ்ந்துள்ளன. சமூகத்தால் வரையறுக்கப்பட்ட ஆண், பெண் என்ற பாலின மற்றும் பாலியல் இருமைக் கட்டமைப்புக்குள் வராத அனைத்தையும் த்ரீத்திய ப்ராக்கிருத்தி என்று பிரித்தனர். அன்றைய சூழலில் இவர்களுக்கான சமூக அங்கீகாரம் கிடைக்காவிட்டாலும் இவர்கள் ஒடுக்கப்படாமலும் இருந்தனர். காலப்போக்கில் இவர்களைக் கடவுளுடன் தொடர்புபடுத்தும் செயல்களும் நடந்தேறின.

இன்று பெருவாரியாக மூன்றாம் பாலினம் என்றால் அரவாணி சமூகத்தையோ அல்லது திருநங்கை சமூகத்தையோ மட்டும் குறிப்பிடுகின்றனர். முப்பது வருடத்திற்கு முன்பு ஓர் அரவாணிக்கோ அல்லது ஒரு திருநங்கைக்கோ அளிக்கப்பட்ட பொருளும் வரையறையும் வேறு. திருநங்கைகளுக்கு ஓர் அடையாளமும் உரிமையும் வேண்டும் என்று கூறிக்கொண்டு திரியும் பலரும் திருநங்கை அல்லது அரவாணி என்றால் யார், மூன்றாம் பாலினத்தவர் என்றால் யார் என்ற அடிப்படைக் கேள்விகளைக் கூட எழுப்பாமல், குறிப்பிட்டுச் சொல்லும்படி எந்த வரையறையும் இல்லாமல் இன்று இருக்கிறார்கள்.

மருத்துவ வசதி வளர்வதற்கு முன்பு ஒரு ஆண் தன்னை முழுப் பெண்ணாக பிரதிபலிக்க முடியாமல் இருந்தது. ஆனால் இன்று முகம் மற்றும் உடல் ரோமங்களை அகற்றி, அதன் வளர்ச்சியைத் தடுத்து, பால்மாற்று அறுவை சிகிச்சை செய்து, பல்வேறு நவீன ஒப்பனை மூலம் (plastic surgery, cosmestic surgery, hormonetheropy) பல மருத்துவ முறைகளைக் கையாண்டு, ஒரு திருநங்கை தன்னை ஆணிலிருந்து பெண்ணாக மாற்றிக்கொண்டு, பெண் என்னும் பாலின அடையாளத்திற்குள் நுழையமுடியும். அதேபோல் ஒரு திருநம்பி தன்னைப் பெண்ணில் இருந்து ஆணாக மாற்றிக்கொண்டு, ஆண் எனும் பாலின அடையாளத்துடன் வாழமுடியும்.

மூன்றாம் பாலினத்தவர் அல்லது அரவாணி சமூகத்தில்கூட, ஆண்-பெண் எனும் இருமை அடையாளங்களுக்குள் வராமல் இருப்பவர்கள் உண்டு. பாலினச் சிறும்பான்மையினர் என்று அழைக்கப்படும் அரவாணி சமூகம், ஜமாத் முறையில் எந்தவித அந்தஸ்தோ முதல் தர அங்கீகாரமோ இல்லாமல், தங்கள் குரல்வளை நசுக்கப்பட்டவர்களாக சிறும்பான்மையினருள் சிறும்பான்மை யினராக வாழ்கின்றனர்.

ஒரு திருநங்கைப் பெண்ணானவர், ஆணைத் தவிர்த்து, பெண்ணைக் காதலித்தால், அத்திருநங்கையின் பாலியல் ஒருங்கிணைவை

திரிநர்நங்கை என்று அழைப்பர். ஆனால் சமூகம் எப்படி ஒரு பெண் பெண்ணையோ, ஆண் ஆண்ணையோ திருமணம் செய்துகொள்ள இடமளிக்காமல் இருக்கிறதோ, அதேபோல் ஒரு திருநர்நங்கையின் காதலை ஜமாத் முறை தடைசெய்கிறது. ஒருசில திருநங்கைகள் தங்களை திருநர்நங்கைகள் என்று வெளிப்படுத்திய தருவாயில், வெளியில் தெரியாமல் அவர்கள் கொலை செய்யப்பட்டுள்ளனர். ஆனால் ஒரு திருநம்பி தன்னை ஒரு திருநர்நம்பி என்று வெளிப்படுத்தும்போது, ஒரு திருநம்பிஆண் மற்றொரு ஆண்ணைக் காதலிப்பது ஒரு பெரும் பிரச்சினையாகத் தெரியவில்லை. ஏனென்றால் திருநங்கை சமூகத்தைப் போன்று திருநம்பி சமூகத்திற்கு ஒரு பெரும் வரலாற்று கலாசாரப் பின்புலம் இல்லை. அத்துடன், ஜமாத் எனும் முறையும் அவர்களுக்குள் இல்லை. திருநம்பியைப் பற்றிய போதுமான விழிப்புணர்வோ பொது சிந்தனையோ இல்லாததும் ஒரு முக்கியக் காரணம்.

தன்னை ஆண் என்றோ பெண் என்றோ ஒரு திருநர் என்றோ அறிவித்துக்கொள்ளாமல், மிகுதியாகப் பெண் தன்மை இருக்கும் ஆண்கள் அனைவரும் திருநங்கையாக இருக்க வேண்டும் என்ற முற்கருத்தை முறியடித்து, இருமைப் பால்மாற்று அறுவை சிகிச்சைகளை ஏற்றுக்கொள்ளாமல் வாழும் மக்கள் அனைவரும் பால்புதுமையினர் ஆவர். இவர்களுக்கான தனி உடலியல், மனையியல், உயிரியல், வாழ்வியல் கூறுகள் மற்றும் பிரத்யேக மருத்துவ சிகிச்சைகளும், பால்மாற்று அறுவைசிகிச்சைகளும் இருப்பது இதுவரையிலும் இந்திய மருத்துவ சமூகத்திற்கே தெரியாத ஒரு பேருண்மை.

இருமை எனும் கட்டமைப்பை வாழ்வில் அனைத்துத் தளங்களிலும் சூழ்நிலையிலும் சிறிதும் ஏற்றுக் கொள்ளாதது இந்தப் பால்புதுமைக் கோட்பாடு. திருநங்கைகளின் ஜமாத் எனும் கட்டமைப்பை கேள்விக்குட்படுத்தி அதன் ஆணிவேரை அசைக்க முற்படுவது இக்கோட்பாடு. பாலின நடுமைசார் மொழி, பாலின மெய்யியல் எனப் பல அம்சங்கள் பொதுச்சமூகத்தில் இன்று உருவாகியுள்ளன. ஆண், பெண், திருநர் எனும் அடையாளத்துடன் ஒத்துப்போகாத பால்புதுமையினருக்கும் அனைத்து வகையான சமூக அங்கீகாரங்களும் வழங்கப்பட வேண்டும் என்று இது வலியுறுத்துகிறது.

21-ம் நூற்றாண்டில் அமெரிக்காவின் தாராளமயக் கோட்பாடுகளில் இருந்து கோணல் கோட்பாடும், அதிலிருந்து பால்புதுமையினர் கோட்பாடும் உருவானது. இதைப் போன்ற விஷயங்கள் வேதகாலம்

முதல் 17-ம் நூற்றாண்டு வரையிலும், சங்க இலக்கியங்களிலும் மிகவும் யதார்த்தமான கண்ணோட்டத்தில் இருந்திருக்கின்றன. ஆனாலும், கோட்பாட்டு ரீதியான மிகத்தெளிவான பின்புலம் இதற்கில்லை.

பால்புதுமைக் கோட்பாட்டின் அடிப்படை நோக்கம், 'சமூகம் வகுத்திருக்கும் பாலினக் கட்டமைப்பை மாற்றுவது, அதில் தனிப்பட்ட மனிதர்களின் பாலினத்தை வகைப்படுத்தி முறைபடுத்துவது' என்பதாகும். சமூகக் கட்டமைப்பின் நிர்பந்தத்தால் ஒருவர் தன் சுய அடையாளமான பாலினத்தை மாற்றி வாழ்வதற்கு பதிலாக, தனிநபர்களின் பாலியல் உரிமைகளுக்காக சமூக கட்டமைப்பில் ஒரு மாற்றம் வரவேண்டும் என்பதே இதன் நோக்கம். பல தனி மனிதர்கள் சேர்ந்ததுதான் ஒரு சமூகம். அதனால் இது அடிப்படையில் சமூகத்திற்கும் வலு சேர்க்கும் என்பது உறுதி.

தனிப்பட்ட ஒருவரின் உடல் மற்றும் உணர்வு சார்ந்து மட்டும் பாலினத்தை வகைப்படுத்தாமல், உயிரியல் கோட்பாட்டோடு இணைந்து வகைப்படுத்தப்படுகிறது. உதாரணமாக ஆணுக்கு இருக்கும் 46XY குரோமோசோம்கள், பெண்ணுக்கு இருக்கும் 46XX குரோமோசோம்கள் இயல்பானதாகக் கருதப்படுகிறது. சிலருக்கு அதில் மாற்றம் உண்டாகி 45X, 47XXY என்று வரும்பொழுது, இவற்றுக்கும் பால்புதுமைக் கோட்பாட்டில் இடம் தரப்பட்டிருக் கின்றது.

பொதுவாக பால் ஈர்ப்பை மையமாக வைத்து, ஒருபால் ஈர்ப்பாளர்கள், இருபால் ஈர்ப்பினர், திருநர் போன்றோரை இணைக்கும் ஒரு பொதுவான வார்த்தையாக LGBTQ (Lesbian, Gay, Bisexual, Transgender, Queer) பயன்படுத்தப்படுகிறது. இதன்மூலம் பாலினம் பற்றிய மாற்றுக்கருத்து சமூகத்தில் தலையெடுக்கத் தொடங்கி இருப்பது ஆரோக்கியமான விஷயம். பால்புதுமைக் கோட்பாடு பலரையும் யோசிக்க வைத்தது, பலரையும் உண்மையை உணரவைத்தது என்று உறுதியாகச் சொல்லலாம். ஆனால் பால்புதுமைக் கோட்பாட்டை எதிர்க்கும் பலரும் இருந்தனர்.

ஆடம் க்ரீன் இதைப்பற்றிச் சொல்லும்போது, 'பால்புதுமை என்பது சமூகம் மற்றும் வாழ்க்கை முறையை ஆபத்துக்குள்ளாக்கும்' என்றார். மேலும், 'பால்புதுமையினராக வகைப்படுத்தப்பட்டுள்ள பட்டியல், வெள்ளை இனத்து மக்களை அடிப்படையாக வைத்தே உருவாக்கப் பட்டது. அப்படியானால் எவ்வாறு உலகில் உள்ள எல்லோரையும் இந்த வகைக்குள் அடக்கமுடியும்' என்று கேட்கிறார். அதை மறுத்த

வார்னர், 'இது உலகில் உள்ள ஒவ்வொரு மனிதனின் தனிப்பட்ட விருப்பத்தை, எவ்வித சமரசமும் இன்றி ஏற்கும் ஒரு கோட்பாடாக இருக்கும்' என்கிறார்.

எது எப்படியாக இருந்தாலும் நிச்சயம் இந்தக் கோட்பாடு பலரையும் சுயபரிசோதனை செய்ய வைத்தது. இதுவரை நிலவிய தங்களின் பாலினம் பற்றிய தெளிவின்மையை தெளிவாக உணரவைத்தது. இன்னும் பல கட்டம் முன்னேறி, அனைவரையும் சென்றடையும் விதமாகப் பல ஆய்வுகள் நடைபெற்று வருவதும் நல்ல நம்பிக்கையைத் தருகிறது.

1. *பால்புதுமையினரின் (Genderqueer) பாதிப்புகளைப் பதிவு செய்வது மிகவும் கடினமான பணி. ஏனெனில் இவர்கள் திருநர் சமூகத்தால் மறைக்கப்படுகின்றனர். அதோடு, பால்புதுமையினரே தம்மைப் பால்புதுமையினர் என்று அடையாளப்படுத்திக் கொள்ளும் நிலையும் இங்கு இல்லை ஏனெனில் தம் பாலின அடையாளம் குறித்த போதிய விழிப்புணர்வை அடைய இருமைப் பாலினத்தை அடிப்படையாகக் கொண்டுள்ள சமூகம் இடம் அளிப்பதில்லை.*

2. *சட்ட ரீதியாகத் தங்கள்மேல் தம் பாலினம் (Gender) காரணமாகத் தொடுக்கப்படும் உடல், உணர்வு, உள மற்றும் பாலியல் ரீதியான வன்முறையினை எதிர்ப்பதற்கான சட்டங்கள் பால்புதுமை யினருக்கு வேண்டும். குடியுரிமை, மருத்துவம் மற்றும் பல துறைகளில் தம் அடையாளத்தோடு சுதந்திரமாக வாழும் நிலை வர சட்ட ரீதியாக முயலவேண்டும்.*

3. *மருத்துவ அறிவியல், உளவியல் மற்றும் பிற சமூக அறிவியல் போன்ற துறைகளில் பால்புதுமையினர் குறித்த ஆராய்ச்சி முற்றிலும் இல்லை. பாலினம் குறித்துக் கற்கின்ற துறைகளில் பாலின இருமையினர் (Binary Gender) குறித்த ஆராய்ச்சிகள் மட்டுமே ஊக்குவிக்கப்படுகின்றன. இதனால் பால்புதுமையினரின் உள மற்றும் உடல் ரீதியான தனித்தன்மை வாய்ந்த தேவைகள் குறித்து அறியாத நிலை நீடிக்கின்றது.*

4. *சிறுபான்மயினருக்குள்ளே சிறுபான்மையினராக வாழும் நிலையில்தான் பால்புதுமையினர் இருக்கின்றனர். தம் பாலினம் குறித்த தெளிவான பெரும்பான்மையானவர்களிடம் இல்லை. அதைத் தெளிவுபடுத்தும் வழிகளும் இங்கே இல்லை. பிற பாலினச் சிறுபான்மையினரிடமிருந்து அனைத்து விதமான வன்முறையினையும் இவர்கள் எதிர்கொள்கின்றனர். இது மட்டுமல்ல, இருமை எனும் ஆண்மை-பெண்மையினை மட்டுமே வலியுறுத்தும் இந்த சமூகத்திலிருக்கும் பால்புதுமையினரின்*

தேவைகள் திருநர்களால்கூட இரண்டாம் பட்சமான ஒன்றாகவே கருதப்படுகின்றது. சமூகத்தில் தம் குரலைப் பதிவு செய்யும் வாய்ப்பும் திருநங்கைகளின் குரலில் மறைக்கப்பட்டு விடுகின்றது.

5. தம் பாலினம் அடையாளம் குறித்த போதிய விழிப்புணர் வின்மை, பால்புதுமையினரின் இருப்பை மறுத்தல் என இவற்றை யெல்லாம் 'கடந்து போகும் நிலை', 'மன வியாதி' என்று பால்புதுமையினர் ஒடுக்குமுறையுயையும், மனம், உடல் மற்றும் பாலினம் ரீதியான வன்முறையையும் அனுதினம் அனுபவித்து வருகின்றனர்.

6. இருமை அடையாளம் (Binary - Identity as Male - Female) கொண்டுள்ள திருநர் (திருநங்கை, திருநம்பி) போன்றவரின் 'பாலின மாற்று அறுவை சிகிச்சை' முறைகள், பால்புதுமையினரின் பாலின மாற்று அறுவை சிகிச்சை முறைகளிலிருந்து முற்றிலும் மாறுபடுகின்றன. எடுத்துக்காட்டாக திருநடுநர், ஆண்-பெண் என்ற எந்தப் பாலினமும் உடல் ரீதியாக அறிய முடியாதவாறு பாலின மாற்று அறுவை சிகிச்சைகளை மேற்கொள்வர். இத்தகு விழிப்புணர்வற்ற நிலையில் இவர்களுக்குரிய மருத்துவ சிகிச்சையை சரியாக வழங்க முடியாத நிலை ஏற்படுகின்றது. இத்தகு விழிப்புணர்வு பல திருநடுநருக்குக் கூட இல்லாத நிலையில், திருநங்கை/திருநம்பி என்ற இருமை அடையாளங் களில் தம்மை பொருத்திக் கொள்ள வேண்டிய நிலை ஏற்படுகின்றது.

7. மருத்துவர்களுக்குப் பால்புதுமையினர் குறித்த போதிய விழிப்புணர்வற்ற நிலையில் பால்புதுமையினாராகத் தம்மை அடையாளம் கொள்ளும் ஒரு நபருக்கு மருத்துவ ரீதியாக சரியானவழிகாட்டுதல் கிடைப்பதில்லை. மேலும் பால்புதுமையினர் குறித்த விழிப்புணர்விமையால் பால்புதுமையினரை ஒரு தவறான முன்தீர்மானத்துடன் அணுகவேண்டியதாகிவிடுகிறது.

ஆண், பெண் மற்றும் திருநங்கையர் குறித்துப் போதுமான அளவு பதிவுகள் இருப்பதால், இங்கே அவர்களைப் பற்றிக் குறிப்பிடாமல் இதர பாலினங்களைப் பற்றிப் பார்க்கலாம்.

திருநம்பிகள் (Transmen)

ஓர் ஆடவன் பெண்களைப் போலே உடை உடுத்திக்கொண்டு, பெண்களைப் போலவே உணர்ச்சிகள் கொண்டு, ஒரு பெண்ணாகவே வாழ்வதனை நாம் நன்கு அறிவோம்: திருநங்கைகள் குறித்த

அறிதல் அதிகமாகக் காணப்படும் இந்த நேரத்தில், திருநம்பிகள் குறித்து நம்மில் எத்தனை பேருக்குத் தெரியும்?

திருநம்பிகள் என்பவர் யார்? பெண்ணாகப் பிறந்து ஆணாக மாறும் பட்டாம்பூச்சிகள்! பெண்மையின் உடலில் ஆண்மையின் முழு உணர்வு! தன் மனதில் மட்டுமல்ல, உடலையும் ஒரு ஆணின் உடலாய் மாற்றும் விருப்பம் கொண்டவர்கள்! இவர்களை சமூகம் எப்படி அங்கீகரிக்கின்றது? இதற்கு முன்பு சமூகத்தில் எத்தனை பேர் இவர்களைக் குறித்து அறிந்து கொண்டுள்ளனர்?

பெண் என்பவள் குழந்தை பெற்றுக் கொள்பவள் என்ற கருத்தினையே நாம் இன்னும் கடந்து வரவில்லையே? பெண்ணின் விதி ஆணின் விதியுடன் இணைக்கப்பட்டுள்ளது என்பதையே இன்னும் கடந்து வராத இந்தச் சமூகம் ஒரு பெண்ணின் உடலில் ஆண்மை என்பதை எப்படி அங்கீகரிக்கும்? பெண் என்பவளைத் தாயாக, தாரமாகப் பார்க்கும் நாம், ஆண்மையாய் வாழத் துடிக்கும் உயிர்த் துடிப்பினைக் கொண்ட பெண்டிரின் உணர்ச்சியினை என்று புரிந்து கொள்வோம்?

நீங்கள் உங்களை வெறுத்து ஒருநாள் வாழ்ந்து பாருங்கள். ஒரு பெண், தன் உடலை வெறுத்து, தன் உள்ளே வாழும் ஓர் ஆணை மறைத்து, தன்னைத்தானே வருத்தி ஒரு பெண்ணாய் 'நடித்து', 'ஆண்களைப் போல வாழ வேண்டும்' என்று தன்னுள் வாழும் அவாவினை உயிருடன் புதைத்து, உண்மையாய் வாழாமல் நாடகமே வாழ்வாகிப் போகும் நிலையினைக் கொஞ்சம் உணர்வோமா? பூக்களின் விளைநிலத்தில் நெருஞ்சிகள் வளர இயலும். ஆனால், அந்த நிலத்தில் அந்த நிலம் விருப்பப்படும் மலர்கள் மட்டுமே பூத்துக் குலுங்கிச் செழித்து வளர்வது எத்தனை இனிமை?

ஒரு பூவின் அழகியலுக்கு இத்தனை கவனம் கொடுக்கும் நாம், ஏன் பெண் உடலில் மலரும் ஒரு ஆணினை அங்கீகரிப்பதில்லை? அவர்கள் மனநலம் பாதிக்கப்பட்ட பெண்கள் என்று நாம் சொல்லலாம். சமூகத்தின் பெண் என்ற கருத்திலிருந்து விலகுபவர்கள் என்றும் சொல்லலாம். யார் மனநலம் பாதிக்கப்பட்டவர்கள்? இயல்பான ஓர் உணர்வு, நம் கண்களுக்கு இயல்பற்றது என்று தோன்றினால், அவர்களின் உணர்வினை மதிக்காத நாம் மட்டும் மனநலம் நிறைந்தவர்களா?

இந்த உடல் என்பது இறுதி அல்ல. நமக்கு ஒருவேளை அப்படி இருக்கலாம். நமக்கு நாம் வண்ணத்துப் பூச்சிகள்தான். திருநம்பிகளோ, பெண் என்ற கூட்டுப்புழு நிலையில் வாழும் எதிர்கால வண்ணத்துப் பூச்சிகள். இவர்களை அரவணைக்க வேண்டிய பெற்றோர் மற்றும்

உறவினர்கள், அவர்களின் வண்ணத்துப்பூச்சிக்குக் கல்லறை கட்டி விடுகின்றனர். இன்னொரு கருப்பையில் தன் குழந்தை வளர வேண்டும் என்று உணரும் இவர்களுக்கு நிகழ்வதென்னவோ தன் கருப்பையில் ஒரு குழந்தை! கூட்டுப்புழுவிலிருந்து வண்ணத்துப் பூச்சியாக மாறித் தன் அழகிய நிறத்துடன் பறக்கும்போது அதன் அழகைப் பிரமிக்கும் நாம், ஏன் திருநம்பிகளைப் பெண் என்ற கூட்டுப்புழு நிலையில் மட்டுமே காண்கிறோம்? இதுதான் நம் அழகியலா?

ஒரு பெண் என்பவள் ஒரு குழந்தைக்குத் தாயாவதுதான் அவள் பிறவியின் நிறைவா? ஏன் அவள் ஓர் அவனாக மாறக் கூடாதா? மலர்களின் உடல் மீசைகளை வளர்க்கக் கூடாதா? பால் சுரக்கும் மார்பகங்கள் மறைந்து மார்பு அங்கே தோன்றக்கூடாதா? அவன் கருப்பையின் தலைவிதியினை அவனே தீர்மானிக்கக் கூடாதா? அவளுக்குள் வாழும் அவன் ஏன் சாகடிக்கப்படுகிறான்? சமூகம் வாழ, இவர்களின் உயிரும் உணர்வுகளும் பலியா?

எத்தனை வண்ணத்துப் பூச்சிகள் இங்கே தம் சிறகுகளுடன் பறப்பதை ஒரு கனவாகவே நினைத்து இறந்து போயிருக்கும்? கொல்லப் பட்டிருக்கும்? பெண்மையை தெய்வமாக வழிபடுகிறோமே? ஏன் அந்தத் தெய்வங்கள் திருமணத்தில் மட்டுமே அர்த்தம் பெறுகின்றனவோ? எத்தனை திருநம்பிகள் தமக்கு அந்நியமான வாழ்வில் இறந்து இறந்தே வாழ்ந்திருப்பார்? ஒரு திருநங்கை தன் ஆண் என்ற கூட்டினை உதறி எறிய முடியும்போது, ஏன் திருநம்பிகள் தம் பெண் என்ற கூட்டினை உதறி எறிய முடிவதில்லை? என்றைக்கு யோனியுடன் ஓர் உயிர் இந்த உலகில் பிறக்கிறதோ அன்றே அந்த உயிர் தன் கருப்பையில் இன்னொரு உயிரைக் கண்டிப்பாகச் சுமந்தாக வேண்டும் என்பது ஓர் உலகளாவிய விதி ஆகிவிடு கிறதல்லவா? அதற்காக எத்தனை விதிமுறைகள் அவள்மேல் திணிக்கப்படுகின்றன? கற்பும் மாதர் ஒழுக்கமும்! அவள் நெற்றியில் எப்போதும் ஒரு பொட்டு! அவள் உடலில் பாதி எடை நகையாக வேண்டும் என்ற சமூக அழகியல்! நாகரிகம் பெற்று விட்டோம், ஆனால் அவளால் நான்கு சுவர்களை இன்றும் முழுமையாகத் தாண்டமுடிகிறதா? இப்படி ஒரு சமூகக் கட்டமைப்பில் அவள் எப்படி அவனாக மாறுவதை இவர்கள் ஏற்றுக்கொள்வார்கள்?

திருநங்கைகளை ஏற்பவர்கள்கூடத் திருநம்பிகளை ஏற்க மறுப்பவர் களாக இருக்கிறார்கள். பெண்ணியம் ஒடுக்கப்பட்டு ஆண் ஆதிக்கம் நிறைந்திருப்பது இதற்குக் காரணமாக இருக்கலாம்.

இனி திருநம்பிகள் குறித்து சமூகத்தின் தவறான புரிதல்களைப் பார்ப்போம். இவர்களுக்கும் லெஸ்பியன்களுக்கும் உள்ள வேறுபாடு பலருக்குத் தெரிவதில்லை. லெஸ்பியன்கள் உடல்ரீதியாகப் பெண்ணாக இருக்கவே விரும்புவார்கள். அதேநேரத்தில் பால்ஈர்ப்பில் பெண்ணையே விரும்புகிறவர்கள். ஆனால், திருநம்பிகளோ உடல்ரீதியாக ஆணாக மாறிட விரும்புவார்கள். பெரும்பாலும் பெண்ணின் மீதே உடல்கவர்ச்சி ஏற்படும். சில நேரங்களில் திருநம்பிகள் ஆண்கள் மீதும் ஈர்ப்போடு இருப்பதை அரிதாகக் காணமுடிகிறது.

சுருக்கமாகச் சொல்ல வேண்டுமானால், உடல்ரீதியாக ஆணாக மாற நினைப்பார்கள் திருநம்பிகள். தாங்கள் பெண்ணாகவே இருந்து, மற்ற பெண்கள்மீது ஈர்ப்புக் கொள்வது லெஸ்பியன். பிறப்பால் ஆணாகக் கருதப்படும் ஒரு நபர், பெண்ணாக மாறித் திருநங்கையாக மாறுவதில் இருக்கும் சுதந்திரமும் மக்கள் புரிதலும் தெளிவும் , ஆணாக மாற நினைக்கும் ஒரு திருநம்பிக்கு எளிதாகக் கிடைக்காததற்குக் காரணம் போதிய விழிப்புணர்வின்மைதான். திருநங்கைகளுக்கு உண்டான வரலாறு போல திருநம்பிகளுக்கும் உண்டு.

இமயமலை அடிவாரத்தின் வடகிழக்கு இந்தியப் பகுதியில் வாழும் ஒரு பழங்குடி இனமான 'காடி' மக்களிடம் உள்ள ஒருமுறை 'சாதின்'. சாதின் என்ற முறைப்படி அந்த இனத்தின் சில பெண்கள் திருமணம் செய்துகொள்ளாமல், ஆண்கள் செய்யும் வேலைகளைச் செய்து, ஆண்களைப் போல சிகையலங்காரத்தோடு சமூகத்தில் வாழ்கின்றனர். இந்து புராணங்களில் ராதையின் ஆண் வடிவமாக 'காதரா' என்பவர் வழிபடப்படுகிறார். கிருஷ்ணரின் அரவான் வடிவம் மக்களைச் சென்றடைந்த அளவு, இந்த காதரா மக்களைச் சென்றடையாதது ஏன் என்று தெரியவில்லை.

சிலர் இந்தத் திருநம்பிகள் என்பவர்கள் நவீன மருத்துவத்தின் விளைவு எனக் கூறுகிறார்கள். அதாவது, ஹார்மோன் சிகிச்சை மூலம் இப்படி நிகழ்வதாகக் காரணம் சொல்கிறார்கள். இது நிச்சயம் உண்மை இல்லை. விஞ்ஞானமும் மருத்துவமும் வளரும் முன்னரே இப்படி திருநம்பிகள் இருந்ததற்கான ஆதாரங்கள் இருக்கின்றன. இத்தகைய திருநம்பிகள் ராணுவத்தில்கூட வேலை பார்த்தனர். அப்படிப் பட்டவர்கள் உடல் ரீதியாகப்பெண்கள் என்பது பலநேரம் அந்த நபர்களின் இறப்பிற்குப் பிறகே தெரிய வந்த நிகழ்வுகளும் நடந்ததுண்டு.

ஆக, இது நாகரிக உலகின் புதுவரவு இல்லை என்பதையும், இது தவறும் இல்லை என்பதையும் புரிந்துகொண்டு, தங்கள் சுயஅடையாளத்தோடு சுதந்திரமாகப் பறந்திட இவர்களுக்கு

வழிவிடுவோம். இங்கே நாம் பார்க்கவேண்டிய முக்கியமான ஒரு செய்தி உள்ளது. இந்தியாவில் வெளிப்படையாகத் திருநம்பியாகத் திரையுலகில் வேலைசெய்யும் சத்யா ராய் நாக்பால், 2011-ம் ஆண்டுக்கான சிறந்த ஒளிப்பதிவாளருக்கான தேசிய விருதைப் பெற்றார். இவர் பணியாற்றிய படங்கள் ஆஸ்கர் விருதுக்கும் பரிந்துரைக்கப்பட்டுள்ளன.

பால் நடுநர் (Androgynous)

இந்த இயக்குநர் 11 தேசியத் திரைப்பட விருதுகளையும், பல உலகளாவிய திரைப்பட விருதுகளையும் பெற்றவர். நடிகர். அறிஞர். தன் சிறந்த வாழ்க்கையை ஓர் உதாரணமாக விட்டுச் சென்றவர். இவரின் பாலினம் திரையுலகில் ஒரு பெரிய சர்ச்சையை உண்டாக்கியது. பெரும்பாலும் இவர் பால்நடுநர் போலவே திகழ்ந்தார். அவர்தான் வங்காள மேதை ரிதுபர்னோ கோஷ். இவரே நவீன உலகில் பால்நடுநரின் சிறந்த எடுத்துக்காட்டு.

ஆணும் பெண்ணும் கலந்த கலவை!
கலவைகள் என்றும் அழகானவை!

இயற்கையில் எதுவும் முற்றிலும் இரு துருவங்கள் அல்ல. ஒளி வெள்ளையானதுதான். ஆனால் அதன் உள்ளே அமைந்திருக்கும் நிறங்கள் பற்பல. அவற்றின் ஒருங்கிணைப்பின் வடிவமே நாம் உணரும் வெண்ணிற ஒளி. இயற்கையில் இவற்றைப் புரிந்து கொள்ளும் நாம், மனிதனின் பாலினத்தில் இவற்றைக் கண்டு கொள்வதில்லை. ஆண் மற்றும் பெண் என்ற இரு துருவங்கள் மட்டுமே பாலினம் என்பதைக் கடந்து, ஒளியின் தன்மை போலவே பாலினமும் ஆண்மை மற்றும் பெண்மையின் கலவை என்று தம்மை அடையாளப்படுத்திக்கொள்ளும் மக்களே பால் நடுநர் என்ற பிரிவுக்குள் வருவர்.

ஏன் இவர்கள் பண்பு இப்படி மாறுபடுகிறது? அவர்கள் உடலில் ஆண் மற்றும் பெண்ணுக்குரிய தன்மைகள் அமைந்திருப்பதாலயே என்று நாம் எளிதாக நினைக்கலாம். ஆனால் அது தவறு! இது மனம் சார்ந்த விஷயம்! இதை உணரந்தே ஆயிரக்கணக்கான வருடங் களுக்குமுன் பாரதம் பாடிய பெருந்தேவனார்,

நீல மேனி வாலிழை பாகத்
தொருவ னிருதா நிழற்கீழ்
மூவகை யுலகு முகிழ்த்தன முறையே

என்று ஐங்குறுநூறில், இறைவனைப் புகழ்கையில், ஆண் மற்றும் பெண்ணின் இரு தன்மைகளையும் கொண்டவர் இறைவன் என்று கூறுவது நோக்கத்தக்கது.

திருநங்கையர் மற்றும் திருநம்பியரிலிருந்து இவர்கள் எங்கனம் மாறுபடுகின்றனர்? ஆணாகவோ பெண்ணாகவோ பிறந்து தம்மை ஆண் என்றோ பெண் என்றோ கருதாமல், இரண்டும் கலந்த கலவையாகத் தம்மை உணர்பவர்களே பால்நடுநர். தம் உடலினை மாற்ற வேண்டும் என்ற விருப்பம் இவர்களுக்கு இல்லை.

இவர்களுள் மூன்று பிரிவினர் உண்டு. ஆண்மையையும் பெண்மையையும் சரிசமமாக உணரும் நடுபால்நடுநர் (neutral androgynous / vers-androgynous), ஆண்மையை அதிகமாகவும் பெண்மையைக் குறைவாகவும் உணரும் ஆண்மை பால் நடுநர் (butchandrogynes), பெண்மையை அதிகமாகவும் ஆண்மையைக் குறைவாகவும் உணரும் பெண்மைப் பால்நடுநர் (fem-androgynes).

இவர்களின் மனம் எத்தகையது? உணர்ச்சிகளைக் கையாளும் விதத்தில் சக ஆணை விடவோ, அல்லது பெண்ணை விடவோ இவர்கள் சிறப்புடன் செயல்படுவதாக சாண்டரா பென், க்ரூக்ஸ் அண்ட் பென் முதலிய உளவியல் அறிஞர்கள் கண்டறிந்து கூறியுள்ளனர். மேலும் இவர்கள் தம் வாழ்வினை திருப்திகரமாக வாழ்வதாக செல்டோ போன்ற அறிஞர்கள் கூறுகின்றனர். ஆராய்ச்சிகளின்படி ஒரு பால்நடுநர் பெற்றோருக்குப் பிறக்கும் குழந்தைகள், பால்நடுநர் அடையாளத்துடன் வாழும் சாத்தியம் அதிகம் என்பது, பால்நடுநர்ப்பண்பு மரபியல் ரீதியாகக் கடத்தப்படலாம் என்பதனை உறுதி செய்யும் விதமாக அமைந்துள்ளது.

பால்நடுநர்கள் சமூகத்தில் சந்திக்கும் பிரச்சினைகள் எத்தகையவை? முதன்முதலில் பால்நடுநர்கள் என்ற பால் அடையாளம் இருப்பது, அநேக மக்களுக்கு, ஏன், ஃஎஆகூ சமூகத்தில் இருப்பவர்களுக்கே தெரிவதில்லை. மூன்று பாலினங்களை மட்டுமே அறியும் நமக்குஇவர்களும் திருநங்கயரே என்ற தவறான கருத்து எழுவது மிகவும் வருத்தத்திற்குரியது. சட்டரீதியாக ஆண், பெண் மற்றும் திருநங்கையினரை மட்டும் அங்கீகரிக்கும் சமூகம், இவர்களை அங்கீகரிக்கும் காலம் எப்போது வரும்?

முழுநர் (Pan-Gender)

முழுநர் என்ற சொல்லே முழுமை என்ற அர்த்தத்தைத் தருகின்றதல்லவா? அதுபோலவே முழுநர் என்பவர்கள் அனைத்துப்

பாலினங்களின் கூறுகளையும் உள்ளடக்கிய பாலின அடை யாளத்தினைக் கொண்டவர்கள். எந்த ஒரு பால் அடையாளத்தினை யும் முழுமையாகச் சாராமல் தம் பாலினத்தினை வெளிப்படுத்துவர். எவ்வாறு மலையிலிருந்து உற்பத்தியாகும் ஓடையானது ஓரிடத்தில் தேங்கி நிற்காதோ அது போலவே முழுநரும் எந்த ஒரு தனிப்பட்ட பாலின அடையாளத்திலும் தேங்கி நிற்பவரல்ல. இவர்களின் பாலின அடையாளத்தினை உணராத பலர், இது ஓர் இடைநிலை அல்லது குழப்பநிலை என்று சொல்லலாம் என்கிறார்கள். ஆனால் அது உண்மையல்ல. குழம்பித் தெளிவதற்கு இது ஒன்றும் மாசுபட்ட நீரல்ல. உணர்வு. பாலின உணர்வு.

பல முழுநர்கள், தாம் யாரிடம் பாலீர்ப்பு கொள்கின்றனரோ, அதற்குத் தக்கவாறுகூடத் தம் பாலின அடையாளத்தினை மாற்றிக் கொள்வர். எடுத்துக்காட்டாக, ஆணின் உடலுடைய ஒரு முழுநர், தாம் இன்னொரு ஆணிடம் ஈர்க்கப்படும்போது ஒரு நம்பியாக (Gay) இருப்பார். இவர்கள் ஒரு பெண்ணாலும் கூட ஈர்க்கப்படலாம். இத்தகைய சிறப்புப் பண்பினை உணராமல், இவர்கள் பாலியல் இன்பத்திற்காகவே இப்படி மாறுகின்றனர் என்று தவறாகக் கருத வாய்ப்புண்டு. பாலியல் இன்பத்திற்காக மட்டுமே பிற பாலினத்தவரின் உடை அல்லது அலங்காரங்களை அணிபவர்கள் வேறு; முழுநர் வேறு என்பதை நாம்உணர வேண்டும்.

முழுநர்கள் சட்டரீதியாக அங்கீகரிக்கப்பட வேண்டும். தம்மை ஆண் என்றோ பெண் என்றோ திருநங்கை என்றோ கருதாமல் இருப்பதற்குத் தனியாக சட்ட ரீதியான அங்கீகாரம் அளிப்பது மிகவும் அவசியமாகும். ஏனெனில் ஆண்,பெண்,திருநங்கை என்பவற்றைக் கடந்தவையே பாலினங்கள். அப்போதுதான் முழுநர்கள் முழுமையாக சுதந்திரமாக தம்மை வெளிப்படுத்த இயலும்.

இருநர் (Bi-gender)

கடந்த 2012ல் மிகப் பிரபலமான நரம்பியல் ஆராய்ச்சியாளரும், கலிபோர்னியா பல்கலைக்கழகத்தின் மூத்த பேராசிரியருமான வில்லியனூர் எஸ்.ராமச்சந்திரன் அமெரிக்காவில் தான் மேற்கொண்ட Alternating Gender Incongruity (AGI) என்ற ஆராய்ச்சியில் இருநர் மற்றும் பல்வேறு பாலினம் பற்றிய தெளிவான அறிக்கையைச் சமர்ப்பித்தார். பால்புதுமையினருடன் தொடர்புடைய ஆராய்ச்சி யாகவும் அதற்கு அடித்தளமாகவும் அது அமைந்தது. இவர் ஆலடி கிருஷ்ணசுவாமி அய்யரின் பேரனாவார்.

ஒரே உடலில் இரு உயிர்கள் வாழ்வதைப் போன்றதே இருநரின் பாலின அடையாளம். தான் ஓர் ஆண் மற்றும் பெண் என்று தம்பாலினத்தினை வரையறை செய்வர். இவர்களின் இத்தகு இரு முகங்களை பெண்ணியல் (En Femme) மற்றும் ஆணியல் (En Homme) என்று குறிப்பிடலாம். பால் நடுநர்கள் தம்மை ஆணும் பெண்ணும் இணைந்த கலவை என்றும் கருதுவர். ஆனால் இருநர் தம்மைக் கலவை என்று கருதமாட்டார். தனித்தனியே தாம் ஒரு ஆண் என்றும் பெண் என்றும் கருதுவர். இவர்களுக்கு திருநங்கையர் கள் போலே தம் உடலினை மாற்றவேண்டும் என்ற ஆர்வமும் கிடையாது. ஆராய்ச்சிகளின்படி, திருநர்களுள் மூன்று சதவிகிதம் மக்கள் இருநராகத் தம்மை அடையாளம் கண்டுகொள்வதாக அறிவியல் கூறுகின்றது.

இது ஒரு மேல்நாட்டு ஏற்றுமதியா? இல்லை. இந்து புராணங்களில் இருநர் பற்றிய குறிப்பு நவகிரகங்களுள் ஒருவராகிய புதனின் துணைவி இலா -வின் கதையில் பதிவாகியுள்ளது. சிவன் மற்றும் பார்வதியால் ஒரு மாதம் ஆணாகவும் இன்னொரு மாதம் பெண்ணாகவும் இருக்க சபிக்கப்பட்ட இலா, தான் பெண்ணாக இருக்கும் பட்சத்தில் புதனுக்குத் துணைவியாகிறார். இங்கனம் இலா-விடம் இரு கூறான தனித்தனிப் பாலினங்கள் உள்ளன. இதுபோலவே இருநர்களிடம் ஆண் மற்றும் பெண் என்ற தனித்தனியான பாலின அடையாளம் வெளிப்படும். ஒரு மாதம் ஆணாகவும் இன்னொரு மாதம் பெண்ணாகும் திகழும் இலா போலவே, ஒரு நேரம் தம்மை முழு ஆணாகவும், இன்னொரு நேரம் தம்மை முழு பெண்ணாகவும் இருநர் கருதுவர். இதை வாசிக்கும் ஒருவர் இதை பல ஆளுமைக் கோளாறு என்று கருதலாம். ஆனால் இது முற்றிலும் தவறு. இத்தகு கோளாறு உடையவர்கள் தங்கள் தினசரி நிகழ்வுகளை மறந்துவிடுவர். அவர்களுக்குள்ளே இன்னொரு ஆளுமை இருப்பது குறித்த விழிப்புணர்ச்சி அவர்களின் மனதில் இருக்காது. ஆனால், இருநர்கள், தம்மைச் சுதந்திரமாக, முழு நலத்துடன், தன் பாலின அடையாளத்தினை ஏற்றுக்கொள்வர். அதில் வாழ்வதில் அவர்கள் நிறைவடைவர். ஏனெனில் குழம்புவதற்கு இது மனநோய் அல்ல, மாறாகத் தம்மைத் தாமே உணர்வது.

திரிநர் (Tri - gender)

ஒரே உடலுக்குள் மூன்று உயிர்கள் வாழ்வதைப் போன்றது திரிநரின் பால் அடையாளம். இவர்கள் தம்மைத் தனித்தனியே ஓர் ஆண், ஒரு பெண், ஒரு பிறபாலினத்தவருள் ஒருவர் என்று அடையாளப்

படுத்திக் கொள்வர். திரிநர் குறித்த மானுடவியல் குறிப்புகள் வட அமெரிக்கச் செவ்விந்தியர்களின் கலாசாரத்தில் காணப்படுகின்றன. அவர்களுள் பெர்டசே (berdache or two spirit) என்போர் இத்தகு பண்புடையவர்களாக அறியப்படுகின்றனர். இருநர்கள் போலவே இதுவும் பல்வேறு ஆளுமைக் கோளாறு பிரச்சினை அல்ல. இதுவும் அங்கீகரிக்கப்படவேண்டிய பால் அடையாளமாகும். மகாபாரதத்தில் அர்ஜுனனை இதற்கு ஒருவகையான எடுத்துக்காட்டாகக் கொள்ளலாம். அர்ஜுனன் ஆணாகவும், பத்ம புராணத்தில் அர்ஜுனி என்ற பெண்ணாகவும், ப்ருஹன்னளை என்ற திருநங்கையாகவும் காட்டப்படுகிறார். இதுபோன்றே திரிநர் தம்மை ஆண் என்றும் கருதுவர், பெண் என்றும் கருதுவர், மேலும் வேறு ஏதேனும் ஒரு (திருநர்களுள் ஏதேனும் ஒன்று) பாலினத்தவராகவும் கருதுவர். ஏதோ ஒரே ஒரு பாலின அடையாளத்தில் மட்டும் திரிநர்களை வாழ வற்புறுத்தாமல், அவர்கள் தங்கள் பாலின அடையாளங்களை வெளிப்படுத்துவதை ஏற்கும் பக்குவத்தினை நாம் கற்க வேண்டும். எப்படி இருநரோ அது போலவே இவர்களும் தம் உடலை வேறு பாலினத்தவராக மாற்ற விருப்பம் இல்லாதவராகவே காணப்படுவர்.

பாலிலி (A-gender)

எந்தவொரு பாலினத்தையும் உணராதவர்களே பாலிலி எனப்படுவர். உடல்ரீதியாக இவர்கள் எந்தப் பாலினத்தை சார்ந்தவராகவும் இருக்கலாம். ஆண், பெண், இடையிலிங்கம் (Intersex). ஆனால் தம் மனரீதியாக எந்தப் பாலினத்தையும் உணர மாட்டார்கள். தம்மை ஒரு நபராக மட்டும் ஏற்றுக்கொள்வார்களே ஒழியத் தம்மை தம்முடைய பாலின ரீதியாக ஏற்றுக்கொள்ளமாட்டார்கள்.

திருநடுநர் (Neutrois)

இதுவரை தம்மை மன ரீதியாக ஆண் என்றோ பெண் என்றோ எண்ணாத பாலின அடையாளங்களைக் குறித்து அறிந்தோம். ஆனால் தம் மனதை மீறி, தம் உடலையும் எந்தப் பாலினத்தவரையும் சார்ந்தவர் அல்ல என்று மாற்றிக் கொள்பவர்களே திருநடுநர் ஆவர்! இவர்களுள் இரு வகையினர் உண்டு. ஆணிலிருந்து திருநடுநராக மாறுபவர்; பெண்ணிலிருந்து திருநடுநராக மாறுபவர்.

திருநர் சமூகத்தில் இவர்களைப் பற்றிய விழிப்புணர்வு குறைவு. மேலும் இவர்களுக்குரிய மருத்துவ அறுவை சிகிச்சை முறைகளில் தனித்துவம் பெற்ற நபர்கள் மிகவும் குறைவு. இவர்களுள்

குறிப்பிடத்தக்கவர் டாக்டர் சம்ஸ் பெர்லின்கேர். இவர் கருத்துப்படி, இவர்கள் பாலினங்களுக்கு இடையே அமைந்த ஒரு வகையினைச் சேர்ந்தவர்கள். இப்போதுதான் உளவியல் அறிஞர்கள் இவர்களின் இருப்புக் குறித்து விழிப்புணர்வு கொள்கின்றனர்.

1995ம் ஆண்டு புறன் ஹம தம்மை ஆங்கிலத்தில் 'ஹிர்ஸெல்ப்' (hirself) என்ற வார்த்தை மூலம் குறிப்பிட்டுக்கொண்டார். அவர் திருநடுநர் என்பது குறிப்பிடத்தக்கது. ஹிர் ஸெல்ப் என்பது பால்நடுமை (Gender neutral language) மொழியாகும். இது எந்தப் பாலினத்தையும் குறிப்பிடாமல் இருப்பதை நாம் கவனிக்க வேண்டும்.

பெண்ணிலிருந்து திருநடுநராக மாறுபவர்கள் தம் பெண்மைக்குரிய உடலியல் குணங்களைத் துறந்துவிடுவர். எடுத்துக்காட்டாக மார்பகம் அகற்றுதல், கருப்பை அகற்றுதல், மாதவிடாய்ச் சுழற்சியினை நிறுத்துதல், பெண்மை கலந்த குரல், வளைந்த இடை, இன்னும் சிலர் தம் யோனியினையும் மாற்றியமைப்பர். இங்கே திருநம்பியரும் இவர்களும் மிகவும் மாறுபடுவர். திருநம்பி (Transmen) ஓர் ஆணுக்குரிய உடலியலைக் கைக்கொள்ளும்போது, திருநடுநர் தம்மை ஆண் என்றும் பெண் என்றும் சொல்வதற்கு உண்டான குணங்களை அகற்றிவிடுவர். இவர்கள் திருநம்பிகள் செய்வதுபோலே, ஆண் குறி பொருத்தும் அறுவை சிகிச்சையினை மேற்கொள்வதில்லை.

ஆணிலிருந்து திருநடுநராக மாறும் நபர்கள், தம்மை ஆண் என்று காட்டும் அம்சங்களான ஆண்மை நிறைந்த குரல், முகம் மற்றும் உடல் உரோமங்கள், கடினமான சருமம், ஆண்குறி மேடு முதலிய வற்றை மாற்றிக்கொள்வர். சிலர் காயடிப்பதனை மேற்கொள்வர்.

ஹார்மோன் சிகிச்சை முறைகள் இவர்களுக்கும் திருநம்பியருக்கும் சிறிது மாறுபடும். பெண்ணிலிருந்து திருநடுநராக மாறுபவருக்கு மார்பகம் அகற்றுதலும், ஆணிலிருந்து திருநடுநராய் மாறுபவருக்கு விரை அகற்றுதலுமாகிய சிகிச்சை முறைகள் மேற்கொள்ளாமல் ஹார்மோன் சிகிச்சை அளிப்பது இவர்களுக்கு உடலியல் ரீதியான பாதிப்புகளை உருவாக்கும்.,

முக்கியமாக நாம் நினைவில் கொள்ள வேண்டியது திருநடுநர் தம் பாலின அடையாளங்களை இழக்க விரும்புவர். மாறாக, திருநங்கையர் மற்றும் திருநம்பியர் செய்வது போலே வேறொரு பாலின அடையாளத்தினை மேற்கொள்ள விரும்பமாட்டார்கள்.

சில பஞ்சலோக சிலைகளில் சிவன் திருநடுநர் போலே செதுக்கப் பட்டிருப்பது கலாசார ரீதியாக திருநடுநர் பதிவு செய்யபட்டிருப்பதற்கு ஆதாரமாகும்.

மறுமாறிகள் (Retransitioners)

மறுமாறிகள் என்னும் சொல் ஒரு பொதுவான சொல்லாகும். ஆணிலிருந்து பெண்ணாக மாறிவிட்டு அல்லது பெண்ணிலிருது ஆணாய் மாறிவிட்டு, பின்னர் மீண்டும் ஆணாகவோ அல்லது பெண்ணாகவோ மாறுபவர்கள் இவ்வகையினர்.

ஆணியல் திருநங்கை மற்றும் பெண்ணியல் திருநம்பி

ஆணிலிருந்து பெண்ணாய் மாறிவிட்ட பின்னரும், தம்மிடம் ஆண்மைக்குரிய குணங்களை கொண்டுள்ளோர் இவ்வகையினர். உயிரியல் ரீதியான பெண்களில் சிலரை நாம் 'இவர்கள் ஆண் போன்ற குணங்களைக் கொண்டுள்ளனர்' என்று சொல்வதை இங்கே குறிப்பிடலாம். தம்மைப் பெண்ணாய் மாற்றிக்கொண்ட பின்னரும், ஆண்மைக்குரிய குணங்களோடு தங்களை அடையாளப்படுத்திக் கொள்ளும் இவர்களைஆணியல் திருநங்கை என்று அழைக்கலாம். ஆனால் இவர்களை சமூகம் எவ்வாறு அங்கீகரிக்கும் என்பதற்கு முன்பாக, சகதிருநங்கைகள் எப்படி அங்கீகரிக்கின்றனர் என்று நோக்க வேண்டும். ஜமா அத் போன்ற அமைப்புகளில் திருநங்கைகள் பெண்மையினைத் தழுவ வலியுறுத்தப்படும் நிலையில், ஆணியல் திருநங்கைகளின் நிலையினைக் கொஞ்சம் யோசிக்கவேண்டும்.

இவர்களைப் போலவே பெண்ணிலிருந்து ஆணாய் மாறியபின்பும் பெண்மைக்குரிய குணங்களோடு தம்மை அடையாளப்படுத்தி கொள்ளும் பெண்ணியல் திருநம்பிகளும் உள்ளனர்.

தோற்ற பாலினத்தவர் (Appearance gendered)

இவர்கள், தாம் எந்தப் பாலினத்தைச் சேர்ந்தவராக இருப்பினும், ஆண்மையுடனோ அல்லது பெண்மையுடனோ காட்சியளிக்க ஹார்மோன்கள் எடுத்துக்கொள்பவர்கள். எடுத்துக்காட்டாக, ஒரு பெண், தான் ஆண்மையுடன் காட்சியளிக்க வேண்டுமென்பதற்காக ஹார்மோன்களை எடுத்துக்கொண்டும், அதேசமயம், தான் ஓர் ஆணாக மாறிவிட வேண்டும் என்ற விருப்பம் இல்லாமலும் இருப்பின், அவர்களைத் தோற்றப் பாலினத்தவர் என்று அழைக்கலாம். இங்கே தாம் எப்படிக் காட்சியளிக்கவேண்டும் என்பதற்கே முக்கியத்துவம் கொடுப்பார்களே தவிர, எந்தப் பாலினத்தவர் என்பதற்கு முக்கியத்தவம் கொடுக்க மாட்டார்கள்.

முரண் திருநர் (Transbinary)

முரண் திருநருக்குரிய ஓர் எடுத்துக்காட்டினைக் காண்போம். உயிரியல் ரீதியாக ஒரு பெண்ணாய் இருக்கும் ஒரு திருநம்பியினை எடுத்துக்கொள்வோம். பெண்ணிலிருந்து தம்மை ஆணாக மாற்றிக் கொள்பவர்களே திருநம்பிகள். இது உடல் சார்ந்தது. தம் பெண் உடலை ஓர் ஆண் உடலாய் மாற்ற வேண்டும் என்ற எண்ணத்தில் உறுதியாக இருந்தும், ஆனால் தம் பாலினத்தைச் சில-நேரம்-பெண், அல்லது முழுவதும்-பெண் என்றும் கருதுபவர்களே முரண்திருநர் பிரிவினர்.

இவர்களின் பாலின ஒருங்கிணைவும், உயிரி பாலியலும் மாறு பட்டாலும் இவர்கள் தம்மைத் தம்முடைய மாறுபட்ட பாலின ஒருங்கிணைவுடனேயே ஏற்றுக்கொள்வர்.

மறுமாறிகளுள் சிலர் சிறிது வேறுபட்ட பாலின அடையாளத்தினைக் கொண்டிருப்பர். முதல் வகையிலான மறுமாறிகள் தம்மை ஆணிலிருந்து பெண்ணாய் மாற்றிக்கொண்ட பின்பு, மீண்டும் ஆணாய் மாற்றிக்கொள்வர். ஆனால் இன்னொரு வகையான மறுமாறிகள், ஆணிலிருந்து பெண்ணாய் மாறிவிட்டு, மீண்டும் ஆணாக மாறாமல், வேறு ஒரு பாலின அடையாளத்தினைக் கொள்வர்.

மறுமாறிகள் இரண்டு வகை பிரச்சினைகளை எதிர்கொள்வார்கள். முதலாவது, தம் சக திருநரால் ஏற்றுக்கொள்ளப்படாதது. ஆணிலிருந்து பெண்ணாக மாறிய ஒரு திருநங்கை, மீண்டும் ஆணாய் மாறுவதனை எத்தனை சக-திருநங்கைகள் ஏற்றுக்கொள்வர்? இரண்டாவது பிரச்சினை, திருநருக்கு எதிரான வன்முறையினை இவர்கள் அனுபவித்திருந்த போதிலும், மறுமாறிய ஒரு பெண்ணையோ ஆணையோ இவர்களால் ஏற்றுக்கொள்ள முடிவதில்லை.

பிறர்பால் உடை அணிவோர் (Cross-dresser)

பகவதி அம்மன்

கேரளத்தில் கோட்டான் குலக்கரை என்ற ஊரில் வருடம்தோறும் மார்ச் இறுதியில் பகவதி அம்மன் கோயிலில் ஆயிரக்கணக்கான பிறர்பால் உடை அணியும் ஆடவர்கள் கூடி அம்மனை வழிபடுவர். கதையின் படி, ஆடுகளை மேய்க்கும் ஆடவர்கள் பெண்களின் உடையில் ஒரு கல்லிற்குத் தேங்காய்க் கொப்பரையினைப் படைத்து

வந்தனர். அவர்களின் பக்தியினைக் கண்ட அம்மன், அவர்கள் முன்தோன்றி அவர்களை வாழ்த்தியதாகவும், பின்னர் அம்மனுக்கு அங்கே கோயில் எடுத்ததாகவும் ஐதீகம். இவ்வாறு பிறர்பால் உடை அணிதல் என்பது பகவதி அம்மன் வழிபாட்டுடன் தொடர்புடையதாக அறியப்படுகிறது.

சமூகம் இனப்பெருக்க உறுப்புக்கள் அடிப்படையில் ஒரு நபருக்கு வழங்கியுள்ள பாலின அடையாளத்திற்கே (எடுத்துக்காட்டாக ஓர் உயிரியல் ஆண், ஆண் என்ற பாலினத்தையும், உயிரியல் பெண் 'பெண்' என்ற பாலினத்தையும் வழக்கமாகக் கொள்வது) உரிய உடைகளுக்கு மாற்றாக அமைந்த வேறு பாலினத்தவரின் உடைகளை அணிவது 'பிறர்பால் உடையணிதல்' எனப்படும். இதற்குப் பாலின ரீதியாக அமைந்த காரணங்கள் குறித்துப் பல்வேறு தவறான அபிப்ராயங்கள் உள்ளன.

பிறர்பால் உடை அணியும் ஆண்கள் ஒரு பால் நாட்டமுடையவர்கள்:

பாலினத்திற்கும், பாலியல் ஒருங்கிணைவிற்கும் தொடர்பு இல்லை. பிறர்பால் உடை அணியும் ஆடவர், ஓர் எதிர்-பால் நாட்டமுடைய வராகவோ, அல்லது ஒரு-பால் நாட்டமுடையவராகவோ இருக்கலாம். ஓர் ஆராய்ச்சியின்படி, பிறர் பால் உடை அணிபவர்களில், பத்து சதவீதம் மக்களே ஒரு பால் நாட்டமுடையவர்கள். மற்றவர்கள், எதிர் பால் நாட்டம் கொண்டவர்கள். ஒருவரின் பாலியல் ஒருங்கிணைவு, அவர்கள் எந்தப் பாலினத்தின் மேல் உடல்ரீதியான ஈர்ப்புக் கொள்கின்றனர் என்பதனைப் பொருத்தது. மாறாக அவர்கள் எந்த பாலினத்தினைச் சேர்ந்தவர்கள் என்பதில் இல்லை.

பிறர்பால் உடை அணியும் ஆடவரின் மனைவிகள் லெஸ்பியன் உறவில் நாட்டம் உடையவர்கள் என்ற கருத்து முற்றிலும் தவறானது. திருமணம் போன்ற உறவுகளில் உள்ள முக்கியமான அம்சமே, அவர்கள் உறவினைப் புரிந்துகொள்ளுதல்தான். பல்வேறு ஆராய்ச்சிகளின்படி, பிறர்பால் உடை அணியும் ஆடவர் தம் விருப்பத்தினை வெளிப்படுத்தும்போது அவர்கள் தம் திருமண உறவில் இன்னும் வெளிப்படையாக இருக்க முடியும் என்ற கருத்து தெரியவந்துள்ளது. பிறர்பால் உடை அணியும் ஆடவனிடம், உறவுகொள்ளும் ஒரு பெண்ணிடருந்து நமக்குத் தெரிவதெல்லாம் 'அந்த மனைவி தன் கணவனை நேசிக்கிறாள்' என்பது மட்டுமே. கணவரின் உடையினை விரும்புகிறாள் என்பது அர்த்தமல்ல.

பிறர்பால் உடை அணிபவர்கள் திருநங்கைகள் என்ற கருத்தும் தவறானதுதான். திருநங்கைள் பெண்களின் உடைகளை அணிதல்

என்பது, அவர்கள் பால் அடையாளங்களை வெளிப்படுத்துதலோடு தொடர்புடையது. ஒரு திருநங்கை தம்மை முழுவதும் பெண்ணாக நினைகிறார். ஆனால் பிறர்பால் உடை அணியும் ஆடவர் ஒருவர், வெறுமனே உடைரீதியில் மட்டும் பெண்களைப் 'போல' (பெண்களாகவே அல்ல) இருக்க வேண்டும் என்று விரும்புகிறார். பிறர்பால் உடை அணியும் ஒருவர் தன்மைப் பெண் பெயரிட்டு அழைத்துக்கொள்வது, தனது பெண்ணுக்குரிய தோற்றத்தைக் குறிப்பாக வெளிப்படுத்தவே அன்றி, தான் ஒரு பெண் என்பதற்காக அல்ல.

பிறர்பால் உடை அணிபவர்கள் சிறுவயது முதலே பெண்களின் உடைகள் அணிவிக்கப்பட்டவர்கள் என்னும் கருத்தினை நாம் உண்மை என்று சொல்லிவிட முடியாது. சிறுவயது முதல் பிறர்பால் உடை அணிபவர்கள், தம் பாலினத்திற்கு மாற்றான உடைகளை அணிந்திருக்கலாம், இல்லாமலும் இருக்கலாம். டாக்டர் ரிச்சர்ட் கிரீன் என்னும் அறிஞரின் ஆராய்ச்சி இதனை உறுதி செய்கின்றது.

ஆடவரின் உடைகள் அணியும்போதுகூட, பிறர்பால் உடை அணிபவர்கள் பெண்கள் போன்றே தம் நடவடிக்கையைக் கொண்டிருப்பர் என்ற கருத்தை முன்வைத்து , பிறர்பால் உடை அணியும் ஆண், ஒரு பெண்ணியல் ஆண் என்று சொல்லப்படுகிறது. ஆனால் இது உண்மையல்ல. பிறர்பால் உடை அணியும் ஆடவர்கள், தம் சக ஆண்களைவிட அதிக ஆண்மையோ, அல்லது அதிகப் பெண்மையோ கொள்வதில்லை. அவர்களைப் போலே இவர்களும் சக ஆடவர்களே.

பிறர்பால் உடை அணிவதற்கும், பாலியல் ரீதியாகக் கவர்ச்சி கொள்வதற்கும், நேரடியாக எப்போதும் தொடர்பு இருக்க வேண்டிய அவசியமில்லை. பிறர்பால் உடை அணிதல் என்பது, பாலினத்துடன் தொடர்புடையதுதானே அன்றிப் பாலுறவு ஒருங்கிணைவுடன் தொடர்புடையது அல்ல.

பிறர்பால் உடை அணிவது ஒரு மன வியாதி என்பதும் தவறான கருத்தாகும். அமெரிக்க உளவியல் அமைப்பு ஒன்று, ஒரு குறிப்பிட்ட நபர், பிறர்பால் உடை அணிவதால், குறிப்பிடத்தக்க மருத்துவத் துன்பத்தில் இல்லை என்றால், இதுவும் சாதாரணமான ஒன்றே என்று கூறுகிறது. ஆனால் பிறர்பால் உடை அணிபவர்கள் இந்தப் பண்பு குறித்து அதிகம் மன அழுத்தம் கொள்ள முதல் காரணமே சமூகம் இதை ஏற்றுக்கொள்ளாததுதான்.

ஒப்பனை ஆடவர் மற்றும் ஒப்பனை மகளிர்:

ஒப்பனை ஆடவர்கள் என்போர் உயிரியல் ரீதியான பெண்டிர் ஆவர். விழா போன்ற சிறப்புக் காலங்களில் தம்மை ஆடவர் போல அலங்கரித்து ஆடவராய்த் தம்மை வெளிப்படுத்துவர். இது போன்றவரே ஒப்பனை மகளிரும். ஒப்பனை மகளிர் உயிரியல் ரீதியாக ஆணாகவும், ஆனால் விழா முதலிய சிறப்புக் காலங்களில், பெண் உடை மற்றும் பெண்ணுக்குரிய பாவனைகள் கொள்வர்.

ஒப்பனை ஆடவர்கள் குறித்த குறிப்புகள் ஓரிசாவின் பூரி ஜெகந்நாதர் கோயிலின் பரம்பரையில் பதிவாகியுள்ளன. அந்த முறையின் பெயர் 'கோதிபோஸ்.' இவர்களில் ஆடவர்களுள் சிலர் தேர்ந்தெடுக்கப் பட்டு நடனக்கலை பயிற்றுவிக்கப்பட்டு, தேவதாசிகள் போல உடை அணிந்து ஆடும் வழக்கம் பதிவாகியுள்ளது. மன்னர் பிரதாபருதிரர் காலத்தில் இந்த முறை மிகவும் பிரபலமாக இருந்ததாக ஆதாரங்கள் கூறுகின்றன.

உயிரி அரசன் மற்றும் உயிரி அரசி:

பெண் ஒருவர், தான் 'பெண் போன்று உடை அணியும் ஆண்' என்று தம்மை வெளிப்படுத்தும் பட்சத்தில் அவர்கள் உயிரி அரசன் எனப்படுவர். அதேபோல், ஆண் ஒருவர், தான் 'ஆண் போன்று உடை அணியும் பெண்' என்று தன்னை வெளிப்படுத்தும் பட்சத்தில் அவர்கள் உயிரி அரசி எனப்படுவர்.

பிறர்பால் உடை அணியும் பாலியல் மூடபக்தி:

பிறர்பால் உடை அணியும் பாலியல் மூடபக்தி என்பது, பாலியல் இன்பத்திற்காக மட்டுமே எதிர்பாலினத்தவரின் உடைகளை அணிவதாகும். டீ-எஸ்-எம் நான்கின் படி, பிறர்பால் உடை அணியும் மூட பக்தி கொண்ட ஓர் ஆண், தம்மிடம் பெண் உடைகளின் தொகுப்பைக் கொண்டிருப்பர். பெண்களின் உடைகள் அணிந்த பின்னர் சுய இன்பத்தில் ஈடுபடுவர். அப்போது தம்மையே சுய இன்பக் கற்பனையில் ஆணாகவும் பெண்ணாகவும் கருதிக்கொள்வர். பெண்களின் உடை அணியாத பட்சத்தில் சாதாரணமாக ஆடவர் போலவே இருப்பர். எதிர்பால் ஈர்ப்புடையவராக இருப்பினும் குறைந்த அளவு பாலியல் துணைவர்களை மட்டுமே கொண்டிருப்பர். சில நேரங்களில் ஒருபால் ஈர்ப்பு சார்ந்த பாலியல் நடவடிக்கை களிலும் ஈடுபடுவர்.

ஆனால் பிறர்பால் உடை அணிதல் என்பது, மூடபக்தியிலிருந்து வேறுபட்டது. பிறர்பால் உடை அணிபவரின் பாலினத்தோடு

தொடர்புடையது. ஆனால் மூடபக்தியானது, பாலியல் திருப்தியோடு தொடர்புடையது. பிறர்பால் உடை அணிபவர் எதிர்பாலின இன்பம் உடையவராக இருக்கவேண்டுமென்ற அவசியமில்லை. ஆனால், மூடபக்தியில் ஈடுபடும் நபர் ஓர் எதிர்பாலின ஈர்ப்புடையவர். அவர் ஒருபாலின பாலியல் செயலிலும் ஈடுபடலாம். அவ்வளவே! சுய இன்பத்தில் தம்மையே ஆணும் பெண்ணுமாகக் கருதுவது என்பது பிறர்பால் உடை அணிவோரிடம் இருக்க வேண்டிய அவசியமில்லை. மூடபக்தி என்பது பிறழ் ஈர்ப்பு என்று டீ எஸ் எம் இல் 302.2 ல் பதிவாகியுள்ளது. ஆனால் பிறர்பால் உடை அணிதல் அதில் குறிப்பிடப்படவில்லை.

பிறர்பால் உடையணியும் திருநர் (Trans - cross - dressers)

திருநங்கை மற்றும் திருநம்பிகளுள் பிறர்பால் உடை அணிவோர் உண்டு. இவர்களைப் பற்றிய விழிப்புணர்வு இங்கு இல்லை. பிறர்பால் உடை அணிவோர், தம் உடையில் மட்டுமே பிற பாலினத்தவரைப் பின்பற்றுவர். ஆனால் அதற்கும் அவர்களின் பாலினத்திற்கும் தொடர்பில்லை. பெண்ணிலிருந்து ஆணாய் மாறிய பிறகும், தம்மை ஆணாய் அடையாளப்படுத்திக்கொண்ட பிறகும் இவர்கள் பெண்களின் உடைகளை அணிவதையே விரும்புவர்.

இருமை நகர்வு (Binary's Butch)

ஆண் பெண் என்ற பாலின இருமையினுள்ளும், ஆண் பெண் என்ற பாலின இருமையற்ற பால்புதுமையருக்குள்ளும் இடையே தம்பாலினத்தினை வரையறுப்பவர்களே இருமை நகர்வினர். மதில் மேல் பூனை என்ற பழமொழி சரியாக இவர்களுக்குப் பொருந்தும். ஒருபுறம் தம்மை ஆண் என்றோ அல்லது பெண் என்றோ வரையறுப்பர். ஆனால் இன்னொருபுறம் தம்மை ஆணுக்கும் பெண்ணுக்கும் இடையில் உள்ள பால்புதுமையினர் பண்புகளால் குறிப்பிடுவர்.

பலர்பாலிலி (Fancy)

பாலிலியாகத் தன் பாலினத்தை வரையறுக்கும் ஒருவர், தம் மனதளவில், தம் உயிரியல் பாலினத்திற்கு எதிரான பாலினத்தின் தன்மைகளை வெளிப்படுத்தினால், அவர்கள் பலர்பாலிலி எனப்படுவர். எடுத்துக்காட்டாக, உயிரியல் ஆண் ஒருவர் தம்மைப் பாலிலி என்று அடையாளப்படுத்திக்கொண்டும், ஆனால் தம் மனதளவின் பெண்ணுக்குரிய குணங்களைக் கொண்டவராகத் திகழ்ந்தால் அதுவே பலர்பாலிலி எனப்படும்.

இருமைக்குரியோர் (Epicene)

இரண்டு பாலினங்களின் பண்புகளைக் கலந்த பாலின அடையாளத்தினைக் கொண்டவர்களே இருமைக்குரியோர் ஆவர். பெரும்பாலும் இது பெண்ணியல் ஆண்/பெண்ணையே குறிக்கும். இருமைக்குரியோர் என்பதன் நேரான ஆங்கிலப் பதமான எபிசெனே என்பது 'இரண்டு பாலுக்கும் பொதுவானது' என்பதாகப் பொருள்படும். பெண்ணியல் ஆண்கள், தம்மிடம் ஆண் மற்றும் பெண்ணுக்குரிய குணங்களைக் கொண்டிருப்பர். ஆனால் அவர்கள் தம்மைப் பால்நடுநராக ஏற்றுக்கொள்வதில்லை. தம்மை ஆண் என்றே கருதுவர். இப்படி இரண்டு பாலினத்தின் பண்புகளையும் வெளிப்படுத்துவர். பொதுவாக, பெண்ணியல் ஆடவரை ஒருபால் ஈர்ப்பாளர் என்றும், திருநங்கை என்றும் மக்கள் புரிந்து கொள்வர். இது தவறானது. ஏனெனில் ஒருபால் ஈர்ப்புடையவர் என்பது ஒருவரின் பாலியல் ஈர்ப்பினைக் குறிக்கிறதே அன்றிப் பாலினத்தை அல்ல. திருநங்கையர் தம்மை ஆணிலிருந்து முற்றிலும் பெண்ணாக மாற்றிக்கொள்ள விரும்புவர். ஆனால் பெண்ணியல் ஆடவர், தம்மை ஆடவர் என்றே அடையாளப்படுத்திக் கொள்வர். ஆடவராகவே தம்மை உணர்வர். ஆனால் பெண்மையின் அம்சங்கள் அவர்களுக்குள் இருக்கும். இதை உணராத சமூகத்தில் இவர்கள் தாக்குதல்களுக்கு உள்ளாகும் நிலை உள்ளது.

இடைபாலினம் (Inter - gender)

முன்னர் நாம் இருநர் குறித்துக் கண்டோம். இருநர் தம்மை ஒரு நேரம் முழு ஆணாகவும் இன்னொரு நேரம் முழு பெண்ணாகவும் உணர்வர். ஆனால் சிலர் இவர்களிலிருந்து மாறுபட்டு தம்மை ஒரே நேரத்தில் ஆணாகவும்,பெண்ணாகவும் உணர்வர். இந்தச் சமயத்தில் இவர்கள் பால் நடுநரிலிருந்து வேறுபடுவர். பால் நடுநர் தம்மை ஆண் மற்றும் பெண்ணின் கலவை என்று உணர்வர். இடைபாலினத்தவர் கலவையாக அல்லாமல், ஒரே நேரத்தில் குளிரும் வெப்பமும் உணர்வது போல, தனித்தனியாகத் தம் பாலினத்தினை ஒரே நேரத்தில் ஆண் மற்றும் பெண்ணாக உணர்வர்.

மாறுபக்க ஆணியல் (Trans-masculine), மாறுபக்க பெண்ணியல் (Trans-feminine)

மாறுபக்க ஆணியல் என்பது ஒரு பெண்ணைக் குறிக்கும். உயிரியல் ரீதியாகப் பெண்ணின் உடல்கொண்டஒருவர், பெண் என்ற தம்

பாலினத்தினை உணராமல், ஆண் என்றும் உணராமல், ஆண் மற்றும் பெண்ணின் கலவை என்றும் உணராமல், தான், தனித்தனியே ஒரு முழு ஆண் - முழுப்பெண் என்றும் உணராமல், தம் செய்கை, உடல்மொழி, தோற்றத்தில் அதிகம் ஆண்மைத்தன்மை உடையவராய்க் காணப்பட்டும், தம்மைப் பெண் என்று பாலின அடையாளம் கொள்ளாமல், 'குறைந்த அளவு பெண்' என்று அடையாளம் கொள்பவர்களே மாறுபக்க ஆணியல் ஆவர். 'நான் முழுப்பெண் அல்ல, ஆனால் குறைந்த அளவில் ஒரு பெண்' என்று அடையாளப் படுத்திக் கொள்பவர்கள். இவர்களும் ஆணியல் பெண்ணும் வேறுபட்டவர்கள். ஆணியல் பெண், ஆண் போன்று தம்செய்கை முதலியவற்றில் இருப்பினும், தம்மை அவர்கள் ஒரு பெண்ணாகவே ஏற்றுக்கொள்வர். ஆனால் மாறுபக்க ஆடவர் தம்மைக் குறைந்த அளவு பெண்ணாக உணர்வர். இது போன்றதே மாறுபக்க பெண்ணியலாகும். மாறுபட்ட பெண்ணியலில் ஒருவர் தாம் ஒரு குறைந்த அளவில் ஆடவர் என்று உணர்வர்.

அரைப்பெண்டிர் (Demi-girl), அரையாடவர் (Demi-guy)

முதலாவதாக, அரைப்பெண்டிர் ஓர் ஆணையும் பெண்ணையும் குறிக்கும். ஓர் உயிரியல் பெண், தன்னைப் பெண்ணாக உணராமல், அதே நேரம், 'முழுவதுமாகத் தம்மைப் பெண் அல்ல' என்ற முடிவுக்கும் வராமல், அதற்காக மாறுபக்க ஆடவர் செய்வதுபோலத் தம் தோற்றத்தில் ஆண்மையினைக் கலப்பதையும் விரும்பாமல், தம் பாலின அடையாளத்தினை உணர்ந்தால், அவர்களே அரைப்பெண்டிர் ஆவர்.

இரண்டாவதாக, ஓர் உயிரியல் ஆண், தம்மைப் பெண் பாலினமாக உணராமல், ஆண் என்றும் உணராமல், ஆண் மற்றும் பெண்ணின் கலவை என்றும் உணராமல், தனித்தனியே ஒரு முழு ஆண் / முழுப் பெண் என்றும் உணராமல், தம் செய்கை, உடல்மொழி, தோற்றத்தில் அதிகம் ஆண்மைத்தன்மை உடையவராய்க் காணப்பட்டும், தான் ஒரு பெண் என்ற பாலின அடையாளம் கொள்ளாமல் 'குறைந்த அளவு பெண்' என்று அடையாளம் கொள்பவர்களே அரைப்பெண்டிர் ஆவர். இவர்களைச் சுருக்கமாக ஓர் ஆண், மாறுபக்க ஆணியலை உணர்தல் என்று குறிப்பிடலாம்.

இதுபோலவே அரையாடவர் என்பது ஓர் ஆணையும் பெண்ணையும் குறிக்கும். முதலாவதாக, ஓர் உயிரியல் ஆண், தன்னை ஆணாக உணராமல், அதே நேரம் தம்மை 'முழுவதுமாக ஆண் அல்ல' என்றும் முடிவிற்கும் வராமல், மாறுபக்கப்

பெண்ணியல் செய்வது போலத் தம் தோற்றத்தில் பெண்மையினைக் கலப்பதையும் விரும்பாமல், தம் பாலின அடையாளத்தை உணர்பவர்களே அரையாடவர் ஆவர்.

இரண்டாவதாக, ஓர் உயிரியல் பெண், தம்மை ஆண் என்றும் உணராமல், பெண் என்றும் உணராமல், ஆண் மற்றும் பெண்ணின் கலவை என்றும் உணராமல், தனித்தனியே ஒரு முழு ஆண்-முழுப் பெண் என்றும் உணராமல், உடல்மொழி, தோற்றத்தில் அதிகம் பெண்மை உடையவராய்க் காணப்பட்டும், தன்னை ஆண் என்று பாலினஅடையாள கொள்வதற்குப் பதிலாக 'குறைந்த அளவில் நான் ஓர் ஆண்' என்று அடையாளம் கொள்பவர்களே அரையடவர் ஆவர். இவர்களைச் சுருக்கமாக ஒரு பெண், மாறுபக்கப் பெண்ணியலை உணர்தல் என்றும் குறிப்பிடலாம்.

நம்பி ஈர்ப்பினள் (Girl-fags), நங்கை ஈர்ப்பினன் (Guy-dykes)

ஓர் உயிரியல் பெண், ஒருபால் ஏற்புடைய ஆடவரிடம், அதிகமாக மனரீதியாகவோ, உடல்ரீதியாகவோ ஈர்ப்பினை உணர்வது நம்பி ஈர்ப்பினள் எனப்படுவார். இவர்கள் தம்மை 'பெண் உடலில் வாழும் ஒருபால் ஏற்புடைய ஆண்' என்ற முழுவதுமாகவோ அல்லது அரைகுறையாகவோ உணரலாம். அதாவது இன்னொரு ஆணிடம் ஈர்ப்புக்கொள்ளும்போது 'பெண் உடலில் வாழும் ஒரு பெண்' என்ற உணர்வில் ஈர்க்கப்படாமல், 'பெண் உடலில் வாழும் ஆண்' என்ற ஈர்ப்பினை இவர்கள் உணர்வர். எனவே இது ஆண்-பெண் உறவு எனப் பார்வைக்குத் தெரிந்தாலும், உண்மையில் இது ஒருபாலின உறவேயாகும்.

இதுபோலவே ஓர் ஆண், லெஸ்பியன்/இருபால் ஏற்புடைய பெண்களிடம் மன அளவிலும் உடல் அளவிலும் அதிகமாக ஈர்ப்புக் கொண்டும், தம்மை 'ஆண் உடலில் வாழும் ஒரு பெண்' என்று முழுமையாகவோ அல்லது பகுதியாகவோ உணர்ந்தும் ஈர்க்கப் பட்டால், அவர்கள் நங்கை ஈர்ப்பினன் எனப்படுவர். பார்வைக்கு இது ஆண்-பெண் உறவு போலத் தோன்றினும் இது லெஸ்பியன் உறவாகும். ஆனால் நம்பி ஈர்ப்பினள் அல்லது நங்கை ஈர்ப்பினன் தம்மை ஒருபால் ஏற்புடைய ஆணாகவோ பெண்ணாகவோ உணர்வார்களே ஒழிய, தம்முடைய உடலை ஆணாகவோ பெண்ணாகவோ மாற்றியமைக்க விருப்பம் இல்லாதாவராகவே இருப்பர்.

நங்கை ஈர்ப்பினனும் ஆண்-லெஸ்பியன்களுக்கும் வேறுபாடு உண்டு. ஆண்-லெஸ்பியன்கள் தம்மை 'ஆணின் உடலில் சிக்கிய

பெண்' என்று உணரமாட்டார்கள். ஆண்-லெஸ்பியன் தாம் பெண்ணாய்ப் பிறந்திருக்கக் கூடாதா என்ற எண்ணம் கொண்டிருப்பர். அதற்காகத் திருநங்கையர் போலத் தம் உடலை மாற்றிக்கொள்ள மாட்டார்கள். அதற்கான விருப்பமும் இல்லாதிருக்கும். பெண் உடைகளையும் அணிய மாட்டார்கள். தம்மைப் பெண்ணாக உணரவும் மாட்டார்கள். மாறாக, தாம் பெண்ணாகப் பிறந்திருக்கக் கூடாதா என்றும், பெண்ணாகப் பிறந்து இன்னொரு பெண்ணிடமே ஈர்ப்புக் கொள்ள வேண்டும் என்றும் அவா கொள்வர். ஆண்-லெஸ்பியன் என்பதைப் பாலின ஒருங்கிணைவு என்று சொல்வதை விட ஓர் உளவியல் நிலை என்றே சொல்லலாம். ஆனால் நங்கை ஈர்ப்பினர், லெஸ்பியனாக உணர்வதைத் தம் பாலின அடையாளமாகக் கருதுவர்.

பால் நகர்வோர் (Genderfluid)

பால் நகர்வோர் எந்தவொரு பாலின அடையாளத்தையும் நிலையாகக் கொள்ளமாட்டார்கள். முழுநருக்கும் இவர்களுக்கும் என்ன வேறுபாடு எனில், முழுநர் தம்மை அனைத்துப் பாலினங்களும் தனித்தனியே உணர்வதாகக் கொள்வர். பால் நகர்வோர் ஒவ்வொரு பாலினத்தையும் கடந்து செல்கின்றவராகக் காணப்படுவர்.

Drag kings

சில கலைஞர்கள், நாடக நடிகர்கள் பெண்களாக இருப்பினும், ஆண்கள் வேடமிட்டு, அந்த ஆண் பாத்திரமாகவே தன்னை நினைத்துப் பெருமிதப்படுவது இந்த நிலை.

Drag queens

அதே போல ஒரு ஆண், பெண்வேடமிட்டு, பெண்ணின் நளினத்துடன் நடித்து மற்றவர்களை உற்சாகப்படுத்துவது இந்நிலை. இன்றும் நம் ஊர்களில் நடக்கும் மேடை நாடகங்களில் இப்படி வேடம் தரித்து நடிப்பவர்களை நாம் காணமுடியும்.

Tomboy

சிறு வயது முதல் ஒரு பெண், சமூகத்தில் ஆண்களின் அடையாள மாகக் கருதப்படும் உடை, பழக்கவழக்கங்கள், விளையாட்டு மற்றும் நடவடிக்கைகளில் ஈடுபடுதல். இயற்கையாகவே அவர்கள் உடல் அவ்வாறு அவர்களைச் செலுத்தும்.

பெண்களை அடங்கி இருப்பவர்களாக நினைக்கும் நம் சமூகத்தில் அத்தகைய டாம்பாய் பெண்கள் பல எதிர்மறை விமர்சனங்களுக்கு உட்படுத்தப்படுகிறார்கள்.

பெண்ணன் (Sissy)

ஒரு சிறுவன் அல்லது ஆண்மகன் அந்தச் சமூகத்தில் ஆண்மைக்குரிய விஷயங்களாகச் சொல்லப்படுபவற்றுக்கு முரண்பட்ட நடவடிக்கைகளில் ஈடுபடுவது. பெண்களுக்குரிய அம்சங்களாகப் பார்க்கப்படும் நளினங்கள், பழக்கவழக்கங்கள், ரசனைகள், விருப்பங்களை இயல்பாகவே கொண்டிருப்பது. இத்தகைய ஆண்களை சமூகம் அந்நியமாகவும், புறக்கணிக்கும் நோக்கத்தோடும் பார்க்கிறது.

பெண்ணன் என்பவர்கள் யார்? உடலியல்ரீதியாக ஆணின் உடலைப் பெற்றிருந்தாலும், நடை உடை, பாவனைகளில் பெண்மை கொண்டு காணப்படுபவர்களை 'பெண்ணன்' என்போம். இவர்கள் எவ்விதப் பாலியல் ஒருங்கிணைவையும் பெற்றவர்களாக இருக்கலாம். இவர்கள் பெண்மை கொண்டவர்களாக இருந்தாலும் உடல் ஈர்ப்பில் சமபால் ஈர்ப்பாளராகவோ, எதிர்பால் ஈர்ப்பாளராகவோ இருக்கலாம். இப்படிப்பட்ட நபர்களை நாம் அனைவரும் பல சந்தர்ப்பங்களில் பார்த்திருப்போம். உங்களுக்கோ, உங்கள் நண்பர்களுக்கோ இத்தன்மை இருந்தால், இவ்வகையினர் எத்தகைய வேதனைகளை இந்தச் சமூகத்தில் எதிர்கொள்கிறார்கள் என்பது புரியும்.

பெண் தன்மை உடைய பெண்ணன் அனைவரும் ஒருபால் ஈர்ப்புடையவர்கள் என்கிற பொய்யான தோற்றம் பலரின் மனதிற்குள்ளும் ஆழப் பதிந்துள்ளது. அது மிகத்தவறான எண்ணம். அப்படிப்பட்டவர்கள் பெரும்பாலும் எதிர்பால் ஈர்ப்பு உடையவர்கள் என்பதை நாம் இந்தத் தருணத்தில் நிச்சயம் பதிவு செய்திட வேண்டும். பொதுவாகவே நம் சமூகம் ஆண் என்றால் இப்படித்தான் இருக்கவேண்டும் என்றும், பெண் என்றால் இப்படி இருக்க வேண்டும் என்றும் சில வரையறைகளை வைத்துள்ளது. 'ஆணும் பெண்ணும் சமம்' என்று நாம் சொல்லிக்கொண்டாலும் கூட, பெண் அடங்கி இருக்க வேண்டும் என்கிற எண்ணம் சமூகத்தின் வேரில் பதிந்துவிட்டது.

ஆண்கள் அழக்கூடாது; அழும் ஆண்களை 'பெண்ணைப் போல அழக்கூடாது' என்று சொல்வார்கள். ஆண்கள் பயந்தால், 'பொம்பள மாதிரி பயப்படக்கூடாது', 'ஆம்புள மாதிரி தைரியமா இருக்கணும்'

என்றெல்லாம் சொல்வார்கள். அதாவது, ஒரு பெண்ணின் சிறு அம்சம்கூட ஆணோடு கலக்கக்கூடாது என்று நம் மக்கள் எதிர்பார்க்கிறார்கள். இந்த எதிர்பார்ப்பின் விளைவுதான், சமூகத்தில் பெண் புறக்கணிப்பாகவும், பெண்ணின் மீதான கேலி கிண்டல்களாகவும் பிரதிபலிக்கிறது.

இதன் கடைசி கட்டமாகத்தான், அத்தகைய நபர்கள் மனமுடைந்து தற்கொலை வரை செல்கிறார்கள். இன்னொரு முட்டாள்தனமான கருத்தும் நம் சமூகத்தில் நிலவுகிறது. பெண்மையோடு காணப்படும் ஓர் ஆணைப் (பெண்ணனை) பார்க்கும் பலரும் அவர்களைத் திருநங்கைகளாகக் கருதுகிறார்கள். ஒரு பெண்ணன் என்பவர் பெண் தன்மையுடைய ஆண். அவர்கள் பெண்ணாக மாற விரும்பாதவர்கள். ஆண் உடலை வெறுக்காதவர்கள். அதே நேரத்தில் திருநங்கை என்பவர் இது அத்தனை கருத்துக்களிலும் முரண்பட்டவர்கள்.

திருநங்கைகள் பொதுவாகத் தங்கள் ஆண் உடலை வெறுத்து, உடலளவிலும் பெண்ணாக மாற நினைப்பவர்கள். இப்படி அடிப்படை விஷயத்திலேயே மாறுபடும் பெண்ணன் வகையினரையும் திருநங்கைகளையும் ஒரே ரீதியாகப் பார்ப்பது மிகத்தவறான ஒன்று. இத்தகைய பெண்ணன்கள் எத்தகைய பால் ஈர்ப்புக் கொண்டவர்களாக இருந்தாலும் அவர்கள் அங்கு இரண்டாம் பட்சமாகவே பார்க்கப்படுகிறார்கள். எதிர்பால் ஈர்ப்புடைய பெண்ணானாக இருப்பவர்களை, பெண்கள் பெரும்பாலும் விரும்புவதில்லை. ஆண்மைதன்மையோடு இருக்க வேண்டுமென்று எதிர்பார்க்கிறார்கள். அதே போல ஓரின விருப்பம் கொண்ட பெண்ணன்கள் கூட இதே அளவு புறக்கணிப்பை அனுபவிக்கிறார்கள். ஒட்டுமொத்த சமூகத்தாலும் புறக்கணிக்கப்படும் இத்தகைய நபர்கள் ஒதுக்கப்பட்டு, பெரும்பாலும் மனரீதியாகப் பாதிக்கப்பட்டிருக்கிறார்கள்.

இவற்றில் இன்னும் பல பாலினங்களுக்குப் பல்வேறு துறை சார்ந்த ஆராய்ச்சிகள், குறிப்பாக மருத்துவம் மற்றும் மெய்யியல் சார்ந்து நடத்தப்பட்டால் மட்டுமே ஒரு தெளிவான பார்வையும் புரிதலும் கிடைக்கும்.

ஈர்ப்பின் வகைகள்

பொதுவாக அறியப்பட்ட பாலின ஈர்ப்பு என்பது ஒரு நபர் எந்தப் பாலினத்தால் ஈர்க்கப்படுகிறார் என்பதைக் குறிப்பிடுவது. பாலினம் என்பது வேறு; பாலின ஈர்ப்பு என்பது வேறு. பாலின ஈர்ப்பு என்பது ஆண் பெண் ஈர்ப்பைத் தவிர்த்து பதினைந்து வகைகளுக்கு மேற்பட்டுக் காணக்கிடைக்கின்றன. அவை பின்வருமாறு:

பாலியல் ஒருங்கிணைவு - Sexual orientation
ஆண் பெண் (எதிர் பால்) ஈர்ப்பு - Hetero sexual
நம்பி - gay, நங்கை - Lesbian - same sex attraction
ஈரர் Bisexual
பல் ஈர்ப்பினர் - Polysexual
முழு ஈர்ப்பினர் - Pansexual
ஒருபால் நெளிமையினர் - Homoflexible
எதிர்பால் நெளிமையினர் - Heteroflexible
சுழியர் - Asexual
ஈரார்வதினர் - Bicurious
சுய ஈர்ப்பினர் - Autosexual
இருமையின்மை ஈர்ப்பினர் - Skoliosexual
ஆடவரீர்ப்பு - Androphilia
பெண்டிரீர்ப்பு - Gyenophilia
திருநர் ஈர்ப்பினர் - Transfans
அரைஈர்ப்பினர் - Demisexual
நடுமை சுழியர் - Gay asexual

திருநர் நம்பி - Transgay

திருநர் நங்கை - Translesbian

சுழியர் (Asexuals)

இப்போதெல்லாம் சாக்லேட் முதல் சகல விளம்பரங்களும் பால் உணர்வைத் தூண்டும் விதமாகவே விளம்பரமாக்கப்படுவதைக் காணமுடிகிறது. குளிர்பானம் விளம்பரமாக இருந்தால்கூட அதைக் கவர்ச்சியோடு ஒரு மாடல் உதட்டைச் சுழித்துச் சொன்னால்தான் அது மக்களைச் சென்றடைகிறது. இதற்குப் பின்னால் ஓர் உளவியல் ரீதியான காரணம் உண்டு.

நாம் ஒவ்வொருவரும் எப்போதும் காமத்தின் மீதும், கிளர்ச்சியின் மீதும் நம்மை அறியாமல் ஓர் ஈர்ப்போடு இருக்கிறோம். அது ஆண் மீதோ, பெண் மீதோ, திருநர் மீதோ எந்த வகையிலாவது நம் ஈர்ப்பு இருக்கிறது. ஆனால், அப்படிப் பால் ரீதியான கிளர்ச்சியும் ஈர்ப்பும் இல்லாமல் சிலர் இருக்கிறார்கள் என்று சொன்னால், அதை நம்பக் கடினமாகத்தான் இருக்கும். ஆனால், அதுதான் உண்மை. அப்படி பால் ஈர்ப்பு இல்லாதவர்களே சுழியர் (asexual) என்றழைக்கப் படுகிறார்கள்

சுழியர்களுக்கு இயல்பாகவே அத்தகைய விருப்பம் உண்டாவதில்லை என்கிறது அறிவியல். ‘ஒரு நபருக்கு பால் ரீதியான கிளர்ச்சியோ ஈர்ப்போ வராவிட்டால் அவர்கள் சுழியர் எனப்படுவர்’ என்று asexual வார்த்தைக்கு விளக்கம் கொடுக்கிறது AVEN, (the Asexuality Visibility and Education Network) என்கிற அமைப்பு.

இந்த வித்தியாசமான விஷயத்தைத் தனக்குள் உணர்ந்த அலெக்சிஸ் கரினின் (Alexis Karinin) என்பவர், ‘முதலில் நான் பால் ஈர்ப்பு இல்லாததை உணர்ந்து ரொம்பவே பயந்தேன். நான் தனித்து விடப்பட்டதைப் போல உணர்ந்தேன். மன ரீதியாக மிகவும் பாதிக்கப்பட்டேன். பின்பு, நான் இயல்பாகத்தான் இருக்கிறேன், ஆனால் கொஞ்சம் வித்தியாசமான இயல்பு இது, அவ்வளவுதான் என்பதைப் புரிந்துகொண்டேன். இப்போது நான் என்னையும், என் இயல்பையும் தெளிவாகப் புரிந்துகொண்டுவிட்டேன்’ என்கிறார்.

பின்பு இவர் தன்னைப்போல எண்ணம் கொண்ட பலர் இருப்பதை இணையம் வழியே கண்டுபிடித்தார். தனக்கு இருக்கும் அத்தனை உணர்வுகளும் அவர்களுக்கும் இருப்பதைத் தெரிந்துகொண்டார். AVENCன் இணைப்பில் உள்ள இத்தகைய நபர்களின்

உணர்வுகளைப் பொதுவாக வரையறுக்க முடியவில்லை. சிலருக்கு உடல் மற்றும் உணர்வு ரீதியாக எதிலுமே பாலியல் நாட்டமில்லை, சிலருக்கோ உணர்வு ரீதியாக அன்பு மற்றும் காதல் தேவைப்படுகிறது என்றாலும் உடல் ரீதியான உறவு பிடிக்கவில்லை. சிலரோ சூழ்நிலைகளால் மற்றும் அடுத்தவர்களுக்காக உடல் உறவுகளில் தாங்களாக விருப்பத்தை ஏற்படுத்திக்கொண்டு ஈடுபடுகிறார்கள்.

சிலர் சுய இன்பத்தில் விருப்பம் கொள்கிறார்கள். சிலர் காதல் உறவை மட்டும் விரும்புகிறார்கள். சிலர் அவ்வப்போது சூழ்நிலையால் உறவு கொள்கிறார்கள். இந்தச் சிறிய உலகத்தின் உள்ளேயும்கூடப் பல மாறுபாடுகள் உண்டு. ஆனால், இத்தகைய ஒரு விஷயம் பிறப்பால் ஏற்படுவதில்லை என்றும், அதற்குக் காரணமாக, குழந்தையாக இருக்கும்போது பாலியல் வன்புணர்ச்சிக்கு ஆட்பட்டது அல்லது ஏதோ ஒரு விபத்து அல்லது விரும்பிய நபர் கிடைக்காதது போன்றவற்றைக் குறிப்பிடுகிறார்கள் AVENக்கு எதிராகக் குரல் கொடுப்பவர்கள்.

இதை பற்றிப் பல முரண்பாடுகள் இருந்தாலும், அறுபது வருடங்களுக்கு முன்பு இதை அறிவியல் ரீதியாக அங்கீகரித்தவர் ஆல்ப்ரட் கின்சே. 1948ம் ஆண்டு மனிதப் பாலியல் விருப்பம் தொடர்பான ஆய்வில் இதைத் தெரிவித்துள்ளார் கின்சே. அத்தகைய பால் ரீதியான விருப்பம் இல்லாத நபர்களை இவர் க்ரூப் 'X' (group X) என்று கூறுகிறார்.

கின்சே ஆய்வு செய்த நபர்களில், 1.5% வாலிப ஆண்கள், 14-19% திருமணம் ஆகாத பெண்கள் மற்றும் 1-3% திருமணம் ஆன பெண்கள், க்ரூப் X பிரிவில் சுழியர்களாக வரையறுக்கப்படுவதாகக் கூறுகிறார். எய்ட்ஸ் தொடர்பாக 1994ம் ஆண்டு ஒரு சர்வே எடுக்கப்பட்டது. 18,876 பொதுமக்களிடம் எடுத்த அந்த ஆய்வின் முடிவு ஓர் அதிசயமான உண்மையை வெளிக்கொண்டு வந்தது. அதாவது, சர்வே எடுக்கப்பட்ட மக்களில் 1.05% மக்கள் பால் சார்ந்த ஈர்ப்பு தங்களுக்கு இல்லை என்று தெரிவித்துள்ளனர்.

கின்சே கூறியபடி சுழியர் பிரிவினர் அமெரிக்காவில் ஒரு சதவிகிதத்திற்கு மேல் இருப்பதை யாவரும் அதிசயமாகவே பார்த்தனர். பின்னர் AVEN அமைப்பின் டேவிட் ஜே என்பவர், மக்கள் மத்தியில் இது தொடர்பான விழிப்புணர்வை ஏற்படுத்தவேண்டும் என்றும், சமூகம் இத்தகைய விஷயத்தை அங்கீகரிக்க வேண்டும் என்றும் கூறுகிறார். இதன்மூலம் சமூகத்தில் தங்களை வெளிக்காட்டிக் கொள்ளாத, பால் விருப்பம் இல்லாத நபர்கள் வெளிவர வாய்ப்பு

உள்ளதாகவும், அதன்மூலம் இந்த சதவிகிதங்கள் அதிகரிக்கும் என்றும் கூறுகிறார்.

AVEN அமைப்பின் அலெக்சிஸ், சுழியர்களை சமூகம் புறக்கணிக்கும் நிலை மாறவேண்டும்; ஓரின விருப்பம் கொண்டவர்களைவிட அதிக சமூகப் புறக்கணிப்பையும், மன பாதிப்பையும் இத்தகைய மக்கள் அடைவதாகக் கூறுகிறார். இத்தகைய நபர்களை, மனப்பக்குவம் இல்லாதவர்களைப் போலவும், மனநோய் உள்ளவர்களைப் போலவும் பார்ப்பதை மக்கள் நிறுத்த வேண்டும் என்றும் கூறுகிறார்.

'பால் சார்ந்த விருப்பம் இல்லை என்று நான் சொன்னதும், நான் உடலுறவிற்கே எதிரானவள் என்றும், மதம் மற்றும் கொள்கை ரீதியாகவே பாலியல் விருப்பம் அற்றவள் என்றும் பலர் நினைக்கிறார்கள். நிச்சயமாக நான் உடலுறவிற்கு எதிரானவள் அல்ல. உடலுறவுக் கோட்பாட்டை நான் ஏற்றுக்கொள்கிறேன். அதே நேரத்தில் தனிப்பட்ட முறையில் எனக்கு அதில் விருப்பமில்லை. தனி மனித விருப்பம் என்ற விஷயத்தில் மட்டுமே நாம் இதற்கு முக்கியத்துவம் கொடுக்க வேண்டும்' என்று அலெக்சிஸ் பால் விருப்பம் தொடர்பான தனது கருத்தை முன்வைக்கிறார்.

ஆனால், அலெக்சிஸ் சொல்லும் ஒரு விஷயம் அதிர்ச்சியாகவும் இருக்கிறது. 'இத்தகைய சுழியர் பிரிவைச் சேர்ந்த மனிதர்களுக்கு சில LGBTQ அமைப்புகள் ஆதரவாகக் குரல் கொடுக்கிறார்கள். அதே நேரத்தில் தங்கள் பாலியல் விருப்பத்தை வைத்துப் பிரிக்கப்படும் LGBTQ வகைக்குள் எங்களைப் போன்ற, பால் ஈர்ப்பில் விருப்பம் இல்லாத நபர்களை இணைக்க வேண்டாம். நாங்கள் ஸ்ட்ரைட் நபர்கள்தான். எங்களுக்கு உடல் சார்ந்த உறவுகளில் விருப்பம் இல்லை. அவ்வளவே' என்று மாற்றுப்பாலினப் பிரிவினரிடமிருந்து தங்களை வித்தியாசப்படுத்த முனைகிறார்.

'ஒரு பக்கம் இனிப்பையும், மறுபக்கம் உடலுறவையும் வைத்து, ஒன்றைத் தேர்ந்தெடுக்கச் சொன்னால், இனிப்பைத்தான் தேர்ந்தெடுப்போம்' என்கிறார்கள் இந்த AVEN அமைப்பினர். இது பார்வைக்கு நகைச்சுவையாகத் தெரிந்தாலும், அவர்களின் உண்மை மனநிலையும் அதுதான். இணைய வழித் தொடர்பு மூலம் தங்களுக்குள் நிகழும் சந்திப்புகள், காதல் மற்றும் திருமணம் வரை செல்வதும் வாடிக்கைதான் என்கிறார்கள். ஒத்த எண்ணம் கொண்ட இத்தகைய நபர்கள் தங்களுக்குள் வாழ்வை அமைத்துக்கொள்வது மூலம் தெளிவான புரிதலுடன் வாழ்க்கையைக் கொண்டுசெல்ல

முடிவதாக நினைக்கிறார்கள். சிலர் திருமணங்களுக்குப் பின்பு குழந்தைகள் பெற்றுக்கொள்கிறார்கள். வேறு சிலரோ குழந்தைகளைத் தத்தெடுக்கிறார்கள். இவர்களின் வாழ்க்கையும் மற்ற திருமணமானவர்களின் வாழ்க்கையைப் போலவே அமைகிறது என்றும் பெரிய வேறுபாடுகள் இல்லை என்றும் தெரிகிறது.

அலெக்சிஸ் உடனான சந்திப்பின் மூலம் இப்படிப் பல விஷயங்கள் தெரிந்தாலும், இறுதியாக அவர் அழுந்தச் சொல்வது ஒன்றுதான். 'சமூகம் இவர்களை அங்கீகரிக்க வேண்டும்.'

இந்த உண்மை எல்லோருக்கும் தெளிவாகப் புரிந்தால், அங்கீகாரம் தானாகக் கிடைக்கும் என்று அவர் நம்புகிறார். இது நடக்கும் என்று நாமும் நம்புவோம்.

திருநர் ஈர்பினர் (Transfans)

ஆண் மற்றும் பெண்களிடம் ஒருவர் ஈர்ப்புக் கொள்வதைப் போலவே, திருநரிடமும் ஈர்ப்புக் கொள்ளுவது ஒரு தனி வகையான பாலின ஒருங்கிணைவாகும்.

ஈரர் (Bisexuals)

ஒருபால் ஈர்ப்புடைய ஆண் மற்றும் பெண்களின் சமூகத்தில் மிகவும் அதிகமாகக் காணப்படுவது ஈரர்களுக்கு எதிரான பாகுபாடாகும். ஈரர்களைக் குறித்த சில தவறான அபிப்ராயங்களைக் காண்போம்.

ஆண்களிடமும் பெண்களிடமும் உறவு கொள்பவர்கள் ஈரர். ஈரர்கள் வெறும் பாலியல் சார்ந்த மக்களல்ல. இன்னொரு ஆணிடமோ அல்லது பெண்ணிடமோ, மன ரீதியாக, உணர்வு ரீதியாக, மற்றும் உடல் ரீதியாக ஈர்க்கப்படுபவரே ஈரர்கள். வெறும் பாலியல் மட்டுமல்ல. எதிர்பாலினத்தவரிடம் மட்டும் அதிகமாக ஈர்க்கப்பட்டு, ஒரு பாலினத்தவரிடம் உடல் ரீதியாக உறவு கொள்பவர்கள் நெளிமையினர் ஆவர். அவர்கள் இருபால் ஈர்ப்புடையவர்கள் அல்ல.

இரு பால் ஈர்ப்புடையவர்கள் தம் பாலியல் தேவைகளுக்கு மட்டுமே பிறரைப் பயன்படுத்துவர் என்கிற ஒரு தவறான பொதுப்பிம்பம் இங்கு உள்ளது.

ஈரர்களை மிகவும் கொச்சைப்படுத்தும் கருத்து இது. ஈரர்களில் பலர் எதிர்பால் உறவு மட்டும் கொள்கின்றனர் என்பது உண்மை அல்ல.

ஆண், பெண் என்று எந்தப் பாலினத்தவரிடமும் காதல் உணர்வு கொள்ளும் ஈரர்கள் பலர். ஏன், ஒருபால் ஈர்ப்புடையோரின் சமூகத்தில்கூடப் பாலுறவு மட்டும் போதும் என்பவர்களும் இருக்கின்றனர். அன்பு காதல் என்று உணர்வு ரீதியான தேவைகளுக்கு முக்கியத்துவம் அளிப்பவர்களும் இருக்கின்றனர். அதனால் தனிப்பட்ட ஒருவரின் குணத்தை ஒட்டுமொத்த இருநர்கள் மீதும் நாம் சுமத்தக் கூடாது. ஒருவர் இரு பாலினத்தவரிடமும் பாலியல் ரீதியாக ஈர்ப்பு கொள்கின்றார் என்பதனால் அவர்களை வெறும் பாலியல் ஜீவிகள் என்று கருதுவது ஈரருக்கு இழைக்கப்படும் பெரும் அநீதி.

ஈரர்கள் சந்தர்ப்பவாதிகள்

சந்தர்ப்பவாதம் என்பது எந்தப் பாலியல் ஒருங்கிணைவு கொண்டோருக்கும், எந்தப் பாலின ஒருங்கிணைவு கொண்டோருக்கும் உரித்தான ஒன்று. ஒருவர் இரு பாலினத்தவரிடமும் ஈர்க்கப்படு கிறார் என்பதனால் அவர்கள் சந்தர்ப்பவாதிகள் என்பதை ஏற்றுக் கொள்ளமுடியாதது. ஏன், திருமணம் என்ற காரணத்தைக் காட்டி, எதிர்பாலின திருமணம் செய்துகொள்ளும் ஒருபால் ஈர்ப்புடையவர் கள் இல்லையா? அப்பொழுது ஈரர்களை மட்டும் சந்தர்ப்பவாதிகள் என்று சொல்வதுதான் உண்மையில் சந்தர்ப்பவாத சிந்தனை.

எதிர்பால் ஈர்ப்போ, ஒருபால் ஈர்ப்போ, எப்படியானாலும்,ஏதோ ஒருபால் மீதுதான் ஈர்ப்போடு இருக்க வேண்டும் என்ற ஒரு மாயை மக்கள் மனதில் இருப்பதும் ஈரர்கள் மீதான இத்தகைய சமூகப் பார்வைக்குக் காரணம்.

தனிப்பட்ட ஒருவரின் பால் ஈர்ப்பின்மீது சமூகம் எவ்விதக் கட்டுப்பாடும் விதிக்க முடியாது; விதிக்கவும் கூடாது. அப்படி இருக்கும்போது, இரண்டு பாலினத்தவரிடமும் ஈர்ப்புக் கொள்ளும் ஈரர்களைச் சந்தர்ப்பவாதிகளாக பார்ப்பது மிகவும் தவறு.

சமபால் ஈர்ப்புடையவர்கள்

பாலினம் (Gender) மற்றும் பாலின ஈர்ப்பு (Sexual or Gender attraction) என்பது ஒரு மதமல்ல, அதைப் பரப்புவதற்கு. அடிப்படையாக ஒரு தனி நபர் தன்னுடைய பாலினத்தையும், பாலின ஈர்ப்பையும் புரிந்துகொள்வது மிகக் கடினமான விஷயம். இதற்கு, தன்னைப் பற்றியும் தன்உடலைப் பற்றியும் தெளிவான புரிதல் வேண்டும். அடிப்படைவாதப் பாலியல் இருமைக்

கொள்கையாலும், முடக்குத்தனமான கலாசார, மத, அரசியல் மற்றும் குறுகிய லட்சியவாத சிந்தனையாலும் பாலினம் சார்ந்த மக்களின் கண்ணோட்டம் களவியல் என்ற சிந்தனையோடு நின்றுபோகிறது.

ஒருபால்ஈர்ப்பு என்பது ஒரு பாலின ஈர்ப்பு. பாலினம் அல்ல. திருநங்கைச் சமூகத்தில் இது கடுமையான குற்றமாகப் பார்க்கப்படுகிறது. திருநருக்கும் ஒருபால்ஈர்ப்புக்கும் ரொம்ப தூரம். இரண்டும் எதிர் எதிர் முனை போல.

ஒரு ஆண், பெண் எதிர்பால் காதல் உறவைப் போலத்தான் ஒருபால் காதல் உறவும். இங்கு ஆண், பெண் என்ற இருமை இல்லை. காதல், காமம், நட்பு, பாசம் என்ற பெயர் கடந்த, மனதை நிறைக்கும் உறவைப் பெறுவது அழகான வாழ்க்கையின் இனிய ஆரம்பம்.

ஆண்களை விரும்பும் எல்லா ஆண்களுக்கும் பெண்களைப் பிடிக்காது என்ற அவசியம் இல்லை. ஓர் ஆண் மற்றொரு ஆண் மீது வைத்திருக்கும் காதலை வெளிப்படுத்துவது, இன்றைய சமூகத்தில் மிகவும் கடினம். குடும்பம், ஜாதி, மதம், படித்த மற்றும் படிக்காத முட்டாள்கள் என்று பல காரணங்களை இதற்குக் காட்டலாம். முதலில் ஓர் ஆண் தன் காதலனாகக் கருதும் ஆணிடம் இதை வெளிப்படையாகப் பேச அதிக மனத்தெளிவும், தைரியமும் வேண்டும். பெரும்பாலான ஓரினக் காதல், வெறும் நட்பு என்ற போலிப் போர்வையில் மறைந்து விடுகிறது. ஓரினம் சார்ந்து களவியலில் ஈடுபடும் எல்லா ஆண்களும் ஒருபால் காதல் ஈர்ப்பு உள்ளவர்களாக மாறி விட மாட்டார்கள். தனிநபர் சார்ந்த தனிப்பட்ட விஷயம்தான் இது.

எப்படி எதிர்பால் ஈர்ப்புக் காதலில் ஒரு பெண்ணுக்குப் பிடித்ததை ஆண் செய்கிறானோ அதேபோல் இங்கு ஓர் ஆணுக்குப் பிடித்ததை இன்னொரு ஆண் பூர்த்தி செய்யவேண்டும் என்று நினைப்பான். நடை, உடைகளில் மிகவும் கவர்ச்சியாகத் தன் காதலனுக்குத் தெரிய வேண்டும் என்று ஆசைப்படுவான். மணிக்கணக்கில் தன் காதலனுடன் அர்த்தமற்று உரையாட வேண்டும் என்ற ஆசை இங்கும் (முதல் காதல் கொள்பவர்களுக்கு) உண்டு.

சிறிய பிரிதல் கூடப் பெரிய துயரத்தைத் தரும். பெரும்பாலான ஓரினக் காதல் வயப்படும் ஆண்கள், தங்கள் மீது அதிக அக்கறையும், கனிவும், செயலில் நிதானமும் உள்ள ஆண்களைத்தான் நேசிக்கிறார்கள். சமீப காலமாக, பணம், அந்தஸ்து, நிறம், உடல் கட்டமைப்பு,

அழகு, குடும்பச் சூழ்நிலை, பார்க்கும் வேலை என உலகியல் சார்ந்த விஷயங்களை ஓரினக் காதல் மலரும் மனங்களில் காண முடிகிறது. தன்னுடைய தற்காப்பைப் பொருளாதார ரீதியாக முதன்மைபடுத்தி காதலுக்கு இரண்டாம் இடம் அளிக்கும் நிலையை எல்லா வகைக் காதலிலும் இன்று காணலாம். பெரும்பாலான ஓரினக் காதலர்கள், தாங்கள் விரும்பும் ஆண், இன்றைய சமூக வரையறையின்படி, அதீத ஆண்மைத்தன்மையுடன் இருக்க வேண்டும் என்று நினைக்கிறார்கள்.

இரு ஆண்களும் ஒரு புரிதலுடன் இருந்தால் பிரச்சினையில்லை. ஆனால் ஓரினக் காதலில் பெரும்பான்மையினர், எதிர்பால் நட்டம் உள்ள நபரையே நேசிக்கிறார்கள். இது மிகவும் அபாயகரமானது. இப்படி நடக்கும்போது, அந்தக் காதலே அந்த நபரைக் கொன்று விடும். காதல் நிராகரிக்கப்படும்போது அங்கே நட்பும் குலைகிறது! இனிமேல் நாம் சந்திக்க வேண்டாம் என்று பிரிந்துவிடுகிறார்கள்.

ஆண்கள் நண்பர்களாக இருக்கும்போது செய்துகொள்ளும் தொலைபேசி அழைப்புகளைவிட, காதல் வந்த பின்னர்தான் தன் அடிக்கடி போனில் பேசிக்கொள்வார்கள். ஒருநாள் கூடப் பிரிந்திருக்க முடியாத தவிப்பில், விடுமுறை நாட்களில் தேடி வந்து, வெளியே செல்லலாம் என்று அழைப்பார்கள். பிறந்த நாள் வந்தால், நீண்டநாள் ஆசையாக மனதில் வைத்திருக்கும் பொருட்களை எதிர்பாராமல் வாங்கிக் கொடுத்து, மகிழ்விப்பார்கள். அடிக்கடிக் கோபப்படுவார்கள். உதாரணமாக, ஒருநாள் வெளியே எங்கேனும் செல்வதாக இருந்து அவர்களைப் பார்க்க முடியாது போய், அதுவும் அவர்களிடம் சொல்லாமல் போய்விட்டால், கோபத்துடன் பேசுவார்கள். மிகவும் பொஸெஸ்ஸிவாக இருப்பார்கள்.

அடிக்கடி வீட்டிற்கு வந்து குடும்பத்தினரிடம் அக்கறையாகப் பேசி, அனைவரது மனதிலும் நல்ல இடத்தைப் பிடிக்க முயல்வார்கள். உங்களால் செய்ய முடியாதவற்றையும், கஷ்டப்பட்டுச் செய்து முடிப்பார்கள். நட்பிலும் இத்தகைய கோபம், அக்கறை, பரிசு போன்றவை இருக்கும். ஆனால் காதல் இருந்தால், நாமே நம்ப முடியாதபடி சிறிய விஷயங்களுக்குக் கூட உணர்ச்சிவசப்பட்டுப் பேசுவார்கள். எனவே வித்தியாசத்தைப் புரிந்துகொண்டு நடப்பது நல்லது. தங்களிடம் காதலை வெளிப்படுத்தும் ஆணிடம் தனக்குக் காதல் இல்லையெனில், பெரும்பாலும் ஆண்கள் நேரடியாகத் தங்கள் எண்ணத்தை, முடிவைத் தெரிவித்து விடுவார்கள். பயமும், வெறுப்பும் கலந்த அந்த உணர்வை சற்றுக் கடுமையாகக் கூட வெளிப்படுத்த அவர்கள் தயங்குவதில்லை.

ஆணோடு உறவு வைத்துக்கொள்ளும் எல்லா ஆண்களும், நம்பி(Gay) ஆகிவிடமாட்டார்கள். பெண்ணோடு உறவு வைத்துக் கொளும் எல்லாப் பெண்களும் நங்கை (Lesbian) ஆகிவிடமாடார்கள். அடிப்படையில் ஒரு திருநருக்கும் (Transgender) ஒரு நம்பி, நங்கைக்கும் உள்ள வித்தியாசம் பெரும்பாலானவர்களுக்குத் தெரியாது. மேற்கூறியபடி, திருநர் என்பது ஒருவரின் பாலினத்தைக் (Gender) குறிப்பது. நம்பி, நங்கை என்பது ஒருவருடைய பாலின ஒருங்கிணைவைக் (Sexual orientation) குறிப்பதாகும்.

சூழ்நிலை காரணமாக ஓர் ஆணுக்குப் பெண்ணைப் பிடித்திருக்கலாம், ஆனால் அதே சூழ்நிலை காரணமாக ஓர் ஆண் ஆணிடம் உடலுறவு வைக்க நேர்ந்தால் அவரை MSM (Male Sex with Male) என்றும், அதே போல் ஒரு பெண்ணிற்கு ஆணைப் பிடித்திருந்து, சூழ்நிலை காரணமாக ஒரு பெண்ணிடம் உடலுறவு வைக்க நேர்ந்தால் அவர்களை WSW (Women Sex with Women) என்றும் குறிப்பிடுவார்கள். பொதுவாக, திருநர்கள் சமபால் ஈர்ப்புடையவர்கள் என்ற எண்ணம் பரவலாகக் காணப்படுகின்றது. இது மிகவும் தவறான ஒரு பிம்பம். திருநர்கள் தங்களுடைய பாலினத்தை மாற்றிக் கொள்கின்றனர். ஆனால் அவர்கள் வாழும் ஜமாஅத் என்னும் கூட்டமைப்பு, எதிர்பால் ஈர்ப்பை மட்டும் ஏற்றுக் கொண்டு, மற்ற பாலின ஈர்ப்பை நிராகரிக்கிறது. உதாரணமாக, ஓர் ஆண், திருநங்கை யாக மாறினால் அவளைப் பெண்ணெனக் கருதுவார்கள். ஆதலால் திருநங்கையானவர் ஓர் ஆணைத்தான் திருமணம் செய்துகொள்ள வேண்டும். ஒரு பெண்ணைத் திருமணம் செய்ய நேர்ந்தால் விளைவு கள் விபரீதம் ஆகிவிடும். இது போன்று ஜமாத்துக்குள் மறைக்கப் பட்ட விஷயங்கள் ஏராளம். ஒடுங்கி வாழும் இந்தச் சமூகத்திற்குள் ஒடுக்கி அடக்கப்படும் வாழ்க்கை என்றும் வெளியில் தெரிவதில்லை. சமபால் ஈர்ப்பு என்பது ஒரு நபர் தன் பாலினம் சார்ந்த ஒருவர் மீது வைக்கும் நாட்டம். உலக அளவில் இதன் வரலாற்றைப் பற்றி மிகவும் விரிவாக இனிவரும் பக்கங்களில் காணலாம்.

பாலின ஒருங்கிணைவு பற்றி மருத்துவம் மனோதத்துவம் மற்றும் மெய்யியல்துறை சார்ந்து ஆராய்ச்சிகள் மேற்கொண்டால் மட்டுமே இன்னும் தெளிவான விவரங்கள் கிடைக்கும்.

இடையிலிங்கம்

Intersex என்று சொல்லப்படும் 'இடையிலிங்கம்' வகையைச் சேர்ந்தவர்களைப் பற்றி நீங்கள் அறிந்ததுண்டா? அறிவியல் வளர வளர தமிழின் புதிய வார்த்தைகள் அதற்கேற்றாற்போல உண்டாவது என்பது நம் மொழியின் செம்மைத்தன்மையை நிரூபிக்கும் ஒன்று. அப்படி உருவான சொல்தான் 'இடையிலிங்கம்.'

ஆண் என்றால் இப்படிப்பட்ட உடலியல் அம்சங்களோடு இருக்கவேண்டும், பெண் என்றால் அதற்குரிய உடல் அமைப்போடு இருக்கவேண்டும் என்கிற விதியைத் தாண்டி, தெளிவற்ற உடல் அமைப்பை (ஆண் பெண், இரண்டு பேருடைய உடலியல் அம்சத்தையும் ஒருங்கே பெற்றிருப்பார்கள்) பிறப்பிலேயே கொண்டிருப்பவர்களை 'இடையிலிங்கம்' என்று கூறுகிறார்கள்.

ஆண்ட்ரோஜென் எனப்படும் ஹார்மோன் முழுமையாகப் பெற்றிருக்காமல், ஆண்களின் Y குரோமோசோம் பெற்றவராக இருந்தாலும்கூட, உடல் அமைப்பில் பெண்ணைப்போல காணப்படுவார்கள். அதே நேரத்தில் பெண்ணின் புறத்தோற்றத் தோடு இருந்தாலும், விரைப்பை (முழு வளர்ச்சி அடையாமல், பிளவு பட்ட விரைப்பை) கொண்டவர்களாக இருப்பார்கள்.

பொதுவாகவே பாலினம் தொடர்பான ஆய்வுகளும், பாலின விருப்பம் தொடர்பான கணிப்புகளும் இந்தியாவில் எங்கும் செய்யப்படுவதில்லை. அரிதாக சில நேரங்களில் அப்படிப்பட்ட ஆய்வுகள் செய்யப்படும்போது, நம்பமுடியாத உண்மைகள் வெளிவரும். அப்படி வெளியான அதிர்ச்சியான உண்மைதான், இந்தியாவில் இடையிலிங்கம் பற்றிய ஆய்வு. அதுவும்

தென்னிந்தியாவில்! இடையிலிங்கம் பற்றிய அறிக்கை ஒன்றை வெளியிட்டிருப்பது திருவனந்தபுரத்தின் புகழ்பெற்ற மருத்துவக்கல்லூரி மருத்துவமனையான S.A.T யின் குழந்தைகள் அறுவை சிகிச்சைப் பிரிவு.

1986 முதல் 1991 வரையிலான அவர்களின் மருத்துவமனையில் இப்படி அனுமதிக்கப்பட்ட குழந்தைகளின் எண்ணிக்கை மட்டும் முப்பத்தைந்து. மருத்துவமனையில் பல்வேறு சோதனைகளின் அடிப்படையில், ஆணா அல்லது பெண்ணா என்பதற்கேற்ப அறுவை சிகிச்சைகள் மூலம் அவர்கள் தரம் பிரிக்கப்படுகிறார்கள். அந்தக் குழந்தைகளின் பெற்றோர்கள் பெரும்பாலும் தங்கள் குழந்தையை ஆணாக மாற்றக் கேட்டு நிர்பந்திப்பார்கள். குழந்தைப் பேறு பெற முடியாத நிலையில், ஒரு பெண்ணைவிட ஆணால் இந்தச் சமூகத்தை அதிக மன தைரியத்தோடு எதிர்கொள்ளமுடியும் என்ற காரணத்தால்தான். ஆனால், அப்படிக் குழந்தையின் பாலினத்தைத் தீர்மானிப்பது என்பது பல்வேறு மருத்துவர்களின் பல கட்டச் சோதனைகள் மற்றும் தீர்மானத்தின் அடிப்படையில் மட்டுமே.

இந்தியாவில் முழுமையான ஆய்வு நடைபெற்றால் இன்னும் நிறைய உண்மைகள் வெளிவரலாம். பலருக்கும் இது தொடர்பான விழிப்புணர்வை ஏற்படுத்தலாம்.

இடையிலிங்கத்தின் வகைகளைப் பற்றிப் பார்க்கலாம். முதல் வகையானது, அட்ரினல் சுரப்பி சார்ந்தது. அட்ரினல் சுரப்பி, அதிக அளவில் பால் சார்ந்த ஹார்மோன்களைச் சுரக்கும் ஒரு சுரப்பி. இயல்புக்கு அதிகமாக இச்சுரப்பியின் மிகை சுரத்தலால் உண்டாகும் மாற்றமே இந்த முதல் வகை இடையிலிங்கம் ஆகும். இத்தகைய நபர் வெளித்தோற்றத்தில் பெண்ணைப் போல இருந்து, சராசரியைவிடப் பெரிய பெண் குறியும் பெற்று இருப்பார். ஆனால், சில ஆண் தன்மையும் பெற்றவராக இருப்பார்.

இரண்டாவது வகை இடையிலிங்கம் எனப்படுவது வெளித் தோற்றத்தாலும், அகத்தாலும் பெண்ணாகவே இருந்தாலும், பருவம் எய்திய பின்பு சுரக்க வேண்டிய ஹார்மோன்கள் முறை தவறிச் சுரப்பதனால் உண்டாவது. மார்பக வளர்ச்சி, உறுப்பைச் சுற்றி முடி வளர்தல் போன்றவை இவர்களுக்கு இருக்காது. பெரும் பாலும் இயற்கையாகவே இத்தகைய மாற்றங்கள் நிகழ்ந்தாலும், சில செயற்கைக் காரணங்களையும் நாம் மறுக்க முடியாது. 1990 களில் பயன்படுத்தப்பட்ட கருச்சிதைவு மருந்தான 'ப்ரொஜஸ்டின்' மருந்தைப் பெண்கள் பயன்படுத்தியதால், கருப்பையில் சில

மாற்றம் உண்டாகி, பிறக்கும் குழந்தை இத்தகைய மாற்றங்களோடு பிறந்தது. உடலளவில் பெண்ணாக இருக்கும் இவர்கள், மனதளவிலும் பெண்ணாகவே இருப்பார்கள். செயல்படும் கருப்பைகளும் இருப்பதால், பருவத்திற்குப் பின் மற்ற பெண்களைப் போல மாதவிடாயும் நடக்கும். ஆனால், பெரிய பெண் குறியும், பல ஆண்மைத் தன்மைகளும் இந்த நபர்களுக்கு இருக்கும்.

இன்னொரு அரிதான இடையிலிங்க வகை ஒன்று இருக்கிறது. ஒப்பீட்டளவில் மிகக்குறைந்த வாய்ப்பைப் பெற்றிருக்கும் இந்த வகையின் பெயர் 'ப்ரிமார்ட்னிஸம்.' கருவில் இரட்டைக் குழந்தைகள் உருவாகும்போது, அதில் ஒன்று ஆணாகவும் மற்றொன்று பெண்ணாகவும் இருக்கும் பட்சத்தில் மட்டுமே இந்த நிகழ்வு நடக்கும். இதனால்தான் இதை அரிய நிகழ்வாகக் குறிப்பிட்டேன். கருப்பையில் இருக்கும் ஆண் குழந்தையின் ஹார்மோன்கள், பெண் குழந்தையின் உடலில் மாற்றத்தை உண்டாக்கும். அதனால், அந்தப் பெண் குழந்தை ஆண்மைத்தன்மை மிகுந்து காணப்படும். மேலும், பாலின உறுப்புகள் முழுவதும் வளர்ச்சி அடையாமல், கருப்பையில் விரை திசுக்கள் வளர்ச்சி அடைவது வரை மாற்றங்கள் நிகழும் வாய்ப்பு இருக்கிறது. இத்தகைய மனிதர்களும் நமக்குள் இருக்கிறார்கள் என்பதை எத்தனை பேர் உணர்ந்திருப்பார்கள் என்பது மிகப்பெரும் கேள்விதான்.

இடையிலிங்கத்தின் வகைகள்

பிறவி சார்ந்த அட்ரீனல் மிகைபெருக்கம்
(Congenital adrenal hyperplasia)

இந்த இடையிலிங்க நிலையானது, பொதுவாக அட்ரீனல் சுரப்பி அதிகமான அளவு (பால் வேறுபடுத்தும்) ஹார்மோன்களைச் சுரப்பதினால் ஏற்படுகின்றது. பிறவி சார்ந்த அட்ரீனல் மிகைப் பெருக்கத்தில் இரு வகைகள் உண்டு. முதல் வகையானது ஹைட்ரோக்ஸிலேஸ் குறைபாட்டினால் வருவது. வெளித் தோற்றத்தில் பெண் போலவே இருப்பினும், பெரிய பெண்குறியகம், பகுதி அளவில் ஆணியளாகம் ஆகியன நடைபெறும்.

இரண்டாவது வகையில் ஹைட்ரோக்ஸிலேஸ் குறைபாட்டினால் ஏற்படுவது. இந்நிலையில் வெளித்தோற்றம் மற்றும் அகத்தில் பெண்ணாகவே இருந்தாலும், பருவவயதை எட்டிய பிறகு கருப்பைகளால் பால் ஹார்மோன்களை உருவாக்கிட இயலாது. மேலும் மார்பக வளர்ச்சி, இனப்பெருக்க உருப்புகளைச் சுற்றி

உரோமம் வளர்தல் முதலியவை நின்றுவிடும்.

ப்ரோஜெஸ்டினால் தூண்டப்பட்ட பால்வேறுபாடு:

கருச்சிதைவினைத் தடுக்க 1990களில் உபயோகிக்கப்பட்ட ப்ரோஜெஸ்டின் என்ற மருந்தினால், கருவில் இருக்கும் குழந்தையின் பாலினத் தன்மைகள் மாற்ற மடைகின்றன. உடலின் உள்ளும் வெளியேயும் பெண்மைக்குரிய உறுப்பு களுடன் பிறகும் பெண் குழந்தையானது, மற்ற பெண் குழந்தைகள் போலவே இருக்கும். மேலும் செயல்படும் கருப்பைகள் இருப்பதால், மாதவிடாயும் நடைபெறும். ஆனால் ஆண்மைக்குரிய சில பண்புகளும், பெரிய அளவிலான பெண்குறியும் இருக்கும்.

மகுடலெனா வென்ச்சுரா ஸ்பானிஷ் ஓவியர் ஜேசீப் டி ரிபெரா வரைந்த தாடிப் பெண்

ஃபிரீமார்ட்டிநிசம் (Freemartinism)

மனிதர்களில் அரிதாகவே காணப்படும் இந்த இடையலிங்க நிலையானது, இரட்டைக் குழந்தைகளின் பாலினத்துடன் தொடர்புடையது. கருப்பையில் இரட்டைக் குழந்தைகளில் ஓர் ஆணும், ஒரு பெண்ணும் இருக்கும் பட்சத்தில், கருப்பையில் இருக்கும் அந்த ஆண் குழந்தையின் ஹார்மோன்கள், பெண் குழந்தையினை ஆண்மைப்படுத்தும். இதனால் பிறக்கும் பெண் குழந்தையில், பாலின உறுப்புகள் முழுதும் வளர்ச்சியடையாமல் இருக்கும். பெண் குழந்தையின் கருப்பையில் விரைத் திசுக்களும் காணப்படும்.

ஆண் குழந்தைகள் இவற்றால் அதிகம் பாதிக்கப்படுவதில்லை. ஆனால் சில ஆண்களின் விரைகள் சிறியவையாக இருக்கும். மனிதர்களில் இது அரிதாகவே காணப்படும் இடையிலிங்க நிலையாகும்.

அண்ட்ரோஜன் உணர்வின்மை நோய்க்குறியீடு
(Androgen insensitivity)

இத்தகு நிலையில் உள்ள ஒரு நபரின் உடலில் எக்ஸ்-ஒய் க்ரோமோசோம்களே இருப்பினும், அன்றோகேன்களை உற்பத்தி செய்யும் திறன் அதிகம் இல்லாதிருக்கும். கருப்பை வாய், அண்டங்கள் ஆகியன செழிப்பற்றுக் காணப்படும். யோனி குறுகியதாக இருக்கும். சிலருக்கு யோனியே இருக்காது. பெண்ணுக்குரிய உறுப்புகள் இருப்பதற்குப் பதிலாக, இறங்காத அல்லது பாதி இறங்கிய விரைப்பை (விரைகள் இறங்கிய தன்மை என்பது, விதைப்பைகளுள் விரைகள் இருக்கும்நிலையைக் குறிப்பது) காணப்படும். பெரிய பெண்குறி அல்லது குறுகிய ஆண்குறி காணப்படும்.

கிரிப்டோர்சிடிசம் (Cryptorchidism)

குழந்தைகளுக்கு ஒன்பது மாதத்திலேயே விரைகள் கீழ் இறங்கும் தன்மை உடையதாகக் காணப்படும். ஆனால் குறைப் பிரசவத்தில் பிறக்கும் குழந்தைகளுக்கு விரைப்பையானது கீழ் இறங்காத நிலையில் சிலசமயங்களில் காணப்படும்.

ஐந்து அல்பா ரீடக்ட்டேஸ் குறைபாடு
(5 alpha amino reductase deficiency)

ஒய்-குரோமோசோம்கள் உடைய மனிதர்களில் (பெரும்பாலும் ஆண்கள்) இந்நிலை அதிகம் காணப்படுகிறது. ஆண்களுக்குரிய ஹார்மோனான டெஸ்ட்ரோனை, டை ஹைட்ரோ டெஸ்டோஸ்டெரோனாக மாற்றும் தன்மை காணப்படாது. இந்தத் தன்மை ஆண்களின் இனப்பெருக்க உறுப்புக்கள் கருப்பையிலேயே வளர்ச்சியடைய தேவையானதாகும். இதன் விளைவுகள்: ஆண் மலட்டுத்தன்மை, ஆண்களின் வளர்ச்சியின்மை, ஹைபோஸ் படியாஸ் (ஆண்குறியின் சிறுநீர் துவாரம் இடமாற்றம்) மற்றும் பெண்களின் இனப்பெருக்க உறுப்புகளுடன் இருத்தல். ஆனால் பெரிய பெண்குறி காணப்படும். முகத்தில் முடி முளைப்பது தடைபடும். இத்தகு நபர்களுக்கு விரைப்பைகளும், யோனியும், யோனி உதடுகள் மற்றும் பெண்குறி போன்று தோற்றமளிக்கும் ஒரு சிறிய ஆண்குறியும் காணப்படும்.

தொடர்ந்த முல்லேரியன் நாளக் குறைபாடு
(Persisting Mullerian Duct Syndrome)

இத்தகு நிலையுடைய நபர் எக்ஸ்-ஒய் குரோமோசோம்களுடன் ஆண் போன்றே காணப்படுவர். ஆனால், அகக்-கருப்பையும்,

உள்ளே கருமுட்டைக் குழாய்களும் காணப்படும். இது குழந்தையின் வளர்ச்சியில், முல்லேரியன் தடுக்கும் காரணியினை உற்பத்தி செய்யாமயே காரணமாகும்.

மாற்றுக் குரோமோசோம்கள் எண்ணிக்கை:

இந்த நிலையில் ஆணுக்கு எக்ஸ்-ஒய் என்ற குரோமோசோம் எண்ணிக்கையும், பெண்ணுக்கு எக்ஸ்-எக்ஸ் என்ற குரோமோசோம் எண்ணிக்கையும் மாறுபட்ட நிலையில் காணப்படும். இவற்றுள் சிலவற்றினைக் காண்போம்.

டர்னர் குறைபாடு (Turner syndrome)

பெண்களில், எக்ஸ்-ஒய் என்ற குரோமோசோம் எண்ணிக்கை காணப்படும். பெண்களுக்குரிய எக்ஸ்-எக்ஸ் குரோமோசோம்களில் ஓர் எக்ஸ் குரோமோசோம் காணப்படாது. இத்தகு நிலையின் சில அறிகுறிகள்:மாதவிடாய்க் காலமின்மை, சவ்வு போன்ற கழுத்து, குறைந்த அளவு மார்பக வளர்ச்சி, கவனித்தல் குறைபாடு/மிக இயக்கக் குறைபாடு (ஒருமுகப்படுத்துதல், ஞாபகம்,கவனம் முதலியவற்றில் பிரச்சினை. மேலும் குழந்தைகள் சிறுவயது/பருவ வயதில் மிகைத்தன்மை கொண்டிருப்பர்.)மொழிச்சார்பற்ற திறன்களில் (கணிதம், சமூகத் திறன்கள், இடம் சார்ந்த காரியங்கள் முதலிய வற்றில்) குறைபாடு.

மூன்று எக்ஸ் நிலை (XXX syndrome)

மூன்று எக்ஸ் குரோமோசோம் கொண்ட பெண்கள் இந்நிலையின் கீழ் வருபவர்கள். இத்தகு நிலையின் அம்சங்களாவன: உயரமான தோற்றம்; மொழி,பேச்சு முதலிய திறன்களில் குறுகிய வளர்ச்சி, வலிமையற்ற தசைப் பற்று (டோன்).

க்ளினேஃபெல்ட்டர் நிலை (Klinefelters syndrome)

ஆண்களில் எக்ஸ்-எக்ஸ்-ஒய் என்ற குரோமோசோம் சேர்க்கை காணப்படும். இதன் அறிகுறிகள்: சாதாரணமான தம் வயது ஆண்களை விடை அதிக உயரம், மார்பகத் திசு அதிகம் காணப்படுதல், சிறிய விரைப்பை அளவு, விரிந்த இடைகள், இனப்பெருக்க உறுப்பினைச் சுற்றியுள்ள முடியானது பெண்களின் இனப்பெருக்க உறுப்பினைச் சுற்றியுள்ள முடி போன்ற அமைப்பினைக் கொண்டிருக்கும்.

எக்ஸ்-ஒய்-ஒய் நிலை (XYY)

இத்தகு நிலை கொண்டுள்ள ஆண்களில் அதிகமாக ஒய் குரோமோசோம் ஒன்று காணப்படும். இத்தகு நிலை, பிறக்கும் ஆயிரம் ஆண் குழந்தைகளில் ஒன்றில் காணப்படும் என்று அறிவியல் அறிஞர்கள் கூறுகின்றனர்.

எக்ஸ்-எக்ஸ் ஆண் நிலை (XX male syndrome)

தந்தையின் எக்ஸ் குரோமோசோமில், ஆணுக்குரிய எஸ்-ஆர்-ஒய் மரபணு இருப்பின், பெண்ணின் எக்ஸ்-எக்ஸ் குரோமோசோமுடன் இணையும்போது பிறகும் குழந்தை எக்ஸ்-எக்ஸ் என்ற பெண்ணுக்குரிய குரோமோசோமிலயே இருந்தாலும், அந்தக் குழந்தை ஆணாகவே காணப்படும். இதன் சில வெளிப்பாடுகள்: மலட்டுத்தன்மை, சிறிய விரைகள், ஆண்களில் மார்பக வளர்ச்சி.

எக்ஸ்-ஒய் கோனடல் டிஸ் -செநிசிஸ் (XY gonadal dysgenesis)

இந்த நிலையில் இருக்கும் நபர், புறத்தோற்றதில் பெண்ணாகவே இருப்பினும், யோனிக்கு பதிலாக ஒரு செயலற்ற திசு காணப்படும். இவை, மருத்துவ முறைப்படி அகற்றப்படாவிட்டால் பருவமெய்துதல் நடைபெறாது.

மொசைசிசம் மற்றும் சிமேரிசம் (Mosaicism and chimerism)

உடலின் சில பகுதிகளில் எக்ஸ்-எக்ஸ்/எக்ஸ்-ஒய் குரோமோசோம் களும், வேறு பகுதிகளில் இவை தவிர்த்த குரோமோசோம்களும் காணப்படின் அதுவே மொசைசிசம் மற்றும் சிமேரிசம் ஆகும். மொசைசிசத்தில் இந்தக் கலவையானது கருவுறுதல் நிகழ்விற்குப் பிறகு, கருவில் நிகழும் ஒரு திடீர் மாற்றத்தினால் உருவாகும். ஆனால், சிமேரிசத்தில் இந்நிலை இரு கருக்களின் இணைவினால் உருவாகும்.

எடுத்துக்காட்டாக, நாற்பத்து ஐந்து எக்ஸ்-ஒய் / நாற்பத்து ஆறு எக்ஸ்-எக்ஸ் நிலையில் உடலின் சில பகுதிகளில் எக்ஸ்-ஒய்யும், வேறு சில பகுதிகளில் நாற்பத்து ஆறு எக்ஸ்-எக்ஸ் குரோமோசோமும் காணப்படும்.

இடையிலிங்க நிலையால் ஒடுக்கப்பட்ட இந்திய வீராங்கனைகள்

மேற்கு வங்கத்தைச் சேர்ந்த தடகள வீராங்கனை பிங்கி பிராமணிக் மீது பாலியல் வன்புணர்வு வழக்குப் பதிவு செய்யப்பட்டது குறித்தும், அவரது பாலினம் தொடர்பான சர்ச்சைகள் குறித்தும் மீடியாவில் பலரும் விவாதித்தார்கள்.

பிங்கி ஏப்ரல் 10, 1986 அன்று பருலியாவில் ஒரு சாதாரண நடுத்தர குடும்பத்தில் பிறந்தவர். தன்னுடைய 17ம் வயது தொடங்கி 2007 வரை இந்தியாவுக்காகப் பல பதக்கங்களை வென்றெடுத்தவர். கடந்த மூன்று ஆண்டுகளாக பிங்கியுடன் வாழ்ந்ததாகக் கூறப்படும் ஒரு பெண் அளித்த புகாரின் பெயரில், போலீசார் பிங்கிமீது வழக்குப்பதிவு செய்து கைது செய்தனர். புகார் கொடுத்த பெண் ஏற்கெனவே திருமணமாகி விவாகரத்துப் பெற்றவர். ஒரு குழந்தைக்குத் தாயும்கூட.

இந்தப் பெண்ணுடன் பிங்கி மூன்றாண்டுகள் வாழ்ந்தது உண்மை யானால் பாலியல் வன்புணர்வு புகார் எங்கிருந்து வந்தது? புரிதல் இன்றியா மூன்றாண்டுகள் அவர்கள் ஒன்றாக வாழ்ந்திருக்கமுடியும்? இத்தனை காலம் ஏன் இப்படியொரு புகாரை அந்தப் பெண் பதிவு செய்யவில்லை?

மார்க்சிஸ்ட் கட்சியின் பாராளுமன்ற உறுப்பினரான ஜோதிர்மயின் கணவர் அவதார் சிங் என்பவரின் தூண்டுதலால் பிங்கியின் மீது தான் புகார் செய்ததாக அவரது கைதுக்குப் பிறகு சொன்னார் அந்தப் பெண். அவதார் சிங் மீது ஏற்கெனவே பல்வேறு வழக்குகள்

உள்ளன. இந்நிலையில், மேற்கு வங்க அரசு இலவசமாக பிங்கிக்கு அளித்த நிலத்தைக் கையகப்படுத்துவதற்கே இந்தச் சதியை அவர் மேற்கொண்டார் என்றும் சொல்கிறார்கள். பிங்கி கைது செய்யப்பட்டு, ஜாமினில் வெளியானபோது, அவருக்குத் துணையாக இருந்தவர் ஜோதிர்மயி.

விஷயத்தின் மையத்துக்கு வருவோம். பிங்கி எந்தப் பாலினத்தைச் சேர்ந்தவர் என்பது ஏன் இங்கு முக்கியமாகிறது? ஒருவர் தாம் விரும்பி ஏற்றுத் தேர்வு செய்த பாலினத்தை ஏற்றுக்கொள்ள அவருக்கு முழு சுதந்திரம் இருக்கிறது. அந்த வகையில், தனது Sexual orientation எப்படி இருக்கவேண்டும் என்பதை முடிவு செய்யும் உரிமை பிங்கிக்கு உண்டு.

பாலினம் என்பது ஒருவருடைய உளரீதியான, உணர்வுரீதியான விஷயம். அதை அனைவரும் அறியும்படி வெளிப்படுத்துவதும் சர்ச்சைக்குள்ளாக்குவதும் முதிர்ச்சியற்ற செயல்பாடு. மற்றவர்களைப் பாதிக்காதவரை, ஒருவருடைய தனிமனித வாழ்க்கையும் பாலினமும் தனிப்பட்ட விவகாரங்கள் மட்டுமே.

பிங்கி தன்னை ஒரு பெண்ணாக அடையாளப்படுத்திக்கொள்கிறார். ஆனால், மருத்துவப் பரிசோதனை அவரை ஆண் என்கிறது. இரண்டில் எது உண்மை? மருத்துவப் பரிசோதனையை மட்டுமே வைத்து ஒருவரது பாலினத்தை உறுதி செய்யமுடியாது என்பதுதான் உண்மை.

ஆனால், பிங்கிக்கு இந்த உரிமை அளிக்கப்படவில்லை. அவரது பாலினத்தைத் தீர்மானிக்க நீதிமன்றம் மருத்துவப் பரிசோதனையையே தீர்வாக முன்வைத்தது. ஆனால் பாலினத்தைத் தீர்மானிக்கும் பரிசோதனை நம்பகத்தன்மையற்றது என்பதை அமெரிக்க உளவியல் அமைப்பு வெளியிட்டுள்ள அறிக்கை சுட்டிக்காட்டுகிறது. உயிரியல் ரீதியாக, இனப்பெருக்க உறுப்புக்களின் அடிப்படையில் பாலின அடையாளத்தை நிறுவிவிடமுடியாது.

உதாரணத்துக்கு, பிங்கியின் மருத்துவ அறிக்கை, அவருக்கு male pseudo hermaphroditism (ஆண் என்றாலும் முழு ஆணல்ல) இருப்பதைச் சுட்டிக்காட்டுகிறது. 'உயிரியல் ரீதியாக மட்டும் பாலினத்தை முடிவு செய்துவிடமுடியாது. நான் ஒரு திருநர் (Transgender) அல்ல, பெண்தான்' என்று பிங்கி அடித்துக் கூறுகிறார். தான் ஒரு பெண் என்று உணரவும், செயல்படவும் பிங்கிக்கு முழு உரிமை இருக்கிறது. இந்நிலையில், மீண்டும் மீண்டும் அவரைப் பரிசோதனைக்கு உட்படுத்துவது உளவியல் மற்றும் உடலியல் சித்திரவதையாகும்.

பிங்கி விஷயத்தில் பிரச்சினை தொடங்கியது, மதுரையில் நடைபெற்ற ஒரு தேசிய விளையாட்டுப் போட்டியின்போதுதான். ஆண்களுக்கான ஹார்மோன்கள் அவரிடம் மிகையாக இருந்தது கண்டறியப்பட்டு, அவர் விளையாடக்கூடாது என்று தடை விதிக்கப்பட்டது.

ஆண், பெண் என்ற உடலியல், உளவியல் கட்டமைப்புகளைக் கடந்து, ஒருவருடைய திறமையை அங்கீகரிக்கும் அளவுக்கு நம் சமூகம் இன்னும் வளரவில்லை என்பதையே இத்தகைய சம்பவங்கள் உணர்த்துகின்றன.

இந்தியச் சட்டத்தின்படி பாலியல் வன்புணர்வு என்பது ஓர் ஆணால் பெண்மீது நிகழ்த்தப்படுவது. ஒரு பெண் இன்னொரு பெண்மீது பாலியல் வன்புணர்வு புகார் கொடுத்தால் அதைச் சட்டம் ஏற்காது. பிங்கியைப் பொருத்தவரை, ஒரு வேளை அவர் பாலியல் வன்புணர்வு செய்தது உண்மையாகவே இருந்தாலும், அவர் ஓர் ஆண் என்று உறுதி செய்யப்படாதவரை சட்டத்தால் அவரைத் தண்டிக்கவே முடியாது. இரு தரப்பினருக்கும் சரியான நீதி கிடைக்காமல் போய் விடக்கூடும்.

காவல் துறை பிங்கியைக் கையாண்ட விதமும் கண்டிக்கத்தக்கது. ஒருவர் மீதான குற்றம் நிரூபிக்கப்படும் வரை, அவரைக் குற்றவாளி போல் நடத்தக்கூடாது. பிங்கியின் பாலினத்தைத் தீர்மானிக்கும் முன்பே காவல்துறை அவரை ஆண்கள் சிறையில் அடைத்தது. மேலும், மருத்துவப் பரிசோதனையில் நான்கு ஆண் மருத்துவர்களும் ஒரே ஒரு பெண் மருத்துவருமே இருந்துள்ளனர்.

இதற்கிடையில், பிங்கியின் பாலியல் பரிசோதனைப் படங்கள் வெளியாகி பெரும் புயலைக் கிளப்பியது. பிங்கியின் விருப்பத்துக்கு எதிராக நடத்தப்பட்ட இந்தப் பரிசோதனை வீடியோவாக வெளியில் கசிந்தது எப்படி? தேவையற்ற இந்தச் சர்ச்சை காரணமாக, பிங்கியின் ரயில்வே பணி பறிக்கப்பட்டதற்கு யார் பொறுப்பேற்பது?

விளையாட்டு வீராங்கனைகள்மீது இத்தகைய புகார்கள் எழுவது புதிதல்ல. இதே காரணங்களைக் காட்டி சாந்தி சௌந்தரராஜனிடம் இருந்தும் பதக்கம் பறிக்கப்பட்டது. பிங்கியைவிட சாந்தி ஜாதிரீதியாக ஒடுக்கப்பட்டார். அவரின் பாலின நிலையைக் காரணமாக வைத்து அவரின் பதக்கம் பறிக்கப்பட்டது. சாந்தி காத்தகுறிச்சி என்ற குக்கிராமத்தில் தினக்கூலி பார்க்கும் பெற்றோருக்குப் பிறந்தவர். இவர் ஒரு தலித் மற்றும் இலங்கைத் தமிழர் என்பதாலே இவர்

முன்னேறப் பல முட்டுக்கட்டைகள். மின்சார, தண்ணீர் வசதி, ஏன், ஒரு கழிப்பறை வசதி கூட இவர் வீட்டில் இல்லை. சாந்தி ஒரு பெண்ணாக, ஒரு தலித்தாக பின்னர் இடையிலிங்க நிலையுடைய நபராக பட்ட வேதனைகள் ஏராளம். வெறும் 200 ரூபாய் வருமானத்திற்காகத் தினக்கூலியாக வேலை பார்த்தார். ஜூலை 2012 மத்திய அரசு இவருக்கு உதவி செய்ய முன்வந்தது. இதன் விளைவாக 2013ம் ஆண்டு இந்திய விளையாட்டுத் துறையின் பயிற்சிப் பள்ளியில் முதன்மைத் தடகளப் பயிற்சியாளர் பட்டம் பெற்றார். இவரின் பயிற்சிச் சான்றிதழை மதுரை வேலை வாய்ப்பு அலுவலகத்தில் பதிவு செய்வதில் கூட ஆயிரம் பிரச்சினைகள் இருந்தன.

இதைத் தொடர்ந்து சாந்தியின் தோழியும் சாந்தியைவிட இளைய வருமான ஒரு பெண் தன் குடும்பச் சூழ்நிலை காரணமாக விளையாட்டுத் துறையில் இருந்து வெளியேறி தமிழ்நாடு காவல்துறையில் கான்ஸ்டபிளாகச் சேர்ந்தார். வேலைக்குச் சேர்ந்த 15 நாட்களில் நடந்த இரண்டாம் கட்டப் பாலினப் பரிசோதனையில் அவர் ஒரு பெண் அல்ல; இடையிலிங்க நபர் என்று தெரிய வந்தது. இதனைக் காரணம் காட்டி அவர் தமிழ்நாடு காவல் துறையிலிருந்து நீக்கப்பட்டார். காவல்துறை உயர் அதிகாரிகளிடம் அவர் பலமுறை கெஞ்சியும் அவரை வேலையை விட்டு வெளியேற்றினர் காவல்துறையினர். தேசிய அளவிலான பல போட்டிகளில் தமிழகத்திற்காகப் பல பதக்கங்களை வென்றுள்ளார். ஆசிய அளவிலான போட்டிகள் மற்றும் ஒலிம்பிக்கில் பங்குபெறத் தகுதி இருந்தும் வறுமை மற்றும் பாலினம் காரணமாக விளையாட்டுத்துறையில் இருந்து வெளியேறினார்.

இதேபோல் கடந்த 2013ம் ஆண்டு தமிழகக் காவல்துறையிலிருந்து பாலினத்தைக் காரணம் காட்டி மேலும் ஒரு பெண் அதிகாரி வெளியேற்றப்பட்டார். இவர் பதிவு செய்த வழக்கில் தீர்ப்பளித்த நீதியரசர் நாகமுத்து 'பிறப்பால் பெண்ணாக அறியப்பட்டு பெண்ணாக வாழ்ந்துவரும் ஒரு தனிநபரின் பாலினத்தைக் கேள்விக்குட் படுத்துவது மனித நேயமற்ற செயல்' என்றார்.அவரை ஆறு மாத காலத்திற்குள் மீண்டும் பணியமர்த்தும்படியும் உத்தரவிட்டார். திருநங்கைகள் தொடர்பாக உச்சநீதிமன்றம் வெளியிட்ட ஆணை, இடையிலிங்க மக்களுக்கோ, திருநம்பிகளுக்கோ செல்லுபடியாகா து என்றும் தெளிவுபடுத்தினார்.

தன்னம்பிக்கை இழக்காமல் இருக்கும் பிங்கியும், சாந்தியும் சந்தேக மில்லாமல் துணிச்சல்மிக்க பெண்கள்தான்.

ஒடிஷாவைச் சேர்ந்த தடகள வீராங்கனையான டூட்டி சந்துக்கு டெஸ்ட்ரோஜன் ஹார்மோன் குறிப்பிட்ட அளவைவிட அதிகமாக

இருப்பதாகக் கூறி, அவரை தகுதி நீக்கம் செய்தது இந்திய தடகள சம்மேளனம். தடகளப் போட்டிகளில் பங்கேற்கவும் தடை விதிக்கப் பட்டது. இதை எதிர்த்து சர்வதேச விளையாட்டு நீதிமன்றத்தில் வழக்கு தொடரப்பட்டது. வழக்கை விசாரித்த நீதிமன்றம், 'ஒருவரை ஆண் என்றும், பெண் என்றும் எவ்வாறு நிர்ணயம் செய்கிறீர்கள்? ஹார்மோன்களை அடிப்படையாக வைத்து மட்டும் பாலினத்தை நிர்ணயம் செய்வது முற்றிலும் அறிவியல் பூர்வமற்றது. பெண் தன்மையை உறுதி செய்வதற்காக தற்போதுள்ள விதிமுறை களுக்கு இரண்டு ஆண்டுகள் தடை விதிக்கப்படுகிறது. எனவே, சர்வதேசத் தடகள விளையாட்டு சம்மேளனம், பாலின பரிசோதனை முறை மற்றும் விதிமுறைகள் பற்றி இரண்டு ஆண்டுக்குள் திருப்தி அளிக்கும் வகையில் பதில் தாக்கல் செய்ய வேண்டும். அவ்வாறு செய்யாதபட்சத்தில், பாலின பரிசோதனை நடைமுறை ஒட்டுமொத்தமாக நீக்கப்படும்' என அதிரடி உத்தரவைப் பிறப்பித்துள்ளது.

விளையாட்டுத்துறையைப் பொருத்தவரையில், ஒரு ஆண் தானொரு ஆண்தான் என்று நிரூபிக்க வேண்டிய அவசியம் ஏற்படுவதில்லை. ஆனால், பெண்கள் மட்டும் தங்களைப் பெண் என்று நிரூபிக்க வேண்டிய கட்டாயம் உள்ளது. இந்த விதிமுறையால் சர்வதேச அளவில் இதுவரையில் 75 வீராங்கனைகள் பாதிக்கப் பட்டுள்ளனர். சர்வதேச விளையாட்டு நீதிமன்றத்தின் புதிய உத்தரவு மூலம் விளையாட்டுத்துறையில் பாலின சமத்துவம் நிலைநாட்டப் பட்டுள்ளது.

டூட்டி சந்திற்கு இரண்டு ஆண்டிற்குள் நீதி கிடைத்துள்ளது. அவர் ஒலிம்பிக் போட்டியில் பங்கேற்பதற்கான தடை விலகிவிட்டது. கடந்த 2006ம் ஆண்டு இதே விதியின் அடிப்படையில்தான் சாந்தி சவுந்திரராஜனிடம் பதக்கங்கள் பறிக்கப்பட்டதோடு, போட்டிகளில் பங்கேற்கவும் தடை விதிக்கப்பட்டது. அவருக்கு இதுவரை நீதி கிடைக்கவில்லை.

சாந்தியை பத்து மருத்துவர்கள் பாலின பரிசோதனை செய்தனர். அதில் ஒருவர் மட்டும் பெண் மருத்துவர். இந்தியா சார்பில் சாந்தியுடன் சென்ற மருத்துவர், பரிசோதனை செய்யும் கூடத்தின் வெளியே காத்திருக்க, மற்ற ஆண் மருத்துவர்களின் முன்பு சாந்தியின் உடைகளைக் களைந்து நிர்வாணப்படுத்தினார்கள். பரிசோதனை என்ற பெயரில் வார்த்தைகளால் வர்ணிக்கமுடியாத அளவுக்குக் கொடுமைகள் அரங்கேறின. கூனிக் குறுகி மிகுந்த அவமான உணர்வோடு வெளியே வந்தார் சாந்தி. இந்தியாவின் சார்பில் சென்ற அலுவலர்கள் எவரும் இதுகுறித்து வாய்திறக்கவில்லை.

2006ல் இந்தியா பத்து தங்கங்கள், 17 வெள்ளி, 26 வெண்கலம் என்று மொத்தம் 53 பதக்கங்களை வாங்கி, எட்டாவது இடத்தில் இருந்தது. ஆனால் அதைப்பற்றிய பேச்சுகள் இல்லை; சாந்தியின் விஷயமே பெரிதும் பேசப்பட்டது. 2007ம் ஆண்டு கூகுளில் அதிகம் தேடப் பட்ட நபராக சாந்தி வலம் வந்தார். 200க்கும் மேற்பட்ட ஊடகங்களில், 300 மொழிகளில் சாந்தியின் நிலைமை குறித்து கட்டுரை எழுதினார் கள். முதல்முறையாக ஊடக அறிவியல் முறையில், பாலியல் பரிசோதனைகள் குறித்த அறிவியல்பூர்வமான செய்திகளை அலசத் தொடங்கினார்கள். ஆனாலும் சாந்தியின் நிலைமை என்னவோ மாறவில்லை.

இடையிலிங்கத்தவர் குறித்த தவறான கருத்துக்கள்

பெரும்பாலான ஊடகங்கள் இடையிலிங்க மக்களின் பாலின அடையாளத்தை திருநங்கைகள் என்று தவறாகக் குறிப்பிடுகின்றனர். இது முற்றிலும் சகித்துக் கொள்ள முடியாத ஒரு செயல். ஒரு குழந்தை பிறக்கும்போது திருநங்கையாகப் பிறக்க முடியாது. ஆனால் இடையிலிங்கமாகப் பிறக்க முடியும். ஆதலால் இடையிலிங்க மக்களைத் திருநங்கையோடு சேர்ப்பது தவறு. அதேபோல், இடையிலிங்க மக்களின் போராட்டம், திருநங்கை களின் போராட்டத்துடனோ அல்லது LGBயின் போராட்டங் களுடனோ சேர்ந்து செல்வது மிகவும் ஆபத்தான விஷயம் என்று சர்வதேச இடையிலிங்க மக்கள் உரிமைகள் கழகத்தின் தலைவி ஹிடா வில்லோரியா குறிப்பிடுகிறார்.

இந்தியாவில் இடையிலிங்க நிலையுடன் பிறக்கும் குழந்தைகளை மருத்துவர்களே அறியாமையால் குழந்தையின் பாலுறுப்பை அறுவை சிகிச்சை செய்து மாற்றுகின்றனர். இப்படி அறுவை சிகிச்சை செய்து மாற்றப்படும் குழந்தைகள் ஆண் குழந்தைகளாக இருக்கவேண்டும் என்று பெரும்பாலான பெற்றோர்கள் எதிர்பார்க் கின்றனர். போதிய விழிப்புணர்வு இல்லாததால் கிராமங்களில் இடையிலிங்கக் குழந்தைகளை சிசுக் கொலையும் செய்து விடுகின்றனர் பலர். இவர்களுக்கான மருத்துவ வசதி, சட்டம், சமூக அமைப்பு என்று ஒன்றுகூட இந்தியாவில் இல்லை. உலகில் 2.7% இடையிலிங்க மக்கள் இருப்பதாக ஹிடா தெரிவிக்கிறார். இவர்களைப் பற்றிப் பேச்சு எழுப்பாத எண்ணற்ற சாந்திகள் கொலை செய்யப்பட்டுக்கொண்டுதான் இருப்பர்.

இடையிலிங்கத்தவர் என்பது ஆணுக்குரிய இனப்பெருக்க உறுப்பும், பெண்ணுக்குரிய இனப்பெருக்க உறுப்பும் உடைய நிலையாகும். ஆணுக்குரிய முழுமையாக வளர்ச்சியடைந்த உறுப்பும், பெண்ணுக்குரிய முழுமையாக வளர்ச்சியடைந்த உறுப்பும் உடையவர்கள் அல்ல. பெரும்பாலும் இடையிலிங்க மக்களின் உறுப்புக்கள் ஆண் அல்லது பெண் போன்று தோற்றமளிப்பவை. எனினும், சில மாறுபட்ட வளர்ச்சியும், உறுப்புகளும் இவர்களில் காணப்படும். ஆண்குறியுடனும், யோனித் துவாரத்துடனும் உள்ள இடையிலிங்கத்தினர் உண்டு. ஆனால் ஆணுக்கும் பெண்ணுக்கும் உரிய முழு வளர்ச்சியடைந்த இனப்பெருக்க உறுப்புகளுடன் பிறப்பவர்கள் கிடையாது.

இரண்டாயிரத்தில் ஒருவர்

இரண்டாயிரத்தில் ஒருவரே இடையிலிங்க நிலை உடையவர் என்று ஒரு கணிப்பு கூறப்படுகிறது. பாலினம் நிர்ணயம் செய்வதற்கென்ற குழுக்கள் இருக்கும் மருத்துவமனைகளில் பிறக்கும் குழநதைகளில், இரண்டாயிரத்தில் ஒருவர் இடையிலிங்கம் நிலை உடையவராய் இருக்கின்றார் என்பதே இதன் பொருள். பெரும்பான்மையான மருத்துவமனைகளில் பாலின நிர்ணயக் குழுக்கள் கிடையாது. எனவே இந்தப் புள்ளிவிவரம் பெரும்பாலும் தவறான கணிப்பே ஆகும்.

இடையிலிங்க நிலை என்பது ஒருபால் ஈர்ப்பு சார்புடையதா?

இதுவும் முற்றிலும் தவறான கருத்தாகும். பாலின ஈர்ப்பு என்பது, ஒருவரின் பாலியல் ஒருங்கிணைவுடன் தொடர்புடையது. இடையிலிங்கத்தவர் நிலை, அவர்தம் உயிரியல் பாலின உறுப்புக்கள் மற்றும் பாலினத் தன்மைகளுடன் தொடர்புடையது.

இடையிலிங்கம் என்பது பாலினத்துடன் தொடர்பற்றதா?

இதுவும் முற்றிலும் தவறான கருத்தாகும். இடையிலிங்கம் என்பது உடல் ரீதியான பாலினம் மட்டுமல்ல; தம்மைக் குறித்து ஓர் இடையிலிங்கத்தவர் எத்தகு பாலின ரீதியான கருத்தினைக் கொண்டுள்ளார் என்பதனையும் குறிப்பதாகும்.

இடையிலிங்கத்தவர் என்பவர்கள் திருநர்களா?

பொதுவாக, திருநங்கையரும், இடையிலங்கத்தவரும் ஒன்றே என்று கருதும் நிலை உள்ளது. இது முற்றிலும் தவறான ஒன்றாகும். இடையிலிங்கத்தவர் உயிரியல் ரீதியாகவே, பிறப்பிலேயே தம்

உடல் உறுப்புகளில் மாறுபட்ட தன்மை உடையவர்களாகக் காணப்படுவர். ஆனால், திருநங்கையர்/திருநம்பியர் பிறப்பில் ஆணாகவோ/ பெண்ணாகவோ பிறந்த பின்பு, தம் உடலினைப் பெண்ணாகவோ/ஆணாகவோ மாற்றிக்கொள்பவர்கள். (ஆனால், இடையிலிங்கதவருள் சிலர் தம்மை ஆணாகவோ அல்லது பெண்ணாகவோ விரும்பி மாற்றிக் கொள்வதும் உண்டு.)

இடையிலிங்கம் என்பது குணப்படுத்த இயலும் ஒரு நோய்

இடையிலிங்க மக்களுக்கு எதிராக வைக்கப்படும் ஓர் ஒடுக்குமுறை இது. எப்படிப் பெண்ணாகவோ அல்லது ஆணாகவோ பிறப்பது நோய் அல்ல என்று சமூகம் கருதுகிறதோ அதுபோலவே இடையிலிங்கம் என்பதும் நோய் அல்ல என்ற மனப்பக்குவம் வேண்டும். ஆணாகவோ அல்லது பெண்ணாகவோ பிறப்பவர் களுக்கு எப்படி நோய்கள் உண்டோ, அதுபோலவே இடையிலிங்கத்தவற்கும் நோய்கள் உண்டு. எப்படி எல்லா மலர்களையும் வண்டு தாக்குவது இயற்கையோ, எப்படி அது மலரின் குற்றமிலையோ, அது போலவே இடையிலிங்கத்தவரின் நிலையும். இடையிலிங்கத்தவர் உடல் உறுப்புகளை அரக்கத்தன மான மருத்துவ முறைகள் மூலம் வெட்டி எறிவது, புதிய நிறத்தில் விளைந்த மலர்களைக் கசக்கி எறிவது போன்ற ஈவு இரக்கமற்ற செயல்.

இடையிலிங்கத்தவரின் உடலினை ஆண்/பெண் போன்று மாற்றினால் பிரச்சினைகள் தீர்ந்து விடும் என்பது போன்ற கொடூரமான முறை வேறொன்றில்லை.

போரில்கூட இத்தனை பிரச்சினை இல்லை. ஏனென்றால் அங்கே இரண்டு எதிரிகள் மோதிக்கொள்கிறார்கள், அவ்வளவுதான். ஆனால் தன் சொந்த உடலை ஆண்-பெண் என்ற பாலியல் இருமைக்குள் அடக்க, வெட்டுவதும் எறிவதும் போன்ற கொடுமைகள் இந்த உலகில் வேறில்லை.

இத்தகைய கொடூரமான சிந்தனை உடைய உளவியல் அறிஞர்களை, பாலினம் என்பது ஏதோ வளர்ப்பு முறையில் வருவது என்ற அவர்களது கருத்தினை முறியடித்து அனைவரையும் பெரும் அதிர்ச்சிக்குள்ளாக்கிய நிகழ்வு - தாவீது ரேயமர் என்பவரின் வாழ்க்கையாகும். தாவீது என்ற பெயரில் இரட்டைக் குழந்தைகளுள் ஒன்றாகப் பிறந்த அந்தக் குழந்தைக்கு, பிறந்த எட்டாவது மாதத்தில், ஆண்குறியில் இருந்த ஒரு பிரச்சினையினைத் தீர்ப்பதற்காக சுன்னத்

செய்தபோது மருத்துவரின் கவனமின்மையில் அந்த பிஞ்சுக் குழந்தை தன் ஆண்குறியினை இழந்துவிட்டது. ஜான் மோனே என்ற உளவியல் அறிஞர், அந்தக் குழந்தையைப் பெண்ணாக வளர்க்குமாறு ஆலோசனை கூறினார். அதன்படி அந்தக் குழந்தை 'பெண்ணாக' வளர்க்கப்பட்டது.

பாலினம் என்பது வளர்ப்பு முறையால் மட்டுமே தீர்மானிக்கப் படுவது என்ற எண்ணத்தில் 'பிரெண்டா' என்ற பெயரில் பெண்ணாக வளர்க்கப்பட்ட அந்தக் குழந்தை, மகிழ்ச்சியாக இருக்கிறது என ஜான் மோனே கூறி வந்தார். ஆனால், தன்னைப் பற்றி அறிந்து கொண்ட அந்தக் குழந்தை தன்னை மீண்டும் ஆணாகவே மாற்ற வேண்டும் என்ற ஆசையைத் தெரிவித்தது. இது உளவியலின் கருத்துகளை அதிர்ச்சிக்குள்ளாக்கியது. தன்னை மீண்டும் நான்கு கட்ட அறுவைசிகிச்சை மூலம் ஆணாக்கிக்கொண்ட அவர் மகிழ்ச்சியுடன் வாழ்ந்தாரா? இல்லை. இரண்டாயிரத்து எட்டாம் ஆண்டு தற்கொலை செய்துகொண்டார்.

உடல் என்பது ஆண் அல்லது பெண்ணாக மட்டுமே இருக்க வேண்டும்; பாலினம் என்பது ஆண் அல்லது பெண்ணாக மட்டுமே இருக்கவேண்டும் என்பது போன்ற பாலியல் பாசிசம் கொண்ட மக்கள், நிச்சயமாக நாசிகள் கொன்ற யூதர்களை விட அதிகம்! இரண்டு வட்டங்களுள் மட்டுமே வாழ ஒருவரைக் கட்டுப்படுத்தும் இந்தச் சமூகம், கொல்லாமை குறித்தும், அமைதி குறித்தும் பேசுவதில் எந்தப் பொருளுமில்லை. இங்கே அடி ஆழத்தில் எல்லாம் அழுகுரல். தன் உடலை அறுக்க, வெட்ட, நொறுக்க கட்டுப்படுத்துவதே சமூகத்தின் பெருந்தன்மை என்றால், இச்சமூகம் வலியுறுத்துவது எந்த வகை அமைதி? இது எந்த வகை அன்பு? கொஞ்சம் சமூகம் யோசிக்கட்டும்.

இதுவரை எத்தனை பிஞ்சு உடல்கள் இந்தக் குரூரத்திற்குப்பலியிடப் பட்டிருக்கும்? மிருகங்கள் உள்ளிட்ட எல்லா உயிரிகளிலும்தான் இந்த இடையிலிங்க நிலை காணப்படுகிறது. ஆனால் அவை ஆண் என்றும் பார்ப்பதில்ல;பெண் என்றும் பார்ப்பதில்லை. அங்கே இடையிலிங்க நிலை உள்ள உயிரிகள் வாழ்கின்றன, வளர்கின்றன. ஆறறிவு கொண்ட மனிதரில் மட்டும் ஏன் இந்த நிலை? இது வளர்ச்சியின் அறிகுறியா? இல்லை. நம்மிடம் அன்பு இல்லை என்பதன் ஒரே அறிகுறி இது. பெற்ற தாய் தன் குழந்தையை வெறுப்பாளா என்றுபாசமாகச் சொல்லுபவர்களே, இடையிலிங்க மக்களுள் எத்தனை பேருக்கு அன்பு கிடைக்கிறது என்று

| 84 |

சொல்லமுடியுமா? ஒரு பிஞ்சுக் குழந்தையின் உடல் வெட்டப்பட்டு அது ஆணாகவோ அல்லது பெண்ணாகவோ சரி செய்யப்பட்ட பிறகுதான் வருமா அந்த அன்பு?

மனங்களில் கொஞ்சம் அன்பை ஏற்றுவோம். இருமை என்பது பொருளற்றது என்பதை நாம் உணரவேண்டும். வேறுபாடுகளை மறந்து, வேறுபாடுகளைக் கடந்து நிற்கும் அந்த அன்பைக் கொஞ்சம் விதைப்போம். பிறரது உணர்வுகளைப் புரிந்துகொள்ளாமல் ஆயிரம் தத்துவம் பேசிப் பயனில்லை. இது வாழ்வு. இந்த உலகில் சிறகு விரித்துப் பிறரைப் போலவே பறக்க வேண்டிய இந்த மக்களின் இறக்கைகளை ஏன் நாம் வெட்டி விடுகிறோம்? வெட்டியதும் முளைக்க இது ஒன்றும் நம் தோட்டத்தில் வளரும் ரோஜாச் செடி அல்ல. ஓர் உயிர். ஓர் உயிரின் ஏக்கம். அதன் உணர்வுகளைப் புரிந்து கொண்டு வாழ இயலாமல் பழம்பெருமை பேசி என்ன பயன்? கொஞ்சம் சிந்திப்போம்!

சுழியர் காதல் வகை

உலகில் பிறந்த ஒவ்வொரு உயிருக்கும் காதல் ஏற்படும் என்பது இயற்கையின் நியதி. அந்தக் காதலானது நட்பு, பாசம், இனம், மொழி, மதம், பாலினம், கொள்கை, ஜாதி, நன்மை, தீமை என எல்லாவற்றையும் கடந்து நிற்கிறது. காதல் ஒருங்கிணைவு என்பது சிறிதும் காமம் கலக்காத விஷயம். நீங்கள் நேசிக்கும் ஒரு நபரை எப்போதும் காமக் கண்ணோட்டத்துடன் காண இயலாது. விவரிக்க இயலாத ஓர் அனுபவம் என்று கூறுபவர்களும் இருக்கத்தான் செய்கிறார்கள். இதில் மிகவும் தெரிந்த ஆண்-பெண் இருமைக் காதலைத் தவிர்த்து சுழியர் (Asexuals) காதலில் பல வகையுண்டு அவை:

காதல் ஒருங்கிணைவு

காதலிலி - Aromantic
எதிர்பால் காதல் உணர்வினர் - Heteroromantic
ஒரே பால் காதல் உணர்வினர் - Homoromantic
திருநர் காதல் உணர்வினர் - Transromantic
இருமைக்காதல் உணர்வினர் - Biromantic
முழுமைக்காதல் உணர்வினர் - Panromantic
பன்மைக்காதல் உணர்வினர் - Polyromantic
அரைக்காதல் உணர்வினர் - Demiromantic

மேற்கூறிய காதல் ஒருங்கிணைவின் வகைகள் இவ்வாறு பிரிக்கப்பட்டு உள்ளன. ஒரு நபர் இன்னொரு நபர் மீது வைக்கும்

ஆழ்ந்த அன்பை இது குறிக்கும். பெரும்பாலும் காதல் என்ற உணர்வு சார்ந்த தளத்தில் இது எழுவதால், இங்கு காமத்திற்கும் பாலினத்திற்கும் (ஏன் ஒரு குறிப்பிட்ட இனம் என்பதற்கும் கூட) எந்தக் குறிப்பும் முற்றிலும் இல்லாமல் போகிறது.

இனி சுழியர்கள் பற்றியும் சுழியர்களின் காதல் ஒருங்கிணைவு பற்றியும் பார்க்கலாம்.

சுழியர்

எந்த ஒரு பாலின ஈர்ப்பும் அற்றவர்களே சுழியர் ஆவர். மக்கள் தொகையில் இவர்கள் ஒரு சதவிகிதம் உள்ளனர் என்று கின்சே அறிக்கை கூறுகிறது. பாலியல் ஈர்ப்புக் கொள்ளாததற்கும், பாலியல் உறவுகளை விரும்பித் தவிர்ப்பதற்கும் வேறுபாடுகள் பல உண்டு. சுழியர்கள் தாமாக விரும்பித் தம் பால் ஈர்ப்பினைத் தவிர்ப்பதில்லை. மாறாக எப்படி ஒருவர் இயற்கையாகவே ஆணிடமோ பெண்ணிடமோ ஈர்ப்புக் கொள்கின்றனரோ, அல்லது ஆணிடம் ஈர்ப்புக் கொண்டு பெண்ணிடம் ஈர்ப்புக் கொள்ளாமல் இருக்கின்றனரோ அது போலவே எந்தப் பாலினத்தவரிடமும் பாலீர்ப்புக் கொள்ளாமையும் ஒரு சாதாரண பாலீர்ப்பு அடையாளம்தான்.

துறவறம் முதலியவற்றில் ஒருவர் விரும்பிப் பாலீர்ப்பினை துறந்து விடுகிறார். ஆனால் சுழியர்கள் விரும்பி அவ்வாறு செய்வதில்லை. அதுவே அவர்களது இயற்கை. சுழியர் பிற மக்களைப் போலவே உணர்வு ரீதியான மற்றும் மன ரீதியான தேவைகளைக் கொண்டுள்ளனர். இவர்கள் வேறுபட்டவர்கள் என்று நாம் ஒதுக்கித் தள்ளிவிடக் கூடாது.

சுழியர்களுக்கும் பாலியல் எழுச்சிக் குறைபாடு மற்றும் பாலியல் ஆர்வக் குறைபாடு உடையவர்களுக்கும் உரிய வேறுபாடு என்ன?

பாலியல் எழுச்சிக் குறைபாடு என்பது முற்றிலும் சுழியர்களில் இருந்து மாறுபட்டது. சுழியர்கள் என்றாலே பாலியல் எழுச்சியில் குறைபாடு உடையவர்கள் என்பது தவறு. சுழியர்களில் பெரும் பாலானோர்களுக்குப் பாலியல் எழுச்சி காணப்படும், ஆனால் பாலியல் ரீதியான ஈர்ப்பின் அடிப்படையில் அது அமையாது. மேலும் பாலியல் எழுச்சிக் குறைபாட்டில், அக்குறைபாடு உள்ள குறிப்பிட்ட அந்த நபருக்குக் கடுந்துன்பம் நிலவும். மற்றவர்களுடன் சமரச உறவும் சரியாக அமையாது. ஆனால் சுழியரில் இது ஒரு குறைபாடு என்ற கருத்தே இருக்காது. இயல்பாக அவர்கள் உணர்வதாகவே இது அமையும்.

காதல் ஈர்ப்பு சுழியர்க்கு ஏற்படுமா?

பாலியல் ரீதியாக எவரிடமும் ஈர்ப்புக் கொள்ளாத சுழியர்கள், மன ரீதியாக, உணர்வு ரீதியாகப் பிறரிடம் ஈர்ப்புக் கொள்வர். காமம் இன்றிக் காதல் மட்டும் கொள்ளும் சுழியர்களைப் பல்வேறு விதமாக இதன் அடிப்படையில் பிரிக்கலாம்.

காதலிலி

காதல் உணர்வுகள் எவரிடமும் கொள்ளாத சுழியர்கள். இவர்கள் யாரிடமும் காதல் உணர்வும், காம உணர்வும் கொள்ள மாட்டார்கள்.

எதிர்பால் காதல் உணர்வினர்

எதிர்பாலினத்தவரிடம் காதல் உணர்வு கொள்பவர்கள். எடுத்துக் காட்டாக ஓர் ஆண் எதிர்பால் காதல் உணர்வுடைய சுழியர், பெண்களிடம் ஈர்ப்பினை உணர்வர். இவர்கள் வெறும் மனரீதியாக மட்டுமே ஈர்ப்பு கொள்வர். உடல் ரீதியான ஈர்ப்பு இருக்காது.

ஒரே பால் காதல் உணர்வினர்

தான் எந்தப் பாலினத்திினைச் சார்ந்துள்ளாரோ அந்தப் பாலினத்தவரிடம் மட்டும் காதல் உணர்வு கொள்ளும் சுழியரே ஒரே பால் காதல் உணர்வினர் ஆவர். எடுத்துக்காட்டாக ஓர் ஆண் சுழியர், தம்மைப் போன்ற ஆண்களிடம் மட்டும், மனரீதியாக மட்டும், காதல் உணர்வு கொள்பவராக மட்டும் தம்மை அடையாளப்படுத்திக் கொண்டால் அவர்கள் ஒரே பால் காதல் உணர்வு கொண்ட சுழியர் ஆவர்.

திருநர்க்காதல் உணர்வினர்

திருநரிடம் மன ரீதியாக, உணர்வு ரீதியாக காதல் உணர்வு கொள்ளும் சுழியர், திருநர் காதல் உணர்வினர் ஆவர்.

இருமைக் காதல் உணர்வினர்

ஆண்கள் மற்றும் பெண்கள் ஆகிய இரு பாலினத்தவரிடமும் காதல் உணர்வு கொள்பவர்கள் இவர்கள். ஈரரின் காதல் அம்சம்.

முழுமைக் காதல் உணர்வினர்

அனைத்துப் பாலினத்தவரிடமும் காதல் உணர்வு கொள்ளும் சுழியர்கள், முழுமைக்காதல் உணர்வினர் ஆவர்.

பன்மைக் காதல் உணர்வினர்

இரண்டிற்கும் மேற்பட்ட பாலினத்தவரிடம் காதல் உணர்வு கொள்பவர்கள் பன்மைக் காதல் உணர்வினர் ஆவர். ஆண்,பெண் தவிர உள்ள பல பாலினத்தவரிடம் காதல் உணர்வு கொள்வர்.

இடைக்காதல் உணர்வினர்

காதலிலி நிலைக்கும் காதல் ஈர்ப்பினர் நிலைக்கும் இடையில் தம்மை அடையாளப்படுத்திக் கொள்பவர்கள். எந்தப் பாலினத்தினைச் சேர்ந்த சுழியரும் இத்தகு நிலையில் தம்மை அடையாளப்படுத்திக் கொள்வர்.

அரைக் காதல் உணர்வினர்

உணர்வுபூர்வமான தொடர்பு ஏற்பட்ட பிறகு காதல் உணர்வு கொள்பவர்கள். எந்தப் பாலினத்தினைச் சேர்ந்த சுழியரும் இவ்வாறு தம்மை அடையாளப்படுத்திக் கொள்ளலாம். எடுத்துக்காட்டாக, எதிர்பால் ஈர்ப்புடைய சுழியர் ஒருவர், ஒருபால் ஈர்ப்புடைய ஒருவரிடம் உணர்வுபூர்வமாக மட்டுமே தொடர்பில் உள்ளார். ஆனால், நாளடைவில் அந்த எதிர்பால் ஈர்ப்புடைய சுழியருக்கு, காதல் உணர்வு அந்த ஒருபால் ஈர்ப்புடைய சுழியரிடம் தோன்றியது என்றால், அது அரைக்காதல் உணர்வினர் வகையைச் சேர்ந்த காதல் உணர்வாகும்.

சுழியர்கள் முற்றிலும் பாலியல் உறவில் விருப்பமற்றவரா?

பல சுழியர்கள் பாலியல் உறவில் நாட்டமற்றவர்கள். ஆனால், சுழியருள் பலர் சுய இன்பம் கொள்வர். அவர்கள், இத்தகு செயலில் ஈடுபடுவது தம்முடைய பாலியல் விருப்பங்களை நிறைவேற்று வதற்காகவே. ஆனால், அவர்கள் பிறருடன் பாலியல் உறவு கொள்வதில் ஆர்வமற்றவராகவே இருப்பர். சில சுழியர்களுக்குப் பாலியல் ரீதியான கற்பனைகள் இருக்கும். ஆனால், அவற்றை வெளிக்கொணர்ந்து, செயல்படுத்தும் ஆர்வம் இருக்காது. மேலும், சில சுழியர்கள் தம்முடன் காதல் உறவு கொண்டுள்ளவர்களோடு உடலுறவில் ஈடுபடலாம். ஆனால், அத்தகு செயல்கள் தம்முடைய காதலரைத் திருப்திபடுத்தும் போக்கில் மட்டுமே அமையும். சுழியர்கள் விரும்பி அவற்றில் ஈடுபடுவதில்லை.

சுளியரும் உறவுகளும்

உறவுகள் என்பது காதல் என்ற அச்சில் சுழலும் பூமி போல. இந்தப் பூத உடலையும் கடந்து, அகநிலை உடலையும் காதலிக்கும்

உறவுகளே காதல் உணர்வுகள். காதலையும் காமத்தையும் பிரிக்கும் கோடு மிகச் சிறியது. அது உடலுக்கும் உள்ளத்திற்கும் இடையே உள்ள ஒரு சிறு கோடு. சுழியர்கள் உடலினைக் கடந்தவர்கள். மனங்களை மட்டும் அன்பு செய்யத் தெரிந்தவர்கள். உறவுகள் எப்போதும் உடல் வேட்கையில் மட்டும் இலங்குவதில்லை. இவ்வகையில், அன்பை மட்டுமே கொண்டு உறவுகளுள் வாழும் சுழியர்கள், எந்த வகையில் குறைந்தவர்கள்?

பெற்றோரும் சுழியர் குழந்தைகளும்

காமம் இன்றி உலகில் இனப்பெருக்கம் ஏது? எனவே சுழியரின் நிலை இயற்கைக்கு எதிரானது என்ற முடிவுக்கு நீங்கள் எளிதாக வரக்கூடும். வாழ்வில் காமம் என்பது ஒரு பங்கு மட்டுமே. காம உணர்வுகளை அனுபவிப்பவராக இருந்தும், பின்னர் ஏதோ பிரச்சினையில் அந்த உணர்வை வெளிப்படுத்தும் தன்மையை இழந்துவிடும் ஓர் இணையை, அன்பு செய்யும் இணைகள் இந்தச் சமூகத்தில் இல்லையா?

மனிதன் எனப் பிறந்துவிட்டால், தன் சந்ததியை உருவாக்க வேண்டும் என்பது ஏற்றுக்கொள்ளக்கூடிய கருத்துதான். ஆனால், அந்தக் கருத்து எப்போது அதிகமாக வலியுறுத்தப்பட்டு, சட்டமாக நம்மால் சொல்லப்படுகிறதோ அங்கேயே பிரச்சினைகள் உருவாகும். இயற்கையில், சுழியர் வகை உண்டு. உலகில் பாலியல் இனப்பெருக்கம் தோன்றுவதற்கு முன்னர், பாலுறவற்ற இனப்பெருக்க முறைகள் மட்டுமே இருந்திருக்கின்றன. பாலுறவு சக விருப்பத்தில் நிகழும் ஓர் அன்பின் வெளிப்பாடு. ஆனால், அதை வலியுறுத்தி, அத்தகு பாலுறவு எண்ணங்கள் இல்லாதவர்களை உடனடியாகப் பாலியல் மருத்துவரிடம் அணுக வைப்பது பாலியல் பாசிசம்.

சுழியர் குழந்தைகள், சமூகத்தின் இத்தகு விதியால் பெற்றோரால் மனநலம் பாதிக்கப்பட்ட குழந்தைகள் என்றே பார்க்கப்படும் போது, அந்தக் குழந்தையின் அக உணர்வுகளைக் கொஞ்சம் யோசித்துப் பார்க்கவேண்டும். ஒருவர் தம்மைச் சுழியர் என்று அடையாளப்படுத்துவதற்கு முன்பு, பல்வேறு கட்டங்களில் தம்மைத் தாமே உணர்ந்துதான், தம்மைச் சுழியர் என்று கண்டுகொள்வர். இத்தகு மக்களை, நாம் சட்டென்று நம் சமூக அமைப்பின் விதிகளுக்காகத் தூக்கி எறிவது என்பது மிகவும் கொடூரமானது.

இன்னும் பலர் சுழியர்களுக்கு உரியது சந்நியாசம் என்கிறார்கள். முற்றிலும் தவறான கருத்து இது. சந்நியாசம் என்பது ஒரு மனிதரின்

மதிப்பீடு, மதம் மற்றும் அகத்தேடல் போன்றவற்றுடன் தொடர்புடையது. ஆனால், சுழியர்கள் சந்நியாசத்தை மேற்கொள்ள வற்புறுத்துவது, அவர்களின் உணர்வுகளைப் புண்படுத்தும் ஒரு வன்முறை மட்டுமே. சுழியர்களுள் சந்நியாசி ஆக வேண்டும் என்ற எண்ணம் உடையவர்கள் இருக்கலாம். எப்படி வேறு ஒரு பால் அடையாளம் உடையவர்களிடம், சந்நியாசம் என்பது விருப்பத்தின் அடிப்படையில் அமைகிறதோ அது போலவே, சுழியர்களின் விருப்பத்தின் அடிப்படையில் மட்டுமே இது அமைய வேண்டும். சுழியர்கள் அனைவரும் சந்நியாசிகள் அல்ல. அவர்களுக்கும் காதல் உணர்வுகள் உண்டு. ஆனால் காமம் இல்லை. தான் தனக்குப் பிடித்த இன்னொருவருடன் நீடித்த உறவொன்றில் இருக்கவேண்டும் என்று அவா கொள்வது ஒன்றும் முரணான கருத்து அல்ல. சுழியர்களுக்கும் இத்தகு உணர்வுகள் இருப்பதும் முரணானது அல்ல.

இதுவரை பல்வேறு பாலினங்கள் பாலின ஒருங்கிணைவு மற்றும் காதல் ஒருங்கிணைவு பற்றிப் பார்த்தோம். இனி பாலின ஒருங்கிணைவில் இன்றைக்கு மிகவும் அறியப்படும் பிரச்சினைகளாக சமூகத்தில் பலரால் கருதப்படும் ஒருபால் ஈர்ப்பைப் பற்றி மிகவும் விரிவாகக் காணலாம்.

மாறாத கருத்துகள்

ஒவ்வொரு இனத்துக்கும், வகுப்புக்கும், அமைப்புக்கும், எல்லாக் குழுக்களுக்கும் சில மாறாத கருத்துகள் உண்டு. அந்தக் குழுவை வெளியில் இருந்து பார்ப்பவர்கள் அக்குழுவைக் குறித்து தீர்மானித்த கருத்துகளாகவே அவை பெரும்பாலும் இருக்கும். பின்னர் அந்த கருத்துகள் பரவலாக்கப்பட்டு, அந்தக் குழுவின் மாறாத கருத்துகளாக அவை நிலைபெற்றுவிடும். சமூகம் சார்ந்த பெரும்பாலான நம்பிக்கைகள், முறையான கண்காணிப்பு இல்லாமல், யூகங்களின் அடிப்படையில் உருவாகிவிடும். இத்தகைய தவறான யூகங்களே பல இன, வகுப்புவாத, பாலியல் சார்ந்த புறக்கணிப்புகளுக்கு முக்கியக் காரணங்களாக அமைந்துவிடுகின்றன.

பால்புதுமை சமூகம் தொடர்பாக இப்படி தவறான கருத்துகள் சமூகத்தில் நிலவுகின்றன. அதுமட்டுமில்லாமல் இத்தகைய பால்புதுமையினருக்கு உள்ளேயே ஒவ்வொருவரும் தங்களை தவறாக நினைக்க காரணமாக இக்கருத்துகள் அமைந்துவிட்டன. இப்படி தவறான யூகத்தின் அடிப்படையிலான கருத்துகளால் மக்களுக்கும், அந்தக் குறிப்பிட்ட பிரிவினருக்கும் இடையில் உள்ள இடைவெளி அதிகரிக்கும். அறியாமை மேலோங்கி, எதிர்மறையான விளைவுள் நிறைய உண்டாகும். யூத இனம் பெரும்பாலானோரால் புறக்கணிக்கப்பட்டதற்கும், கறுப்பின மக்கள் மீதான தாக்குதல் களுக்கும், ஒருபால் ஈர்ப்பாளர்கள் மீதான மக்களின் கோபங்களுக்கும் இப்படிப்பட்ட தவறான மாறாத கருத்துகளே காரணம்.

பெரும்பான்மையாக உள்ள விஷயத்தைப் பின்பற்றும் மக்கள், சிறுபான்மையாக சிலர் பின்பற்றும் விஷயங்களை

விசித்திரமாகவும், ஆதிக்க நோக்கத்துடனும் பார்ப்பது உலக இயல்பாகிவிட்டது. அதன்படி சிறுபான்மையானவர்களை மக்கள் மனநலம் பிறழ்ந்தவர்களாகப் பார்த்தது வரலாற்று உண்மை. இப்படியான தவறான கருத்துகளால் அதிகம் பாதிக்கப்பட்டது ஒருபால் ஈர்ப்பாளர்கள்தான்.

உதாரணமாக, ‘கே ஆண்கள் பெண்மைதன்மை உடையவர்கள், காமவெறி மிக்கவர்கள்’ என்ற ஒரு தவறான கருத்து அப்போது மக்கள் மத்தியில் உருவாக்கப்பட்டது. அதேபோல லெஸ்பியன் பெண்களை ஆண்மை உடையவர்களாகவும், பாலியல் உணர்வு அதிகம் கொண்டவர்களாகவும் பார்த்தார்கள். அதேபோல திருநர்களைக் கொடுமையானவர்களாகவும் மக்கள் பார்த்தார்கள்.

ஆனால் ஆய்வுகளும், மருத்துவ அறிவும் இத்தகைய கருத்துகளை அடியோடு மறுத்தது. சாதாரண மக்களைப் போலவே, பால்புதுமை யினரும் இயல்பானவர்களே என்று அறிவியல் சொன்னது. அறிவியல் கருத்து ஒரு பக்கம் இவர்களைச் சரியானவர்கள் என்று சொன்னது. மறுபுறம் மக்களின் புரையோடிய நம்பிக்கை சார்ந்த கருத்து இவர்களைத் தவறென்று சொன்னது. மக்கள் மத்தியில் மட்டு மல்லாமல், கே ஆண்கள் மத்தியிலும் லெஸ்பியன் பெண்கள் என்பவர்கள் ‘சிடுமூஞ்சிகள், ஆதிக்கம் செலுத்துபவர்கள்’ என்ற கருத்து நிலவியது.

லெஸ்பியன் பெண்களைப் பொருத்தவரை, கே ஆண்கள் என்பவர்கள் ‘வசதி நிறைந்த, அரசியல் அறிவற்ற, தவறாக வழிநடத்துபவர்கள்’ என்ற கருத்து நிலவியது. இந்த இரண்டு பிரிவினருமே இருநரை (bisexual) ‘சந்தர்ப்பவாதிகள், சூழ்ச்சிக்காரர்கள்’ என்று கருத்துக் கொண்டிருந்தார்கள். இத்தகைய ஒருபால் ஈர்ப்புக் கொண்ட நபர்களுக்கிடையில் நிலவிய தவறான யூகங்களால் இவர்களுக்குள்ளே ஒற்றுமை ஏற்படவில்லை, இவர்களின் போராட்டம் இன்னும் உயரத்துக்குச் செல்லவில்லை என்பதுதான் உண்மை. அதேபோல தொலைக்காட்சி மற்றும் திரைப்படங்கள் போன்றவற்றில் காலம்கால மாக ஒருபால் ஈர்ப்பாளர்களைப் பற்றிய தவறான பிம்பங்கள் உருவாக்கப்படுகின்றன. இத்தகைய பிம்பங்கள் இன்னும் மக்களைத் தவறான புரிதல்களை நோக்கிச் செல்ல வைக்கின்றன. நம் தமிழ் சினிமாவைப் பொருத்தவரை ஒருபால் ஈர்ப்பாளர்கள் என்பவர்கள் அதீத காம வெறி படைத்தவர்கள். இன்றைக்கும் ‘அவனா நீ?’, ‘கொரில்லா சிறை’ போன்ற வார்த்தைகளை நம்மால் கே பற்றிய சித்தரிப்பாகப் பார்க்கமுடிகிறது. இவர்களைப் பற்றிய இப்படி ஒரு சித்திரத்தை தமிழ் சினிமா தன் பங்குக்கு உருவாக்கி இருக்கிறது.

அறிவியலும், வரலாறும், மானுடவியலும், ஆய்வுகளும் சொல்லும் உண்மையை, இத்தகைய வலிமையான மக்கள் ஊடகங்கள் வெகு எளிதாகப் பொய்யாக மாற்றிவிடுகிறது. ஒருபக்கம் சத்தம் போட்டுத் திரைத்துறை ஒருபால் ஈர்ப்பை உதாசினப்படுத்தினாலும், மறுபுறம் விளம்பரத்துறை இத்தகைய மக்களின் ஆதரவைப் பெற மறைமுகமாக விளம்பரங்களைப் புகுத்துகிறது.

உதாரணமாக பெரும்பாலும் பெண்களை மையமாக வைத்து முன்பெல்லாம் விளம்பரங்கள் மேற்கொள்ளப்பட்டன. இன்றைக்குப் பாலினச் சிறுபான்மையினரின் ஆதரவைப் பெறுவதற்காகவே பல நிறுவனங்கள் தங்கள் விளம்பரங்களைக் கவர்ச்சியாக வெளியிடு கிறார்கள்.

உள்ளாடை விளம்பரம் முதல் ஆண்கள் பயன்படுத்தும் அனைத்துப் பொருட்களின் விளம்பரங்களும் மிகவும் கவர்ச்சியாக ஆண்களை வைத்தே எடுக்கப்படுகின்றன. இப்படிப் பல நிறுவனங்களும் பாலினச் சிறுபான்மையினர் பற்றி யோசித்துப் பல விஷயங்களை மேற்கொள்கின்றனர்.

இப்போதுதான் இந்தப் புரையோடிய நம்பிக்கை சார்ந்த தவறான யூகங்கள் 'பொய்' என்பதை மக்கள் மெல்ல உணர தொடங்கு கிறார்கள். இனியும் இப்படி தவறான கருத்துகளை நோக்கி மக்களைக் கொண்டு சென்றுவிடாமல், உண்மையை நோக்கி அழைத்துச் செல்வது இன்றைய இளைஞர்களின் கடமை.

அறியப்படாத அறிவியல்

எவ்வளவோ விஞ்ஞான வளர்ச்சி அடைந்து, புதிய கண்டுபிடிப்புகள் நடந்தாலும், ஒருபால் ஈர்ப்புக்கான முழுமையான காரணத்தை இன்னும் யாராலும் அதிகாரபூர்வமாகக் கண்டுபிடிக்க முடியவில்லை. ஆய்வுகள் என்ற அளவில் ஆய்வகங்களில் இன்னும் பல ஆராய்ச்சிகள் தேங்கிக் கிடக்கின்றன. சில நாட்களுக்கு முன்புவரை பல அறிவியல் ஆராய்ச்சியாளர்களும் இதற்குக் காரணம் 'கே ஜீன்' என்ற மரபணுதான் என்றார்கள். ஆனால், அப்படி ஒரு மரபணுவைக் கண்டுபிடிப்பதில் அவர்கள் வெற்றி அடையவில்லை.

இப்போது சமீபத்திய ஆய்வு ஒன்று கிட்டத்தட்ட இந்த ஆய்வுகளின் இறுதி வடிவமாகப் பார்க்கப்படுகிறது. அதாவது ஒருபால் ஈர்ப்பு என்பது ஒருவர் கருவில் இருக்கும்போது ஏற்படும் மாற்றங்களால் உண்டாவதாகக் கூறுகிறார்கள். The Quarterly Review of Biology என்ற ஆய்வுப் புத்தகத்தில் வில்லியம் ரைஸ் (William Rice) என்ற கலிபோர்னியப் பல்கலைக்கழகத்தின் பேராசிரியர் சாந்தா பார்பரா (Santa Barbara), அர்பன் ஃப்ரிபர்க் (Urban Friberg) ஆகியோர் இந்தக் கருத்தைக் கூறினர். ஒருவரின் மரபணுக்களை கருவில் இருக்கும்போது மாற்றும் திறனும், குழந்தை பிறந்தபின் மரபணுக்களின் வெளிப்பாட்டைத் தீர்மானிக்கும் திறனும் கொண்ட Epi marks கருப்பையில் இருக்கும். பாலினம் தொடர்பான மாற்றங்களை Epi marks உண்டாக்கும் என்பதை ஆராய்ச்சியில் கண்டுபிடித்துள்ளார்கள்.

இயல்பான மாற்றத்தை உண்டாக்கும் காரணிகள், தந்தையிடமிருந்து பெண் குழந்தையையும், தாயிடமிருந்து ஆண் குழந்தையையும் சென்றடையும். ஆனால், பாலினம் தொடர்பான மாற்றத்தை

உண்டாக்கும் Epi marks சில நேரங்களில் அடுத்த தலைமுறையைச் சென்றடையாமல் அழிந்து போகும். அப்போது இயல்பான பாலின ஈர்ப்பு என்ற நிலை மாறி, ஒருபால் ஈர்ப்பு பிறக்கும் குழந்தைக்கு உண்டாகும்.

மரபணு என்பது தகவல்களைக் கொண்டு செல்லும் ஓர் ஊழியன் போலத்தான். இந்த Epi marksதான் மரபணு கொண்டு செல்ல வேண்டிய தகவல்களைத் தீர்மானிக்கும் முதலாளி. முதலாளி எந்த உத்தரவு போட்டாலும், அதை ஊழியன் மறுபேச்சு பேசாமல் சுமந்து சென்று தகவல்களைச் சமர்ப்பித்துவிடுவான். பெரும்பாலும் இந்த மரபணுக்களின் தகவல்களை Epi marks மாற்றும் நிலை, கரு உருவாகும் ஆரம்ப கட்டத்திலேயே உண்டாகிவிடும். டெஸ்ட்டோஸ்டீரோன் என்னும் ஹார்மோன் கரு உருவாகும்போது உண்டாக்கும் மாற்றத்தால் இந்த மரபணு மாற்றங்கள் நிகழ்கின்றன. இந்த Epi marksதான் ஹார்மோன்களின் ஆதிக்கத்தைக் கட்டுப்படுத்தி ஆண் குழந்தைக்குப் பெண் தன்மை வராமலும், பெண் குழந்தைக்கு ஆண் தன்மை வராமலும் நிர்வகிக்கிறது.

இதுவரை மரபணுவைக் காரணம் சொல்லிக்கொண்டிருந்த நம் ஆராய்ச்சியாளர்கள், இப்போது மரபணுக்களையும் ஆட்டிப்படைக்கும் காரணியான Epi marks ஐக் காரணமாகச் சொல்கிறார்கள். கூடிய விரைவில் இது உறுதிப்படுத்தப்படும் என்பது பல அறிவியல் ஆய்வாளர்களின் கருத்து.

உருவான கலாசாரம்

ஒரு நாட்டின் கலாசாரம் என்பது காலத்திற்குக் காலம் மாறுபடலாம். உயிரியியல் மற்றும் சமூக ஆய்வுகளின்படி புவியியல் அமைப்பில் மக்கள் பரவல் என்பது ஒரே இடத்தில் நிரந்தரமாக இருப்பது கிடையாது. நூறு, ஆயிரம் ஆண்டுகளாக மக்கள் இடம்பெயர்ந்தும், பல மக்களோடு தொடர்புகொண்டும் உருவாகும் கலாசாரம் என்பது நிச்சயம் மாற்றம் கொண்டதாகவே இருக்கும். அதனால்தான் இன்றும் தீவுகளில் வாழும் ஆதிவாசிகள் மற்றும் பழங்குடி மக்களின் கலாசாரம் கொஞ்சமும் சிதையாமல் அப்படியே இருக்கிறது. காரணம், அந்த மக்கள் மற்றவர்களுடன் தொடர்பற்றவர்களாக இருக்கிறார்கள். இதனால் அவர்களின் கலாசாரம், மொழி என எல்லாமே அப்படியே இருக்கிறது.

ஆரம்பக் காலங்களில் ஒருபால் ஈர்ப்பு என்பது ‘கலாசாரத்தின் நோய்’ என்று ஐரோப்பியாவில் சொல்லப்பட்டாலும், ஐரோப்பியக் கண்டத்தில் உள்ள பல பழமையான சமூக மக்களிடம் ஒருபால் ஈர்ப்புக்கு எதிரான தாக்கத்தை ஐரோப்பியர்களால் உருவாக்கமுடிய வில்லை. ஐரோப்பியக் கண்டத்தின் ஆதி காலத்து கலாசாரத்தில் இவை தவறல்ல என்று சொன்ன அதே கருத்தை இந்தப் பழமையான சமூகங்களும் பின்பற்றின. மேற்கத்திய தாக்கத்தின் விளைவாகக் கருப்பின மக்களிடத்திலும் ஒருபால் ஈர்ப்பு ஒரு நோயாகப் பார்க்கப் பட்டது. அதன் விளைவாக ஜிம்பாப்வே அதிபர் ராபர்ட் முகாபே (Robert Mugabe) ஒருபால் ஈர்ப்பின் உரிமைகளுக்காக உருவாக்கப் பட்ட பல அமைப்புகளைத் தடை செய்தார்.

புதிய கலாசார நம்பிக்கைகள், ஒருநாட்டின் அடிப்படை பூர்விக கலாசாரத்தில் சொல்லப்பட்ட உண்மைகளை மறுக்கும் விதமாக அமைந்துவிடுகின்றன. ஐரோப்பியக் கலாசாரத்தில் தற்போது

நிலவும் ஒருபால் ஈர்ப்புக்கு ஆதரவான நிலைப்பாடு, வேறு இடத்திலிருந்து உருவாகி வந்தது அல்ல. அது அவர்களின் ஆதி கலாசாரத்தின் வெளிப்பாடுதான். பதினாறாம் நூற்றாண்டுக்குப் பிறகு அவர்களின் கலாசார உண்மைகள் மாற்றப்பட்டுத் திரிக்கப் பட்டன. பல்வேறு மானுடவியல் ஆராய்ச்சிகளின் மூலமாகவே இந்த உண்மைகள் பலருக்கும் தெரிய வந்தன. இந்த நூற்றாண்டில் ஒருபால் ஈர்ப்புக்கு ஆதரவான போராட்டங்களுக்கு இந்த உண்மைகள் வழிவகுத்தன.

சில கலாசார முறைகள் சில பாலின மாற்றங்களை உருவாக்கியது. அதாவது, மதுரையில் வாழ்ந்த ஒரு பிரிவினர், நிலங்களை தங்கள் திருமணத்தின் சீதனமாகப் பெண் வீட்டாரிடமிருந்து மட்டுமே பெறமுடியும் என்ற கட்டுப்பாடு இருந்தது. பெண் சிசுக்கொலை அதிகமான காலத்தில் அப்படிப்பட்ட நிலங்களை உடைய பெண்கள் மிகவும் குறைந்துவிட்டனர். விளைவு, பல ஆண்கள் தங்கள் பாலினம் மாறியவர்களாக உருவாகினர். பிறப்பால் இவர்கள் எவ்விதப் பாலின வேறுபாட்டுச் சிந்தனையும் இல்லாமல் இருந்தாலும், அந்தச் சமூகச் சூழல் மற்றும் கட்டுப்பாடுகள் இப்படி அவர்களை மாற்றிவிட்டன.

அதேபோல அல்பேனியா மற்றும் கொசோவோ நாடுகளின் மலைப்பகுதி மக்களிடம் சில விதிகள் இருந்தன. பெண்களுக்கு அங்குத் தனியாக நிலம் வைத்திருக்க அனுமதி இல்லை. ஒரு குடும்பத்தின் தலைவன் இறந்துவிட்டால், அவனுக்குப் பிள்ளைகளும் பெண்களாகவே இருந்துவிட்டால், மூத்த மகள் திருமணம் செய்துகொள்ளாமல், ஆண் உடை அணிந்து, ஒரு ஆணாகவே வாழ வேண்டும். பிறப்பால் பெண்ணாக இருந்தாலும், வாழ்க்கை முழுவதும் ஆணாக இருக்க வேண்டிய நிலைக்கு அந்த சமூக விதி அப்பெண்களைத் தள்ளியது. இவை சில கலாசார நிர்பந்தங்களால் உண்டான மாற்றங்கள் மட்டுமே.

கலாசார மாற்றங்கள் பல விஷயங்களை மாற்றிவிடுகின்றன.

ஐரோப்பியக் கலாசாரத்தின் ஆதி உண்மையை அவர்கள் உணர்ந்ததனால் இன்று ஐரோப்பியா ஒருபால் ஈர்ப்புப் பற்றித் தெளிவான மனநிலையில் இருக்கிறது. அவர்களைவிட அதிக பாரம்பரியமும், ஆதி காலத்தைய கலாசாரமும் மிகுந்த நாம் நம் பாரம்பரிய கலாசாரத்தை இன்னும் உணரவில்லை.

கலாசாரங்கள் என்பது காலத்திற்குத் தகுந்தார் போல மாறினாலும், நம் ஆதி கலாசாரம் சொன்ன உண்மைகளை ஏற்று நாம் தெளிவடைவோமா என்பது கேள்விக்குறிதான்.

ஃப்ராய்ட் கூறிய உண்மை

சிக்மண்ட் ஃப்ராய்ட் சொன்ன கருத்துகள் எப்போதும் பரபரப்பாக பேசப்படும். பிற்காலத்தில் அந்த உண்மை முடிவாகும்வரை அந்தப் பரபரப்புகள் குறையாமல் இருக்கும். அவர் சொன்ன கருத்துகளில் ஒன்றான, 'உலகில் உள்ள எல்லா ஜீவராசிகளின் உள்ளாகவும் ஒருபால் ஈர்ப்பு எண்ணம் ஆழப்புதைந்திருக்கும். அதற்கான வாய்ப்பும், சந்தர்ப்பமும், தேவையும் உண்டாகும்போது அந்த எண்ணங்கள் வெளிப்படும்' என்ற கருத்து பலருடைய எதிர்ப்பையும் பெற்றது. இன்றுவரை ஆய்வுகளுக்கு உட்படுத்தக்கூடிய வாய்ப்பையும் ப்ராயிடின் இந்தக் கருத்து வழிவகுத்துக் கொடுத்தது.

ஒருபால் ஈர்ப்புத் தொடர்பான சம்பவங்கள் பெரும்பாலும் விடுதிகள், சிறைச்சாலை, ராணுவ முகாம்கள் போன்ற இடங்களில் மட்டும் அதிகமாகக் காணப்படுவதற்கான காரணங்களை யோசித்திருக்கிறீர்களா? ஃப்ராய்ட் சொன்னபடி ஒருபால் ஈர்ப்புக்கான வாய்ப்பும் தருணமும், தேவையும் உண்டாகும்போது இது வெளிப்படுகிறது. அப்படியானால் அவர்கள் எல்லாம் கேயா? இல்லை. அத்தகைய நபர்களைத்தான் நாம் ஒருபால் ஈர்ப்பாளர்கள் என்று சொல்கிறோம்.

கே மற்றும் லெஸ்பியன் (gay and lesbian) ஆகியோரை நாம் ஒருபால் விரும்பிகள் அல்லது சமபால் ஈர்ப்பாளர்கள் என்று சொல்லலாம். அதாவது ஒருபால் ஈர்ப்பாளர்கள், அந்த நேரத்து உடல் தேவையை பூர்த்தி செய்ய இன்னொரு உடல் தேவை என்பதால் தன் பால் நபருடன் உறவு கொள்கிறார்கள். ஆனால் சமபால் ஈர்ப்பாளர்களுக்கு எப்போதுமே தன் பாலினத்தவர் மீது

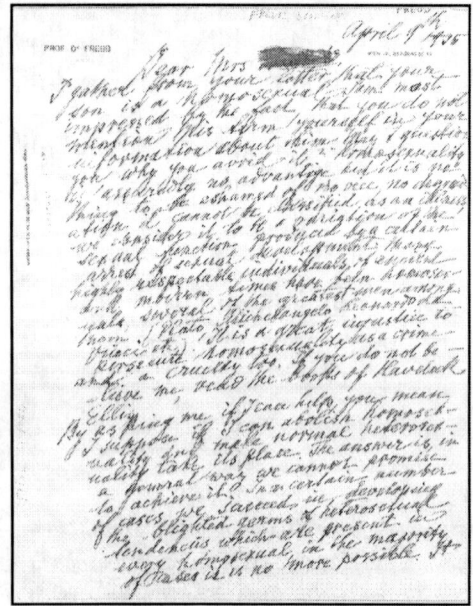

ஒருபால் ஈர்ப்பு உடைய மகனின் தாய்க்கு சிக்மண்ட் ஃபிராய்ட் எழுதிய அசல் கடிதம்.

மட்டுமே உடல் ரீதியாகவும், உணர்வு ரீதியாகவும் ஈர்ப்பு உண்டாகும்.

வெகுகாலமாகவே ஆணுடன் உறவு கொள்ளும் எல்லா ஆண்களுமே 'கே' என்ற ஒரு தவறான புரிதல் உள்ளது. அப்படிப் பார்த்தால் பெரும்பாலான ஆண்கள் தங்கள் வாழ்வில் ஒருமுறை யாவது மற்றொரு ஆணுடன் உறவு கொண்டிருப்பார்கள். அவர்கள் அனைவருமே ஒரு பால் ஈர்ப்புடையவர்களே தவிர, கே அல்ல. இதே போலத்தான் பெண்ணுடன் உறவு கொள்ளும் எல்லாப் பெண்களும் லெஸ்பியன் அல்ல. உடல் மற்றும் உணர்வு ரீதியாகப் பெண்களால் மட்டுமே ஈர்ப்பை உண்டாக்க முடிந்த பெண்கள் மட்டுமே லெஸ்பியன்கள் ஆவார்கள். ஆண் ஆண் உறவு (MSM) கொள்பவர்களும், பெண் பெண் உறவு (WSW) கொள்பவர்களும் எப்போதும் கே மற்றும் லெஸ்பியன் ஆகிவிட மாட்டார்கள்.

இந்தியாவில் எய்ட்ஸ் தொடர்பான விழிப்புணர்வின்போது 'ஆண்களுடன் உறவு கொள்ளும் ஆண்களுக்கு அதிகம் எய்ட்ஸ் தாக்கும்' என்கிற ஒரு தவறான பிரசாரம் பலரால் சொல்லப்பட்டது. பாதுகாப்பற்ற உடலுறவு மட்டுமே எய்ட்ஸை உண்டாக்கும்; அது ஆணுடனான உறவாக இருந்தாலும் பெண்ணுடனான உறவாக இருந்தாலும் ஒன்றுதான் என்ற கருத்தை மக்களுக்குப் புரியவைக்க அரசும் அமைப்புகளும் தவறிவிட்டன.

கே நபர்களையும் எய்ட்ஸ் நோயையும் ஒன்றாக இணைத்து அப்போது பிரசாரம் செய்யப்பட்டதன் விளைவாக மக்கள் மனதில் கே மற்றும் லெஸ்பியன் தொடர்பான ஒரு கசப்பான எண்ணம் உருவானது. மக்களின் மனதில் வேரூன்றிய இந்த எண்ணங்களைப்

பின்னால் வந்த அறிவியல் உண்மைகளால் அதிகம் மாற்ற முடியவில்லை. இதுதான் இன்றைக்கும் சமபால் ஈர்ப்பாளர்கள் மீதான சமூகப் புறக்கணிப்பிற்கு முக்கியக் காரணம். இதன் விளைவாகப் பல உயிரிழப்புகள் வெளியே தெரியாமல் நித்தமும் நம்மைச் சுற்றி நிகழ்ந்துகொண்டுதான் இருக்கின்றன. இப்படி நேரும் உயிரிழப்புகளுக்கான பால் ஈர்ப்புக் காரணங்கள் பெரும் பாலும் வெளியில் சொல்லப்படாமல் இருட்டடிப்புச் செய்யப்பட்டு, வேறு காரணங்கள் சொல்லப்படுகின்றன. உயிரோடு இருக்கும் போதே ஒரு பிரிவு மக்கள் நம் முன் 'சமபால் ஈர்ப்பாளர்கள்' என்ற பெயரில் நடைப்பிணமாக வாழ்கிறார்கள்.

உலகில் பல நாடுகள் இதைப் பெரிய குற்றமாகப் பார்க்கவில்லை என்றாலும், பல குற்றங்களுக்கு ஒருபால் ஈர்ப்பு என்பது அங்கே அடித்தளமாக ஆகிவிட்டது. ஒருபால் ஈர்ப்பு தவறானது என்ற எண்ணம் அவர்கள் மனதில் இல்லை என்றாலும், அது பல நாடுகளிலும் காமத்திற்கான ஒரு களமாக மட்டுமே பார்க்கப் படுகிறது. இதை மென்மையான உறவாகவும், அதில் உள்ள நுட்பமான உணர்வுகளையும் பார்க்க வேண்டுமானால் நிச்சயம் அது அந்த நாட்டின் கலாசாரத்துடன் இயைந்து வரவேண்டும். அப்போது மட்டுமே அது காலத்திற்கும் உயர்ந்து நிற்கும் ஒரு தரமான உறவாக அமையும்.

கிரேக்கத்தின் மீது ரோமின் காதல்

உலக அளவில் மாற்றுப்பால் தொடர்பான வரலாற்றை நாம் பார்க்க பழமையான ரோம மற்றும் கிரேக்க நாகரிகங்களைப் பற்றிப் பார்க்க வேண்டும். ஓரின விருப்பம் தொடர்பான செய்திகள் அத்தகைய நாகரிகங்களில் நிறையவே குறிப்பிடப்பட்டுள்ளன. ஆனாலும், அதில் சில செய்திகள் கற்பனை கலந்து சொல்லப்பட்டவை என்பதையும் நாம் கவனத்தில் கொள்ளவேண்டும். இப்போது நாம் அத்தகைய வரலாற்றுச் செய்திகளைப் பார்க்கலாம்.

ஸ்பார்ட்டன்கள் பொதுவாக வீரத்திற்கும், போர்த்திறனுக்கும் இன்றளவும் எடுத்துக்காட்டாகச் சொல்லப்படும் வீரம் நிறைந்த மக்கள். ஸ்பார்ட்டன்கள் வாழ்ந்த ஸ்பார்ட்டா நகரம் இன்னும் வெளிச்சத்திற்கு வராத சில முகங்களைக் கொண்டுள்ளது. ஸ்பார்ட்டா நகருக்கென தனிச் சட்டம், அமைப்பு இருந்தது. தங்களின் ராணுவ வலிமையை அதிகரிக்கும் நோக்கோடு அத்தகைய சட்ட திட்டங்கள் வகுக்கப்பட்டு இருந்தன. ஒருபால் மற்றும் எதிர்பால் உடலுறவைக் கூட அந்த அரசே முறைப்படுத்தியது. இந்த ஸ்பார்ட்ட நாட்டுச் சட்ட திட்டங்கள் பற்றியும் ஸ்பார்ட்டன்கள் போர்த்திறன் பற்றியும் இன்றளவும் நாம் தெரிந்துகொள்ள முக்கியக் காரணமாக இருப்பது கிரேக்க தத்துவவாதி மற்றும் வரலாற்று ஆய்வாளரான ப்லூட்டார்க். முதலாம் ரோமாபுரியின் சீசர் காலத்தவர் இந்த ப்லூட்டார்க்.

ஸ்பார்ட்டன்களின் சட்ட திட்டங்களுக்கு முக்கியக் காரணகர்த்தாவாக ப்லூட்டார்க் குறிப்பிடுவது லைக்கர்கஸ் என்பவரையே. பொ.மு. 700களில் (பொது யுகத்துக்கு முன்) வாழ்ந்த இந்த லைக்கர்கஸ்தான் திடமான ஸ்பார்ட்டன் சட்டங்களின் முன்னோடி என்கிறார் ப்லூட்டார்க்.

ஸ்பார்ட்டன் நாட்டையே வழிநடத்திச் சென்றவர் என்று லைக்கர்கஸ் பற்றிய வரலாற்றுக் குறிப்புகள் கூறினாலும், சில குறிப்புகள் இவரை ஸ்பார்ட்டன்களின் சட்டங்களை எழுதியவர் என்ற அளவோடு சுருக்கி விடுகின்றன. ப்லூட்டார்கின் ஸ்பார்ட்டன் பற்றிய செய்திகள் இன்றும் பல கதைகளாகச் சொல்லப்படுகின்றன. கதைகளாகச் சொல்லப்படுவதால் இதைப் புனைவுகளாக நாம் எண்ணி விடக்கூடாது. ப்லூட்டார்க் சொன்ன பல ஸ்பார்ட்டன்கள் பற்றிய செய்திகள் ஆதாரப்பூர்வமாக இன்றும் ஆய்வுகள், ஆராய்ச்சிகள் மூலமாக நிரூபிக்கப்பட்டு வருகின்றன.

ரோமானிய சாம்ராஜ்யம் தொடங்கி ஸ்பார்ட்டன் போர் வரை என்னவெல்லாமோ சொல்கிறேன் என்று நினைக்கிறீர்களா? இப்போது விஷயத்துக்கு வருவோம். லிக்கர்கஸ் வகுத்த சட்டத்தில் உடலுறவு சார்ந்த விஷயங்கள் பிரதானமாக இருந்தன. ஸ்பார்ட்டர் களின் புகழ்பெற்ற ஓவியம் அதற்குச் சான்றாகும். பண்டைய ஸ்பார்ட்டன்களின் சட்டத்தில் ஒருபால் ஈர்ப்பும் சேர்க்கப் பட்டிருந்தது. வீரத்தையும் போர்த்திறனையும் அதிகரிக்க வீரர்களின் மத்தியில் ஒருபால் ஈர்ப்பு தவறில்லை என்று சொல்லப்பட்டது. அதில் அவர்கள் வெற்றியும் கண்டனர். ஒருபால் ஈர்ப்பை அங்கீகரித்ததால் அத்தகைய வீரர்களின் போர் ஒருங்கிணைவும், பங்கேற்பும் பிரமிக்கத்தக்கதாக இருந்தது. வயதான ஆண்கள், இளம் ஆண்களை அதிகம் விரும்பினர். வயது வித்தியாசத்தை ஒருபால் ஈர்ப்பில் அவர்கள் பார்க்கவில்லை. ஒருபால் ஈர்ப்பில் உடலுறவை மட்டுமே அவர்கள் வலியுறுத்தவில்லை. ஒருவருக் கொருவர் அன்பு பரிமாறிக்கொண்டனர். ஒருபால் ஈர்ப்பை வலியுறுத்திய லிக்கர்கஸ், ஓரின விருப்பம் மூலம் ஒருவர் வீரமுள்ள போர் வீரராக உருவாவதாக நம்பினார். இரண்டு காதலர்களும் ஒன்றாக நின்று போரிடும்போது, எதிரியை எளிதாக வீழ்த்த முடியும் என்று அவர்கள் நம்பினார்கள்.

ஸ்பார்ட்டன்கள் மனைவி மற்றும் குழந்தைகளுக்குப் பெரிதாக முக்கியத்துவம் கொடுத்ததில்லை. ஒருபால் ஈர்ப்பு மூலம் வீரர்களுக்குத் தங்கள் மீது தன்னம்பிக்கை அதிகரிப்பதாக லைக்கர்கஸ் கூறுகிறார். இத்தகைய வீரர்களின் ஒருபால் விருப்பத்திற்கு வடிகால் அமைப்பது போலவும், ஊக்குவிப்பது போலவும் அரசே அவர்களுக்கு சில சந்தர்ப்பங்களை அமைத்துக் கொடுத்தது. அவர்கள் சாப்பிடும் இடத்திற்குப் பெயர் 'ஆண்ட்ரியா.' ஆண்கள் மட்டுமே அனுமதிக்கப்படும் இந்த இடங்களில் சாப்பிடும் உணவை விட அதிகமாக மற்ற காதல் உணவுகள் அதிகம் பரிமாறப்பட்டன.

தங்களுக்குள் மது அருந்துவது, மனம் திறந்து பேசுவது, காதல் வார்த்தைகள் பரிமாறிக்கொள்வது என்று பல ஓரின விரும்பிகளின் காதல் கோட்டையாக இத்தகைய ஆண்ட்ரியா அமைந்தது என்றே சொல்லலாம். அநேகமாக, ஓரினக் காதலர்களுக்காக இத்தகைய வாய்ப்புகளை அமைத்துக் கொடுத்ததில் உலகிலேயே ஸ்பார்ட்டா அரசுதான் முதன்மையானது என்று சொல்லலாம்.

பண்டைய ரோமனில் பதின்வயதினர் ஒருபால் ஈர்ப்பில் ஈடுபட்டதைப் பற்றி இப்போது பார்ப்போம். வரலாற்று ரீதியாக முதன்முதலில் பதின்வயதினர் ஒருபால் ஈர்ப்பில் (pederasty) ஈடுபடுவதை அங்கீகரித்தது டோரியர்கள் என்ற பழங்குடியினர். கிரேக்கம் வந்தடைந்த கடைசி பழங்குடியின மக்கள் இவர்கள். இந்த ஆண்கள் பொதுவாகவே ஆண்மை மிகுந்து காணப்பட்டார்கள். அப்போது இந்த மக்கள் பதின் வயது ஆடவர்களைக் கடத்திக்கொண்டு வந்து உறவில் ஈடுபடுவார்களாம். இந்தப் பழங்குடியின மக்களிடத்தில் இருந்த பழக்கமே, பிற்பாடு கிரேக்கத்தின் மீதும் தாக்கத்தை ஏற்படுத்தி, ஸ்பார்ட்டா வரைக்கும் வந்ததாக ஆய்வாளர்கள் கருதுகிறார்கள்.

இந்த வயது முரண்பட்ட ஒருபால் ஈர்ப்பைப் பற்றி ஒரு கிரேக்க ஓவியம் தெளிவாக விளக்குகிறது. நடுத்தர வயதான தாடி வைத்த ஆண் ஒருவன், பதின் வயது இளைஞனுடன் உறவு கொள்கிறான். அதில் தாடி வைத்தவன் ஆளுமை செய்ய, பதின் வயதினன் அடிபணிந்து இருப்பதாக சிற்பம் உள்ளது. அப்படி இல்லாமல் தாடி வைத்த நபர் அடிபணிந்து போவதாக இருந்தால் கிரேக்க மக்கள் அதை ஏற்க மாட்டார்களாம். பதின்வயது ஓரின விரும்பிகள் பெரும்

பாலும் அங்கு நகைச்சுவைக்கு உரியவர்களாகப் பார்க்கப்பட்டார்கள். குறிப்பாக, பிரபல எழுத்தாளர் அரிஸ்டோபேன்ஸ் இத்தகைய பதின்வயதினரை நிறையவே கிண்டல் செய்து கதைகள் எழுதினார்.

பின்னர் இதை மாற்றி அமைத்த அறிஞர்கள், இத்தகைய உறவைப் பற்றி வேறு விதமாகக் கூறினார்கள். பதின்வயது ஆண்களை, வயதான ஆண்கள் ஒரு தந்தையின் ஸ்தானத்தில் நடத்த வேண்டும். அதாவது அடிபணிய வைக்காமல் அவர்களை அன்போடும், காதலோடும், சமூகத்தின் நல்ல நிலைமைக்குக் கொண்டுவரும் பொறுப்புணர்வோடும் செயல்பட வேண்டும் என்று கூறினார்கள். அதுவரை பதின் வயது ஆண்களின் உணர்வுகளை உணர மறுத்த சமூகம், பின்னர் அதைப் பற்றிய தெளிவான மனநிலைக்கு வந்தது. அவர்களுக்கும் ஆசைகள், உணர்வுகள், விருப்பங்கள் உண்டு என்பதை அனைவரும் புரிந்துகொண்டனர் என்பதை அதற்குப் பின்பு வந்த செய்திகள் மற்றும் சிற்பங்கள் மூலம் நாம் அறியமுடிகிறது.

இப்போதுபோல் அப்போதும் அழகே ஒருபால் ஈர்ப்பில் பிரதான இடம் பிடித்தது. அந்த நாட்களில் அழகு என்பது பரந்த மார்பு, வலிமையான தோள், ஆண்மை ததும்பும் உடல்வாகு என்று வீரம் சார்ந்தே இருந்தது. அதனால் அத்தகைய அழகானவர்களை ஆளுமை மிக்கவர்களாக அந்த காலத்தைய ஓவியங்கள் பிரதிபலித்ததை நாம் பார்க்கலாம். சிறு வயது ஆண்கள் உறவு கொள்வதாக சிற்பங்கள், ஓவியங்கள் இருந்தாலும் கூட அவை பெரிய அளவில் மக்களை ஈர்க்காமல், புகழ் பெறாமல் போனதற்கு இத்தகைய அழகு தொடர்பான மனநிலையே காரணம்.

பொது இடங்களில் காதல் செய்வது, உறவு கொள்வது, ஏதன்ஸ் நகரில் குற்றமாகச் சொல்லப்பட்டது. ஆனாலும் பொது இடத்தில் இருவர் உறவு கொள்வது போலவும், அதைச் சலனமின்றி சிலர் வேடிக்கை பார்ப்பது போலவும் ஓவியங்கள் இருப்பது அந்த மக்கள் அதைப் பெரிதாகப் பொருட்படுத்தவில்லை என்ற மனநிலையையே வெளிக்காட்டுகிறது. ஏதன்ஸ் நகரின் பல இடங்களும் இத்தகைய காதல் மற்றும் உடலுறவிற்கு அடித்தளம் அமைத்துக் கொடுத்தன. அதற்கென்று பல இடங்கள் உருவாகின, உருவாக்கப்பட்டன. பலர் அதைப் பணம் கொழிக்கும் தொழிலாகப் பார்த்ததையும் ஓவியங்கள் குறிப்பிடுகின்றன. ஆனாலும், பணத்திற்காக இத்தகைய செயல்களைச் செய்பவனை, சமூகத்திற்கு எதிரானவனாக அந்தக் காலத்தைய மக்கள் நினைத்தனர். பணத்திற்காக உடலை விற்பதை,

தான் சார்ந்த சமூகத்தை விற்பதற்குச் சமமாக அவர்கள் நினைத்தார்கள். அதையும் அந்த ஓவியங்கள் பிரதிபலிக்கத் தவறவில்லை. ஆனால் நான்காம் நூற்றாண்டில் இதைப்போன்ற விஷயங்கள் தவறல்ல என்று அந்தச் சமூகம் உணரத் தொடங்கியது. தனக்குப் பிடித்தவனுக்கு விலை கொடுப்பதில் தவறில்லை; அந்த விலை நம் அன்பாகக் கூட இருக்கலாம் என்று நகைச்சுவையாகச் சொல்லப் பட்டதும் உண்டு.

பிளேட்டோ ஒரு முன்னோடி

உலக அளவில் ஒருபால் ஈர்ப்புப் பற்றிய ஓவியங்கள் பட்டியலில் தத்துவ மேதை பிளாட்டோ முதன்மை பெற்றவர் என்று சொன்னால் அது மிகையில்லை. தன் ஆசிரியர் சாக்ரடிஸ் இளம் வயது பையன்களுடன் உறவில் திளைத்திருந்த காட்சிகளைத் தத்ரூபமாக ஓவியமாக வரைந்து வைத்தார். அப்படி இன்பம் திளைக்கும் நேரங்களில் சாக்ரடிஸ் தன் சுயநினைவை இழப்பது போலவும், ஒருவித அதீத மனக்கிளர்ச்சியுடனும் இருப்பதை பிளாட்டோவின் ஓவியங்கள் அச்சு வார்த்தாற்போல வரைந்திருப்பதை நாம் பார்க்கலாம். இதே அளவு இன்பம் பதின்வயது பையன்களைத் தாண்டிய வயது முதிர்ந்தவர்களிடம் தனக்குக் கிடைப்பதில்லை என்றும் சாக்ரடிஸ் கூறுவாராம். இந்தக் கருத்தை உறுதிப்படுத்துகிறார் சாக்ரடிஸின் இன்னொரு மாணவரான செனோபோன். 'ஓர் அழகான வாலிபன் அருகில் இருந்தாலும், அதைப் பொருட்படுத்தாமல் தன் காம எண்ணங்களை சாக்ரடிஸால் கட்டுப்படுத்த முடியும்' என்று செனோபோன் கூறியிருக்கிறார்.

பிளாட்டோவின் ஓவியத்தைவிட செனோபோன் ஓவியம் இன்னும் வலிமையானது என்று கூறப்படுகிறது. இரண்டு மேதைகளுமே ஒரு கருத்தை ஆழமாகப் பிரதிபலிக்கிறார்கள். அதாவது சாக்ரடிஸ் வரை கொண்டாடப்படும் பதின்வயது பையன்களுடனான ஓரினவிருப்பம் என்பது உடலுறவைச் சார்ந்த விஷயம் மட்டுமல்ல என்கிறார்கள். காதல், அன்பு போன்ற ஒரு விளக்கமுடியாத உறவாக, பிணைப்பாக அது இருந்தது என்று தன் ஆசிரியர் சாக்ரடிஸின் விருப்பத்தைப் பற்றிச் சொல்கிறார்கள். இந்தக் காதல் உடல்ரீதியான பிணைப்பாக வெளியே தெரிந்தாலும், அதைத் தாண்டிய ஒரு தெய்வீக உறவு அதில் புதைந்திருப்பதாக இவர்கள் கருதுகிறார்கள்.

நம் புறநானூற்றில் பன்னிரண்டு திணைகளை பற்றிக் கேள்விப் பட்டிருப்பீர்கள். அதில் 'பெருந்திணை' எனப்படுவது பொருந்தாக் காதலாகச் சொல்லப்படும் திணை. அதாவது, காதலனைவிடக் காதலிக்கு வயது மிகுதியாக இருக்கும் காதலைப் பெருந்திணை என்று கூறுகிறார்கள். அதைத் தவறு என்று புறநானூறு கூறவில்லை. சாக்ரடிஸ் மற்றும் பிளாட்டோ கூட இந்தப் பொருந்தாக் காதலைப் பற்றித்தான் இவ்வளவும் கூறுகிறார்கள். ஒரே ஒரு வித்தியாசம், இங்கு இருவருமே ஆண்கள்.

இவ்வளவு உயர்த்திச் சொன்னாலும் இந்தக் காதல்தான் சாக்ரடிஸுக்குப் பல இன்னல்களைக் கொடுத்தது. ஏதன்ஸின் இளைஞர் ஒருவரைப் பாலியல் ரீதியாகத் தொந்தரவு செய்ததாக சாக்ரடிஸ் மீது குற்றம் சாட்டப்பட்டது. ஆனால், ஏதன்ஸ் சட்டப்படி இதற்கென சட்டமோ தண்டனையோ வகுக்கப்பட்டிருக்கவில்லை. சிறுவர்களைப் பாலியல் தொழிலுக்கு ஆட்படுத்தியதாக வித்தியாசமான சட்டப்பிரி வொன்றின் கீழ் சாக்ரடிஸ் மீது சட்டத்தை பாய்ச்சியது அரசு.

பிளாட்டோ அவரது அகாடமியில்

தன் ஆசிரியர் மீது சுமத்தப்படும் குற்றங்களை பிளாட்டோ வன்மையாகக் கண்டித்தார். குற்றங்களாகச் சொல்லப்படுவை தவறுகளே அல்ல என்ற தம் கருத்துக்களையும் கூறினார். இத்தகைய காதல்களில் ஈடுபடும் இருவரும் ஒரு தந்தை-மகன் உறவில் இருப்பதற்கு நிகரான உறவோடு இருக்கவேண்டும் என்று சாக்ரடிஸ் சொன்னதாக பிளாட்டோ கூறினார்.

மேற்கத்தியத் தத்துவங்களின் மைல்கல்லாக வரலாறு தெரிவிப்பது பிளாட்டோவின் 'சிம்போசியம்' (The Symposium) என்னும் நூல். வசனங்களும் மேற்கோள்களும் மிகுதியாகக் காணப்படும் தொகுப்பு நூல் இது. தத்துவார்த்தமான கருத்துக்களை ஆழமாக எழுதி, அதை விரிவாக விவரித்து, தேவைப்படும் இடங்களில் விமர்சித்தும் பல விஷயங்களை அதில் எழுதியுள்ளார் பிளாட்டோ. 'உலகம் எப்படி இருக்க வேண்டும்? உலகம் எப்படி இருக்கிறது?' என்கிற உயர்ந்த தத்துவங்களை இருவேறு கண்ணோட்டத்தோடு அவர் எழுதி இருப்பதை இன்றைக்கும் ரசிக்க முடிகிறது.

அறிஸ்ட்டோபேன்னின் நம்பிக்கையின்படி மனித இனத்தின் மூதாதையர்களுக்கு இரண்டு தலை, நான்கு கால்கள் மற்றும் நான்கு கைகள். அவர்களுக்கு இப்படி ஒரு கற்பனை இருந்தது. அந்த மூதாதையர்கள் ஆண்களாகவும், பெண்களாகவும், இரண்டும் கலந்த மனிதர்களாகவும் இருப்பதாக அந்த கற்பனை மேலும் விரிவடைகிறது. இந்த மூதாதையர்கள் வலிமையான சக்தி படைத்தவர்களாக இருந்ததனால், இறைசக்திக்கு எதிராக ஆபத்தை விளைவிக்கலாம் என்று நினைத்த இறைவன் அவர்களை இரண்டாகப் பிரித்தார் என்றும் நம்பப்படுகிறது.

இத்தகைய கற்பனைக் கதைகளில்கூட மூன்றாம் பாலினம் பற்றிய செய்திகள் இடம்பெற்றிருப்பது ஆச்சரியமாகவே உள்ளது. பிளாட்டோவின் 'சிம்போசியம்' பெரும்பாலும் விவாத வசனங்களாக இடம்பெற்றிருக்கும். அப்படி, அதில் ஒரு புகழ்பெற்ற விவாதம் சாக்ரடிஸுக்கும் பெண் தத்துவவாதியான டயொட்டிமாவுக்கும் இடையிலான 'காதல்' பற்றிய விவாதம். 'காதல் என்பது அழகை ஆராதிக்கும் ஒரு வெளிப்பாடுதான். காதலுக்குத் தனியொரு முகம் இல்லை' என்று சாக்ரடிஸ் கூறுகிறார். அதை மறுக்கும் டயொட்டிமா, 'காதல் ஓர் உயர்ந்த உணர்வு. தேவை மற்றும் வளம் என்று எந்த எல்லைக்குள்ளும் இந்தக் காதலை அடக்க முடியாது. ஒவ்வொரு மனிதனின் அடிப்படைத் தேவைதான் காதல். அழகின் வெளிப்பாடுதான் காதல்' என்கிறார். ஆனால் சாக்ரடிஸ் அது புற அழகு அல்ல, அக அழகு என்று மிக அழகாகச் சொல்கிறார்.

கிரேக்க வரலாற்றில் ஓரின விருப்பத்தை பற்றிப் பேசும்போது, நாம் புறக்கணிக்க முடியாத ஒரு முக்கியமான காதலைப் பற்றிச் சொல்லியாக வேண்டும். அதுதான் ஹெர்குலஸ் மற்றும் ஹைலாஸ் காதல். புகழ்பெற்ற கவிஞர் தியோக்ரைட்டஸ் இதைத் தன் கவிதை வரிகளால் இன்னும் அழகாக்கி இருக்கிறார். 'போரில் பல தலைகளை வீழ்த்திய இரும்பு மனம் படைத்த ஹெர்குலஸுக்குள் இப்படி ஒரு காதல் வருமென்று நான் நினைக்கவில்லை. காதல் என்ற புனிதத்தை உணர்த்தும் விதமாக, ஒரு தந்தையாக வாழ்க்கையைக் கற்றுக்கொடுத்தார் ஹெர்குலஸ்' என்கிறார் தியோக்ரைட்டஸ். இருவரும் இணை பிரியாமல் வாழ்ந்தனர். இரவு பகல் என்று பாராமல் நிழல்போல ஹெர்குலஸ் அருகில் இருந்தான் ஹைலாஸ்.

ஒருமுறை ஹெர்குலஸ் மற்றும் பல வீரர்களுக்கும் படகுப் போட்டியில் யார் வலிமையானவர்கள் என்ற போட்டி ஏற்பட்டது. ஒரு படகுப் போட்டியும் தயார் செய்யப்பட்டது. போட்டியில் கலந்துகொண்ட பலரும் மைசியன் கடற்கரையை அடையும் முன்னரே களைப்பானார்கள். ஜேசன் மற்றும் ஹெர்குலஸ் மட்டுமே அதே வேகத்துடன் படகைச் செலுத்தினர். ஹெர்குலஸ் இன்னும் அதிகமாகப் படகைச் செலுத்தவே, ஒரு கட்டத்தில் அவன் வைத்திருந்த துடுப்பு இரண்டாக முறிந்து ஒரு பாகம் கடலுக்குள் விழுந்து விடுகிறது. நிராயுதபாணியாக ஹெர்குலஸ் படகில் மிதக்க, மற்ற போட்டியாளர்களோ ஒருவாறாக மைசியன் கடற்கரையை அடைந்தனர்.

மைசியன் மக்கள் அவர்களை அன்போடு வரவேற்று விருந்து கொடுத்தனர். மது, மாமிசம் என்று சகலமும் பெற்ற வீரர்கள் மனம் மகிழ்ந்து தங்களை மறந்து இன்பத்தில் திளைத்திருக்க ஒருவன் மட்டும் கவலையின் ஒட்டுமொத்த உருவமாகக் காட்சியளித்தான். அவன்தான் ஹைலாஸ். இன்னும் ஹெர்குலஸ் கரை சேரவில்லை என்ற கவலையுடன் கையில் ஒரு பூவுடன் கடற்கரையில் வந்து காத்திருந்தான். அவ்வளவு அழகான ஒருவன் கடற்கரையில் காத்திருப்பதைப் பார்த்த கடல், அவனைத் தன்வசமாக்கிக்கொள்ள எண்ணி அவனைக் கடலுக்குள் இழுத்துக்கொண்டதாகச் சொல்வார்கள். உண்மையில் தன் கையில் வைத்திருந்த மலர் கீழே விழுந்துவிட, அதை எடுக்க முற்பட்ட ஹைலாஸைக் கடல் தனக்காக்கிக் கொண்டதை ஹைலாஸ் மட்டுமே அறிவான்.

கடலுக்குள் இருந்து வரும் ஹெர்குலஸிடம் அவன் நண்பன், 'ஹைலாசைக் காணவில்லை. அவனைக் கடல் உள்வாங்கிக் கொண்டதா அல்லது கயவர்கள் கடத்திக்கொண்டு சென்றார்களா அல்லது நரபலி மனிதர்கள் கொன்றுவிட்டார்களா என்று

தெரியவில்லை' என்று கூறவே, அதைத் தாங்கிக்கொள்ள முடியாத ஹெர்குலஸ் 'ஹைலாஸ், ஹைலாஸ், ஹைலாஸ்' என்று கடல் நீர் ஒலியைக் கலைக்கும் விதமாகக் கத்தினான். ஹெர்குலஸ் கத்திய அடுத்த நொடியே, கடலுக்குள் இருந்து ஹைலாஸ் குரல் கேட்டது. ஆனால், அது வெகுதூரத்தில் இருந்து வந்ததாக அவனுக்குத் தோன்றியது.

உடனே சற்றும் தாமதிக்காமல் ஹெர்குலஸ் மற்றும் அவன் நண்பன் பாலிபெமோஸ் இருவரும் கடலை சலித்துத் தேடினர். இவர்களுக்கு உதவும் விதமாக மைசியன் மக்களும் கடலுக்குள் இறங்கித் தேடினர். ஆனால் அந்தத் தேடலுக்கு விடை கடைசிவரை கிடைக்கவில்லை. 'ஹைலாஸ் கிடைக்கவில்லை என்றால் உங்கள் நாட்டை அழித்துவிடுவேன்' என்ற ஹெர்குலஸின் கோபத்திற்கு ஆளான அந்த மைசியன் மக்கள், ஹெர்குலஸின் கோபம் தங்களைப் பாதிக்கக்கூடாது என்று பயந்து, இன்றுவரை வருடம் ஒருமுறை அந்தக் கடற்கரையில் வணங்குவார்கள்.

சீயஸூம் அவர் காதலனும்

கனிமெட் என்பவன் ட்ராய் நாட்டின் மன்னனான ட்ராஸ். மனித இனத்தின் பேரழகனாக கனிமெட்டைச் சொல்லும் அளவுக்கு அழகு வாய்ந்தவன். தன் மூன்று மகன்களைவிட கனிமெட் மீது ட்ராஸ் மன்னன் அளவு கடந்த பாசமும் அக்கறையும் கொண்டிருந்தார். அவனைப் பாதுகாக்க சிறப்பான காவலர்கள், கல்வி கற்கத் தனி ஆசிரியர்கள் என்று ஒவ்வொன்றையும் தன் செல்ல மகனுக்கு தானே முன் நின்று கவனித்தார் மன்னர். பதின் வயதுகளின் மத்தியில் இருந்த கனிமெட் ஒருநாள் தன் நண்பர்களுடன் விளையாடுவதைக் கவனித்த சீயஸ், பார்த்த நொடியில் தன்னை மறந்தார். சொர்க்கத்தின் அதிபதியான சீயஸ், தன் ஒலிம்பஸ் மலை மீதிருந்து பார்த்தபோது கனிமெட் அழகில் தன்னை மறந்தார். உடனே ஒரு கழுகாக தன் உருவத்தை மாற்றிக்கொண்ட சீயஸ், பறந்து சென்று தன் கால்களால் கனிமெட்டைத் தூக்கிச் சென்றார். உடன் நின்ற காவலர்கள் அந்தக் கழுகை விரட்ட முற்பட்டு அந்தக் கழுகின் தாக்குதலுக்கு ஆளாகிச் சிதறி ஓடினர். கனிமெட்டை தூக்கிச் சென்ற கழுகு உயரப் பறந்து, வானத்தில் இருந்த மேகங்களுக்குள் மறைந்துவிட்டது.

ஒலிம்பஸ் மலையைக் கண்ணிமைக்கும் நேரத்தில் அடைந்தார் சீயஸ். மலையை அடைந்ததும் தன் உருவத்தை மீண்டும் அடைந்து, கனிமெட்டை அங்கிருந்த படுக்கையில் கிடத்தினார். தன் மனைவி ஹீராவை அழைத்து கனிமெட் குடிக்க பானம் தர உத்தரவிட்டார். கனிமெட்டைக் கோபத்துடனும், பொறாமையுடனும் ஹீரா பார்த்தாலும், அதை வெளிக்காட்ட முடியாமல் சீயஸ் சொன்னதைச் செய்துவிட்டு அங்கிருந்து சென்றுவிட்டார். சீயஸ் அன்று இனம் புரியாத ஒரு மகிழ்வோடும் பரபரப்போடும் காணப்பட்டார்.

தன் உயிராகக் கருதிய அன்பு மகனைக் காணாததால் மன்னர் ட்ராஸ் மிகுந்த கவலையால் பீடிக்கப்பட்டார். அந்த நாட்டையே கண்ணீர்வெள்ளம் சூழும் அளவிற்கு அழுதார். இதை உணர்ந்த சீயஸ், கனிமெட்டின் இருப்பைப் பற்றிய செய்தியை ட்ராஸ் மன்னருக்கு அறிவிக்கச் சொல்லி ஒரு தூதுவனை அனுப்பினார். கனிமெட் தொடர்பான ஓர் ஒப்பந்தத்தையும் அந்தத் தூதுவன் மூலம் சீயஸ் சொல்லி அனுப்பினார். கனிமெட்டுக்கு மாற்றாக ஓர் அதிசயக் குதிரை ஜோடியை அனுப்பினார் சீயஸ். இறப்பே வராத, தரையில் காற்றைவிட வேகமாக ஓடும் திறனும், நீரிலும் நடக்கும் தன்மையும் பெற்ற அதிசய மாயாஜாலக் குதிரைகள் அவை. கடவுளின் இந்த ஒப்பந்தத்தை மனம் ஒப்பி ஏற்றுக்கொண்டார் ட்ராஸ் மன்னர்.

சீயஸ் மற்றும் கனிமெட்

சீயஸ் கடவுளின் காதல் கதைக்குச் சற்றும் குறையாத வரலாற்றைக் கொண்டது இன்னொரு கடவுளான அப்பல்லோ காதல் பற்றிய வரலாறு.

ஸ்பார்ட்டா மன்னரின் இளைய மகனான ஹயாசிந்த் ஒரு பேரழகன். அப்பல்லோ கடவுள் அவ்வப்போது யூரோட்டாஸ் ஆற்றங்கரைக்கு ஓய்வெடுக்க வருவதுண்டு. அங்கு பதின்வயது சிறுவர்களுடன் தன் ஓய்வு நேரத்தை இன்பத்தோடு கழிப்பது அவர் வழக்கம். அந்த நதிக்கரையின் ஓரத்தில் ஹயாசிந்த் தன் நண்பர்களுடன் விளையாடுவதையும், பயிற்சிகள் மேற்கொள்வதையும் கண்ட அப்பல்லோ, அந்த நொடியே ஹயாசிந்த் மீது பித்தாகிவிட்டார். ஹயாசிந்தைப் பார்த்தபிறகு வேறு யாருமே அழகாகத் தெரியாத அளவுக்கு அப்பல்லோவை ஈர்த்துவிட்டான் அந்த ஸ்பார்ட்டா இளவரசன். பின்னர் இருவரும் காதலில் திளைத்து ஒருவருக்கொருவர் அன்பைப் பரிமாறிக்கொண்டனர்.

ஹயாசிந்த்

ஒரு கோடைக் கால வெயிலில் இருவரும் நிர்வாணமாக விளையாடிக்கொண்டிருந்தனர். உடல் முழுக்க பூசப்பட்டிருந்த ஆலிவ் எண்ணெய், அந்த வெயிலின் உக்கிரத்தைத் தணித்தது. அப்போது வட்டு எறிதல் விளையாட்டில் ஆர்வமுடைய ஹயாசிந்த் கையைப் பிடித்து கடவுள் அந்த வட்டை எறிந்தார். கடவுளின் முழு பலத்தால் வட்டு மேமேலே மேலே உயரப் பறந்து, வானை இரண்டாகப் பிளந்தது. இதைக் கண்ட ஹயாசிந்த் மிகுந்த மகிழ்ச்சிக்கு ஆளானான். அந்த வட்டைப் பின்தொடர்ந்து ஓடினான் ஹயாசிந்த். அது மேலிருந்து, அதே வேகத்தில் ஹயாசிந்த் தலை மீது விழுந்தது. ஹயாசிந்த் தலை பிளந்து அவன் அழகிய முகம் முழுக்க ரத்தம் கொட்டியது. இதைக்கண்டு ஓடிவந்த அப்பல்லோ, அவனைத் தன் மடி மீது வைத்து அழத்தொடங்கினார். உடலில் இருந்த ரத்தம் வெளியேற வெளியேற ஹயாசிந்த் உடல் வெளிறத் தொடங்கியது. கண்கள் பார்வை மங்கின. காதுகள் கேட்கும் திறனை இழந்தன. தன் சுயநினைவைக் கொஞ்சம் கொஞ்சமாக இழந்து இறுதியில் இறந்து போனான்.

தான் விளையாட்டாக எறிந்த வட்டால் இத்தகைய ஒரு மரணம் தன் காதலனுக்கு நேர்ந்ததை எண்ணி அப்பல்லோ துயரக்கடலில் வீழ்ந்தார். அப்போது கடவுள் அப்பல்லோ தன் காதலனின் காதருகில், ‘நீ இறந்தாலும், என்னுடன் உன் நினைவால் வாழ்ந்துகொண்டுதான் இருப்பாய். உலகில் எவரும் உன்னை மறக்காத அளவிற்கு நீ வணங்கப்படுவாய்’ என்றார். அவர் சொன்னபடி இன்றளவும் ஹயாசிந்த் நினைவாக அந்த மக்கள் ஹயாகிந்தியா திருவிழா கொண்டாடுகிறார்கள். இந்த காதலன் இறந்தாலும், இவர்களின் காதல் இன்றும் மறக்கப்படவில்லை.

பண்டைய கிரேக்கத்தின் ஓரினக் காதல்

ஆண்களுக்கு இடையில் உருவாகும் காதல் மற்றும் உடலுறவு போன்றவை அப்போது அரிதானதாக இருந்திடவில்லை. ஆய்வுகள் ரீதியாகப் பார்க்கும்போது, பல சமூகங்கள் இதைத் தங்களுக்குள் ஏற்றுக்கொண்டுள்ளன. பால் ஹால்சல் இந்தக் கட்டுரையில் இதுவரை வரலாறாகவும் வரலாற்றுத் தொகுப்புகளாகவும் சொல்லப் பட்ட தவறுகளையும், தவறாக எண்ணப்பட்ட விஷயங்களையும் மாற்றிக் கூறுகிறார். உதாரணமாக நாம் இங்கு முன்பு பார்த்த, பதின்வயது சிறுவனுடன் காதல் கொள்ளும் நடுத்தர வயது ஆண்மகன் (ஆங்கிலத்தில் pederasty) காதலுக்கும் ஓரினக் காதலுக்கும் உள்ள வேறுபாட்டைக் கூறுகிறார். இரண்டும் ஒன்றல்ல என்று அழுத்திச் சொல்கிறார். ஆங்கிலத்தில் ஹோமோசெக்ஸ் என்கிற வார்த்தையைக் கொஞ்சம் தயக்கத்தோடுதான் உச்சரிக்க வேண்டி இருக்கிறது என்கிறார். காரணம், ஓரின விருப்பம் என்பது உடல் சார்ந்த விஷயம் மட்டுமல்ல, அது உணர்வு சார்ந்த, உள்ளம் சார்ந்த விஷயமும் கூட, அதனால் ஹோமோசெக்ஸ் என்ற வார்த்தை அதற்குப் பொருந்தாது என்கிறார்.

எரோஸ் (Eros) எனப்படும் கிரேக்க வார்த்தைக்கு 'அன்பான காதல்' என்று பொருள். அதனால் எரோஸ் என்ற வார்த்தை ஓரளவு இதற்குப் பொருந்தும் என்று கூறுகிறார். இந்த ஹோமோசெக்ஸ் என்ற வார்த்தை கூடப் பத்தொன்பதாம் நூற்றாண்டு வரை சொடோமி (Sodomy) என்றே அழைக்கப்பட்டு வந்தது. ஒரு பெருங்குற்றமாகக் கருதப்பட்ட சொடோமி, மருத்துவ ரீதியில் நோயாகக் குறிப்பிடத்தான் இந்த ஹோமோசெக்ஸ் என்கிற வார்த்தை உருவாக்கப்பட்டது. இன்று இவ்வளவு தெளிதல் மற்றும் புரிதலுக்குப் பிறகும் அந்த

வார்த்தையை மட்டுமே பயன்படுத்த வேண்டி இருப்பதாகச் சொல்கிறார்.

பழங்கால ஓரினக் காதல்களுக்குச் சான்றாக முதலில் நமக்குக் காட்டப்படும் சான்றுகள் ஓவியங்கள்தான். அத்தகைய ஓவியங்கள் அந்தக் காலத்தைய நிகழ்வுகளை நம் கண்முன் நிறுத்துகிறது என்றாலும் எந்த அளவுக்கு நாம் அந்த ஓவியர்களை நம்பமுடியும் என்பது கேள்விக்குறிதான். ஆனாலும், அடுத்தடுத்து அந்த ஓவியம் தொடர்பான சான்றுகள் கிடைத்தால் நாம் அதை உறுதியாக நம்பலாம்.

அடுத்ததாக எழுத்துச் சான்றுகள். இது தொடர்பான காதல் கதைகள், கவிதைகள், கட்டுரைகள், நகைச்சுவை நாடகங்கள் என்று பல எழுத்தாளர்கள் நிறைய எழுதியுள்ளனர். தியோக்னிஸ் தொடங்கி அறிஸ்ட்டோபேன் வரையிலான கதை மற்றும் கட்டுரையாக இருக்கட்டும், பிளாட்டோ போன்றவர்களின் பங்களிப்பாக இருக்கட்டும், எல்லாமே இப்போதும் ஆய்வுக்கு உட்படுத்தும் அளவிற்கு வலிமையான செய்திகளைக் கொண்டுள்ளவை.

மூன்றாம் தடயமாக செவிவழிச் செய்திகளை குறிப்பிடலாம். இன்றும் பல வரலாற்று நிகழ்வுகள் கதைகளாக உருவாக்கப்பட்டுக் காலாகாலத்திற்கும் மனதில் நிலைகொண்டுள்ளன. இத்தகைய செய்திகளை நாம் முழுவதும் நம்பமுடியாவிட்டாலும் நிச்சயம் அதில் நிறைய உண்மைகள் புதைந்திருக்கும். ஆனால் கொஞ்சம் திரிந்திருக்கும். அதை நாம் ஆராய்ந்தால் மிகப்பெரிய சான்றாக அமையும்.

இந்த மூன்று சான்றுகளையும் வைத்து நாம் தெளிவாக ஒரு முடிவுக்கு வரமுடியும். ஆனால், கிரேக்கத்தைப் பொருத்தவரை இலக்கியம் சொல்லும் விஷயங்கள் ஒரு பகுதிக்கும் இன்னொரு பகுதிக்கும் மாறுபடலாம். ஒரு பகுதியில் இருக்கும் பழக்கவழக்கம் மற்றும் சட்ட திட்டங்கள் இன்னொரு பகுதியில் ஒத்துவராமல் இருக்கலாம். அதனால், எதையும் நாம் ஒட்டுமொத்த கிரேக்க விஷயமாகச் சித்தரித்துவிடக்கூடாது.

அதே போல ஓவியங்கள் என்பது உள்ளதை உள்ளபடிக் காட்டும் புகைப்படம் அல்ல. ஓர் ஓவியன் ஒரு விஷயத்தைப் பல இடங்களில் குறிப்பிடலாம். பல இடங்களில் பார்த்த விஷயங்களை ஓர் ஓவியத்தில் குறிப்பிடலாம். அதனால் அதையும் நாம் ஆராய்ந்து பார்ப்பது அவசியம்.

கவிதைகளும் பெரும்பாலும் கற்பனைகளால் புனையப்பட்ட விஷயங்களால் நிரம்பி இருக்கலாம். நாம் மூன்று சான்றுகளையும்

ஒருசேரக் கவனித்து மட்டுமே ஒரு தீர்க்கமான முடிவை எடுக்க வேண்டுமே தவிர, ஒன்றைப் பார்த்து முடிவைச் சொல்வது 'நான்கு பேர் கண்ணைக் கட்டிக்கொண்டு யானையின் உருவத்தை விவரிப்பது' போன்ற முட்டாள்தனம்.

பிளாட்டோவின் கருத்துகள் பல நேரங்களில் முழுவதும் ஏற்கும்படியாக இருக்கும். ஒரு தத்துவவாதியாகக் கருத்துக்களைச் சொல்லாமல் சமூகத்தின் நிலைமையையும், மக்களின் வாழ்க்கை முறையைப் பற்றியும் மட்டுமே தன் தொகுப்புகளில் நிறைய எழுதியுள்ளார் பிளாட்டோ.

பிளாட்டோவைப் போலவே இன்னொரு எழுத்தாளர் அயிஸ்கின்ஸ். இவருடைய எழுத்துக்களும் பெரும்பாலும் மக்களின் வாழ்க்கை முறை பற்றியதுதான். டோவர் போன்றவர்கள் அந்த நாட்டின் பெண்களைப் பற்றிய கருத்துகளை அதிகம் வெளிக்கொண்டு வந்தனர். அதேபோல அடித்தட்டு மக்களில் ஓரின விருப்பம் கொண்டவர்களைப் பற்றியும் கூறுகிறார்கள். ஆனால், அதற்கான எவ்வித ஒப்பீட்டு முடிவுகளையும் அவர்கள் அளிக்கவில்லை.

ஆறாம் மற்றும் ஏழாம் நூற்றாண்டுகளில் கிரேக்க நாட்டில் காமம் தொடர்பான வரையறை வகுக்கப்பட்டது. அதற்கு முன்பு, ஆண் உறுப்பை இரண்டு கால்களுக்கு இடையில் வைத்து, இன்பம் திளைப்பது வாடிக்கையாக இருந்ததை ஓவியங்கள் மூலம் நாம் அறியலாம். அதனால் ஏழாம் நூற்றாண்டு என்பது அனைவருக்கும் ஒரு தெளிவான காம சிந்தனையை ஊட்டியது என்று சொல்லலாம்.

இந்த வரையறைக்குப் பின்னர் ஒருபால் ஈர்ப்புப் பற்றியும் மக்கள் புரிந்துகொள்ளத் தொடங்கினார்கள். இதைச் சமூகம் ஏற்றுக் கொண்டது, அதற்குக் காரணம், அதற்கு முன்பும் அதை தவறெனப் பெரிதாக அவர்கள் ஒதுக்கவில்லை என்பதுதான். அதற்கு முன்பு ஒருபால் ஈர்ப்புப் பற்றி அவர்கள் அறியாமல் இருந்திருக்க வாய்ப்பில்லை. அவர்களுக்குத் தெரிந்திருந்ததற்கான ஆதாரம் நமக்குக் கிடைக்கவில்லை என்றுதான் சொல்ல வேண்டும்.

ஹோமர் எனும் புகழ்பெற்ற எழுத்தாளரின் கதாபாத்திரங்களுள் கதாநாயகர்கள் எப்போதும் உறுதியான பிணைப்போடு இருப்பார்கள். ஆனால் காமம் தொடர்பான காட்சிகள் பெண்களுடன் மட்டுமே இருக்கும். அச்சில்லிஸ் என்ற நாயகனுடன் பாட்ரோக்ளஸ் மிகுந்த அன்போடு இருப்பதாகவும், ஓரினக் காதலில் இருப்பது போலவும் காட்சிகள் அமைக்கப்பட்டிருக்கும். ஆனால், பாட்ரோக்ளஸ்,

அச்சில்லிஸுடன் எவ்வித உடல் சார்ந்த உறவும் கொள்ளாமல் இறந்து விடுவதாகக் கதை சொல்லப்பட்டுவிடும். ஒருபால் ஈர்ப்புப் பற்றித் தன் கதையில் காட்சிகளை அமைத்தாலும், ஏதோ தயக்கத்தால் அதை வெளிப்படையாகக் காட்டாதது ஏன் என்பது ஹோமருக்கு மட்டுமே வெளிச்சம். இவருடைய கதைகளில் பல இடங்களிலும் இப்படிக் காட்சி அமைப்பு வருவது வாடிக்கை என்பதால் இவரைக் குறிப்பிடுகிறேன்.

கிரேக்கத்தில் ஒருபால் ஈர்ப்பு நுழைந்தது டோரியர்களால் என்று நாம் முன்பு பார்த்தோம். அதற்குக் காரணம், டோமர்களுக்குள் ஒருபால் ஈர்ப்பு இயல்பான ஒன்றாக இருந்ததாகச் சொல்லப் படுகிறது. ஆனால், சமீபத்திய ஆய்வு முடிவுகள் கிரேக்கத்திற்குள் ஓரின விருப்பம் தொடங்கியது அயொனியன் சொலோன் மற்றும் ஏலியன் சப்போ இங்கிருந்து கிரேக்கம் சென்றதாகவும் தெரிகிறது. எங்கிருந்து இது கிரேக்கம் சென்றது என்பது இங்கே முக்கியமில்லை. டோரியன் வருகைக்கு முன்னரே இந்த ஓரின விருப்பம் சென்றிருக்கலாம் என்பதற்காக இவ்வாறு சொல்லப்படுகிறது.

நாம் சொன்னது போல ஆறாம் மற்றும் ஏழாம் நூற்றாண்டுகளில் கிரேக்கம் ஒருபால் ஈர்ப்புப் பற்றிய கலாசார அங்கீகாரத்திற்கு வழிவகுத்தது. அந்த நேரத்தில் மக்கள்தொகை திரளாக அதிகரித்ததை நாம் தெரிந்துகொள்ள முடிகிறது. பெண்கள் உரிமைகள் மறுக்கப் பட்டவர்களாக இருந்துள்ளார்கள். ஆண்கள் தனியாகப் பல இடங்களிலும் சந்திக்கும் வாய்ப்பு இயற்கையாக அமைந்ததால், ஒருபால் ஈர்ப்பு என்பது பல நேரத்தில் அத்தியாவசியமானது என்று கூடச் சொல்லலாம்.

கிரேக்கர்களின் எந்தப் புத்தகமும் ஒருபால் ஈர்ப்பு தவறென்றே சொல்லவில்லை என்பதிலிருந்து அது அவர்களுக்குத் தவறாகத் தெரியவில்லை என்று நமக்குத் தெளிவாகத் தெரிகிறது. அதனால் கிரேக்க கலாசாரத்தின் ஒரு பகுதியாக இன்றளவும் ஒருபால் ஈர்ப்பு பார்க்கப்படுவதை நாம் காணமுடியும். கிரேக்க வரலாற்றின் மையமாக எப்போதும் பார்க்கப்படுவது ஏதன்ஸ். ஆனால் ஒருபால் ஈர்ப்பை ஏதன்ஸ் நகரம் இயல்பாகக் கையாண்டதாய் நாம் நினைக்க முடியாது. ஸ்பார்ட்டா, மாசிடோனியா, டோரியன் என்று ஒருபால் ஈர்ப்பு இயல்பாக உணரப்பட்ட நகரங்களின் பட்டியலில் நிச்சயம் ஏதன்ஸ் வராது. அதற்காக ஏதன்ஸ் நகரம் இதைக் குற்றமாகப் பார்த்ததாகச் சொல்லமுடியாது. இதை அவர்கள் அதிகமாக அங்கீகரிக்கவில்லை என்பதைத்தான் சொல்ல முடியும்.

எரோஸ் என்னும் கடவுளை பலரும் ஒருபால் ஈர்ப்பின் கவிதைகளில் குறிப்பிடுவார்கள்.

பிளாட்டோ தன் எழுத்தில் மற்ற காதல்களைவிட ஓரினக்காதல் ஒருபடி உயர்வானது என்பார். அந்தக் காலத்தைய காதல் கதைகளும் பெரும்பாலும் ஓரின விருப்பம் சார்ந்ததாகவே வெளியானதும்கூட ஓர் எதிர்பாராத ஆச்சரியம்தான். ஆனாலும் ஓரினக் காதலர்கள் பல விதத்திலும் தங்கள் நாட்டிற்கும் சமூகத்திற்கும் அனைவரும் பாராட்டும் வகையில் எதையாவது செய்வார்கள் என்பதை கிரேக்க வரலாற்றை அறிந்த எவரும் மறுக்க மாட்டார்கள். ஓரினக் காதலால் குழந்தைகள் பிறக்க வாய்ப்பில்லை என்றாலும், அந்தக் குழந்தை தரும் மகிழ்ச்சியைவிட அதிக இன்பத்தையும், உயர்வான உணர்வையும் ஓரினக் காதல் கொடுக்கும் என பிளாட்டோ கூறுகிறார்.

ஓவியங்களுக்கு நிகராக சிற்பங்களும் ஒருபால் ஈர்ப்பை நிறையவே வெளிக்காட்டியுள்ளது. ஒரு பெண் உருவத்தைவிட, கிரேக்க ஆண்களின் உருவத்தை அவ்வளவு தத்ரூபமாகவும், காம ரசம் சொட்டும்படியும் சிற்பிகளால் எப்படிக் கொண்டுவர முடிந்தது என்பது ஆச்சரியமான ஒன்று. ஒரு கிரேக்க இளைஞன் பருவம் அடைந்தபின் மிக அழகாக இருப்பதாக அரிஸ்டோபேன் கூறுகிறார். 'வலிமையான மார்பு, ஆரோக்கியமான இறுக்கமான தோல், அகண்ட தோள்கள், சிறிய ஆணுறுப்பு' என்று வர்ணிக்கிறார். இவர் சொல்வதைப்போலவே பல சிற்பங்களும் கிரேக்கத்தில் அமைந்துள்ளதை நாம் காணமுடியும்.

கவிதைகள், தொகுப்புகள் மற்றும் தத்துவங்கள் சந்தேகமே இல்லாமல் ஒருபால் ஈர்ப்பை ஆதரிக்கிறது. ஆனால், அப்படிப்பட்ட ஆதரவால் எந்த அளவு பயன் இருந்தது என்பதுதான் சந்தேகம். பிளாட்டோவின் சிம்போசியத்தில் பசாநியாஸின் கூற்றாக வரும் சில கருத்துக்களை நாம் கவனிக்க வேண்டும். ஒரு காதலன் எப்படி இருக்க வேண்டும், ஒரு தந்தை எந்த வகையில் நல்ல தகப்பனாக மகனுக்கு இருக்க முடியும் என்றெல்லாம் சொல்லிவிட்டு, அடுத்து ஓரினக்காதலைப் பற்றிச் சொல்லும்போது, 'ஓரினக்காதலில் பங்குபெறும் இரண்டு ஆண்களுமே ஆளுமை நிறைந்தவர்களாக இருக்க வேண்டும். அடிபணிந்து போவதென்பது ஆண்மைக்குப் புறம்பான ஒன்றுய ஓர் ஆண் மதிக்கப்படுவது அவனுடைய ஆண்மைத்திறனால். அவன் எப்போதும் அத்தகைய ஆண்மைத் தன்மையைக் குறைத்துக்காட்டும் விதமாக அடிபணியக் கூடாது' என்கிறார். ஆனால், இத்தகைய கருத்துகள் ஏதன்ஸ் நகரைச் சுற்றி மட்டுமே சொல்லப்பட்டவை. நாம் முன்பு பார்த்த ஸ்பார்ட்டா

போன்ற நகரங்கள் இதை எப்படி அணுகினார்கள் என்பது தெரியாது. பெரும்பாலும் ராணுவம், பயிற்சிக்கூடங்களில் புதிதாகச் சேரும் பதின் வயதினரை அங்கிருக்கும் நடுத்தர வயதினர் ஆளுமை செலுத்துவார்கள் என்று தெரிகிறது. அதை அங்கு யாரும் தவறாகக் குறிப்பிடவில்லை என்பதையும் நாம் கவனிக்க வேண்டும்.

சீயஸ் கடவுள், சிறுவன் கனிமெட்டைக் கவர்ந்ததை நாம் பார்த்தது போலத்தான். அதற்காக வயதில் மூத்தவர்கள் சிறுவர்களைத் தங்கள் இச்சைக்குக் கட்டாயப்படுத்தினார்கள் என்று சொல்லக் கூடாது. அதில் அந்த பதின் வயதினரே விரும்பி ஈடுபட்டதாகச் சொல்லப்படுகிறது. வயதால் காதலைத் தரம் பிரிக்கக் கூடாது என்பதை அவர்கள் எப்போதும் சொல்லி வந்திருக்கிறார்கள். அதே நேரத்தில் சிறுவர்கள் முதியவர்களுடன் உண்டாகும் காதலை வரவேற்கவில்லை என்பதும் தெரிகிறது. ராணுவம், பயிற்சி பட்டறை போன்றவற்றில் இந்த இரண்டு பிரிவினரும் இருக்க மாட்டார்கள் என்பதால் அப்படி இணைப்பு நடந்ததற்கான செய்திகளும் இல்லை.

ஓர் ஆண் தனக்கு வேறு பெண்ணுடன் திருமணம் ஆகும்வரை, மற்றொரு ஆணுடன் உறவில் இருக்கிறான். அதே ஆண், தன் திருமணத்திற்குப் பின்பும் அத்தகைய ஆணுடன் உறவைத் தொடர்வதையும் நம்மால் கிரேக்க வரலாற்றில் பார்க்க முடிகிறது. ஆளுமை செலுத்துபவர்கள்தான் ஆசன வாய்ப் புணர்ச்சியில் ஈடுபடுவதாகச் சொல்லும் கருத்தை மறுக்கும் விதமாகப் பல ஓவியங்கள் உள்ளன. ஆக்டிவ், பாசிவ் என்ற வேறுபாடு இல்லாமல், அவர்களுக்குள் உறவு வைத்திருப்பதை நம்மால் ஓவியங்கள் மூலம் அறிய முடிகிறது. அரிஸ்டோபேன் சொல்லும் ஒரு கருத்தும் அதை உறுதிப்படுத்துகிறது. ஆளுமை செலுத்தும் ஆணுடைய பிட்டம் பருத்துக் காணப்படும். பலமுறை ஆசனவாய் புணர்ச்சியில் புட்டம் பெருத்திருப்பதாகச் சொல்கிறார் அவர். அதைப் பேரழகாகவும் குறிப்பிடுகிறார்.

சட்டமும், விதிமுறையும் வைத்து அதன்படி நடக்க உடலுறவு ஓர் அரசியல் சாசனமல்ல என்று அவர்கள் நிரூபித்திருக்கிறார்கள். கலை மற்றும் சமூக வாழ்விலும் ஓரின ஈர்ப்பு பின்னர் அங்கீகரிக்கப் பட்டது. சமூகத்தால் அங்கீகரிக்கப்பட்டது என்று சொல்வதை, பிளாட்டோ, அரிஸ்டோபேன் போன்றவர்கள் சொன்னதைப்போன்ற முழுமையான அங்கீகாரம் எனப் புரிந்துகொள்ளக்கூடாது. ஒருபால் ஈர்ப்பையும், பதின்வயதினரின் ஓரின விருப்பத்தையும் இந்த சமூகம் ஒன்றென்று கருதவில்லை.

பிளாட்டோ சொன்னதைப்போல, ஓரினக் காதலை வாழ்க்கை முழுவதும் வளரும் ஓர் உறவாக இந்தச் சமூகம் பார்க்கவில்லை. குறுகிய காலத்து உறவாகக் கருதினர். பெரும்பாலான குறிப்புகள் ஓரின விருப்பத்தை ஓர் உயர்குடிப் பழக்கம் போலச் சித்தரித்துள்ளது. முர்ரே அகயின் என்பவர் 'உயர்குடிகளின் பொழுதுபோக்கு' என்று குறிப்பிடுகிறார். அறிஸ்டோபேனின் நகைச்சுவை நாடகங்களில் ஒருபால் ஈர்ப்பை உயர்தர மக்களின் வாழ்க்கை முறையாகச் சித்தரிக்கிறார். இந்த விவாதம் முடிவில்லாமல் அப்போது நடந்துள்ளது. பண்டைய கிரேக்கம் பல தரப்பட்ட குடிமக்களாகப் பிரிக்கப்பட்டது. ஒவ்வொரு தர மக்களுக்கும் தனித்தனி கலாசார பேதங்களும் இருந்துள்ளன. அதனால் அடித்தட்டு மக்களிடம் இல்லாத விஷயமாக இதைக் கருதிட முடியாது. இந்த ஓரினப் பழக்கம் என்பது தரம் சார்ந்த, பொருளாதாரம் சார்ந்த ஒரு விஷயமாக இருந்திருக்க வாய்ப்பில்லை. பல நிலைகளையும் நிச்சயம் ஊடுருவிச் சென்றிருக்கும். பாலியல் தொழிலை நாடிச் செல்வதும் உயர்குடிகள்தான் என்று கிரேக்கத் தொகுப்புகள் கூறுகின்றன. அதனால் கீழ்த்தட்டு மக்கள் பாலியல் தொழிலை நாடிச் சென்றிருக்க மாட்டார்கள் என்று சொல்ல முடியாது.

அந்தக் காலகட்டத்தில் ஆண் பாலியல் தொழிலாளிகளும் கிரேக்கத்தில் இருந்துள்ளதாகத் தெரிகிறது. வரி செலுத்தும் அளவிற்கு அவர்கள் பாலியல் தொழில் செழித்திருந்தது என்று நகைச்சுவையாகச் சொல்லும் குறிப்பு கூட உண்டு. பெண்கள் இரண்டாம் தரமாக அப்போது நடத்தப்பட்டதால், ஒருபால் ஈர்ப்புப் பழக்கம் உயர்குடி ஆண்களை அதிகம் கவர்ந்தது என்று சொல்வது நிச்சயம் அறிவுபூர்வமானது அல்ல. எது எப்படி இருந்தாலும், ஒருபால் ஈர்ப்பு என்பது எப்போதும் கிரேக்கத்தில் தனிச்சிறப்போடு இருந்தது என்பதை யாரும் மறுப்பதற்கில்லை. மாவீரன் அலெக்ஸாண்டர் ஒருபால் ஈர்ப்பாளன் என்பதால் கிரேக்கத்தால் புறக்கணிக்கப்படவில்லை.

ஐந்தாம் நூற்றாண்டில் ஒருபால் ஈர்ப்பு தொடர்பான கவிதைகள், கதைகள் குறையத் தொடங்கின. ஆண்-பெண் உறவு பற்றி நிறையப் படைப்புகள் வெளிவரத் தொடங்கின. பெண் எழுத்தாளர்கள் அப்போது நிறைய எழுதத் துவங்கியது கூடக் காரணமாக இருக்கலாம். ஐந்தாம் நூற்றாண்டின் இறுதியில் மீண்டும் ஓரினக் காதல் இலக்கியத்தில் இடம் பிடிக்கத் தொடங்கினாலும், அது நிரந்தரமாக நிலைக்கவில்லை. ஓரினக் காதல் என்றதும் ஆண்-ஆண் பெரும்பாலும் உறவே சொல்லப்பட்ட காலத்தில், சாப்போவின்

கவிதைகள் அதை மாற்றின. சாப்போ, பெண்-பெண் உறவு பற்றிய கவிதைகள் நிறைய வடித்தார். அதைதாண்டிப் பெரிய அளவில் லெஸ்பியன் பற்றிய குறிப்புகள் கிரேக்க வரலாற்றில் கிடைக்க வில்லை. அதற்குக் காரணம் பெரும்பாலும் ஒருபால் ஈர்ப்பைப் பற்றி எழுதியவர்கள் பெண்கள் என்பதாலும், பெண்கள் அப்போது இரண்டாம் தரமாக நடத்தப்பட்டதாலும், அவர்களின் உணர்வுகளை வடிக்க எந்த எழுத்தாளரும் முன்வரவில்லை. ஓரினக் காதல் வரலாற்றுக்கு கிரேக்கத்தின் இலக்கியம் அளித்திருக்கும் கொடை அளவிடமுடியாத ஒன்று. அத்தகைய வரலாற்று முக்கியத்துவம் வாய்ந்த கருத்துக்களை நவீன ஐரோப்பியக் கண்டம் புறந்தள்ளிப் புறக்கணித்ததை முரண் என்றுதான் சொல்லவேண்டும்.

ரோமின் கலாசாரம்

பழங்கால ரோம் கலாசாரத்தில் இன்றைய ஒருபால் ஈர்ப்பு என்ற கருத்தாகம் இல்லை. மாறாக, அங்கே சமூக அந்தஸ்து, பாலியல் உறவுகளைத் தீர்மானித்தது. இரு ஆண்களிடையே உள்ள பாலியல் உறவுகள், லிங்கமையவாதத்தினை அடிப்படையாகக் கொண்டிருந்தது. புணர்வது சாதாரணமான ஒன்றாகவும், புணரப்படுவது ஆண்மைக்கு இழுக்காகவும் கருதப்பட்டது. ஆயினும் ஒருபால் திருமணங்கள் நடைபெற்ற நிகழ்வுகளும் ரோம் சமூகத்தில் பதிவாகியுள்ளது.

ஒருபால் உறவுகள் அங்கீகரிக்கப்பட்டாலும் ஒரு வகையான பாலியல் உறவுகள் மட்டுமே அங்கீகரிக்கப்பட்டன. பெண்மை உடைய ஆடவர்கள் தரக்குறைவாக நடத்தப்பட்டனர். விர் என்னும் சொல்லானது ரோம் சமூகத்தின் ஆடவருக்குரிய சொல்லாகும். இதன்படி ஒரு சுதந்திர முறையில் பிறந்த ஆண்மகனானவன், புணர்பவராக மட்டுமே அமைய வேண்டும். இரு சுதந்திர குடிமகன்களுக்கிடையில் பூரண சம்மதத்துடன் நிகழும் உடலுறவும், ஆசனவாய் வழி நிகழும் பாலுறவும், வன்புணர்ச்சியும் 'ஸ்டுப்ரம்' என்ற வார்த்தையால் குறிக்கப்படுகின்றது. இது ஒரு இழிசெயலாகக் கருதப்பட்டது. அந்த இழுக்கானது, புணரப்பட்ட ஆண்மகன் மீதே விழும் நிலையும் இருந்தது. மேலும் வன்புணர்வுக்கு ஆளான ஆண்மகன் தன் உயிரை மாய்த்துக்கொள்ளும் நிலையும் இருந்தது. எனவே, ரோமைப் பொருத்தவரை பாலியல் உறவு என்பது பாலினத்தைப் பொருத்தது அல்ல, மாறாக சமூக அந்தஸ்தினைப் பொருத்தே பெரும்பாலும் அமைந்திருந்தது. ஸ்டுப்ரம் வழக்கத்தைத் தடை செய்யும் சட்டமானது பொ.மு. 226 அளவில் லெக்ஸ் ச்காண்டினியா என்ற பெயரில் இயற்றப்பட்டது.

வார்ரேன் கோப்பை எனப்படும், இரு ஆண்கள்
உடலுறவில் ஈடுபடும் காட்சிகள் சித்தரிக்கப்பட்ட
1.8 மில்லியன் ஆண்டுகளுக்கு முற்பட்ட மதுக்கோப்பை

ரோமின் காவியங்களில் ஒருபால் ஏற்புடைய ஆடவரை மையப் படுத்திய பல்வேறு காதல் பாடல்களை நாம் காணலாம். இவற்றில் குறிப்பிடத்தக்க காதலர்கள் நிசெஉஸ் மற்றும் யூஅர்யாளுஸ் ஆவர். ரோம் போர்ப்படையில் பணியாற்றிய இவர்களின் காதலையும் வீரத்தையும் குறித்துப் பெரும் கவிஞரான விர்கில் தனது காவியமான 'ஏன்ஆய்ட்'-ல் குறிப்பிட்டுள்ளார். ஆனாலும், படைத்தளங்களில் ராணுவ வீரர்களுக்கிடையே ஒருபால் ஈர்ப்பு கிரேக்க கலாசாரத்தில் தான் அதிகம் காணப்பட்டது. கிரேக்கர்களைப் போன்று ஒருபால் ஈர்ப்பினை ரோமர்கள் அங்கீகரிக்கவில்லை. வயது முதிர்ந்தவர் மற்றும் இள ஆடவர்களுக்கு இடையே காதல் உணர்வு சார்ந்த, அறிவு முறை சார்ந்த உறவுகள் கிரேக்கத்தில் இருந்த அளவுக்கு ரோமில் ஏற்றுக்கொள்ளப்படவில்லை.

ரோமின் ஒருபால் உறவுகளில் அமைந்த பல்வேறு நிலைகளைக் குறித்துச் சுருக்கமாக இங்குக் காண்போம்:

சிநேடுஸ்

ஒருபால் ஈர்ப்புடைய, பாலுறவில் புணரப்படுவதை விரும்பும் ஓர் ஆடவர். இந்நிலை, ஆடவர்களுக்கு இழிவாகக் கருதப்பட்டது. மேலும் பெண்மை நிறைந்த ஆடவரையும் இந்தச் சொல் குறித்தது. அதிகம் பெண்களுக்கு இவர்கள்கவர்ச்சியாகத் தெரிந்தார்கள். பொதுவாக இந்தச் சொல் நடனமாடும் ஓர் ஆடவனைக் குறிக்கும்.

கோன்குபினஸ்

திருமணம் ஆகும் முன் ஓர் ஆடவரின் பாலியல் துணைவராக, அதாவது புணரப்படும் நிலையில் நீண்ட காலம் உள்ள ஆடவர் கோன்குபினஸ் என அழைக்கப்படுவர். திருமணம் முடிந்த பின்னர், இவர்கள் பெண்களுக்குப் பாலியல் அடிமையாக மாற்றப்படுவர். புணரபட்ட நிலையிலிருந்து, புணரும் நிலைக்கு மாற்றப்படுவர். கட்டுல்லுஸ் என்ற ரோம் கவிஞர், இவர்களைக் குறித்தும், இவர்தம் உணர்வுகள் குறித்தும் பல்வேறு கவிதைகள் படைத்துள்ளார்.

பதிகிஸ்

ஆடவர் மற்றும் பெண்டிரால் புணரப்படுவதை விரும்பும் ஓர் ஆடவர் பதிகிஸ். ரோம் சமூகத்தின் ஆடவர் என்ற நிலைக்குப் புறம்பாக இவர்கள் செயல்படுவதாகக் கருதப்பட்டனர். இது இழிவானதாகவும் கருதப்பட்டது.

புயர் டெலிகடுஸ்

ஆடவர்களால் தேர்வு செய்யப்படும் குழந்தை அடிமை. இவர் மிகவும் சிறு வயதுடையவராக இருப்பார். இவர்களைப் பாதுகாக்க சட்டங்கள் கிடையாது. ஏனெனில், அடிமைகள் உடைமைகளாகவே கருதப்பட்டனர். இந்த அடிமைகள் இளமையாய் இருக்கும் பொருட்டு, இவர்கள் காயடிக்கப்பட்டு பாலியல் தேவைகளுக்காக ஆண்களாலும், பெண்களாலும் பயன்படுத்தப்படுவர். எடுத்துக் காட்டாக நீரோ அரசர், ஸ்போராஸ் என்ற சிறுவனைக் காயடித்து தன் மனைவியாக மாற்றிக் கொண்டார் என்று வரலாறு கூறுகின்றது.

இம்புடிசிதியா

புணரப்படுவதை விரும்பும் ஓர் ஆடவன் இவ்வாறு அழைக்கப் பட்டான். இது ஆண்களுக்கு இழிவானதாகக் கருதப்பட்டது.

நடனமாடுதல் இதற்கு உவமையாகக் கூறப்பட்டது. சீசர் இதன் பொருட்டுக் குற்றம் சாட்டப்பட்டார் என்று வரலாறு கூறுகின்றது.

ஒரு பால் திருமணங்கள்

ரோமில் ஆண்-பெண் உறவுகள் மட்டுமே அங்கீகரிக்கப்பட்டாலும், முந்தைய காலங்களில் அங்கும் ஒருபால் திருமணங்கள் ஆண்களுக் கிடையில் நடந்த நிகழ்வுகள் உண்டு. நீரோ மன்னர் இரு ஒருபால் திருமணங்கள் புரிந்ததாகவும், எலாகபாலஸ் என்ற மன்னர் இரு ஆண்களை மணந்ததாகவும் வரலாறு கூறுகிறது. பிளிப்பிகே என்ற உரையில் ஒருபால் திருமணங்கள் குறித்துப் பதிவாகியுள்ளது.

பெண்களுக்கிடையிலான ஒரு பால் உறவுகள்

ஆண்களுக்கிடையிலான ஒரு பால் உறவுகளைப் போல, பெண்களுக்கிடையிலான ஒருபால் உறவுகள் குறித்து ரோம் சமூகத்தில் அதிகம் பதிவானதில்லை. ஆயினும் பல்வேறு குறிப்புகளில் பெண்களுக்கிடையிலான ஒருபால் உறவுகள் குறித்துப் பதிவாகியுள்ளன. போம்பெய் என்ற நகரில் கண்டெடுத்த குறிப்பில் பெண்களுக்கிடையிலான காதல் உணர்வு பதிவாகியுள்ளது. மேலும், ஒவிட் முதலிய கவிஞர்கள் இதைக் குறித்து எழுதியுள்ளனர்.

ரோமானிய சமூகம் போலவே, கிரேக்கச் சமூகத்திலும், பாலினம் அடிப்படியிலான வேறுபாடுகளை விட, தகுதி அடிப்படையிலான பாலியல் உறவுகளே மேலோங்கி நின்றன. முதிர்வு, உயர்ந்த சமூக நிலை, ஆண்மை ஆகியவை புணரும் நிலையிலும், பெண்மை, இளமை, தாழ்ந்த சமூக நிலை ஆகியவை புணரப்படும் நிலையிலும் இருந்தன.

ஆண்களுக்கிடையிலான காதல் 'பெடராச்டியா' என்று அழைக்கப்பட்டது. இதில், ஒரு முதிர்ந்த ஆடவர், இள வயது ஆண் ஒருவரிடம் வெறும் ஒருபால் உறவு மட்டும் கொண்டிருக்கவில்லை. கிரேக்கச் சமூகத்தில் இது ஒரு சமூக அங்கீகாரம் பெற்ற முறையாகும். இளமையில் உள்ள ஒரு வாலிபன், கிரேக்கப் பழக்க வழக்கங்கள் மற்றும் சமூகம் குறித்து அறிந்துகொள்ள உதவி புரிவது அந்த முதிர்ந்த ஆண் காதலர்தான். ஆண்களுக்குரிய வளர்ச்சியைக் காட்டும் ஒன்றாகத் தாடி கருதப்பட்டது. இளைஞர்கள் தாடி வைத்துக் கொள்ளவில்லை. பொதுவாக, இவர்களின் உறவில், முதிர்ந்தவர் புணரும் நிலையிலும், இளையவர் புணரப்படும் நிலையிலும் இருந்தனர்.

ஒரு முதிர்ந்த ஆண்மகன், புணரப்படுவதை விரும்புவது ஆண்மைக்கு இழுக்காகக் கருதப்பட்டது. இது கிரேக்கக் கலாசாரத்துக்கும் ரோமானிய கலாசாரத்திற்கும் பொதுவான ஒன்றாகும்.

ஒருபால் உறவுகள் ராணுவத்தில் ஏற்றுக்கொள்ளப்பட்ட நிலை இருந்தது. இது ரோமுக்கும் கிரேக்கத்துக்கும் இடையிலான வேறுபாடாகும். தொன்மையான ஸ்பார்டன் நாகரிகத்தில் இது ஏற்றுக்கொள்ளப்பட்ட நிலை இருந்தது. ராணுவத்தில் ஒருபால் காதலர்கள் ஏற்றுக்கொள்ளப்பட்டு ஊக்குவிக்கப்படும் நிலை காணப்பட்டது. ராணுவத்தில் உள்ள ஆண் காதலர், தம் காதலரைப் பாதுகாக்கும் காதல் உறவை வீரமாகக் கருதிப் போற்றினார்கள்.

தேபெசின் புனிதப் போர்ப்படை என்று அழைக்கப்பட்ட அந்தப் படையில் நூற்று ஐம்பது படை வீரர்கள் காணப்பட்டனர். அவர்களுள் ஒருபால் காதல் இருந்ததை வரலாறு கூறுகிறது. கிரேக்கத்தில் ஒருபால் காதல் உடையவர்களாகக் கூறப்படும் சிலரைக் குறித்துச் சிறிது காண்போம்.

மாவீரன் அலெக்ஸ்சாண்டர்

மாவீரர் அலெக்ஸ்சாண்டர் மற்றும் அவரது நெருங்கிய பால்ய வயது நண்பரான ஹெப்பச்தியன் ஆகியோரின் உறவு ஒருபால் காதலாக வரலாற்று ஆசிரியர்களால் கூறப்படுகிறது. 'ஓர் ஆன்மா இரு உடலில் வாழ்வதே நட்பு' என்று அரிஸ்டாட்டில் சொன்னதற்கு எடுத்துக்காட்டாக இருவரும் திகழ்ந்தனர். இருவருமே அரிஸ்டாட்டிலின் மாணாக்கர்கள். அச்சில்லஸ் மற்றும் பாட்ரோக்ளஸ் என்ற கிரேக்கக் காதலர்களைப் போலவே இவர்களின் நட்பும் பாராட்டப்பட்டது. ஆசியாவிற்குப் படையெடுக்கும் முன்னர் இருவரும், அச்சில்லஸ் மற்றும் பற்றோச்ளுஸின் கல்லறைக்குச் சென்று வணங்கியதாக வரலாறு கூறுகின்றது.

அச்சில்லஸ் மற்றும் பற்றோச்ளுஸ்

கிரேக்கத்தின் ஒருபால் காதலர்களுள் மிகவும் முக்கியமாகக் கூறப்படுபவர்கள். ஹோமர் எழுதிய இலியட் என்ற காவியம் இவர்களைப் பற்றிக் கூறுகிறது. அச்சில்லஸ், வயதில் முதியவராகவும், பற்றோச்ளுஸ் இள வயதுக்காரராகவும் சித்தரிக்கப்படுகிறார். இவர்கள் இருவருக்கிடையில் ஆழமான உறவு இருந்தது. பற்றோச்ளுஸ் போரில் கொல்லப்பட்டபோது, கடவுளின் கட்டளையும் மீறி,

பற்றோச்ளூஸைக் கொன்ற ஹெக்டரைக் கொன்று பழிதீர்ப்பதற்காக அச்சில்லஸ் போர் புரிந்ததாக வரலாறு கூறுகிறது. பிறரிடம் கடுமையாக நடந்துகொள்ளும் அச்சில்லஸ், தன் காதலன் பற்றோச்ளூஸிடம் மட்டும் மென்மையாக நடந்து கொண்டதையும், பற்றோச்ளூஸ் இறந்தபோது வீரம் படைத்த அச்சில்லஸ் நொறுங்கித் தரையில் விழுந்து அழுததையும் கிரேக்க இலக்கியங்கள் நமக்குப் படம் பிடித்துக் காட்டுகின்றன.

ஹார்மோடயுஸ் மற்றும் அறிச்டோகிடன்

ஏதென்ஸின் சுதந்திரத்திற்குக் காரணமான இவ்விருவரும் போர் வீரர்களாக, தம் நாட்டினைப் பாதுகாக்கும் பொருட்டு உயிரை இழந்தனர். இவர்களைப் போலவே தமன் மற்றும் ப்ய்திஸ், ஓரச்ட்ஸ் மற்றும் பைலட்சே ஆகியோரின் நெருங்கிய நட்புறவும் கிரேக்கக் காவியங்களில் காணப்படுகின்றன.

பிளாட்டோ - சிம்போசியம்

ஒருபால் காதல் குறித்து பிளாட்டோவின் சிம்போசியத்தில் தெளிவாகக் கூறப்பட்டுள்ளது. காதல் குறித்து எழுந்த அந்தக் கலந்துரையாடலில், ஏரோஸ் என்று கிரேக்கர்கள் அழைக்கும் அன்புக் கடவுளைப் பற்றிய அலசல்கள் நடத்தப்பட்டன. ஓர்ப்யாஸ், அச்சில்லஸ் மற்றும் பற்றோச்ளூஸினை அதில் காதலர்களாகவும், அவர்களின் வாழ்க்கை வழியாகக் காதலை உயர்ந்த கடவுளாகவும் காட்டினார். புசனியாஸ் என்ற அறிஞர், அப்ரோடிடே யூரானியா என்ற காதலானது, ஆணிடமிருந்து மட்டும் பெருகும் காதல் என்றும், அது மிகவும் உயர்ந்தது என்றும் காட்டியுள்ளார். ஆண்கள் மிகவும் கவர்ச்சிகரமானவர்கள் என்பதற்கு, அவர்களின் அறிவுத்திறனே காரணம் என்றும் சிம்போசியத்தில் கூறப்பட்டுள்ளது.

ஹட்ரியன் என்ற ரோமப் பேரரசர், அந்தோனியாஸ் என்ற காதலனின் நினைவாக அண்டிநோபோளிஸ் என்ற நகரை எகிப்தில் நிறுவினார். தன் காதலன், நைல் நதியில் மூழ்கி இறந்ததைக் கேட்டு மன்னர் ஹட்ரியன் கதறி அழுதார் என்று இலக்கியம் கூறுகிறது.

இபிஸ் மற்றும் லந்தே என்ற இரு பெண் காதலர்களைப் பற்றியும் ரோமக் காவியங்கள் பேசுகின்றன.

பேராலயத்தில் மறைக்கப்பட்ட கடிதம்

மைக்கேல் ஏஞ்சலோ என்ற உலகப்புகழ்பெற்ற சிற்பியின் கவிதைகள், அவரது பேரன் உறவு முறையான ஒரு நபரால் 1623ம் ஆண்டு வெளியிடப்பட்டது. வரலாற்றைத் திரிக்கும் நிகழ்வு அந்தப் பதிப்பில் இருந்ததை வெகுநாட்களாக யாரும் அறியவில்லை. அதாவது தன் காதலனைப் பற்றிய இடங்களில் குறிப்பிடப் பட்டிருந்த 'ஆண்பால்' விகுதிகளை, பெண்ணைக் குறிக்கும் விதமாகத் திருத்தி வெளியிட்டார் அந்த நபர். இதன்மூலம் மைக்கேல் ஏஞ்சலோ அவர்களின் ஒருபால் ஈர்ப்புக் காதலை, எதிர்பால் ஈர்ப்புக் காதலாக உலகுக்குக் காட்ட விரும்பி இருக்கிறார் அந்த நபர். மைக்கேல் ஏஞ்சலோ (1475-1564) மிகப் பிரபலமான சிற்பி. தன் பல பெண் சிற்பங்களுக்கு மாதிரியாகக்கூட அவர் ஆண்களை மட்டுமே பயன்படுத்தினார்.

ஆண் வடிவத்துக்கு பெண்ணுக்குண்டான அம்சங்களைப் பொருத்தியே பெண் சிற்பங்களை வடித்தார். புகழ்பெற்ற சாப்பல் தேவாலயத்தில் இவர் வடித்த சிற்பங்கள் பலவும் ஒருபால் ஈர்ப்பு தொடர்பாக இருந்தன. இதனால் பல சர்ச்சைகள் உண்டானது தனிக்கதை. ஏஞ்சலோவின் முதல் காதலர், பிரபல மாடல் கெரார்டோ பெரிணி (Gherardo Perini). பின்பு ஏஞ்சலோவின் உதவியாளர் ஃபெபோ டி போகியோ (Febo di Poggio) காதலன் ஆனார். 1532ம் ஆண்டு ரோமானியரான டாமசோ கவாலியரி (Tommaso Cavalieri) மீது காதல் உருவானது.

டாமசோவுக்கு மைக்கேல் ஏஞ்சலோ எழுதிய கடிதத்தில், 'உன் கடிதத்துக்கு பதில் எழுதும் ஒரு சாதாரண விஷயமாக நான் கடிதம் எழுதவில்லை. மேன்மையான கடிதத்தை எழுதும்போது, சிறிய ஓடை வழியே நடந்து செல்வதைப் போன்ற சிலிர்ப்பை உணர்கிறேன்' என்று தொடங்குகிறார். வரிக்கு வரி டாமசோவைப் பிரிந்து வாழும் சூழலையும், அவரின் நினைவுகளையும் கவிதையாகவே வடித்திருக்கிறார் ஏஞ்சலோ. ஏஞ்சலோவின் கடிதங்களில் காதலின் மகத்துவத்தை நுணுக்கமாக நாம் காணமுடிகிறது. பதில் எழுதிய டாமசோ காதலை தான் ஏற்பதாகக் கூறுகிறார்.

அதே போல ஃபெபோவுக்கு ஏஞ்சலோ எழுதிய கடிதங்களிலும் காதல் தொடர்பான செய்திகள் நிறையக் காணப்படுகிறது. இத்தகைய பல விஷயங்களைச் சிலர் மறைக்கப் பார்த்தும் உண்மை. அதை தாண்டி அவைவெளிப்பட்டதும் உண்மை.

அலெக்ஸாண்டரின் ஒரே காதலன்

கிரேக்க வரலாற்றில் ஓரின விருப்பம் தொடர்பாகச் சில புறக்கணிக்க முடியாத வரலாறுகளுள் மாவீரன் அலெக்ஸாண்டர் பற்றிய வரலாற்றை முதன்மையாகச் சொல்லலாம். 2300 ஆண்டுகளுக்கு முன்பு கிரேக்கத்தில், மனைவி மற்றும் சமபால் காதலர்கள் என்று இருவருடனும் ஆண்கள் பாகுபாடு இல்லாமல் வாழ்ந்தனர். அலெக்ஸாண்டரின் தந்தையான மாசிடோனிய மன்னர் பிலிப் கூடப் பல மனைவிகளுடனும், ஆண் காதலர்களுடனும் வாழ்ந்திருக்கிறார். அலெக்ஸாண்டர் எந்தப் பெண்ணையும் திருமணம் செய்துகொள்ள விரும்பாமல், உலகத்தை வெல்லும் எண்ணத்தோடு மாசிடோனியாவை விட்டு வெளியேறினார்.

அலெக்ஸாண்டர் தன் பால்ய வயது நண்பனான ஹெபாசியனைக் காதலித்தார். இருவரும் சிறுவயது முதல் ஒன்றாக வளர்ந்தவர்கள். அரிஸ்டாட்டிலிடம் ஒன்றாகப் பாடம் படித்தவர்கள். அலெக்ஸாண்டரின் மிக விருப்பமான கதையான இலியட்டில் வரும் நாயகர்களான அச்சில்லிஸ் மற்றும் பாட்ரோகிளஸ் ஆகத் தங்கள் இருவரையும் நினைத்துக்கொள்வார் அலெக்ஸாண்டர். ஹெபாசியன் குதிரைப்படை வீரனாகத் தன் பணியைத் தொடங்கினான். தன் காதலன் என்பதற்காக அவனை உயரிய பொறுப்பில் அமர்த்தாமல், திறமையை மதிப்பிட்டே பதவி வழங்கினார் அலெக்ஸாண்டர்.

சில நாட்களுக்குப் பிறகு அலெக்ஸாண்டருக்குத் தான் கைப்பற்றிய பெர்சிய நாட்டின் நீதிமன்றத்தில் ஒருவனுடன் காதல் உண்டானது. பெர்சியர்களை எப்போதும் இரண்டாம் பட்சமாகப் பார்க்கும் கிரேக்க மக்கள் இதை ஏற்க மாட்டார்கள் என்பதால் அதைப்

புறந்தள்ளினார் அலெக்ஸாண்டர். பின்னர் ஆசியக் கண்டத்தின் ஒரு மலை நாட்டின் இளவரசியை மணம் புரிந்தார். விருப்பப்பட்டு மணம் செய்தாரா, அல்லது, அரசியல் சூழலுக்காக அதைச் செய்தாரா என்று தெரியவில்லை. ஆனால், இருவருக்கும் குழந்தை வெகுநாட்களுக்குப் பின்புதான் பிறந்தது என்பது மட்டும் உண்மை. பின்பு, தான் வென்ற பெர்சிய நாட்டின் மன்னர் மகள்களை அலெக்ஸாண்டரும், ஹெபாசியனும் மணம் செய்துகொண்டு ஒருவழியாக 'சகலை' ஆனார்கள். ஆனால், ஆசியாவைக் கைப்பற்றிய சிறிய இடைவெளியில் விஷக்காய்ச்சலால் ஹெபாசியன் இறந்தார். அலெக்ஸாண்டர் தாள முடியாத துயரத்தில் வீழ்ந்தார்.

சாம்ராஜ்யம் சரிந்தாலும், அதை மீட்கும் மன உறுதிகொண்ட அந்த மாவீரன், தன் காதலன் இறந்தபோது அடைந்த துக்கம் சொல்லில் அடங்காதது. ஹெபாசியன் இறந்த எட்டாவது மாதத்தில், உலகை தன் வீரத்தால் வென்றெடுத்த மாவீரனும், தன் உயிரை விட்டான். அலெக்ஸாண்டர் இறக்கும்போது அவருக்கு வயது 32 தான் ஆகியிருந்தது.

பல வரலாற்று ஆய்வாளர்கள் அலெக்ஸாண்டரின் ஓரினக் காதலைப் பற்றிக் கூறி இருந்தாலும், முக்கியமாக ராபின் லேன் பாக்ஸ் என்பவர் எழுதிய புத்தகத்திலிருந்து சில வரிகள்.

'அலெக்ஸாண்டரின் ஒரே காதலன் ஹெபாசியன் மட்டும்தான். அவனுடைய இழப்பு அலெக்ஸாண்டருக்குத் தாங்க முடியாத ஒன்று. அதுவரை கிரேக்கத்தில் கொஞ்சம் முதிர்ந்த ஆண்கள் மீது மற்ற ஆண்களுக்கு இருந்த ஈர்ப்பு, இளைஞர்கள் மீது திரும்பியது. இந்த நவீன நாகரிக மாற்றம் அலெக்ஸாண்டரால் நிகழ்ந்தது என்று சொல்லலாம். ஹெபாசியன் அலெக்ஸாண்டர் மீது அளவு கடந்த அன்பு வைத்திருந்தான். குதிரைப்படையில் சாதாரண வீரனாக இருந்தவன், தன் திறமையாலும் அலெக்ஸாண்டரின் மீதிருந்த காதலாலும் உயர்ந்த பொறுப்புக்கு வந்தான். மற்ற எல்லோரை விடவும் அலெக்ஸாண்டரின் நம்பிக்கைக்குப் பாத்திரமாக ஹபாசியன் விளங்கினான்.'

லெஸ்போஸ் தீவில் நங்கை

ஓரினக் காதல் இலக்கியத்தில் ஆண்கள் மட்டுமே அதிக ஆதிக்கம் செலுத்துகிறார்கள். இன்றுவரை புகழ் மங்காத பெண் ஒருவரைப் பற்றி இப்போது பார்க்கலாம். அவர்தான் 'சாப்போ.' பொ.மு.615-ல் கிரேக்க நாட்டின் லெஸ்போஸ் தீவில் ஓர் உயர்குடிக் பெண்ணாகப் பிறந்தார். பல அண்ணன்களின் செல்லத் தங்கையாகக் குடும்பத்தில் வாழ்ந்தார். வசதியான கணவர் செர்சிலாஸ் மற்றும் தன் மகள் க்லெய்ஸ் என இனிதான இல்லறத்தில் மகிழ்ச்சியாக வாழ்ந்தார். லெஸ்போஸ் நகரில் பள்ளி வாழ்க்கையையும், திருமணம் ஆகாத இளம் பெண்களுக்கான நிறுவனத்தில் தன் இளமைக் காலத்தையும் கழித்தார். காதல் கடவுள்களான எரோஸ் மற்றும் ஆப்ரோடைட் (பெண் கடவுள்) வழிபாட்டில் மிகுந்த ஈடுபாடு காட்டினார். ஒரு நல்ல ஆசிரியராகவும், திறமையான கவிஞராகவும் வளர்ந்தார். 'ஒரு இளம் மாலுமியால் ஏமாற்றப்பட்டதால் பாறையில் விழுந்து தற்கொலை செய்துகொண்டார் சாப்போ' என்று புகழ்பெற்ற ரோமானிய எழுத்தாளரான ஓவிட் கூறுகிறார். ஆனால், மற்ற வரலாற்று ஆய்வாளர்களோ, 'இல்லை. சாப்போ, தன் முதிய வயதில் இயற்கை மரணம்தான் அடைந்தார்' என்று சொல்கிறார்கள்.

பெரும்பாலான புகழ்பெற்றவர்களின் மரணம் இப்படித் தெளிவில்லாமல் இருப்பது நமக்கொன்றும் புதிதல்ல. மூன்றாம் நூற்றாண்டில் இவருடைய படைப்புகள் ஒன்பது தொகுப்புகளாகத் தொகுக்கப்பட்டன. இன்றுவரை எழுத்தாளர்களின் எழுத்துகளில் மேற்கோள்களாக அதிகம் எழுதப்பட்டவை சாப்போவின் படைப்புகள்தான். பெரும்பாலும் பெண்-பெண் காதலை அதிக கவிதை நயத்துடன், படிக்கும் எவரையும் சிலிர்க்க வைக்கும்

விதத்தில் எழுதியுள்ளார். இவர் பிறந்த ஊரான 'லெஸ்போஸ்' நினைவாகத்தான் இன்று நாம் பயன்படுத்தும் 'லெஸ்பியன்' என்ற வார்த்தை உருவாக்கப்பட்டது. அந்த விதத்தில் பெண்களில் இந்தப் பாலியல் உரிமைக்காக அதிகம் குரல் கொடுத்தவர் இவர்தான். புராணங்களையும் தெய்வங்களின் மீதும் கவிதைகளை அதிகம் படைத்த கவிஞர்களுக்கு மத்தியில் சாமானிய மக்களின் வாழ்க்கையை அதிகம் பிரதிபலிக்கும்படிக் கவிதைகளை வடித்தார். பல எதிர்ப்பு களையும், தோல்விகளையும் கண்டும் காணாமல் தன் பணியை மட்டுமே செய்த சாப்போவின் எழுத்துக்கள் இன்று பல மொழிகளிலும் மொழிபெயர்க்கப்பட்டுப் பலராலும் பாராட்டப்பட்டு வருகின்றன.

கிரேக்க வரலாற்றைப் போலவே ரோமானிய வரலாறு ஓரின விருப்பத்தை எப்படிக் கையாண்டது என்பதையும் கவனிக்க வேண்டும். பலர் இதை எதிர்த்தும், பலர் இதை ஆதரித்தும் தத்தமது கருத்துக்களில் முரண்பட்டு நின்றனர். சிலர் அதைப் பற்றிய கருத்து எதுவும் கூறாமல் அமைதி காத்தனர். ரோமானியர்களில் ஹெலனோபில் மன்னர் ஹார்டியன் காலத்தில்தான் இதைப்பற்றிய விவாதங்கள் தலைதூக்கின. ஆனால், மன்னர் ககாப எலகாபாலஸ் பல ஆண் காதலர்களுடன் உறவாடியதை அவர் வரலாற்றில் நாம் அறியலாம். அதில் ஒருவனை பலர் முன்னால் திருமணம் கூட அவன் செய்ததாகச் சொல்லப்படுகிறது. அதேபோல கமடஸ் என்ற மன்னரும் பல ஆண்களுடன் உறவு கொண்டதற்கான சான்றுகள் உள்ளன. பெரும்பாலும் ரோமானியர்களும் கிரேக்கர்களை போலவே உடலுறவில் வயது முதிர்ந்த ஆண்களை ஆளுமை செலுத்துபவர் களாகவும், இளைய ஆண்களை அடிபணிந்து போகவேண்டியவர் களாகவும் கருதினர். ஆனாலும், சில சான்றுகள் மூலம் இதற்கு நேரெதிரான உடலுறவு அரிதாக நடந்துள்ளது தெரியவருகிறது.

உடலுறவைப் பொருத்தவரை ஆக்டிவ் அல்லது பாசிவ் எதுவாக இருந்தாலும், இரண்டுமே சமமான இன்பத்தையே கொடுப்பதாக அவர்கள் நினைத்தார்கள். அதனால் அதில் உயர்வு, தாழ்வு எண்ணங்கள் எழவில்லை. நீரோ மன்னன் தன் அடிமையான டோரிப்போராஸுடன் உறவு கொள்ளும்போது, அடிமை ஆளுமை செலுத்துபனாக இருந்ததை வரலாற்று ஆசிரியர் சுடோனியஸ் குறிப்பிடுகிறார். அதேபோல உயர் பதவியில் உள்ள பல ராணுவத் தளபதிகள் தங்கள் வீரர்களுடன் உடலுறவில் ஈடுபடும்போது, அடிபணியும் பாசிவாக இருப்பதாகவும் சுடோனியஸ் கூறுகிறார்.

ரோமானிய ஓரின வரலாறுகளில் ஆசன வாய்ப் புணர்ச்சியைவிட, வாய்ப் புணர்ச்சி அதிகம் சொல்லப்படுவதைப் பார்க்க முடிகிறது. கிரேக்க வரலாற்றைவிட ரோமானிய வரலாறு ஒருவிஷயத்தில் முரண்படுகிறது. அதாவது கிரேக்கர்களைப் பொருத்தவரை சிறிய அளவிலான ஆண்குறியே அழகாகக் கருதப்பட்டது. ஆனால், ரோமானிய வரலாற்றில், அளவில் பெரிதான ஆண்குறியே மற்றவர்களை ஈர்க்கும் தன்மை உடைய ஒன்றாகக் கருதப்பட்டது. பல மன்னர்களும் தங்கள் காதலர்கள் பெரிய ஆணுறுப்புடன் தங்களைச் சுற்றி இருப்பதை விரும்புவதாக வரலாற்றுப் பதிவுகள் தெரிவிக்கின்றன.

ரோம் வளர்த்த காதல்

ஒருபால் ஈர்ப்பு பண்டைய ரோமில் கொஞ்சம் கொஞ்சமாக உள்புகுந்தது என்று சொல்லலாம். பொ.மு. 200-ல் குறிப்பிட்ட சாலையின் ஓரத்தில் ஒருபால் ஈர்ப்புடையவர்கள் பாலியல் தொழிலுக்காகக் காத்திருப்பதைக் காண முடிந்தது, பொதுக் குளியலறைகள் பலருக்கும் ஆண் துணையைத் தேடும் ஓர் இடமாக அமைந்தது. 'தங்கள் விரல்களால் தலையைச் சொறிந்துகொள்வது' அவர்களின் சமிக்ஞையாக இருந்தது. ஒருபால் ஈர்ப்புடையவர் களுக்கு மட்டுமே புரியும் ஒரு குறிப்பு இது. இத்தகைய பல வாய்ப்பு களையும் பயன்படுத்தித் தங்கள் ஓரின விருப்பத்தைத் தீர்த்துக் கொண்டார்கள்.

ஆண் ஓரின விருப்பம் கொண்டவர்களைப் போலவே, ரோமில் பெண்களும் தங்கள் தேவைகளைத் தீர்த்துக்கொண்டதற்கான சான்றுகளை நாம் காணமுடிகிறது. ஆனால், பெண்களுக்கு அளவுக்கு மீறிய எதிர்ப்புகள் உண்டாகின. கணவனுக்குத் தெரியாமல் மனைவி, தன் காதலியுடன் உறவு கொண்டதை அறிந்த கணவன், தன் மனைவியைக் கொன்ற நிகழ்வு நடந்துள்ளதாகப் பெண்ணிய எழுத்தாளர் ஓவிட் குறிப்பிடுகிறார். ஒருபால் ஈர்ப்பைப் பற்றிப் பல ஆதரவான கருத்துக்களை எழுதிய லத்தீன் எழுத்தாளர் மார்ஷியல் கூட லெஸ்பியன்களுக்கு எதிராகத் தன் கருத்துகளை முன்வைத்தார். ஆனாலும், சில வரலாறுகளில் பெண்களின் காதல் விரிவாகவே சொல்லப்பட்டு இருக்கிறது. ஆனால் அவை குறைந்த அளவிலான சான்றுகள் என்பதால் அதைப்பற்றி நாம் அதிகம் தெரிந்துகொள்ள வாய்ப்புக் கிடைக்கவில்லை.

கிரேக்க வரலாற்றில் அலெக்ஸாண்டரை எப்படி நாம் மறக்க முடியாதோ, அப்படி ரோமர்களின் ஒருபால் ஈர்ப்பு வரலாற்றில் 'ஹாட்ரியன்'மன்னரை நம்மால் மறக்கமுடியாது. ட்ராஜன் மன்னரின் ரத்த சொந்தமான ஹாட்ரின், வலிமையான ரோமானிய மன்னராகத் தன் பத்தாவது வயதில் அரியணையில் அமர்ந்தார். ட்ராஜனைப் போல ஆட்சியிலும் வீரத்திலும் ரோமானிய நாட்டைக் கடந்தும் தன் ஆளுகையை விஸ்தரிப்பதில் கவனமாக இருந்தார்.

ஒரு கட்டத்தில் தன் எல்லை விஸ்தரிப்பைக் கைவிட்டுவிட்டு, ரோமானியக் கட்டமைப்பை வலுப்படுத்தும் விதமாக ஆட்சியைச் செலுத்தினார். தன் எல்லைகளைச் சுற்றி உயர்ந்த வலிமையான சுவர் எழுப்பினார். இன்றும் அந்தச் சுவர் 'ஹார்டியன் சுவர்' என்று காலம் கடந்த வரலாற்றுச் சின்னமாக நிலைத்து நிற்கிறது. ஹாட்ரியன் கிரேக்கக் கட்டடக்கலையும் கிரேக்க கலாசாரத்தையும் மிகவும் விரும்பினார். அவரது விருப்பம், கிரேக்க கலாசாரத்தோடு நிற்காமல், கிரேக்க இளைஞன் ஆண்டினோஸ் என்பவனைக் காதலிக்கும் வரை சென்றது.

ஹாட்ரியன் மற்றும் ஆண்டினோஸ் இருவரும் ஒருமுறை எகிப்து நாட்டிற்குச் சுற்றுலா சென்ற சமயத்தில், ஆண்டினோஸ் நைல் நதியில் விழுந்து மரணமடைந்தான். தன் உயிர்க்காதலன் ஆண்டினோஸ் இறப்பைத் தாங்க முடியாமல் கவலையில் ஆழ்ந்தார் ஹாட்ரியன். அதன்பிறகு தன் காதலன் நினைவாகச் சிலைகள் எழுப்பினார். ஆண்டினோஸ் கடவுளாக வணங்கப்பட்டான். ரோமானிய நாட்டின் பல நகரங்களுக்கும் ஆண்டினோஸ் பெயரை ஹாட்ரியன் சூட்டினார்.

தன் காதலன் இறந்தபிறகு, ஹாட்ரியன் உடல்நிலை மிகவும் பாதிக்கப்பட்டது. ஆட்சியில் கவனத்தைச் செலுத்த மறந்தவராகத் தன் மூதாதையர்களின் ஊரான வில்லாவில் குடியேறிவிட்டார். பின்னர் சில ஆண்டுகளில் அங்கேயே உயிர் நீத்தார் ஹாட்ரியன்.

நாம் இதுவரை பார்த்த கிரேக்க மற்றும் ரோமானிய வரலாறுகள் ஓரின விருப்பம் பற்றிப் பெரும்பாலும் ஒரே கருத்தைத்தான் கொண்டுள்ளது. அதே சமயம் சில வேறுபாடுகளும் இருக்கத்தான் செய்கின்றன. ரோமானியர்கள் பெரும்பாலும் இளம் வயதில் திருமணம் செய்துகொண்டார்கள். ஆனால் கிரேக்கர்களோ தங்கள் முப்பது வயதுகளில்தான் திருமண பந்தத்திற்குள் நுழைந்தார்கள். அதற்குக் காரணம், அந்த முப்பது வயதை, ஓரின உறவில் கழித்திருக்கலாம் என்று அறிவியலாளர்கள் கூறுகிறார்கள். இந்த இரண்டு மிகப்பெரிய வரலாற்று நாகரிகங்களும் ஓரின

விருப்பத்தைப் பற்றி ஓரளவு தெளிவான மனநிலையில் இருந்தது ஆச்சரியத்தை ஏற்படுத்துகிறது.

ஒருபால் ஈர்ப்பைப் பற்றிய வாதம் எழும்போதெல்லாம், அதனை எதிர்ப்பவர்களின் பிரதான வாதமாக இருப்பது 'இது இயற்கைக்கு முரணானது' என்ற வாதம்தான். அதாவது இயற்கையின் படைப்பில் ஒருபால் ஈர்ப்பு என்பது இல்லாததைப் போலவும், அதை நாமாக உருவாக்கிக்கொண்டு இயற்கையை மீறுவதாகவும் அவர்கள் சொல்கிறார்கள். சரி, மனிதன்தான் இயற்கையை மீறுகிறான்; அறிவியல் வளர்ச்சி மற்றும் மனித நாகரிக வளர்ச்சியின் விளைவுதான் ஒருபால் ஈர்ப்பு என்பதுதான் அவர்கள் வாதமென்றால், மனிதன் தவிர்த்த பல உயிரினங்களில் ஒருபால் ஈர்ப்பு நிலவுவதை விஞ்ஞானிகள் கண்டுபிடித்துள்ளதை என்ன சொல்வது?

ஈக்கள், தவளைகள், டால்பின் மீன்கள் என்று பல விலங்குகளில் ஒருபால் ஈர்ப்பு இருப்பதை ஆய்வாளர்கள் குறிப்பிடுகிறார்கள். கலிபோர்னியா பல்கலைக்கழகத்தில் ஆய்வு ஒன்றை நடத்திய நாதன் பெய்லி 'பல உயிரினங்கள் தங்கள் உடலுறவில் தன் பாலின உயிரினத்துடன் உறவு கொள்கிறது' என்று கூறுகிறார். டால்பின், ஆடு, பென்குயின் போன்ற பல உயிரினங்களிலும் ஒருபால் ஈர்ப்பு சகஜமாகவே நிலவுகிறது. ஒரு வகையான ஆண் ஈயுடன் (Fruit fly) இன்னொரு ஆண் ஈ உறுப்பை இணைத்து உறவு கொள்வதைக் காணமுடிகிறது. ஆல்பட்ரோஸ் (Albatross) எனப்படும் ஒருவகையான கடல் பறவை இனத்தில், ஒரு பெண் பறவையுடன் இன்னொரு பெண் பறவை நீண்டகால இணைப்பில் ஈடுபட்டு, ஒன்றாகக் கூடு கட்டி, ஒன்றாக அடைகாத்து, ஒன்றாகவே குஞ்சு பொறிக்கின்றன. இனப்பெருக்கத்துக்கு வழி இல்லாத உடலுறவு எதற்காகத் தேவை என்று மனிதர்களைக் கேட்கும் அதே கேள்வியை மற்ற உயிரினங்கள் பற்றியும் பெய்லியிடம் கேட்டார்கள். அதற்கு அவர், 'உடலுறவு என்பது இனப்பெருக்கத்துக்கான களமாக மட்டும் எப்போதும் இருப்பதில்லை. அதையும் தாண்டிய உணர்வுகளை அடக்கியது. அதன் வெளிப்பாடுதான் இத்தகைய உறவுகள்' என்கிறார்.

உடலுறவு என்பதை இனப்பெருக்கத்தையும் தாண்டிய விஷயமாக விலங்குகளும், பறவைகளும், பூச்சிகளும் உணர்ந்தபோதிலும் ஆறறிவு படைத்த மனிதர்கள் இன்னும் அதனை முழுமையாகப் புரிந்துகொள்ளாததுதான் கொடுமையான உண்மை. ஈக்களில் சோதனை செய்தபோது, இத்தகைய ஒருபால் ஈர்ப்புக்குக் காரணம்,

அந்த ஈக்களுக்கு இருக்கும் ஒருவகையான மரபணு என்கிறார்கள் ஆய்வாளர்கள். மனிதர்களிலும் சமீப காலங்களில் இந்த ஒருபால் ஈர்ப்புக்குக் காரணமாகச் சில மரபணுக்களை இப்போது கூறுகிறார்கள். 'இயற்கைக்கு முரணானது' என்று சொல்லும் நபர்களிடம், இனி 'எது இயற்கை?' என்ற அடிப்படைக் கேள்வியைக் கேட்க வேண்டும். மனிதனுக்கு இருக்கும் ஒருபால் ஈர்ப்பு உணர்வு இயற்கைக்கு முரண் என்றால், மற்ற உயிரினங்களுக்கு இருக்கும் அத்தகைய உணர்வும் இயற்கைக்கு முரணானதா?

சில வரலாற்றுச் சிறப்புமிக்க உண்மைகளை அறிவியல் தன்னைப் புதுப்பித்துக்கொள்ளும்தோறும் உலகுக்குச் சொல்லும். அப்படிப்பட்ட அறிவியல் சொல்லும் உண்மைகளுக்குப் பிறகுதான் உலக அளவில் மக்கள் அதனை ஏற்கும் மனநிலைக்கு வருவார்கள். ஒருபால் ஈர்ப்பை அமெரிக்க மனநலவியல் அமைப்பு (APA) 1973-ம் ஆண்டு மனநோய்களின் பட்டியலிலிருந்து விடுவித்தது. அதற்குப் பின்புதான் 'ஒருபால் ஈர்ப்பு நோய் அல்ல' என்ற உண்மையை மக்கள் உணரத் தொடங்கினார்கள். இன்றைக்கு உலக அளவில் ஒருபால் ஈர்ப்பைப் பல நாடுகளும் அங்கீகரிக்கும் நிலைக்குக் காரணம் அத்தகைய அறிவிப்புதான். அப்படி இன்னுமொரு அறிவிப்பை சமீபத்தில் அமெரிக்க மனநலவியல் அமைப்பு (American Psychiatric Association) வெளியிட்டது. அதில், 'திருநர் மற்றும் பாலினத் தெளிவற்ற நிலையில் இருக்கும் பால்புதுமை (Gender Queer) விஷயங்கள் மனநோய் அல்ல. பாலின அடையாளக் குறைபாடாக இதுவரை அறியப்பட்ட இத்தகைய பால்புதுமை விஷயங்கள் இனி மனநோய்கள் பட்டியலில் இடம்பெறாது' என்று கூறப்பட்டு உள்ளது. இந்த அறிவிப்பு மூலம் திருநர் மற்றும் வேறு சில பாலின அடையாளங்களை உடைய மக்கள் மீதான சமூகப் புறக்கணிப்பு மாறும் என்று அறிவியலாளர்கள் கருதுகிறார்கள்.

அழிக்கப்பட்ட கலை வடிவம்

இந்து மதத்தின் கட்டடக்கலை மற்றும் சிற்பக்கலை மூலம் நம்மால் இன்னும் பலவிஷயங்களை அறிய முடிவதாக தேவ்தத் பட்நாயக் தன் கட்டுரையில் குறிப்பிடுகிறார். இத்தகைய சிற்பங்கள் பற்றி பல ஆராய்ச்சிகள் மேற்கொண்டுள்ள தேவ்தத் கூறுவதாவது, 'ஆறாம் நூற்றாண்டில் இந்துக் கடவுள்களுக்குக் கற்கோவில்கள் கட்டப்பட்டன. பன்னிரண்டாம் நூற்றாண்டு முதல் பதினான்காம் நூற்றாண்டு வரை இத்தகைய கோவில்கள் கட்டப்படுவது உச்சத்தில் இருந்தது. கோவில்களின் சுவர் மற்றும் தூண்களில் வரையப்பட்ட மற்றும் செதுக்கப்பட்ட சிற்பங்கள் யாவும் வழிபாடு தொடர்பானது என்பதைவிடப் பெரும்பாலும் அந்தக் காலத்தின் வாழ்க்கை முறையை பிரதிபலிப்பதாக இருந்தது என்பதே சரியானது. அத்தகைய சிற்பங்களின் வரிசையில் ஆங்காங்கே காமம் சார்ந்த, பால் உறவு தொடர்பான சிற்பங்கள் நிறைய இருக்கின்றன. அவற்றில் பெரும்பாலானவை, இந்த நாட்களில் நாம் தவறானதாகவும், இயற்கைக்கு முரணானதாகவும் குறிப்பிடப்படும் மாற்றுப்பாலினம் தொடர்பான சிற்பங்கள் என்பது ஆச்சரியமான உண்மை. இந்து மதக் கோவில்களில் மட்டுமல்லாமல் ஜைன மற்றும் புத்தமத வழிபாட்டுத் தளங்கள் மற்றும் குகைக்கோவில்கள் போன்றவற்றில் கூட இத்தகைய சிற்பங்கள் நிறைய காணப்படுகின்றன.

மனிதர்கள் விலங்குகளுடன் (zoophilia) புணர்வதைப் போன்ற சிற்பங்களும் நிறையவே இருக்கின்றன. இத்தகைய சிற்பங்களை வடித்த சிற்பியின் தனிப்பட்ட விருப்பம் அவை என்று புறக்கணிக்க முடியாது. அதை ஒருவிதமான தாந்த்ரீக வழிபாட்டின் வெளிப்பாடாகக் குறிப்பிடுகிறார்கள். ஆனால், அத்தகைய காமரீதியிலான சிற்பங்கள்

இல்லாமல் ஒரு வழிபாட்டு அமைப்பு முற்றுப்பெறாது என்று கட்டடக்கலை அறிஞர்கள் கூறுகிறார்கள். மோட்சம், தர்மம் போன்ற விஷயங்களைப் போல காமமும் வழிபாட்டின் ஒரு நிலைதான் என்கிறார்கள் அந்த அறிஞர்கள்.

இந்தியாவில் காலனி ஆதிக்கம் அமையும்வரையில் இத்தகைய காமக்கோட்பாடுகள் தவறாகப் பார்க்கப்படவில்லை என்று நம்மால் உறுதியாகக் கூற முடிகிறது. இந்தியாவில் மாற்றுப்பாலினம் பற்றிய வரலாற்றை நாம் அறிந்துகொள்ள, நிச்சயம் இந்து மதக் கருத்துகளை நாம் புறக்கணிக்க முடியாது. இந்தியப் பண்பாடு இந்த மதக்கோட்பாட்டை அதிகமாகத் தழுவி அமைந்துள்ளதால், நாம் இந்து மதத்தில் சொல்லப்பட்டதைப் பார்த்தாக வேண்டும். இந்து மதத்தின் வேதங்கள், உபநிடதங்கள் போன்றவற்றில் பல இடங்களில் இத்தகைய மாற்றுப்பாலினம் பற்றிய விஷயங்கள் இருப்பதை நாம் பார்க்க முடியும்.

ஆண் பெண் அல்லாத பல வழிபாட்டு நிலைகளை நாம் இந்துமதத்தில் காணமுடிகிறது. எந்தெந்த வடிவங்களில் அப்படிப் பட்ட கடவுள்கள் காட்டப்படுகிறார்கள் என்று அமரதாஸ் 'இந்துக் கடவுள்களும் மூன்றாம் பாலினமும்' என்ற புத்தகத்தில் குறிப்பிடுகிறார்.

அதில் திருநர், இரு பாலினர், பால் மாற்றம் ஆனவர் என்று பெரும் பாலான மாற்றுப்பாலின வடிவில் கடவுள்கள் உருவாக்கப் பட்டிருப்பதாகக் கூறுகிறார். ஆண் பெண் தவிர்த்து இத்தகைய மூன்றாம் பாலின வடிவில் கடவுள்கள் உருவானதோடு, அத்தகைய கடவுள்களின் வழிபாட்டு முறைகளும் இன்றளவில் பெரிய அளவில் கடைப்பிடிக்கப்பட்டு வருகின்றன. மூன்றாம் பாலினத்தை மதம் அங்கீகரிக்கும் வகையில் இன்றும் இத்தகைய வழிபாட்டு முறைகளை மதம் மேற்கொண்டுவருகிறது.

இதற்கு ஒரு முக்கிய உதாரணமாக அர்த்தநாரீஸ்வரரைச் சொல்லலாம். அந்த உருவத்தின் ஒரு பாதி சிவனாகவும், மறுபாதி பார்வதியாகவும் உருவாக்கப்பட்டிருக்கும். உடல் அமைப்பு முதல் ஆடை ஆபரணம் என்று சகல அடையாளங்களுமே ஒரு புறம் பெண்ணையும், மறுபுறம் ஆணையும் வெளிப்படுத்தும். கூர்ம புராணத்தில் இந்த அர்த்தநாரீஸ்வரர் பற்றிய கதை சொல்லப்பட்டிருக்கிறது. படைக்கும் கடவுளான பிரம்மனின் கோபத்தில் உருவாகிய அந்த ஆண்-பெண் உருவம்தான் ருத்ரன். பின்னர் அந்த அமைப்பே சிவனாகவும் பார்வதியாகவும் ருத்ரனால் இரண்டாகப்

பிரிக்கப்பட்டதாகச் சொல்கிறது அந்த புராணம். அதேபோல பன்னிரண்டாம் நூற்றாண்டில் உருவான கீத கோவிந்தத்தில், கிருஷ்ண பகவான் இந்த அர்த்தநாரீஸ்வரர் உருவத்தை வழிபடுவதாகக் குறிப்பிடப்பட்டுள்ளது. ராதையைப் பிரிந்த சோகத்தில் இருக்கும் கிருஷ்ணர், அர்த்தநாரீஸ்வரர் உருவத்தைப் பார்த்து, ''அங்கு பார்! சிவபெருமான் தன்னில் பாதியாக பார்வதி தேவியுடன் எப்போதும் இணைந்தே இருக்கிறார். ஆனால், நீ எங்கே என்றுகூடத் தெரியாத நிலையில் நான் இருக்கிறேன்'' என்று சொல்வதாக அதில் கூறப்பட்டுள்ளது.

ஆனால், நடுவில் ஒரு கோடிட்டு ஒரு பக்கம் ஆணாகவும், மறுபக்கம் பெண்ணாகவும் அமையப்பட்ட உருவம் மனிதர்களில் கிடையாது. (மனதால் அப்படி இருந்தாலும், உடலால் அப்படிச் சரிபாதியாகப் பிரிக்கப்பட்ட உடல் அமைப்பு மனிதர்களில் இல்லை.) அதற்காக இதை நாம் இயற்கைக்கு முரணானதாகக் குறிப்பிட முடியாது. அதற்குக் காரணம், மனிதன் அல்லாத மற்ற பல்வேறு உயிரினங்களில் இத்தகைய உடல் அமைப்பு காணப்படுவதை நாம் காணலாம். பட்டாம்பூச்சி, சிலந்தி, சிலவகைப் பாலூட்டிகள், ஐம்பதிற்கும் மேற்பட்ட பறவை இனங்கள் என்று 'அர்த்தநாரீஸ்வர' உருவத்தைப் பல இடங்களிலும் நம்மால் பார்க்க முடிகிறது.

அர்த்தநாரீஸ்வரர் உருவம் உலகிற்குச் சொல்வது ஒன்றுதான். உலகில் எல்லாமே இரண்டாக இருந்தாலும், அவை ஒன்றுதான். இரவு பகல், மகிழ்ச்சி கவலை, வானம் பூமி என்று எல்லாம் இரண்டாக இருந்தாலும், இறை அருளால் எல்லாம் ஒன்றுதான். அர்த்தநாரீஸ்வரர் கடவுள் பெரும்பாலும் திருமணம், குழந்தைப் பேறு, நீண்ட ஆயுள் போன்ற விஷயங்களுக்காக அதிகம் வணங்கப் படுகிறார். ஆண் பெண் அல்லாத மூன்றாம் பாலின மக்களுக்கும் அத்தகைய சக்தி இருப்பதாக மக்கள் எண்ணி, கடவுளுக்கு நிகராக அவர்களை வணங்குகிறார்கள். அர்த்தநாரீஸ்வரருக்கு இந்தியா முழுவதும் கோவில்கள் இருக்கின்றன. சிவராத்திரி அன்று சிறப்பான வழிபாட்டிற்கு மக்கள் திரள்வதை இப்போதும் காணலாம்.

அதற்கு அடுத்ததாக ஐயப்பன் பற்றிச் சொல்ல வேண்டும். சிவன், விஷ்ணு என்ற இருவேறு ஆண் கடவுள்களுக்குப் பிறந்த குழந்தை ஐயப்பன் என்கிறது புராணங்கள். மோகினி உருவில் விஷ்ணு இருந்ததாகவும் கூறப்படுகிறது. பின்னர் அந்தக் குழந்தை பந்தள மகாராஜனிடம் கிடைத்து, அவர் வளர்த்ததாகச் சொல்லப்படுகிறது. இன்று இந்தியா முழுவதும், குறிப்பாகத் தென்னிந்தியாவின் உயரிய வழிபாட்டு ஸ்தலமான சபரிமலையில் வீற்றிருக்கும்

ஐயப்பன், இப்படிப் பிறப்பால் மாற்றுப்பாலினத்தோடு சம்பந்தப் பட்டிருப்பது முக்கியமானது.

சிவன்-விஷ்ணு இணைப்பால், இந்த ஐயப்பன் சைவ வைணவப் பாகுபாடு கடந்து வணங்கப்படுவது குறிப்பிடத்தக்க விஷயம்.

அடுத்து நம் தமிழ்க் கடவுளாம் முருகனின் பிறப்பிலும் அப்படி ஒரு அதிசயம் மறைந்திருப்பது ஆச்சரியம்தான். சிவபெருமானுக்கும் அக்னி தேவனுக்கும் பிறந்ததாக முருகனின் பிறப்பைப் பற்றி வரலாறு கூறுகிறது. ஒரு பெண்ணின் துணை இன்றிப் பிறந்த முருகனை, ஆறு கார்த்திகைப் பெண்கள் வளர்த்தது ஒரு அழகிய முரண் என்று சொல்லலாம். ஆனால், பாரதம் இதை வேறு விதமாகச் சொல்கிறது. அக்னிதேவன் ஆறு கார்த்திகைப் பெண்களைக் கண்டு மயங்கி, பின்னர் அதன்மூலம் கந்தன் பிறந்ததாகக் கூறுகிறது. ஆனால், முருகன் பற்றிய முழுமையான வரலாற்றை நமக்குக் கொடுக்கும் சிவபுராணம் மற்றும் கந்த புராணத்தில், தெளிவாகவே சிவபெருமானுக்கும் அக்னிதேவனுக்கும் முருகன் பிறந்ததாகக் கூறப்பட்டுள்ளது.

முருகன் மற்றும் ஐயப்பன் இரண்டு கடவுள்களுமே ஆண்மையை அடையாளப்படுத்துவதாகத் தோன்றுகிறது. இரண்டு கடவுள்களின் கோவில்களிலும் பெரும்பாலும் பெண்களை அனுமதிப்பதில்லை. போர், வீரம், வலிமை ஆகியவற்றிற்குக் கடவுளாக முருகன் பார்க்கப்படுகிறார்.

ராமாயணமும் மகாபாரதமும் இந்து மதத்தின் பிரதான காப்பியங்கள் ஆகும். அதில் பாரதம், பால் பற்றியும் பாலின வேறுபாடுகள் பற்றியும் செய்திகளைக் கொண்டுள்ளது. மகாபாரதத்தின் முக்கியப் பாத்திரங்களுள் ஒன்றான அர்ஜுனன் ஆண், பெண் மற்றும் இரண்டும் கலந்த வீரனென வரலாறுகள் சொல்கிறது. என்றாலும் கூட, அர்ஜுனனின் ஆண் வடிவமே பாரதத்தில் பிரதானமாக நமக்குக் காட்டப்பட்டுள்ளது. சிறந்த போர் வீரனாகவும், பகவான் கிருஷ்ணனின் தீவிர பக்தனாகவும், திரௌபதியின் கணவனாகவும் அர்ஜுனனை நமக்கு மகாபாரதம் சுட்டிக்காட்டுகிறது. அர்ஜுனனை கிருஷ்ணர் தன் உயிர் நண்பனாகக் கருதினார். தன்னில் பாதியாக நினைத்தார். அந்த அளவிற்கு கிருஷ்ண பகவானின் நன்மதிப்பையும் நட்பையும் பெற்ற ஒரு நல்லவன். இத்தகைய செய்திகளை பாரதம் நமக்குக் கூறினாலும், 'பத்ம புராணம்' அர்ஜுனனைப் பெண் வடிவ 'அர்ஜுனி'யாகக் காட்டுகிறது. ஆற்றில் குளித்ததும் கிருஷ்ணரின் அருளால் அர்ஜுனன் அர்ஜுனியாக மாறியதாகக் கூறுகிறது.

அதுவும் பேரழகியாக அர்ஜுனி சொல்லப்படுகிறாள். கிருஷ்ணரின் மீதான பக்தி காதலாக மாறி, இன்னும் கிருஷ்ணரிடம் பித்துக்கொள்ள வைத்தது அர்ஜுனியை. பின்னர், அதே ஆற்றில் குளித்து, மீண்டும் அர்ஜுனி ஆணாக உரு மாறினாள் என்கிறது புராணம். அர்ஜுனன் பெண்ணாக மாறிய அந்த பாத்திரத்தின் பெயர் ப்ருஹன்னளை.

அடுத்து பாரதத்தின் இன்னொரு பாத்திரமும், இப்படி வரையறுக்கப் பட்டுள்ளது. அவர் சிகண்டி. பிறப்பால் பெண்ணாக சிகண்டினி என்ற பெயரில் பிறந்தாலும், ஆணாகக் காட்டப்படுபவர். பாஞ்சால மன்னர் திரௌபதருக்கு மகளானவர். தன் தந்தை மற்றும் சகோதரனுடன் பாண்டவர்கள் பக்கம் நின்று, குருஷேத்திரப் போரில் ஈடுபட்டார் சிகண்டி. முற்பிறவியில் அம்பா என்ற பெண்ணாக பிறந்த சிகண்டி, பீஷ்மருடன் உண்டான பகையால் இறந்துபோனாள். மறுபிறவியில் சிகண்டினி என்னும் பெண்ணாகப் பிறந்தாலும், கடவுளைத் தீவிரமாக வேண்டி ஆண்தன்மை பெற்று போரில் பீஷ்மரை நேருக்கு நேராக எதிர்த்து நின்றார். தன் முன்நிற்பது அம்பாவின் மறுபிறப்பு என்பதை அறிந்த பீஷ்மர், பெண்ணைத் தாக்குவது மரபல்ல என்று தயங்கி நின்றார். அந்த தயக்கத்தைப் பயன்படுத்தி, சிகண்டியின் பின்னால் மறைந்து நின்ற அர்ஜுனன், பீஷ்மர் மீது வில் தொடுத்து வீழ்த்தினார்.

வேத இலக்கியங்களில் உள்ள இதைப்போன்ற மாற்றுப்பால் கருத்துகள் எத்தகையவை என்பதை இப்போது பார்க்கலாம்.

வேத இலக்கியங்களுள் ஒரு வகை, ஸ்மிருதி எனப்படும். உயர்ந்த உள்ளங்களின் சிந்தனைத் தொகுப்பு அடங்கிய புராணங்கள், இதிகாசங்கள் இந்த ஸ்மிருதியில் அடங்கும். வேத காலத்தில் உருவாக்கப்பட்ட இத்தகைய மனு ஸ்மிருதிகளில் ஒருபால் ஈர்ப்புப் பற்றிய செய்திகள் இடம்பெற்றுள்ளன. இதை அங்கீகரிக்கவில்லை என்றாலும் கூட, உடலுறவு பற்றிய தொகுப்புகளில் ஒருபால் ஈர்ப்புப் பற்றியும் தெளிவாகக் குறிப்பிடப்பட்டுள்ளது. அதேநேரத்தில் இத்தகைய ஒருபால் ஈர்ப்புகளுக்குச் சில தண்டனைகளையும் ஸ்மிருதி வலியுறுத்துகிறது. குறைந்தபட்ச தண்டனையாகக் கழுதை மேல் ஏற்றி அந்த நபர்களைத் தெருக்களில் வலம் வரச் செய்வது தொடங்கி, அதிகபட்சமாக, அத்தகைய செயல்களில் ஈடுபடும் நபர்களின் தலையைத் துண்டிப்பது வரை வலியுறுத்தப்படுகிறது. அதே வேளை, தண்டம் செலுத்தச் சொல்வது, ஒரு கம்பால் உடலில் அடிகள் கொடுப்பது என்று சில சாத்வீக தண்டனைகளும் குறிப்பிடப்பட்டுள்ளன.

இதைப் பார்க்கும்போது அந்த வேதங்கள் ஒருபால் ஈர்ப்பை வெறுப்பது போலவும், அதைக் கடுமையான குற்றம் என எண்ணுவதாகவும் நமக்குத் தோன்றலாம். ஸ்மிருதி குறிப்பிடும் இந்தத் தண்டனைகள், 'ஒரு மணமான பெண், இன்னொரு கன்னிப் பெண்ணுடன் உறவு கொண்டால்' என்று கூறித்தான் மேற்சொன்ன தண்டனைகளைப் பரிந்துரைக்கிறது. 'ஒரு ஆண், ஒரு கன்னிப் பெண்ணைக் கட்டாயப்படுத்தி உடலுறவில் ஈடுபட்டால், உடனே அந்த ஆணின் கைவிரல்கள் வெட்டப்பட வேண்டும்' என்றும் ஸ்மிருதி சொல்கிறது. உடல் உறவைப் பற்றிய தண்டனைகளில் ஒருபால் ஈர்ப்பு, ஆண் பெண் சேர்க்கை என்றெல்லாம் பெரிதாகப் பிரித்துப் பார்க்கவில்லை என்று இதன்மூலம் தெரிகிறது. முறை தவறிய ஆண் பெண் உறவுக்கும், முறை தவறிய ஒருபால் ஈர்ப்புக்கும் மட்டுமே, குறிப்பாக இந்த ஸ்மிருதி, தண்டனைக்குப் பரிந்துரைக்கிறது என்பதை ஆழ்ந்து யோசித்தால் புரிந்துகொள்ளலாம். ஸ்மிருதியில் ஓர் இடத்தில், ஒரு பிராமணன் தன் தகுதியை இழப்பதற்கான காரணங்களில் ஒன்றாக ஒருபால் ஈர்ப்புக் குறிப்பிடப்படுகிறது. அதே ஸ்மிருதியில், பிராமணர்கள் அல்லாதவர்கள் ஒருபால் சேர்க்கையில் ஈடுபட்டால் அதற்கு இத்தகைய தண்டனை தரப்பட வில்லை. அதைப்பற்றிக் குறிப்பிடவே இல்லை. அதே மனு ஸ்மிருதியில், ஆண் பெண் பிறப்பைப் பற்றிக் கூறும் இடத்தில், மூன்றாம் பாலினம் பற்றியும் தெளிவாகக் குறிப்பிடப்பட்டுள்ளது. இத்தகைய மாற்றுப்பால் சிந்தனைகள் வேதகாலத்தில் இன்றுள்ளது போல் பெரிய அளவில் புறக்கணிக்கப்படவில்லை என்பதை நாம் புரிந்துகொள்ளலாம்.

வேத காலத்தில் மூன்றாம் பாலின மக்கள் சமூகத்தில் எல்லோரோடும் ஒன்றாக வாழ்ந்தனர். சிலர் அவர்கள் விரும்பிய எதிர்பாலின உடைகள் மற்றும் அடையாளங்களோடு வாழ்ந்தனர். குறிப்பாக இத்தகைய மூன்றாம் பாலின மக்கள் இசை, நடனம் போன்ற விஷயங்களில் தங்களை அதிகம் ஈடுபடுத்திக்கொண்டனர். சமூகத்தில் நடக்கும் எல்லா முக்கிய சுப காரியங்களுக்கும் தவறாமல் இவர்களுக்கு அழைப்பு இருக்கும். இந்தத் திருநர் அழைப்பு இன்றுவரை இந்தியாவில் கடைப்பிடிக்கப்பட்டு வருவதை நாம் வடஇந்தியாவில் காணலாம். அவர்களை அதிர்ஷ்டத்தின் அடையாளமாக மக்கள் பார்க்கின்றனர். இத்தகைய திருநர்களுக்குத் திருமணம் மறுக்கப்பட்டதை வேத இலக்கியங்கள் குறிப்பிடுகிறது. ஆனாலும், நாகரிகம் வளர்ச்சி அடைந்த வேத காலத்தில் இவர்கள் சமூகத்தின் ஒரு அங்கமாக அங்கீகரிக்கப்பட்டதையும் இங்குக் குறிப்பிட்டாகவேண்டும்.

பத்தொன்பதாம் நூற்றாண்டின் கர்நாடக இசை மேதை முத்துச்சாமி தீட்சிதர் எழுதிய நவகிரக கீர்த்தியில், புதன் கோளை 'நபும்சகம்' என்று ஆண் பெண் அல்லாத ஒரு பாத்திரமாகக் குறிப்பிட்டுள்ளார். குருவின் மனைவி தாரா, சந்திரன் மூலம் கர்ப்பமானதாக குரு அறிகிறார். அதனால், பிறக்கும் குழந்தை ஆண் பெண் அல்லாமல் பிறக்கும்படி சபிக்கிறார். அப்படி தாராவுக்குப் பிறந்தவர்தான் இந்த புதன் என்று வரலாறு சொல்கிறது.

கேசிராஜா எழுதிய கன்னட இலக்கண நூலான 'ஷப்தமநிதர்பனாவில்' ஒன்பது பாலினங்கள் இருந்தன. நவீன கன்னட இலக்கியங்களில் ஆண், பெண், நடுநர் ஆகிய மூன்று பாலினங்கள் மட்டுமே வழக்கில் உள்ளன.

இப்படி புராணங்களில் ஆண் பெண்ணாகவும், பெண் ஆணாகவும் மாறுவதாய்ப் பல இடங்களிலும் சொல்லப்படுகிறது. குளம் ஒன்றில் விழுந்த நாரதர் பெண்ணாக மாறியது, யமுனையில் குளித்த சிவபெருமான் கோபியாக மாறி கிருஷ்ணருடன் ராஸலீலா நடனம் ஆடியது என்று பல செய்திகள் நாம் அறிந்ததே.

பாரதப் போரில் அர்ஜுனனின் மகனான அரவான் பலியாகும் நேரம் வந்தபோது, தான் தாம்பத்திய சுகம் அனுபவிக்காமல் இறக்க விரும்பவில்லை என்று சொல்கிறார். எந்தப் பெண்ணும், மறுநாள் இறக்கப்போகும் அரவானுடன் அத்தகைய உறவில் ஈடுபட முன்வரவில்லை என்ற காரணத்தால், கிருஷ்ண பகவானே 'மோகினி' அவதாரத்தில் பெண்ணாக உருவெடுத்து அரவானை மணம் புரிந்து, அரவானின் தாம்பத்ய இச்சையைத் தனித்ததாக புராணம் கூறுகிறது. இந்த நிகழ்வின் நினைவாக இன்றும் புதுவைக்கு அருகே உள்ள கூவாகம் கூத்தாண்டவர் கோவிலில் வழிபாடு நடத்தப்பட்டு வருகிறது.

வேதத்தைத் தமிழ்செய்த நம்மாழ்வார் கூட இறைவனைப் பாடும் போது

ஆணல்லன்பெண்ணல்லன் அல்லா அலியுமல்லன்,
காணலுமாகான் உளனல்லன் இல்லையல்லன்,
பேணுங்கால்பேணுமுருவாகும் அல்லனுமாம்,
கோணை பெரிதுடைத்தெம்மானைக்கூறுதலே.

என்று இறைவனை எல்லாம் கடந்த ஒருவராக வாய் மொழிந்துள்ளார். பன்னிரு ஆழ்வார்களும் மொழி, இனம், பாலினம், ஜாதி, என்று எல்லாம் கடந்து இறைவனைத் துதித்துள்ளனர்.

தமிழின் இலக்கண நூலான தொல்காப்பியம் மாற்றுப் பாலியல் தொடர்பான செய்திகளைப் பதிவு செய்துள்ளது.

தமிழ் இலக்கண இலக்கியப் பிரதிகளில் மாற்றுப் பாலினம் பற்றியக் குறிப்புகளை அறிய முடிகிறது. ஆண், பெண் என்ற இருமை நிலை மட்டுமின்றி, பிற பாலினப் பிரிவுகளை தொல்காப்பியத்திற்குப் பின்வந்த நூல்கள் பேசுகின்றன. தொல்காப்பியர் பாலின வேறுபாடுகளைக் காட்டியுள்ளார்.

நாம் மேலே பார்த்த எந்த விஷயங்களுமே இதைக் கூறவேண்டும் என்ற கட்டாயத்தில் மாற்றுப்பால் பற்றிய செய்திகளைத் திணிக்கவில்லை. இயல்பான வாழ்க்கையில், இதையும் ஒரு அம்சமாக அந்த காலத்தவர் நினைத்ததனால் மட்டுமே இதுபோன்ற செய்திகளை அவர்கள் குறிப்பிட்டுள்ளனர்.

ஸ்ரீ ராமகிருஷ்ணர்

இந்தியா என்று வரையறுக்கப்படும் இந்தப் பிரதேசத்தில் எழுந்த மெய்யியல் தத்துவங்களை உலகம் அறியச் செய்த பெரும் பங்கு சுவாமி விவேகானந்தருக்கு உண்டு. மிகவும் பரந்த கண்ணோட்டத்துடன் மத, இன, அரசியல் சார்பற்ற இந்த ராமகிருஷ்ண மிஷன் மற்றும் ராமகிருஷ்ண மடம் 1897-ல் துவங்கப்பட்டது. இங்கும் ஆண், பெண் என்ற இருமை நிலை மிகவும் பரவலாக மிஷனின் அனைத்து நடவடிக்கைகளிலும் தென்படுகிறது. ஆண்களுக்கு ஸ்ரீ ராமகிருஷ்ண மடமும், பெண்களுக்கு ஸ்ரீ சாரதா மிஷன் மற்றும் மடமும் உள்ளன. ஆனால் இன்று சுவாமி விவேகானந்தர் வாழ்ந்திருந்தால் பிற பாலினத்தவருக்கான மடங்களும் உருவாகியிருக்கலாம். பொதுவாகவே பெரும்பாலான மத நிறுவனங்களுக்கு காமம், பாலினம், பாலியல் இவற்றிற்கு இடையில் இருக்கும் வித்தியாசம் கூடத் தெரிவதில்லை. இந்த மூன்றையும் ஒன்றென நினைத்துக்கொள்கின்றனர். இதைப்பற்றிய விவாதங்கள் எழுவதற்கான வாய்ப்புகள் அங்கு ஏற்படுவதில்லை.

இதில் முக்கியமாக ராமகிருஷ்ண மடம், இன்று இருக்கும் பல கருத்துக்களைப் பரந்த நோக்குடன் அணுகுகிறதா என்பது கேள்விக்குரியது. ஆண், பெண், ஏன் தான் ஒரு மனிதன் என்பதைக் கூட மறந்தவர் ஸ்ரீ ராமகிருஷ்ணர். பெண் போல் உடையணிவதும் பாலின நகர்வியல் பாணியில் நடனமாடி நளினத்தை வெளிப் படுத்துவதும், ஹிஜிரா சமூகத்தைச் சேர்ந்தவர்களை அவர் அரவணைத்ததும் மிகவும் குறிப்பிடத்தக்கது. இந்தியாவின் முதல் ஒருபால் ஈர்ப்புடையவர்களுக்கான அமைப்பை ஏற்படுத்திய அசோக்ராவ் காவி என்பவர் கூட ராமகிருஷ்ண மடத்தில்

பிரம்மசாரியாக இருந்து வெளியேறியவர்தான். ஒருபால் ஈர்ப்பு, மாற்றுப் பாலினத்தவர் போன்ற சமூக விளிம்புநிலைகளில் வாழும் மக்களின் பிரச்சினைகளைப் பற்றி வெளிப்படையாகப் பேச இன்றுவரை மிஷன் முன்வரவில்லை. ஒருபால் ஈப்பை மிஷன் கொச்சையாகப் பார்த்தாலும் பார்க்காவிட்டாலும் ஸ்ரீ ராமகிருஷ்ணர் இவை அனைத்தையும் மீறிய, அனைத்தையும் உள்ளடக்கிய ஒருவராக என்றும் திகழ்வார்.

சிந்துச் சமவெளி நாகரிகம்

ஏறத்தாழ ஐந்தாயிரம் ஆண்டுகளுக்கு முற்பட்ட இந்தப் பழமையான நாகரிகம் நம் இந்தியாவின் பழம்பெரும் கலாசாரங்களை உலகுக்குச் சொல்கிறது. இன்றைய பாகிஸ்தானில் இருக்கும் இந்தப் பகுதிகள் சிந்து நதியின் கரையில் விரிந்துள்ளது.

அங்குக் கண்டெடுக்கப்பட்ட மண் சிலைகளில் மலர்கள் சூடியும், வளையல் அணிந்தும், அகண்ட இடையும், செழுமையான மார்புகளும் கொண்டதாகப் பெண்களின் சிலைகள் வடிவமைக்கப்பட்டுள்ளன. இன்னொரு சிற்பத்தில், தியான அமைப்பில் அமர்ந்திருக்கும் ஓர் ஆடவனைச் சுற்றி நிறைய விலங்குகள் இருக்கின்றன. அவன் சிவனை வழிபடுவதாகத் தெரிகிறது. இன்றைக்குப் பிறர்பால் உடையணியும் மக்களின் வழிபாட்டுக் கடவுளாகச் சொல்லப்படும் சிவபெருமானின் வழிபாட்டு உருவமான லிங்கம், சிந்துச் சமவெளி நாகரிகத்தில் இருந்ததாக ஆய்வுகள் சொல்கின்றன. ஆண்மை சக்தியின் வெளிப்பாடாக லிங்கம் சொல்லப்படுகிறது.

வேத சமூகம்- 1500 - 500 பொ.பி

வேதங்களில் பழமையான ரிக் வேதம் ஆண் கடவுள்களுக்கே எழுதப்பட்டது. இயற்கைக்கு புறம்பாகத் தெரியும் செயற்கையும் இயற்கைக்கு உட்பட்டதே என்று ரிக் வேதத்தில் குறிப்பிடப் பட்டுள்ளது. இரண்டு பெண் கடவுள்களுக்கு மகன் பிறப்பதாக வேதங்கள் சொல்கின்றன. காமசூத்திரத்திலும் ஒருபால் ஈர்ப்பு என்பது தென் ஆசியாவில் இயல்பான ஒன்றாகவே இருந்ததாகச் சொல்லப்பட்டுள்ளது.

புத்த மதம்

ஆறாம் நூற்றாண்டில் வேத சமூகத்தில் காணப்பட்ட வகுப்புவாதப் பிரிவுகள் மற்றும் சாதி வேறுபாடுகளால் பிராமணர்களின் ஆதிக்கம்

அதிகரிக்க, முரண்பட்டவர்கள் பலர் வேறு மதங்களை நாடிச் சென்றனர். அப்போது புத்த மதம் இந்தியாவில் ஒரு முக்கிய மதமாக மாறியது. பல புத்த மதச் சிற்பங்கள் காதலைப் பிரதிபலித்தன.

புத்த மதம் முழுவதுமாக இந்தியாவை விட்டு வெளியேறிய காலகட்டத்திலும் இந்து மதம் தன் பொலிவை இழக்காமல் இந்தியாவில் இருந்தது.

இந்து மதத்தின் நம்பிக்கைகளின்படி ஆண் மற்றும் பெண் இணைந்த சக்தியைப் பல இடங்களிலும் பார்க்க முடியும். அதில் குறிப்பாக துர்கா தேவியைச் சொல்லலாம். பல ஆண் கடவுள்களாலும் அழிக்க முடியாத எருமை உருவம் கொண்ட மகிஷாசுரனை வதம் செய்ய, துர்காதேவியை, பல ஆண் கடவுள்களின் சக்தியையும் இணைத்து ஒன்றாக உருவாக்கினர். இன்று பெண் கடவுளாக வணங்கப்பட்டாலும், அந்த தேவியின் பாலினம் என்பது பாலினங்களுக்கு அப்பாற்பட்ட ஒன்று.

யானை முகக்கடவுளான விநாயகரின் பிறப்பும் கூட இரண்டு பெண்களின் இணைப்பால் உருவானது என்பதுதான் மதத்தின் நம்பிக்கை. பார்வதி தேவிக்கும், கங்கைக்கும் பிறந்த குழந்தையாக விநாயகர் குறிப்பிடப்படுகிறார்.

இந்து மதத்தைப் பொருத்தவரை கடவுள் பல வடிவங்களிலும் வணங்கப்படுபவர். இந்தக் கடவுள்களின் பன்முகத்தன்மையில் உள்ள பாலினங்களுக்கு அப்பாற்பட்ட நிலை என்பது 'உலகில் உள்ள எல்லா உயிர்களுக்குள்ளும் ஆண் மற்றும் பெண்ணுக்குரிய அம்சங்கள் இணைந்திருக்கும்' என்று சொல்லப்படுவதில் உள்ளது. ராமாயணத்தில் ஹனுமான் பார்க்கும் விஷயமாக இரண்டு பெண்கள் காதல் கொள்ளும் காட்சி சொல்லப்பட்டிருக்கிறது. சுஸ்ருதாவில் பெண்கள் இருவரும் உறவு கொள்வதைக் கண்டதாகவும், அந்தப் பெண்களுக்குக் குழந்தை பிறந்து, அந்தக் குழந்தைகள் எலும்புகள் இன்றிப் பிறந்ததாகவும் விவரிக்கப்பட்டுள்ளது.

பிறர்பால் உடை அணியும் நிகழ்வுகளும் இந்து மத வரலாறுகளில் சொல்லப்பட்டிருக்கின்றன. அர்ஜுனன் பெண் வேடம் தரித்து நடனம் ஆடுவது அவருக்கு அவ்வப்போதைய வழக்கம். பல ஆண்டுகள் கழித்து அர்ஜுனன் தன் நண்பர்களுடன் காட்டில் மறைந்திருந்தபோது மீண்டும் பெண் உடை அணிந்து மன்னரின் அரண்மனையில் வேலைக்குச் சேர்ந்தார். இன்றைக்கும் கிராமப் புறங்களில் அர்ஜுனரின் வேடம் அணியும் நபர்கள் பெண் வேடம் பூண்டு, முகத்தில் வண்ணங்கள் பூசி நடிப்பார்கள்.

காமம் தொடர்பான சிற்பங்கள் மற்றும் ஓவியங்கள் என்றால் யாராலும் புறந்தள்ள முடியாத கோவில் காஜுரகோவில் இருக்கும்

இரு ஆண்கள் உடலுறவு கொள்ளும் காட்சி, காஜுரேகோ

கந்தரிய மகாதேவன் கோவில். அந்தக் கோவிலின் தெற்குச் சுவரில் மூன்று பெண்களுடன் ஒரு ஆண் உறவு கொள்வதாகச் சிற்பம் உள்ளது.

அருகில் ஒரு பெண் உடலுறவுக்காகக் காத்திருப்பதைப் போலவும், அந்தப் பெண்ணின் இரண்டு புறத்திலும் இரண்டு பெண்கள் நின்று கொண்டிருப்பதாகவும், அந்தப் பெண்களின் அந்தரங்க இடத்தில் நடுவிலிருக்கும் பெண் கை வைத்திருப்பதாகவும் அந்தச் சிற்பம் அமைந்திருக்கும். அதேபோல இன்னொரு சிற்பத்தில் நான்கு பெண்கள் ஒவ்வொருவரும் தங்களுக்குள் உறவு கொண்டிருப்பதாக வும் அமைக்கப்பட்டிருக்கும். அதேபோல ஒரிசாவின் புவனேஸ்வரில் இருக்கும் ராஜராணி கோவிலில் இரண்டு பெண்கள் வாய்வழி புணர்ச்சி கொண்டிருக்கும் சிற்பம் இருக்கிறது.

கஜுராவோவில் இருக்கும் லக்ஷ்மணன் கோவிலில் இரண்டு ஆண்கள் உறவு கொள்வதாகச் சிற்பம் இருக்கிறது.

சிற்பங்களைப் போலவே பதினெட்டாம் நூற்றாண்டின் ஓவியங்களும் பால்புதுமைகளைப் பற்றியும், பாலியல் உறவுகள் பற்றியும் பல விஷயங்களை வெளிப்படுத்தும் விதத்தில் அமைந்துள்ளது. பதினெட்டாம் நூற்றாண்டில் ராஜஸ்தானில் உள்ள குகை ஓவியம் ஒன்றில் உயர் வகுப்புப் பெண் ஒருத்தி உடலுறவுக்கு முன்பும் பின்பும் குளிக்கும் காட்சியில், அந்தப் பெண்ணின் வேலைக்காரப் பெண்ணொருத்தி பெண்ணுறுப்பைத் தொடுவதைப் போல அமைந்திருக்கும். அதேபோல பஞ்சாப்பின் *1710-1725* காலத்தைய

ஓவியம் ஒன்றில், ஐந்து பெண்கள் ஒரு பூங்காவில் குளித்து முடித்துவிட்டு, நிர்வாணமாக ஒருவருக்கொருவர் உடல் ரீதியான பிணைப்பில் இருந்ததாகச் சித்திரிக்கப்பட்டிருக்கும்.

இந்தியாவில் பாலினம் சார்ந்த விஷயங்களுக்கு முக்கியத்துவம் கொடுத்து ஓவியங்களை உருவாக்கிய இரண்டு ஓவியர்களைப் பற்றி நிச்சயம் இங்குக் குறிப்பிட்டாக வேண்டும்.

அவர்களில் முதன்மையானவர் பூப்பன் காக்கர் [Bhupen Khakhar *(1934-2003)*]. நவீன காலத்தின் ஒரு முக்கிய இந்திய கே ஓவியர். இந்திய கே ஓவியங்களை இன்னும் அடுத்தபடிக்கு உயர்த்த இவரின் பங்கு பெரிதும் உதவுகிறது. 1980வரை காக்கரின் ஓவியங்கள் இயல்பான ஒன்றாகவே இருந்தது. பெரும்பாலும் தனிமையை வலியுறுத்தும் ஓவியங்களை நிறைய உருவாக்கினார். அதன்பின்பு இவரின் பிரிட்டன் பயணம் இவரை மாற்றியது. ஒருபால் ஈர்ப்புக் கொண்ட ஆண்களின் கதைகளை ஓவியங்களாக வடித்தார். 'Two Men in Banares' *(1982)*, 'Yayati' *(மகாபாரதத்தின் ஒரு காட்சியை மையமாக வைத்து வரைந்தது)*, 'Green Landscape and White Angel' *(இவை இரண்டும் மிகவும் காமநெடி நிறைந்து காணப்பட்ட ஓவியங்கள்)* ஆகிய ஓவியத் தொகுப்புகள், முழுக்க முழுக்க ஒருபால் ஈர்ப்பைக் கொண்ட ஆண்களின் ஓவியங்களாகவே இருந்தன.

காக்கரை போலவே அடுத்த முக்கியமான ஓவியர், அம்ரிதா ஷர் கில் (Amrita Sher-Gil). பால்புதுமைகளை மையப்படுத்தி நிறைய ஓவியங்களை உருவாக்கினார் கில். அஜந்தா ஓவியங்கள் மற்றும் மொகாலய ஓவியங்களைப் பார்த்து தன் ஓவியக் கலையை தொடங்கிய கில் பெரிய ஓவியராக வளர்ந்தார். கிராமப்புற இந்தியாவை மையப் படுத்தி ஓவியங்களை உருவாக்கினார் கில். Hill Women, The Swing, The Bath, Two Girls போன்ற பல ஓவியத் தொகுப்புகள். இவற்றில் பெரும்பாலான ஓவியங்கள் ஒருபால் ஈர்ப்புக் கொண்ட பெண்களை மையமாக வைத்தே உருவாக்கப்பட்டவை. ஆனால் காமநெடி என்பது கில்லின் ஓவியங்களில் இருக்கவில்லை.

இதுவரை நாம் பார்த்த கலை, மதம், கலாசாரம் போன்ற விஷயங் களின் அடிப்படையில் ஒன்றைத் தெளிவாகப் புரிந்துகொள்ளலாம். ஒருபால் ஈர்ப்பு, திருநர், பிறர்பால் உடை அணிவது போன்ற பலவற்றையும் மேற்கத்திய இறக்குமதியாகச் சொல்லும் பலரின் வாதங்களும் பொய்யாகிவிட்டன. இவை நம் கலாசாரத்தில் அடிப்படை விஷயங்களாக இருந்ததை நம்மால் இப்போது நிச்சயம் உணரமுடியும்.

ஸூஃபி ஞானியின் காதல்

நம்மைச் சுற்றி இருக்கும் பலவற்றின் வரலாறு தெரியாமல் நாம் கடந்து வந்திருப்போம். அந்த வகையில் டெல்லிவாசிகள் அடிக்கடி பார்த்திருக்கும், ஆனால் அதன் வரலாற்றுச் சிறப்பை அறிந்திராத ஒரு சமாதி மெஹ்ராளி - குர்கான் பிரதான சாலையில் இருக்கிறது. அது பதினாறாம் நூற்றாண்டின் சூபி கவிஞர் ஜமாலி என்பவரின் சமாதி. இதில் நாம் முக்கியமாகக் கவனிக்க வேண்டிய வரலாற்று உண்மை என்பது, ஸூஃபி கவிஞர் ஜமாலியுடன் அவரது வாழ்நாள் காதலனான கமாலியும் அங்குப் புதைக்கப்பட்டிருக்கிறார் என்பதுதான். கவிஞர் ஜமாலி எழுதிய புகழ்பெற்ற கவிதைத் தொகுப்பில் முக்கியமானது கமாலியுடனான காதல் பற்றிய கவிதைகள் அடங்கிய தொகுப்பு. கமாலியுடனான காதல், கமாலியைப் பிரியும் போது தனக்கு உண்டாகும் மனதின் வலி, அவனுடனான ஊடல் என்று மொத்தத் தொகுப்பிலும் காதலைக் கவிதையாக வடித்திருக்கிறார் ஜமாலி.

அதில் வரும் ஒரு கவிதையில், ‘உனது உடலின் வரைபடத்தில், நான் பயணம் செய்யாத இடமே இல்லை’ என்கிறார் ஜமாலி. வரிக்கு வரி கமாலியுடனான காதலைச் செதுக்கி இருக்கிறார் ஜமாலி. கவிஞர் மட்டுமல்லாமல் ஜமாலி ஒரு தலைசிறந்த போர் வீரர். அதோடு வேட்டை மன்னனும் கூட. அதனால் நீண்ட நாள்கள் வெகுதூரம் பயணம் செய்ய வேண்டிய கட்டாயம் அவருக்கு இருந்தது. அந்தக் காலகட்டங்களில் தன் காதலனின் பிரிவை ஜமாலி கவிதை மூலமே போக்கிக் கொண்டிருக்கிறார். பதினாறாம் நூற்றாண்டில், இஸ்லாமிய ஆதிக்கம் நிறைந்த இந்தியாவில் ஒருபால் ஈர்ப்பு என்பது சாத்திய மில்லாத ஒன்று. வலிகளும் வேதனைகளும் அவரின் கவிதைகளில்

நிறையவே இடம்பெற்றிருப்பதைக் காணும்போது, அவர் எத்தகைய துயரங்களுக்கு அப்போது ஆட்பட்டிருப்பார் என்பதைப் புரிந்துகொள்ளலாம்.

ஜமாலி - கமாலியைப் போலவே வரலாற்றில் இன்னொரு காதல் தம்பதியைப் பற்றியும் நாம் பார்க்க வேண்டும். ஹஸ்ரத் சர்மத் சாஹித் (Hazrat Sarmad Shaheed), இவர் ஒரு சூஃபி துறவி. இவர் பிறப்பால் ஆர்மேனியர். ஈரானியக் குடும்பத்தைச் சேர்ந்தவர். சிலர் இவரைக் கிறுத்துவர் என்றும் யூதர் என்றும் சொல்கிறார்கள். இவர் ஏற்றுக்கொண்டது இஸ்லாம் மதத்தை. வணிகத்துக்காக இந்தியா வந்த இவரின் மனதைக் கவர்ந்தது ஓர் இளைஞன். ஒரு கவிதை அரங்கத்தில் சர்மத் சந்தித்த அந்த இளைஞனின் பெயர் அபய் சந்த் (Abhay Chand). அபய்யின் குரல், தோற்றம், நடவடிக்கை என எல்லாம் பிடித்துப் போய், காதல் கனிந்து, இருவரும் ஒன்றாக வாழத் தொடங்கினார்கள். அந்தக் காலகட்டத்தில், இனியகாதலை விட அதிகமான கசப்பு உணர்வுகளையும் அவர்கள் சந்திக்க நேர்ந்தது. இந்தியாவில் நிலவிய ஒருபால் ஈர்ப்புக்கு எதிரான ஆக்ரோஷ மனநிலை இவர்களைத் துரத்தியது. இந்தக் காதலை எதிர்த்துத் தாக்குதல்கள் நடத்தினர் சிலர். இருவரையும் புறக்கணித்து ஒதுக்கினார்கள் சிலர். இன்னும் சிலரோ நேராகச் சிரித்துப் பேசி, புறத்தில் வஞ்சம் செய்தார்கள். இது அத்தனையையும் சந்தித்தும், அதைச் சகித்தவாறு தங்கள் காதலைக் கொண்டாடினார்கள் இவர்கள். அபய்யின் குரலில் ஒலிக்கும் கவிதைகள் அத்தனை வலிகளையும் காணாமல் செய்துவிடுவதை உணர்ந்தார் சர்மத்.

சமூகம் எத்தனை எதிர்ப்புடன் இருந்தாலும், மக்களின் கண்ணோட்டம் எதிர்ப்புணர்வுடன் இருந்தாலும், காதல் உண்மையாக இருக்கும் பட்சத்தில், அது வரலாறாகக் காலம் கடந்தும் நிற்கும்.

ஸ்ரீ கிருஷ்ணரின் காதலர்கள்

இஸ்கான்- International Society for Krishna Consciousness (ISKCON) என்ற அமைப்பு மாற்றுப்பாலினச் சிந்தனையில் முற்போக்குத்தன்மையுடன் செயல்படுகிறது. இந்து மதத்தில் இன்று புரையோடிக் கிடக்கும் ஒருபால் ஈர்ப்புக்கான எதிர்-மனநிலையை முற்றிலும் மறுக்கும் ஓர் அமைப்பு இது. ஒருபால் ஈர்ப்பு மற்றும் பாலின மாறுபாடுகளை வேத காலம் தொடங்கி இன்று வரை இந்துமதத்தில் வரலாற்றுப் புனைவுகளாகவும், ஓவியங்கள் மற்றும் சிற்பங்கள் வடிவிலும் நாம் காணமுடியும். அந்த முரண்பட்ட கருத்துகளுக்கு முரணாக, கிருஷ்ணரின் சிறப்பான குழந்தைகளாக இந்த அமைப்பில் இந்த மக்களைப் பார்க்கிறார்கள். இதைப் பாலினம் என்று பார்க்காமல், இறை நம்பிக்கையாகப் பார்க்கிறார்கள். அதனால் பல்வேறு ஒருபால் ஈர்ப்புக் கொண்டவர்களும், மூன்றாம் பாலினத்தவரும் இஸ்கானில் தங்களை இணைத்துக் கொண்டு ஹரே கிருஷ்ணா அமைப்பில் ஈடுபடுகின்றனர்.

ஏ.சி பக்திவேதாந்த சுவாமி பிரபுபதா (A. C. Bhaktivedanta Swami Prabhupada) 1960களில் நியூயார்க் நகரத்தில் பல்வேறு மத நம்பிக்கைகள் உள்ள பல இளைஞர்களைச் சந்தித்தார். ஆலன் கின்ஸ்பர்க் (Allen Ginsberg), ஹாவர்ட் வீலர் (Howard Wheeler) மற்றும் கெய்த் ஹாம் (Keith Ham) ஆகியோர் கிருஷ்ணரின் மீதுள்ள பக்தியையும் நம்பிக்கையும் பிரபிபதாவிடம் வெளிப்படுத்தினர். இந்து மதத்தைத் தாண்டிய கிருஷ்ணரின் வழிபாட்டு முறையை இவர்கள் முன்வைத்தார்கள்.

1963ம் ஆண்டு இந்தியா வந்தது முதல் ஆலன், கிருஷ்ணரின் மீது மிகுந்த பக்தி கொண்டு 'ஹரே கிருஷ்ணா' மந்திரங்களை

உச்சரித்துக்கொண்டு கிருஷ்ணரின் தீவிர பக்தனாக இருந்தார். பின்னர் சுவாமி பிரபுபதாவுடன் நட்புகொண்டு, அவருக்குப் பணம் மற்றும் பொருளுதவிகள் செய்த ஆலன், முதல் கோவிலை அமெரிக்காவில் நிறுவினார். கிருஷ்ணரின் வழிபாட்டை மக்கள் மத்தியில் பிரபலப்படுத்தினார்கள் இவர்கள். வட அமெரிக்கக் கண்டத்தில் ஆலன்தான் கிருஷ்ண மந்திரத்தைப் பிரபலப்படுத்திய முதல் நபர். இசை மூலம் மந்திரத்தை மக்கள் மத்தியில் கொண்டு சேர்த்தார். சுவாமி பிரபுபதாவுடன் இணைந்து கிருஷ்ணரின் புகழைப் பரவச் செய்தார். ஹவார்ட் வீலர் மற்றும் கெய்த் ஹாம் என்ற சீடர்கள் இருவர், வடக்கு கரோலினா பல்கலைக்கழகத்தில் சந்தித்துக்கொண்டார்கள். பின்பு காதலர்களாக மாறினார்கள். பின்பு, நியூயார்க் நகரில் சுவாமி பிரபுபதாவுடன் இணைந்து அவர்வழியைப் பின்பற்றினார்கள். ‘ஹரே கிருஷ்ணா’ அமைப்பில் இணைந்த கெய்த் ஹாம் தன் பெயரை கீர்த்தனாநந்த சுவாமிகள் என்றும், ஹாவர்ட் வீலர் தன் பெயரை ஹயக்ரீவர் சுவாமிகள் என்றும் மாற்றிக் கொண்டு தங்களை இஸ்கானில் அர்ப்பணித்துக்கொண்டனர். அமைப்பின் ஆரம்பக் காலம் தொட்டு இப்படி ஒருபால் ஈர்ப்பாளர்கள் இதில் இணைந்தனர்.

இதன் தொடர்ச்சியாக *2001*ம் ஆண்டு கால்வா (GALVA) [The Gay and Lesbian Vaishnava Association] என்ற துணை அமைப்பு இஸ்கானின் கீழ் தொடங்கப்பட்டது. ஒருபால் ஈர்ப்பாளர்களையும், திருநர்களையும் ஒன்றாக இணைத்து, அவர்களைப் பற்றிய தகவல்களைத் தொகுத்து, இந்த அமைப்பின் மூலம் அவர்களுக் கான ஆதரவைப் பரவலாக்கினார்கள். புறக்கணிக்கப்பட்டஇவர் களின் மனநிலையைப் பொதுமக்கள் மத்தியில் கொண்டு சேர்த்தனர் இந்த அமைப்பினர். கிருஷ்ணரின் பிள்ளைகள் அனைவரையும் ஒரே மரியாதையுடன் நடத்த இந்த அமைப்பினர் உதவினார்கள். எந்தக் காரணத்தைக் கொண்டும் ஒருபால் ஈர்ப்பாளர்களைப் புறக்கணிக்கக் கூடாது என்ற உறுதியோடு இந்த அமைப்பினர் செயல்பட்டார்கள்.

வங்காளம், ஒரிசா மற்றும் உத்திர பிரதேசம் போன்ற மாநிலங்களில் ஒருகாலத்தில் மிகவும் பிரபலமாக இருந்தது ‘சகி-பேக்கி’ (The Sakhi-Bekhi) என்ற அமைப்பு. இந்த அமைப்பின் உறுப்பினர்கள் பெண்களைப்போல உடை அணிந்து கிருஷ்ண பகவானின் காதலியாகத் தங்களை பாவித்துக்கொள்வார்கள். இவர்கள் திருநரோ அல்லது ஒருபால் ஈர்ப்பு உள்ளவர்களோ அல்ல. பக்தியின் காரணத்தால், கிருஷ்ணர் மீதான அதீதக் காதலின் வெளிப்பாட்டால் பிறர்பால் உடை அணிந்து வாழ்ந்தனர். இறை பக்தி என்பது

பாலினம் மற்றும் பாலின ஈர்ப்புக்களைக் கடந்தது என்று இந்த அமைப்பு வலியுறுத்தியது. இஸ்கான் அமைப்பில் ஒருபால் ஈர்ப்பாளர்கள் தங்கள் வாழ்க்கைத் துணையுடன் ஒன்றாக வாழ வழி செய்திருந்தார்கள். ஹ்ரிதயானந்தா கோஸ்வாமி மகாராஜா இதற்கான தேவைகளையும், அவசியத்தையும் அனைவருக்கும் விளக்கினார். ஒருபால் ஈர்ப்பாளர்களுக்குக் கொடுக்க வேண்டிய அங்கீகாரத்தை அனைவருக்கும் புரியவைத்தனர் இந்த அமைப்பினர். 'திருமணத்தைத் தாண்டிய முறையற்ற உறவுகள் தவறானது' என்பதுவும் அவர்கள் கொள்கைகளில் ஒன்றாக இருந்தது. அதே நேரத்தில் ஒருபால் ஈர்ப்பாளர்களை இவர்கள் அந்த முறையற்ற உறவு எல்லைக்குள் வைக்காமல், எதிர்பால் ஈர்ப்பாளர் களுக்குண்டான தகுதியைக் கொடுத்து அங்கீகரித்தனர்.

ஒருபால் ஈர்ப்பைக் குற்றம் என்று சொல்லும் அளவுக்கு முறையான சான்றுகள் எதுவும் இந்து மத சாத்திரங்கள் மற்றும் புராணங்களில் இல்லை. இஸ்கான் அமைப்பினர் இதைச் சுட்டிக்காட்டி, தங்கள் கொள்கைகளை ஒருபால் ஈர்ப்புக்கு ஆதரவாக மாற்றினர். ஒருபால் ஈர்ப்பை குரான் மற்றும் பைபிள் அளவிற்கு குற்றமாக இந்து சமூகமும், புராணங்களும் பார்க்கவில்லை என்பதற்கு, ஒருபால் ஈர்ப்பை வெளிப்படுத்தும் சிற்பம் மற்றும் ஓவியங்களை ஆதாரமாகக் காட்டினர். இறை நம்பிக்கைக்கு மட்டுமே அதிக முக்கியத்துவங் களை புராணங்கள் கொடுத்ததால், இத்தகைய பாலினச் சிந்தனைகள் அதில் அதிகம் சொல்லப்படவில்லை. அதனால் அதைத் தவறாகப் பார்ப்பது தவறு என்றார்கள். இந்திய பால் சார்ந்த அறிவுப் பெட்டகமான காமசூத்திரத்தில் ஒருபால் ஈர்ப்பைப் பற்றிய குறிப்புகள் இருக்கின்றன. 'மதவாதிகள் பலரும் நாங்கள் புதிய கலாசாரத்தைப் புகுத்தப் பார்ப்பதாகக் கூறுகிறார்கள். நிஜத்தில் நாங்கள் உண்மையைத்தான் ஏற்கச் சொல்கிறோம். கலாசாரத்தின் பெயரால் பொய்யான வாழ்க்கை வாழவேண்டாம் என்கிறோம்' என்று சொல்கிறார்கள் இந்த அமைப்பினர். இப்படிச் சில முற்போக்கான அமைப்புகளின் வழிகாட்டுதலால், இந்து மதத்தில், எதிர்கால வாழ்வியல் சிந்தனைகளுக்கான புது வெளிச்சம் நிச்சயம் ஏற்படும் என்று நம்பலாம்.

மதத்தின் பெயரில் அரசியல்

இந்தியாவில் ஒருபால் ஈர்ப்புப் பற்றிய விழிப்புணர்வுக்கு முட்டுக்கட்டைகளாக இருப்பவை மதமும் அரசியலும் என்று சொல்வார்கள். ஆனால், மதமோ, அரசியலோ ஒருபால் ஈர்ப்பைத் தவறாகச் சொல்லவில்லை. மதத்தின் பெயரால் அரசியல் செய்யும் சிலர்தான் இதைத் தவறென நினைக்கிறார்கள், அவர்கள் நினைப்பதைப் பிரசாரமாகவும் செய்கிறார்கள். எவ்வித ஆராய்ச்சியும் செய்யாமல் அவர்களின் தொண்டர்களும் ஏற்றுக்கொள்கிறார்கள். ஒரு பக்கம் ஓரின விருப்பம் தொடர்பான விழிப்புணர்வு இருந்தாலும், சில அமைப்புகள் ஓரின விருப்பத்திற்கு எதிரான பரப்புரைகளையும் மேற்கொண்டு வருகின்றன.

'ஃபயர்' திரைப்படம் வெளியானபோது வெடித்த போராட்டம் அப்படி மிகவும் பிரபலமான ஒரு போராட்டமாக இருந்தது. தீபா மேத்தா இயக்கிய இந்தத் திரைப்படம் இந்தியத் திரைத்துறை வரலாற்றில் ஒரு மிகப்பெரிய மாற்றுச் சிந்தனைத் திரைப்படம். ஷபானா ஆஸ்மி மற்றும் நந்திதா தாஸ் ஆகியோர் நடித்த இந்தத் திரைப்படம் 'லெஸ்பியன்'களைப் பற்றிய திரைப்படம். நம் நாட்டு நடுத்தர வர்க்க இளம்பெண்களின் ஒருபால் ஈர்ப்பு உணர்வை அழகாக வெளிக்காட்டிய திரைப்படம். இந்திய தணிக்கை துறை 'ஏ' சான்றிதழுடன் எவ்விதத் திருத்தமும் இன்றிப் படத்தை வெளியிட அனுமதி கொடுத்தது. படத்தின் தலைப்பைப் போல படத்தைப் பற்றிய விமர்சனங்களும் காட்டுத்தீ போலப் பரவியது.

1998ம் ஆண்டு வெளியானது அந்தத் திரைப்படம். வெளியான முதல் மாதம் முழுக்க திரை அரங்கங்கள் நிரம்பி வழிந்தன. பின்புதான்

போராட்டத்தின் விதை மும்பையில் தூவப்பட்டது. மறைந்த பால் தாக்கரேயின் சிவசேனா அமைப்பு அந்தத் திரைப்படத்திற்கு எதிரான போராட்டங்களை மும்பையில் முன்னெடுத்தது. 'இந்தியக் கலாசாரத்திற்கும், இந்து மதத்திற்கும் எதிரான திரைப்படம்' என்ற சிவசேனையின் போராட்டம் மெல்ல மெல்ல மற்ற மாநிலங்களுக்கும் பரவியது. பஜ்ரங்தள் மற்றும் பாரதிய ஜனதா போன்ற கட்சிகள் இந்தப் போராட்டத்தை டெல்லி, மேற்கு வங்கம் மற்றும் குஜராத்தில் முன்னெடுத்துச் சென்றன. இந்த அமைப்பு களுக்கு எதிராகப் பல சமூக ஆர்வலர்களுடன் இணைந்து படத்தின் இயக்குநர் தீபா மேத்தா நாடு தழுவிய போராட்டங்கள் செய்தார். நடிகர் திலீப் குமார் உட்பட பலரும் தீபா மேத்தாவுக்கு ஆதரவு கொடுத்தனர். ஆனால், இந்த தீபா மேத்தா குழு தங்கள் பிரசாரத்தை சிவசேனைக்கு எதிரான பிரசாரமாக முன்வைத்ததுதான் தவறு. ஒருபால் ஈர்ப்பாளர்களின் உரிமை என்று அவர்கள் போராடி யிருந்தால் நிச்சயம் அந்தப் போராட்டம் ஒரு மாபெரும் விழிப்புணர்வுக்கு வழிவகுத்திருக்கும். ஆனால், சிவசேனைக்கு எதிரான போராட்டம் என்பது மதரீதியாகப் பார்க்கப்பட்டது. மதக் கோட்பாட்டைப் பலரும் எதிர்க்க விரும்பாததால் தீபா மேத்தாவின் குரல் இந்தியாவில் சத்தமாக ஒலிக்க முடியாமல் போனது.

இந்து மதத்தின் எண்பது சதவிகிதக் கடவுள்கள் மாற்றுப்பாலினம் தொடர்புடையவர்கள்தான். கஜுஹரோ முதல் நம் ஊர் பிரபல கோவில்கள் வரை ஒருபால் ஈர்ப்புச் சிற்பங்கள் எதார்த்தமான முறையில் அமைந்திருப்பதைப் பார்க்கலாம். இந்து மதம் எப்போதும் பால் ஈர்ப்பில் தங்கள் எதிர் நிலைப்பாட்டை வலியுறுத்தியதில்லை. இந்தியாவில் ஒருபால் ஈர்ப்புக்கான எதிர்ப்பு வாதம் என்பது மொகாலயர்கள் காலத்திலும், மனுதர்மம் மூலமும், பிரிட்டிஷ் சட்ட திருத்தங்கள் மூலமும் மட்டுமே கொண்டுவரப் பட்டது. அடிப்படையில் இந்தியாவும், இந்து மதமும் எந்தக் காலத்திலும் சமபால் ஈர்ப்பையோ, மாற்றுப் பாலினத்தையோ தவறான கண்ணோட்டத்தில் பார்த்ததில்லை. ஒருபால் ஈர்ப்பிற்கான விழிப்புணர்வை, மதரீதியில் தடுக்கப்பார்க்கும் நபர்களுக்கு மதத்தில் கூறப்பட்டுள்ள உண்மைகளை அவர்கள் உணருமாறு எடுத்துச் சொன்னாலே போதும், இப்படி ஓர் எதிர் நிலைப்பாட்டை அவர்கள் நிச்சயம் எடுக்க மாட்டார்கள்.

இயேசுவின் பெயரில் கொலை

மேற்குலக நாடுகளில் ஒருபால் ஈர்ப்புக்கான எதிர்ப்பும் அங்குள்ள கிறுத்துவ மதத்தின் பெயரினாலேயே ஏற்படுத்தப்படுகிறது. ஹானாவின் மகளாக கன்னி மேரியும், கன்னி மேரியின் மகனாக ஏசுவும் எவ்வித உடலுறவும் கொள்ளாமல் பிறந்ததாக கிறுத்துவ மதம் கூறுகிறது. அதே கிறுத்துவ மதம்தான் உடலுறவுக்குத் தொடர்பில்லா உறவுகளை, இயற்கைக்கும் இறைவனுக்கும் எதிராகப் பார்க்கிறது. இயேசு கூட பெண்தன்மை உடையவர் என்று சில கருத்துகள் உள்ளன. அடிப்படை கிறுத்துவ மதம் இதை மறுக்கிறது. கடவுள் என்பவர் எல்லாவற்றுக்கும் அப்பாற்பட்டவர். அதைப்போலவே அவர் பாலினத்துக்கும் அப்பாற்பட்டவர். அதனால் அவரை ஆண் பெண் என்று வரையறுக்கக் கூடாது.

'இயற்கைக்கு முரணாகக் கருதப்படும் ஒருபால் உறவில் ஈடுபடுபவர்கள் மனிதாபிமானம் இன்றி கொடும் செயல்களைச் செய்பவர்களாவர். பைபிளில் குறிப்பிட்டுள்ளபடி அவர்கள் கடுமையாகத் தண்டிக்கப்பட வேண்டியவர்கள், நரகத்திற்குச் செல்வார்கள்' போன்ற கருத்துகள் பல காலமாக கிறுத்துவ அடிப்படைவாதிகள் மூலமாகச் சொல்லப்படும் கருத்துகள். பைபிளின் பல பதிப்புகளிலும் பல கருத்துகள் மாறுபடுகின்றன. அதாவது 'ஒரு ஆண் பெண்ணிடம் உறவு கொள்வதைப்போல ஒரு பையனிடம் உறவு கொள்வது கடுமையான குற்றச் செயல்' என்ற கருத்தைப் பலரும் சமபால் ஈர்ப்புக்கு எதிரான கருத்தாகச் சொல்கிறார்கள். உண்மையில் அங்குச் சொல்லப்பட்டிருப்பது 'பீடோபிலியா' எனப்படும், சிறுவர்கள் மீது திணிக்கப்படும்

பாலியல் வன்முறையைப் பற்றித்தான். ஆனால், இதைச் சில பதிப்புகள் ஒருபால் ஈர்ப்புக்கு எதிரான கருத்தாக மாற்றிவிட்டன.

பைபிள் மொழிமாற்றம் செய்யப்பட்டபோது, பல கருத்துகளும் தவறான புரிதல்களில் திரிக்கப்பட்டுவிட்டன. ஒருபால் ஈர்ப்பு, குறைவான தவறுகள் இருந்த பழைய பதிப்புகளில் இயற்கைக்கு எதிரானதாகக் குறிப்பிடப்படவில்லை. கடவுளைப் பற்றிப் பலருக்கும் பலவிதமான எண்ணங்கள் இருக்கலாம். அந்த எண்ணங்களை எப்படி நாம் அடுத்தவர்களிடம் திணிக்க முடியும்? 'உங்கள் மீது நீங்கள் அன்பு செலுத்துவதைத்தான் என் மீதான அன்பாக நான் கருதுவேன்' என்று இறைவன் கூறுகிறார். அப்படி இருக்கும்போது, ஒருவர் தன் உணர்வை, விருப்பத்தைத் துறந்து, தன்னையே வெறுத்து, இறைவன் மீது அன்பு செலுத்துவது எப்படி உண்மையான பக்தியாக அமையும்?

ப்ரோட்டஸ்டன்ட் (Protestant) பிரிவு கிறுத்துவர்களின் முக்கிய தேவாலயம் இங்கிலாந்து தேவாலயம். உருவாக்கியவர் மன்னர் ஜேம்ஸ். ரோமன் கத்தோலிக்க இனத்திலிருந்து பிரிந்த பின்பு கட்டினார். அப்போதைய திருமணச் சட்டத்தை (ஒரு பெண்ணைத்தான் ஆண் திருமணம் செய்துகொள்ள வேண்டும்) எதிர்த்து, கத்தோலிக்க இனத்திலிருந்து பிரிந்து, புது சட்டங்களோடு அந்த தேவாலயத்தை உருவாக்கினார். இந்த ஜேம்ஸ் மன்னர்தான் முதன்முதலில் பைபிளை ஆங்கிலத்தில் பதிப்பாக வெளியிட்டார். அதில் தன் விருப்பப்படி ஒருசில கருத்துக்களை அடிப்படை பைபிளில் இருந்து திருத்தி வெளியிட்டார். அடிப்படைக் கிறுத்துவமதம் ஒருபால் ஈர்ப்பையும், மாற்று பாலினத்தையும் தன் ஓர் அங்கமாகவே கருதியது. ஆனால், அதற்குப் பின்பு பலரின் மதவாதத் திரிப்புகளால் பல கருத்துகள் மாற்றப்பட்டு, அடிப்படை மதக்கருத்துகள் காணாமல் போயின.

திருமணச் சட்டத்தை எதிர்த்து ஜேம்ஸ் மன்னரால் தன் கருத்தை பைபிளில் திணிக்க முடிந்தபோது, அதன் பின்பு பலரும் ஒருபால் ஈர்ப்புக்கு எதிரான நிலைப்பாட்டை எளிதாகத் திணித்திருப்பார்கள் என்பதை நினைவில் கொள்ளவேண்டும்.

கடவுள்களின் பெயரால் தனி மனித உரிமைகளில் தலையிடும் நிலை சில நாடுகளில் இருந்தாலும், பல நாடுகள் மதத்தை, கடவுளை அடையும் தளமாக மட்டுமே பார்க்கின்றன. குறிப்பாக மேற்குலக நாடுகள், பல மதவாத எதிர்ப்புகளையும் மீறி, தங்கள் நாட்டில் ஒருபால் விருப்பத்துக்கு ஆதரவாகச் செயல்பட்டு வருகின்றன.

அங்கெல்லாம் இங்கு போல மதங்களில் அரசியல் செய்யப்படுவதில்லை. மதத்தின் எல்லை எது என்பது அவர்களுக்குப் புரிந்திருக்கிறது.

ஒரு வீட்டின் பூஜை அறை மதமாகவும், படுக்கை அறை பாலின உரிமையாகவும் இருக்க வேண்டும். இரண்டிற்குமே அதற்குண்டான மதிப்பை நாம் கொடுக்க வேண்டும். படுக்கை அறை விஷயங்களைப் பூஜை அறையில் தீர்மானிப்பது சரியானதல்ல. ஒருபால் உரிமைக்கு எதிரான நிலைப்பாட்டை எடுத்திருக்கும் மதவாதிகள், உண்மையில் தெய்வத்திற்கு எதிரான நிலைப்பாட்டையே எடுத்திருக்கிறார்கள். இதை அவர்கள் உணரும்போது நிச்சயம் அவர்களும் இந்தஉரிமைக்கு இணைந்து குரல் கொடுப்பார்கள் என்று நம்பலாம்.

இடையில் தெளித்த விஷம்

இந்தியாவில் ஒருபால் விருப்பத்தின் இன்றைய அவலநிலைக்குக் காரணம் அது கடந்து வந்த பாதைதான். ஆதி காலம் தொட்டு இதனை இயல்பானதாக நம் முன்னோர்கள் கருதினாலும், இடைப் பட்ட காலங்களில் இதைப்பற்றிய தவறான மனநிலை மக்கள் மத்தியில் புகுத்தப்பட்டுள்ளது. குறிப்பாக ஆங்கிலேயர் வந்த பிறகுதான். அவர்களின் கோட்பாடுகள் இதனைத் தவறென்று சொன்னது.

இந்தியாவிற்கென சமூகவியல் கொள்கைகள் 1925க்குப் பிறகுதான் உருவாகின. அதற்கு முன்புவரை நாமும் மேற்கத்திய சமூகவியல் கொள்கைகளைத்தான் பின்பற்றினோம். நமக்கான சமூகக் கட்டமைப்பு உருவானாலும், அது முழுக்க முழுக்க மேற்கத்தியக் கோட்பாடுகளை மையப்படுத்தியே இருந்தது. அதில் குடும்பம் சார்பான கருத்துகள் அதிகம் சொல்லப்படவில்லை. என்றாலும், குடும்பம் என்றால் 'ஆண்-பெண்' இணைப்புதான் என்பதை அது வலியுறுத்தியது. மேற்குலக சமூகவியல் கோட்பாடுகள் காலத்திற்குத் தகுந்தாற்போல தங்களது வடிவத்தைப் புதுப்பித்துக்கொண்டு வருகின்றன. ஆனால், பராமரிக்கப்படாத ஒரு வீடு போல நம் சமூகவியல் கோட்பாடுகள் மட்டும் கொஞ்சமும் புதுப்பிக்கப் படாமல் பழுதாகிக் கிடக்கின்றன. யோசித்துப் பாருங்கள், இதே போல மருத்துவத்துறை நம் நாட்டில் புதுப்பிக்கப்படாமல் இருந்திருந்தால் என்ன ஆகி இருக்கும்? புதிய நோய்கள் பெருகி நம் மக்களின் சுகாதாரம் சீரழிந்திருக்கும். அதே போலத்தான் சமூகவியல் என்பது நம் நாட்டில் புதுப்பிக்கப்படாமல் மக்கள் மனதை நோயாளியாக்கிக்கொண்டு இருக்கிறது.

குடும்பம் என்றால் என்ன? 'வசுதைவ குடும்பகம்' என்று சம்ஸ்கிருதத்தில் சொல்வார்கள். குடும்பம் என்றால் வேற்றுமை

மறந்து, சச்சரவு இன்றி, மனம் ஒத்து வாழும் ஓர் அமைப்பு என்று சொல்லப்படுகிறது. அப்படி ஒரு குடும்ப அமைப்பு என்பது ஒரு ஆணுக்கும் பெண்ணுக்கும் இடையில் மட்டும்தான் நிகழவேண்டும் என்ற சமூகவியல் கோட்பாடு எப்படி முறையாகும்? ஓரின விருப்பம் கொண்ட ஆண் ஒரு பெண்ணையும், ஓரின விருப்பம் கொண்ட பெண் இன்னொரு ஆணையும் திருமணம் செய்தால், எப்படி இணக்கமாக வாழமுடியும்? அப்படிப்பட்ட குடும்ப அமைப்பு எவ்வாறு வேற்றுமை இன்றி, ஒற்றுமையாக மனம் ஒத்து வாழமுடியும்? சமூகவியல் கோட்பாட்டின் அடிப்படையே ஆட்டம் காணும்போது, இன்னும் எத்தனை காலம் அந்தப் பழைய சமூகவியல் கோட்பாட்டைப் பின்பற்றி ஏமாந்து போகப்போகிறோம்?

பொதுவாக இப்போது ஒருபால் ஈர்ப்புத் தொடர்பான விழிப்புணர்வில், பாலின ஒருங்கிணைவுப் பதமாக LGBT பயன்படுத்தப்படுகிறது. அதாவது லெஸ்பியன் (Lesbian), கே (Gay), இருநர் (Bisexual), திருநர் (Transgender) என்ற நான்கையும் ஒன்றாக்கி LGBT உருவாக்கப்பட்டுள்ளது. இது அடிப்படையிலேயே பிழையான ஒன்று. திருநர்களையும் ஓரின விரும்பிகளையும் ஒரே கோட்டில் வைக்க முடியாது. திருநர்கள் தங்களை முழுமையாக உடல் ரீதியாகவும், உணர்வு ரீதியாகவும் எதிர்பாலினத்தவராக நினைப்பவர்கள், அதன்படியே தங்கள் பாலியல் அமைப்புகளையும் மாற்றிக் கொள்பவர்கள். ஆனால், ஓரினப் பிரியர்கள் எப்போதுமே பால் ரீதியாகத் தங்களை மாற்றிக்கொள்ள விரும்பாதவர்கள். உணர்வால் மட்டும் தன் பாலினத்தவர்கள் மீது ஈர்ப்புக் கொள்பவர்கள். இதில் இன்னொரு முரணும் இருக்கிறது. பெரும்பாலான திருநர்கள் ஒருபால் ஈர்ப்பை எதிர்ப்பவர்கள். அதாவது, தன்னைப் பெண்ணாக மாற்றிக்கொண்ட ஓர் ஆண் (திருநங்கை என்று சொல்வார்கள்) தன்னை முழுமையான ஒரு பெண்ணாக நினைத்துக்கொள்கிறார். அப்போது அந்தத் திருநங்கை இன்னொரு பெண்ணுடன் ஈர்ப்பை, உறவை வெறுக்கிறாள். அரிதாக சில திருநங்கைகளுக்கு ஓரின ஈர்ப்பு இருக்கலாம், அது வேறு. எனவே, பால் ரீதியான ஒருங்கிணைவில் திருநர்களோடு ஒருபால் ஈர்ப்புக் கொண்டவர்களை இணைப்பது தவறு. இரண்டு மக்களுமே சமூகத்தால் அங்கீகரிக்கப் பட வேண்டியவர்கள் என்பதில் மாற்றுக்கருத்து இல்லை. என்றாலும், இப்படி அடிப்படை முரண் கொண்ட இரண்டு பிரிவுகளையும் ஒரே கோட்டில் வைப்பது சரியானதல்ல.

இப்போது திருநர்கள் சமூகத்தில் அங்கீகரிக்கப்பட்டு வருவது நல்லதொரு ஆரம்பம். திருநர்கள் மீதான மக்களின் கண்ணோட்டம் மாறத்தொடங்கி இருப்பது வரவேற்கப்பட வேண்டிய ஒன்று. இன்னும் நிறைய மாற்றம் வரவேண்டும்.

இந்தியா சந்திக்கும் சவால்

மூட நம்பிக்கைகள் மக்கள் மத்தியில் மின்னல் போலப் பரவிடும் நம் நாட்டில், அறிவியல் ரீதியாகத் தவறான கருத்து ஒன்று மக்கள் மத்தியில் விதைக்கப்பட்டது. ஒருபால் ஈர்ப்பாளர்களால் எச்.ஐ.வி தொற்றுகிறது என்பதுதான் அந்தக் கருத்து. மக்கள் மத்தியில் ஒருபால் ஈர்ப்புத் தொடர்பாகத் தவறான பிம்பம் உருவாக்கப் படுவது இந்தக் கருத்தால்தான். அந்தக் கருத்தை மாற்றுவதற்காக, எய்ட்ஸ் விழிப்புணர்வுடன் சேர்த்து ஒருபால் ஈர்ப்புக்கான விழிப்புணர்வையும் சில அமைப்புகள் மேற்கொண்டன. இரண்டையும் ஒன்றாகக் கேட்ட மக்கள் மனதில், எய்ட்ஸ் என்றால் ஒருபால் ஈர்ப்பாளர்கள் நினைவுக்கு வரும் அளவிற்கு நிலைமை ஆகிவிட்டது.

ஓரின விருப்பம் தவறல்ல என்று சொல்வதற்கு இந்தியாவில் எத்தனையோ நூறு அரசு சாராத அமைப்புகள் இயங்கி வருகின்றன. கிட்டத்தட்ட முப்பது வருடங்களுக்கும் மேலாக இயங்கும், பல கோடிகள் செலவு செய்து விழிப்புணர்வு ஏற்படுத்தியதாகச் சொல்லும் அமைப்புகள் என்னதான் செய்தன என்பது மிகப்பெரிய கேள்வி. ஒரு சில அமைப்புகளைத் தவிர மற்ற அத்தனை அமைப்புகளும் தங்கள் தேவைகளை மட்டுமே பூர்த்தி செய்துகொண்டார்களே தவிர, மக்கள் சேவையைக் கணக்கில் கொள்ளவே இல்லை. இந்த அமைப்புகளுக்கு உலகம் முழுவதிலும் இருந்து பல கோடிகள் பணம் நிதியாகக் குவிகிறது. அப்பணத்தில் அவர்கள் கூட்டங்கள் மற்றும் கருத்தரங்கங்கள் அமைக்கிறார்கள் என்பது உண்மைதான். அவை எப்படிப்பட்ட கூட்டங்கள் என்று நாம் பார்க்க வேண்டும். ஐந்து நட்சத்திர உணவகம் ஒன்றில், கண்ணாடிக் குடுவைகளில் வண்ண வண்ண மதுபானங்கள் நிறைந்திருக்கும் அரங்கில் கூட்டம்

நடத்துகிறார்கள். அங்கு வருபவர்கள் அனைவரும் வசதி படைத்த, மெத்தப் படித்த கனவான்கள். அவர்கள் அனைவருமே இது தவறல்ல என்று ஏற்கெனவே உணர்ந்தவர்கள். இப்படிப்பட்ட கூட்டங்களும் கருத்தரங்கங்களும் மட்டுமே இத்தகைய அமைப்புகளால் நடத்தப்படுகின்றன. குறைந்தபட்சம் பொதுமக்கள் இதைப்பற்றி யோசிக்கும் அளவிற்காவது விழிப்புணர்வுக் கூட்டங்கள் நடத்தப்படவேண்டும்.

ஆண் ஆதிக்கம் மிகுந்த இந்தச் சமூகத்தில், பெண்களுக்கு உரிய அடிப்படை உரிமைகள் கூடக் கிடைக்காத நிலையில், பால் ரீதியான உரிமை ஒரு பெண்ணுக்குக் கிடைக்காதது ஆச்சரியம் அல்ல.

ஒருபால் விருப்பம் நிலவுவது ஆண்களுக்குள் மட்டுமே என்ற பரவலான கருத்து ஒருபுறம். இத்தகைய ஒருபால் உறவு தொடர்பான விழிப்புணர்வுப் பிரசாரங்களில் கூட சத்தமில்லாமல் புறக்கணிக்கப்படுபவர்கள் லெஸ்பியன்கள். LGBயில் முதல் இடத்தை லெஸ்பியன்களுக்குக் கொடுத்துள்ளார்கள். ஆனால், முதல் இடத்தில் அந்தப் பெயரைக் குறிப்பிட்டதோடு சரி, அதற்கு மேல் எவ்வித விழிப்புணர்வும் பெண்கள் குறித்துப் பிரசாரம் செய்யப்படவில்லை.

மேற்குலக நாடுகளில் கூட லெஸ்பியன் தொடர்பான முழுமையான விழிப்புணர்வு ஏற்பட்டுவிடாத நிலையில், மக்களின் மனநிலை மாறிடாத நிலையில், பிற்போக்குச் சிந்தனை தலைதூக்கி நிற்கும் நம் நாட்டில் அவ்வளவு எளிதாகவும், விரைவாகவும் இத்தனை பெரிய மாற்றம் நிகழும் என்று எதிர்பார்க்க முடியாதுதான்.

பால் ரீதியான உரிமையில் ஆண் பெண் என்ற பேதம் இல்லாமல், அனைவருக்கும் அனைத்து உரிமைகளும் சமமாகத் தரப்பட வேண்டியது அடிப்படை அவசியம்.

சர்ச்சைக்குரிய சட்ட பிரிவு 377

ஓரினச் சேர்க்கை என்பது தண்டனைக்குரிய குற்றம் என்று 11.12.13 அன்று வெளியிட்ட தீர்ப்பில் இந்திய உச்ச நீதிமன்றம் அறிவித்துள்ளது. இதைத் தொடர்ந்து இந்திய தண்டனைச் சட்டப் பிரிவு 377 குறித்த விவாதம் நீடிக்கிறது. இந்தச் சட்டத்தின்படி ஓரினச் சேர்க்கையில் ஈடுபடுவோருக்கு ஆயுள் தண்டனை விதிக்கலாம். முன்னதாக டெல்லி உயர் நீதிமன்றம் ஓரினச் சேர்க்கை சட்டப்படித் தவறில்லை என்று 2009ம் ஆண்டு தீர்ப்பளித்திருந்தது. இந்த உத்தரவும் தற்போது ரத்து செய்யப்பட்டுவிட்டது. இந்த விவகாரத்தை நாடாளுமன்றக் குழுவின் முடிவுக்கு விட்டுவிடுவதாகவும் தீர்ப்பு குறிப்பிடுகிறது. இந்தச் சட்டப்பிரிவை மாற்றும் அதிகாரம் இந்திய நாடாளு மன்றத்துக்கே இருக்கிறது என்றும் நீதிமன்றம் தலையிடக்கூடிய பிரச்சினை இதுவல்ல என்றும் அத்தீர்ப்பில் கூறப்பட்டுள்ளது.

இந்தத் தீர்ப்பு மனித உரிமை மீறல் என்று ஐ.நா., ஐரோப்பிய ஒன்றியம், அமெரிக்கா அனைத்தும் அறிக்கை வெளியிட்டுள்ளன. உள்நாட்டிலும் எதிர்ப்புக் குரல்களைக் கேட்கமுடிகிறது. சோனியா, ராகுல், ப. சிதம்பரம், அரவிந்த் கெஜ்ரிவால், பிருந்தா காரத், ஓமர் அப்துல்லா ஆகியோரும் பல மத்திய அமைச்சர்களும் அதிருப்தி தெரிவித்துள்ளனர். ஒரு பால் உடலுறவு என்பது ஒருவருடைய தனிமனித உரிமை மற்றும் விருப்பம் சார்ந்தது என்று இவர்களில் பலர் வெளிப்படையாகவே தங்கள் கருத்தைத் தெரிவித்திருக் கிறார்கள். அரசு அனைத்துக் கட்சிகளையும் ஒன்றிணைத்துத் தீர்வு காணவேண்டும் என்று சுஷ்மா சுவராஜ் கூறியிருக்கிறார். மற்றொரு பக்கம், சுப்பிரமணியம் சுவாமி, வைகோ மற்றும் பா.ஜ.கவின் பெரும் பான்மையான அமைச்சர்கள் இத்தீர்ப்பை வரவேற்றுள்ளனர்.

பா.ஜ.க வின் முன்னாள் உறுப்பினர் ராகவ்ஜி கடந்த 2013 ஜூலை இதே சட்டத்தால் கைது செய்யப்பட்டவர். அவருடைய கருத்து இது. 'இந்த 150 வருட பழைய சட்டத்தில் மாற்றம் கொண்டு வர வேண்டும். இந்தச் சட்டத்தை முழுமையாக நீக்குவதும் பிரச்சினைக் குரியதே.'

அரசியல்வாதிகளுக்கு இது மற்றுமொரு பகடைக்காய் என்ற போதும் ஒரு விஷயத்தை மறுக்கமுடியாது. முதல் முறையாக ஒருபால் ஈர்ப்பு சார்ந்த போராட்டத்துக்கு வெளிப்படையாக அரசியல்வாதிகளும், நடிகர்களும் கலைத்துறையினரும் ஆதரவு தெரிவித்திருக்கிறார்கள்! மேலும், தற்போது இந்தியா முழுவதும் இது விவாதப்பொருளாகியிருக்கிறது.

377வது பிரிவில் சட்டத்திருத்தம் கொண்டு வருவது குறித்தும் ஒருபால் உடலுறவு குற்றமாகாது என்றொரு மசோதா கொண்டுவருவது குறித்தும் மத்திய சட்டத் துறை அமைச்சகம் பரிசீலித்து வருவதாகச் சொல்கிறார்கள். இது தொடர்பாக மத்திய அரசு உச்ச நீதிமன்றத்தில் கியூரேட்டிவ் மனு தாக்கல் செய்ய வேண்டும் என்றும் ஐந்து நீதிபதிகள் கொண்ட அமர்வு மறு ஆய்வு செய்யுமாறு கோரவேண்டும் என்றும் ப. சிதம்பரம் கூறியுள்ளார்.

15 டிசம்பர் 2013 அன்று சென்னை உட்பட்ட 36 நகரங்களில் உச்ச நீதிமன்றத்தின் தீர்ப்பை எதிர்த்துப் போராட்டங்கள் வெடித்துள்ளன. ஒருபால் ஈர்ப்புடையவர்கள் இந்த 'உலகளாவிய எழுச்சி தினத்தில்' தங்கள் கோரிக்கைகளை வெளிப்படுத்தியிருக்கிறார்கள். அவற்றில் சில: தீர்ப்பை உடனடியாகத் திரும்பப் பெற்றாகவேண்டும். மாநில அளவில் 377வது பிரிவில் சட்டத் திருத்தம் கொண்டுவந்து, 18 வயதுக்கு மேல் பரஸ்பர சம்மதத்துடன் இருவருக்கு இடையில் தனிமையில் நடைபெறும் பாலியல் உறவைக் குற்றமாகக் கருதக்கூடாது.

மதுரையில் செயல்படும் ஸ்ருஷ்டி என்னும் பாலின ஆய்வு மையம் இத்தீர்ப்பை நடுநிலையோடு அணுகுவதாக அறிவித்திருக்கிறது. ஸ்ருஷ்டி மதுரை இயக்குநர் ஜான் மார்ஷல் முன்வைக்கும் பரிந்துரைகள் இவை: 'அறிவியல், மருத்துவம் மற்றும் உளவியல் ஆராய்ச்சிகள்மூலம் கிடைக்கும் முடிவுகளை வைத்துத்தான் ஒருபால் ஈர்ப்புடையவர்கள் குறித்த விஷயத்தில் தீர்வு காணப்பட வேண்டும். கலாசாரத்தை அல்ல, அறிவியலையே சட்டத் தீர்வுக்கான பின்னணியாகக் கொள்ளவேண்டும். ஒரு தனி மனிதனுக்கு அரசால் அளிக்கப்படும் அத்தனை பாதுகாப்புகளும் ஒருபால்

ஈர்ப்புடையவர்களுக்கும் அளிக்கப்படவேண்டும். அவர்கள்மீதான தாக்குதல்கள் நிறுத்தப்படவேண்டும். மனிதாபிமானத்துடன் அவர்களை அணுகவேண்டும். உச்ச நீதிமன்றம் இந்தச் சட்டப் பிரிவை மறு பரிசீலனை செய்யவேண்டும்.'

இயற்கைக்குப் புறம்பான குற்றங்கள் என்ற பிரிவின்கீழ் வரும் இந்தச் சட்டம் 1860ம் ஆண்டு ஆங்கிலேயர் ஆட்சிக் காலத்தில் மெக்காலே பிரபுவால் இயற்றப்பட்டது. இந்தச் சட்டத்தின்படி ஆணோ பெண்ணோ தன்னிச்சையாகத் தன்னுடைய பாலினத்தைச் சேர்ந்த ஒருவருடன் உடலுறவு கொண்டால் அவர் குற்றவாளி ஆகிவிடுகிறார். அதிகபட்சம் வாழ்நாள் முழுவதையும் அவர் சிறையில் கழிக்கவேண்டியிருக்கும்.

இனப்பெருக்கத்துக்கான ஆண் பெண் உறவே இயற்கையானது என்னும் கருத்தாக்கத்தின் விளைவாகவே ஓரினச் சேர்க்கை இயற்கைக்கு முரணானதாகக் கருதப்படுகிறது. அடிப்படைவாத கிறிஸ்தவக் கண்ணோட்டத்தைக் கொண்டு ஆங்கிலேயர்கள் கொண்டு வந்த சட்டம் இது. அவர்களுடைய வருகைக்கு முன்னால் ஓரினச் சேர்க்கை குற்றமாக இங்குக் கருதப்பட்டதில்லை. இன்று ஓரின ஈர்ப்பு தொடர்பாக மட்டுமே அறியப்படும் 377வது சட்டப் பிரிவு, தொடக்கத்தில் வாய்வழிப் புணர்ச்சி மற்றும் ஆசனவாய்க் கலவியையும் இயற்கைக்கு விரோதமானது என்றே கருதியது.

தனிமனிதச் செயல்பாடுகளைத் தண்டனைக்குரிய குற்றமாகக் கருதும் இந்தச் சட்டம், எண்ணற்ற மனித உரிமை மீறல்களை நடைமுறைப்படுத்தியது. எனவே, இந்தச் சட்டப் பிரிவுக்கு எதிரான போராட்டத்தை மனித உரிமை சார்ந்த போராட்டமாகக் கடந்த 2001 முதல் நடத்தி வருகிறது அஞ்சலி கோபாலனால் தொடங்கப்பட்ட 'நாஸ்' என்னும் அறக்கட்டளை. சென்ற மாதம் வெளிவந்த உச்ச நீதிமன்றத்தின் தீர்ப்பை மறு பரிசீலனை செய்ய மேல் முறையீடு செய்யப்போவதாக அஞ்சலி கோபாலன் 'ஆழம்' இதழில் கூறியுள்ளார்.

ஓரின ஈர்ப்பு குறித்து இங்கு நிலவும் பல கருத்துகள் அர்த்தமற்றவை. இது மேற்குலகக் கலாசாரம் என்று பலர் நினைக்கிறார்கள். உண்மையில் கிரேக்கமும் ரோமும் மட்டுமல்ல நாமும்கூட வரலாற்றுக் காலங்களில் ஓரின ஈர்ப்பைக் குற்றமாகக் கருதியதில்லை. இதற்குப் பல ஆதாரங்கள் உள்ளன. அதே சமயம், ஓரின ஈர்ப்புக்குச் சமூக அங்கீகாரம் வழங்கப் பட்டதில்லை என்பதையும் சொல்லியாகவேண்டும்.

ஒருவருடைய தனிப்பட்ட விருப்பத்தில் தலையிடும் உரிமை மத அதிகாரம் கொண்டவர்களுக்கோ அரசு அதிகாரம்

கொண்டவர்களுக்கோ இல்லை என்னும் உண்மையை அனைவரும் உணரவேண்டும். அவ்வாறு உணர்வதற்குக் காலம் பிடிக்கும் என்பது உண்மை என்றாலும் சோர்ந்துவிடாமல் அனைவரும் இந்த உரிமைக்குக் குரல் கொடுக்கவேண்டியது அவசியம்.

- 377 சட்டப்பிரிவை ஓரினச் சேர்க்கையாளர் சார்ந்த சட்டமாக மட்டும் பார்க்கக்கூடாது. ஆண், பெண் தவிர்த்து பிற பாலினங்களின் உடலுறவையும் இந்தச் சட்டம் தடை செய்கிறது. உதாரணத்துக்கு, திருநங்கை, திருநம்பி, பால்புதுமையினர் உள்ளிட்டவர்களின் பாலியல் உரிமைக்குத் தடை விதிக்கப்பட்டுள்ளது.

- ஒருபால் உறவு என்பதும் ஓரினச்சேர்க்கை என்பதும் வெவ்வேறானவை. ஒருவர் அதே பாலினத்தைச் சேர்ந்த இன்னொருவரைக் காதலிக்கிறார் என்பதாலேயே அவரை இந்தச் சட்டப் பிரிவை வைத்து கைது செய்ய இயலாது.

- இந்தச் சட்டப்பிரிவில் ஒருவரைக் கைது செய்யத் தகுந்த மருத்துவரீதியான ஆதாரங்கள் வேண்டும்.

- இந்தச் சட்டம் நடைமுறையில் இருப்பதால் ஓரின உறவை உடல் ரீதியான வியாபாரமாக மாற்றமுடியாது. அதை வைத்துப் பணம் சம்பாதிக்கவும் முடியாது.

- ஓரினச் சேர்க்கை குறித்து வெட்கப்பட எதுவும் இல்லை. அது ஒரு மாறுபட்ட பாலியல் செயல்பாடு. மிகவும் சாதாரணமானதும்கூட. இது சிக்மண்ட் ஃஃப்ராய்டின் கருத்து.

- எதிர்பால், ஒரே பால் ஈர்ப்புப் போக மொத்தம் பத்துக்கும் மேற்பட்ட பாலின ஈர்ப்புகள் உள்ளன. (இது பற்றி இப்புத்தகத்தில் முன்பே விளக்கமாகப் பார்த்தோம்.)

- ஒரு பால் ஈர்ப்புக்கும் திருநங்கைகளுக்கும் தொடர்பில்லை. ஒரு பால் ஈர்ப்புடைய திருநங்கையை திருநர் நம்பியை ட்ரான்ஸ்கே என்றும் திருநர் நங்கையை ட்ரான்ஸ்லெஸ்பியன் என்றும் அழைப்பார்கள்.

இயல்பில் வந்த நாகரிகம்

பாலின ஈர்ப்பு என்பதை நவீன நாகரிகக் காலத்தில் உருவான விஷயமாக இங்குப் பலரும் பார்க்கிறார்கள். உண்மையில் இது பல நூற்றாண்டுகளுக்கு முந்தைய ஒன்று. பொ.மு. ஆறாம் நூற்றாண்டில் வாழ்ந்த சீன மன்னர் அய் (Ai) பெண்களின் மீது ஈர்ப்புக் கொள்ளாமல், தன் காதலனான டாங் சியான் உடன் வாழ்ந்த வரலாற்றை சீன வரலாற்றில் பார்க்க முடிகிறது. ஜப்பானில் பெண்களைத் திருமணம் செய்துகொண்ட வணிகர்கள் சிலர் ஒரு துணை அமைப்பை உருவாக்கி ஒருபால் ஈர்ப்பில் ஈடுபட்டனர். பதினேழாம் நூற்றாண்டில் வாழ்ந்த அவர்கள் திருமணமானாலும் மனைவியை பிரிந்து, இளம் ஆண்களுடன் வாழ்ந்தனர். இடைக்காலத்தில் பெரும்பாலும் ஒருபால் ஈர்ப்பினரை பெண்களை வெறுப்பவர்கள் போலவும், பெண்கள் மீது பாலியல் நாட்டம் இல்லாதவர்கள் போலவும் சித்தரிக்கின்றனர்.

கிரேக்க இலக்கியங்கள் பலவற்றிலும் பாலின ஈர்ப்புச் சார்ந்த கருத்துகள் நிறைய காணப்பட்டன. அதே போல அரேபிய இரவுகள் தொகுப்பிலும், ரோமானிய இலக்கியங்களிலும் கூட பாலின ஈர்ப்புத் தொடர்பான கருத்துகள் காணப்படுகின்றன. புரட்சிக்கு முன்பு உருவான பிரெஞ்சு இலக்கியத்தின் முக்கியப் பதிப்பான தேரேசே பிலாசப்பி (Therese philosophe) என்ற புத்தகத்தில் பல விதமான பாலின ஈர்ப்புப் பற்றிய அம்சங்களைக் குறிப்பிடப்பட்டுள்ளன. இயற்கையான ஈர்ப்பின் மாறுபாடாக இதனைப் பல மொழியின் இலக்கியங்களும் குறிப்பிடுகின்றன. காமசூத்திரம் கூட வாய்வழிப் புணர்ச்சி, ஆசனவாய்ப் புணர்ச்சி மற்றும் பாலின ஈர்ப்புத் தொடர்பான கருத்துக்களை இயற்கையின் அம்சமாகவும், தனிப்பட்ட மனிதரின் ஈர்ப்பாகவுமே சொல்கிறது.

இன்று ஒருபால் ஈர்ப்பு என்ற வார்த்தையைப் பலரும் 'ஓரினசேர்க்கை' என்று குறிப்பிடுகிறார்கள். அது தவறான பதம். வெறும் உடல் சம்பந்தமான தேவைகளைத் தீர்க்கும் விஷயமாக மட்டுமே ஒருபால் ஈர்ப்பை நினைக்க வாய்ப்பை இதன்மூலம் ஏற்படுத்துகிறோம். அது தவறு. இது உடலாலும், உணர்வாலும் தன் பாலினத்தின் மீதான ஈர்ப்பை குறிக்கும் ஈர்ப்பு என்பதால் 'ஒருபால் ஈர்ப்பு' என்ற வார்த்தையே முறையான ஒன்றாக அமையும். பழங்காலத்தில் பலவிதமான சமூகத்திலும் (மலைவாழ், ஆதிவாசி மற்றும் பழங்குடியினர் மத்தியிலும் கூட) ஒருபால் ஈர்ப்பு சமூகத்தின் பாலின ஈர்ப்பில் ஓர் அம்சமாக இருந்திருக்கிறது.

பதினெட்டாம் நூற்றாண்டில் வாழ்ந்த இத்தாலியப் பெண் காத்தரின் விசாணி தன்னை லெஸ்பியனாக உணர்ந்தது அவருடைய பதின்மூன்றாம் வயதில். தன் பாலின ஈர்ப்பை உணர்ந்து, புரிந்து, பகுத்துப் பார்ப்பதைப் பற்றி அவர் எழுதியுள்ளார். பெற்றோரின் எதிர்ப்பால் வீட்டை விட்டு வெளியேறிய அந்தப் பெண், ஓர் இளம் ஆணைப்போல உடை அணிந்து தன்னை மாற்றிக்கொண்டார். உண்மையில் அவருக்கு ஆண்மைதன்மை இல்லை. ஆணுக்குரிய உடை அணியும் ஆசையும் இல்லை. ஆனாலும், ஒருபால் ஈர்ப்பால் தன் அடையாளத்தை மாற்றிக்கொண்டார். மற்ற பெண்களுடன் உறவு கொள்ளும் எண்ணத்தால் அப்படி உடை மாற்றி, மற்ற பெண்களுடன் உறவு கொண்டார். பல உடலுறவில் ஈடுபட்டிருந்தாலும், அந்தப் பெண் இறந்தபோது மேற்கொள்ளப் பட்ட பிரேத பரிசோதனையில், அவருடைய கன்னித்திரை கிழிந்திருக்கவில்லை என்று தெரியவந்தது. அதாவது, ஆண் ஒருவரிடம் கூட அவர் உறவு கொள்ளவில்லை. இத்தகைய ஈர்ப்பிற்காகத் தன் வாழ்நாள் முழுவதும் தன் பாலின அடையாளத்தையே மாற்றி வாழ்ந்தார் காத்தரின்.

பதினேழாம் நூற்றாண்டுகளில் பிரிட்டன் மற்றும் ஹாலந்து நாடுகளில் ஒருபால் ஈர்ப்புப் பெண்கள் இணைந்து வாழ்ந்ததற்கான நிறைய வரலாற்றுச் சான்றுகள் இருக்கின்றன. ஒருபால் ஈர்ப்புக் உணர்வு கொண்ட பெண்கள் பலரும் ஆண்களைப்போலத் தங்களை அதிகம் வெளிப்படுத்தவில்லை. அதற்கு வாய்ப்பையும் எந்தச் சமூகமும் அவர்களுக்குக் கொடுக்கவில்லை. அதனால் பெரும் பாலும் மணமான பெண்கள் மணவாழ்க்கைக்குத் தெரியாமல் ஒருபால் ஈர்ப்பில் ஈடுபட்டனர் என்பதுதான் உண்மை. அதனால் பல பதிவுகளை ஆவணப்படுத்த முடியாமல் போய்விட்டது.

பாகனியப் பெண் தெய்வங்கள்

அல்அத், அல்உஸ, மானத் என்ற பழங்காலப் பாகனியப் பெண் கடவுள்கள் அரேபியக் கலாசாரத்தில் புனித மக்கா நகரின் தெய்வங்களாக இருந்தன. தங்களின் மத அரசியல் கட்டமைப்பை வலுப்படுத்தும் நோக்கத்துடன் இஸ்லாமின் இறுதி இறைத் தூதரான நபிகள் நாயகம் அவர்கள் இந்தப் பெண் தெய்வங்களைச் சாத்தான் என்றும் இவர்களின் வழிபாட்டிற்கு உரிய சிலைகளைத் தகர்த்தெரியும்படியும் தன்னைப் பின்பற்றுபவர்களுக்குக் கட்டளை யிட்டார். பால்புதுமை, மூன்றாம் பாலினம், மாற்றுப் பாலினம், ஒருபால் ஈர்ப்பு எல்லாம் மிகச் சாதாரண மக்களால் ஏற்றுக்கொள்ளப் பட்டவையாக, அரேபிய மற்றும் பாரசீக நாகரிகத்தில், இஸ்லாம் வருவதற்கு முன்பு காணப்பட்டன. பல கோயில்களைத் தகர்த்து எறிவது, பெண்களை அடிமைப்படுத்துவது, பெண்மையை இழிவு படுத்துவது, பெண் தெய்வ வழிபாட்டை அடியோடு அழித்தது, ஆண் பெண் என்ற இரு பாலினங்கள் மட்டுமே உண்மை என்ற இருமைக் கொள்கையை ஆணாதிக்கத்திற்காக நிலைநாட்டியது என்று மதத்தின் பெயரால் நடந்த கொடுமைகள் ஏராளம். புனித இறைவன் உண்மையான இதயத்தை மட்டுமே காண்பவன் என்பதை மறந்து விட்டார்கள்.

இர்ஷாத் மஞ்சி –
மதக் கோட்பாடுகளைத் தாண்டி

உகாண்டாவில் பிறந்து, இப்போது கனடாவில் வசிக்கும் இஸ்லாமியப் பெண்ணான இர்ஷாத் மஞ்சி என்ற பெண் உலக அளவில் பெரிய சர்ச்சைக்கு உள்ளானார். அந்தச் சர்ச்சைக்குக் காரணம் அவர் ஒரு 'லெஸ்பியன்.' ஒருபால் ஈர்ப்பைக் கடுமையான குற்றமாகப் பார்க்கும் இஸ்லாமிய சமூகத்தில், இவர் ஒருபால் ஈர்ப்புக்கு ஆதரவாகவும், பெண்ணிய சுதந்திரத்துக்கு ஆதரவாகவும் பேசியது பல எதிர்ப்புகளை இவருக்குப் பெற்று தந்தது. ஆனாலும், தன் கருத்திலும், கொள்கைகளிலும் விட்டுக்கொடுக்காமல், அதே நேரத்தில் மத ரீதியாகத் தன் கருத்துக்களில் உள்ள நியாயத்தையும் பேசுகிறார். பலரும் யோசிக்கவே மறுக்கும் பல விஷயங்களை, மிக அழகாகக் கையாண்டு பலரையும் யோசிக்க வைத்துள்ளார். இர்ஷாத் இப்போது தவிர்க்க முடியாத சமூகப் போராளியாக மாறிவிட்டார். தன் கொள்கைகளைப் பற்றியும், தான் அதில் வலியுறுத்தும் விஷயங்கள் பற்றியும் தெளிவுடன் செயல்படுகிறார்.

"குரான் என்பது மனிதநேயத்தின் அடிப்படையில் உருவான மதம். மோசஸ் உருவாக்கி, இயேசு முறைப்படுத்தி, நபிகள் நாயகம் நெறிப்படுத்திய கொள்கைகள்தான் குரானின் மையம். மற்ற இறைத்தூதர்களைவிட நபிகள் அவர்கள் இறைவனின் சட்டங்களையும், நெறிமுறைகளையும் விளக்கமாகவும், உறுதியாகவும் வெளிக்கொணர்ந்தார். இஸ்லாம் என்பதை மதம் என்பதைவிட, வாழ்க்கையின் பாதை என்று சொல்லலாம். இறைவனுக்கும் பால்புதுமைக்கும் உள்ள ஒற்றுமைகளைச் சொல்லும்போது பலர் அதை ஏற்க மறுக்கிறார்கள். 'இசுலாம் ஒரு நேர் வழி, குரான் ஒரு மாற்ற முடியாத உறுதியான

கோட்பாடு' என்று கூறுகிறார்கள். அப்படியானால் ஒவ்வொரு நாட்டிற்கும் இடையிலும் மதக் கருத்துகள் மாறி இருக்கக் காரணம் என்ன, அந்தந்த நாட்டுக் கலாசாரங்களை ஊடுருவ முடியாமல், இடத்திற்குத் தகுந்தாற்போல மாற்றம் கண்டது ஏன் என்ற கேள்வியும் எழுகிறது. எதற்காக இதைச் சொல்கிறோம் என்றால், அப்படி இடத்திற்கும், காலத்திற்கும் மாறிய கோட்பாடுகளால் மட்டுமே சில விஷயங்கள் இஸ்லாமின் குற்றமாகவும், குரானின்படி தண்டனைக்குரிய குற்றமாகவும் பார்க்கப்படுகிறது என்பதை விளக்குவதற்காகவே. மேலும் அரபு மொழி என்பது பெரும்பாலும் அடையாள எழுத்துக்களைக் கொண்டது. அதனால், அதனை மொழிபெயர்க்கும்போதும், அதனைப் படிக்கும்போதும் அர்த்தங்கள் மாறுபடலாம். 'விவரிக்க முடியாத அனுபவங்களின் ஒரு குறிப்பிட்ட மையம் தான் பிரபஞ்சத்தின் அடிப்படை. உலகில் உள்ள எல்லா உயிருமே தனிப்பட்டவை. இறைவன் கூட தனிப்பட்ட ஒருவன்தான். நம் தனிப்பட்ட உணர்வுகளுக்கு மதிப்பளிப்பது மூலமே இறைவனின் கருணைக்கு நாம் நன்றி செலுத்த முடியும்.'

''கடவுள் நினைத்திருந்தால் எல்லா உயிர்களையும் ஒரே மனிதனாகப் படைத்திருக்க முடியும். ஆனால் ஒவ்வொருவரையும் தனியாகப் படைத்து, தனிப்பட்ட உணர்வையும் கொடுத்ததே, அந்த உணர்வுகளுக்கு அவர்கள் மதிப்பளிக்க வேண்டும் என்பதால்தான். ஒருபால் ஈர்ப்பைக் கடவுள் தவறாக நினைத்திருந்தால், அவர் என்னை விட்டுவிட்டு வேறொருவரை படைத்திருக்கலாமே. என்னைப் படைத்த பிறகு, படைப்பைத் தவறென்று சொல்வது அவரின் படைப்பைக் குறை சொல்வதாக அல்லவா கருதப்படும்? வெள்ளையர்களைப் படைத்த கடவுள்தான் கருப்பர்களையும் படைத்தார். ஆண்களைப் படைத்த கடவுள்தான் பெண்களையும் படைத்தார். அதே போலத்தான் எதிர்பால் உணர்வுள்ள மக்களைப் படைத்த கடவுள்தான் சமபால் ஈர்ப்புள்ளவர்களையும் படைத்தார். 'தன்னை உணர்பவனே, இறைவனை உணர முடியும்' என்பதே இஸ்லாமின் கோட்பாடு. ஒருபால் ஈர்ப்பைத் தவறென்று குரான் சொல்லி இருப்பது உண்மைதான். அதே நேரத்தில், 'இறைவனின் எல்லாப் படைப்பிலும் ஓர் அர்த்தம் இருக்கும். ஒவ்வொரு படைப்பிற்கும் மிகப்பெரிய வேறுபாடுகள் இருக்கும். அந்த வேறுபாட்டிலும் உண்மைகளும், அர்த்தமும் இருக்கும். எந்தப் படைப்பையும் இறைவன் தேவையின்றிப் படைக்கவில்லை. காரணங்கள் நிச்சயமாக இருக்கும்' என்றும் குரானில் இருக்கிறது. குரானில் வாழும் நெறிகள் இருக்கின்றன.

அந்த நெறிகளின் படி இங்கு எவரும் வாழவில்லை. சூழ்நிலைக்குத் தகுந்தாற்போல, சில விஷயங்களை நாம் மாற்றிக்கொள்ள வேண்டி உள்ளது. அப்படி என் விருப்பத்திற்கும், உணர்வுக்கும் ஏற்றபடி இந்த ஒருபால் ஈர்ப்பு விஷயத்தில் என்னை மாற்றிக்கொள்வது தவறல்ல. இஸ்லாமியர்கள் எல்லோரும் என் விருப்பத்தை ஏற்க வேண்டும் என்று நான் சொல்லவில்லை, என்னைப் படைத்த அல்லா இதை ஏற்றுக் கொள்வார் என்று நான் நம்புகிறேன். ஒவ்வொருவரும் கல்வி அறிவு பெற்று குரான் படித்தாலே, தங்கள் உரிமைகளைத் தாங்களே பெற்றிடப் போராடத் தொடங்கிவிடுவார்கள்.

"அடிப்படை உரிமைகளைக் கூட மறுக்கும் நபர்கள், பாலின ரீதியிலான உரிமைகளையா கேட்காமலே கொடுக்கப் போகிறார்கள்? பெண்களை நம்பிக்கைக்கு உரியவர்களாக மதவாதிகள் சொல்கிறார்கள். அதனால், அவர்களுக்குக் கட்டுப்பாடுகள் விதிப்பதாகக் கூறுகிறார்கள். அப்படியானால், கட்டுப்பாடுகள் இல்லாத ஆண்களுக்கு நம்பகத்தன்மை இல்லையா? ஆண் மீதோ பெண் மீதோ நம்பிக்கை வைக்காதீர்கள். இசுலாம் மதத்தின் மீது நம்பிக்கை வையுங்கள் போதும். நபிகள் நாயகத்தைப் போல தாடி வைத்தால், அவரின் மரபைக் கடைப்பிடிப்பதாக ஆகிவிடாது. நபி அவர்கள் தம் மனைவி கதிஜா மீது வைத்த மதிப்பை உங்கள் மனைவியின் மீது வையுங்கள். 'காமம்' என்பது மற்ற மதங்களைப் போல இஸ்லாமில் எதிர்மறையாகப் பார்க்கப்படவில்லை. காமத்தையும் உடலுறவையும் இஸ்லாமிய மதம் தவறென்று சொல்வதில்லை. இஸ்லாமிய மதக் கோட்பாடுகளையும், அரபு நாடுகளின் கலாசாரக் கோட்பாடுகளையும் வேறுபடுத்திப் பார்ப்பதுதான் அடிப்படை உண்மைகளை நமக்கு விளக்கும்.

"மத ரீதியிலான கருத்துக்களை மாற்று வழியில் முன்வைப்பது என்பது மிகவும் உணர்ச்சிகரமான ஒன்று. கொஞ்சம் பிசகினாலும், பெரிய விளைவுகளை உண்டாக்கிவிடும். பலரும் என் மீது கோபப்படுவார்கள். ஆனால், அல்லாவைத் தவிர எவர் கோபமும் என்னைப் பாதிக்காது. 'கடவுளுக்கு உண்மையாக இருப்பதற்கு முன்பு உனக்கு உண்மையாக இரு' என்ற குரானின் சொல்படி எனக்கும் இறைவனுக்கும் உண்மையாக இருக்க விரும்புகிறேன். என் கருத்துக்களால் தினமும் கொலை மிரட்டல்கள் வருகின்றன. போலிஸ் என்னைக் குண்டு புகாத உடை அணியச் சொல்கிறார்கள். எனக்கான எல்லாப் பாதுகாப்பையும் நிச்சயம் அல்லா பார்த்துக்கொள்வார். என்

சுற்றத்தின் விருப்பப்படி சில பாதுகாப்பு நடவடிக்கைகளுக்கு ஒப்புக்கொண்டாலும், முழுமையான பாதுகாப்பு என்பது இறைவனின் கருணைதான். அதனால் நான் எப்போதும் எதற்கும் பயந்ததில்லை. ஆனால், இந்த எதிர்ப்புகளைத் தாண்டி எனக்குப் பலரின் ஆதரவும், அன்பும், அரவணைப்பும் கிடைத்துள்ளதைப் பார்க்கும்போது நான் இறைவனால் சரியான வழியில் செலுத்தப் படுவதாக நம்புகிறேன். அதுவும் அந்த ஆதரவுகள் பெரும்பாலும் முஸ்லிம் இளைஞர்களிடமிருந்து வருவதைக் காணும்போது நிச்சயம் எதிர்காலம் இதை அங்கீகரிக்கும் என்று நம்புகிறேன்.

"நிறைய இளைஞர்கள் என் புத்தகங்களை அரபு மொழியில் மொழிமாற்றம் செய்யச் சொல்கிறார்கள். அதன்மூலம் தங்கள் நண்பர்களுக்கும் இதைப் புரியவைக்க விரும்புகிறார்கள். மத்தியக் கிழக்கு நாடுகளில் இருந்து பலரும் என்னைப் பாராட்டி வாழ்த்துகிறார்கள்.

1. எந்த ஒரு விஷயத்தின் உண்மையையும் கடவுள் ஒருவரே அறிவார்.
2. அவரை நம்பாதவர்களையும் தவறு செய்தவர்களையும் கடவுள் ஒருவரே தண்டிப்பார்.
3. எந்த விஷயத்தையும் கடவுளின் நம்பிக்கையின் பெயரால் நிர்பந்திக்கக் கூடாது.

"குரானின் இந்த மூன்று கருத்துக்களையும் நான் எப்போதும் வலியுறுத்துவேன். இதை அனைவரும் உணர்ந்தாலே, நான் சொல்வதில் உள்ள உண்மைகளையும் உணர்வார்கள்.

"நம்முடைய சுயமான எண்ணங்கள் நம்மைப் பயமுறுத்தினால் நாம் யோசிக்க வேண்டும். தவறுகள் நம் எண்ணங்களில் இல்லை, நம் நம்பிக்கையில் இருக்கிறது. கடவுளின் பெயராலும், மதத்தின் பெயராலும் என் எண்ணங்களைக் கண்டு நான் அஞ்சினால் அது தவறான இறைக் கோட்பாடு. அதை மதமோ, கடவுளோ வலியுறுத்தவில்லை என்பதை அனைவரும் உணரவேண்டும்"

என்று கூறுகிறார் இர்ஷாத்.

உண்மைதான். பல இஸ்லாமிய நாடுகளும் ஒருபால் ஈர்ப்பை மரண தண்டனைக்கு உரிய குற்றமாகத்தான் பார்க்கிறார்கள். சில

நாடுகளில் அத்தகைய நபர்களை மக்கள் மத்தியில் தீயிட்டு எரித்துக் கொன்றதையும் வரலாற்றுக் காலம் முதல் நவீன காலம் வரை அறிய முடிகிறது.

இர்ஷாத் சொல்வதைப்போல மதமும், குரானும் சொல்லும் அடிப்படை உண்மைகளை மதவாதிகளும், கொள்கைவாதிகளும் புரிந்துகொண்டால் நிச்சயம் இந்த நிலை மாறலாம்.

மத ரீதியான கட்டுப்பாடுகளுக்குப் பயந்து நிறைய இசுலாமிய இளைஞர்கள் தங்கள் எண்ணங்களை வெளிக்காட்டாமல் மறைத்து விடுகின்றனர். சிங்கப்பூரில் வசிக்கும் சேக் முஸ்தபா என்பவர், ''நான் ஒருபால் ஈர்ப்பாளன் என்பது எனக்குத் தெரியும். அதைத் தவறென்று என் மதம் போதிக்கிறது. அதனால் நான் என் எண்ணங்களை மாற்றிக்கொண்டு, மற்றவர்களைப் போல எதிர்பால் ஈர்ப்பு எண்ணம் கொண்டு இறைவனை நெருங்க விரும்புகிறேன்'' என்கிறார்.

இஸ்லாமிய மதம் நிறைய குழந்தைகளைப் பெற்றுக்கொள்ளச் சொல்கிறது. இந்தக் கோட்பாடும், ஒருபால் ஈர்ப்பாளர்களை இஸ்லாமிய சமூகம் வெறுப்பதற்கு ஒரு காரணமாகச் சொல்லப் படுகிறது. அல்-படிஜா என்கிற ஓர் அமைப்பு ஒருபால் ஈர்ப்புக் கொண்ட இஸ்லாமியர்களுக்காகத் தொடங்கப்பட்டு, இப்போது பிரபலமாகி வருகிறது. 'முதலில் ஒருவர் தன்னை அங்கீகரிக்க வேண்டும். அடுத்துதான் மதம்' என்கிற கோட்பாட்டோடு செயல் பட்டு வருகிறார்கள். பாகிஸ்தானில் ஆணும் ஆணும் உறவில் ஈடுபடுவது என்பது சாதாரணமாக நடக்கும் ஒரு விஷயம் என்கிறார் துரானி என்னும் பாகிஸ்தானிய இளைஞர். ஆனால், அதை அவர்கள் 'கே' என்று சொல்வதில்லையாம். பெயரற்ற அத்தகைய உறவுகள் அந்த இளைஞர்களின் சராசரி மணவாழ்க்கை வரை தொடருமாம். பாகிஸ்தானில் ஒருபால் ஈர்ப்புக்கு எதிராக மரண தண்டனை சட்டம் இருந்ததை நாம் மறந்திட கூடாது. சில இளைஞர்கள் தங்கள் பாலின உரிமைக்காக மதம் மாறினார்கள். அவர்களில் துரானி ஒருவர். பாகிஸ்தானிலிருந்து வெளியேறி, இஸ்லாமிய மார்க்கத்திலிருந்து வெளியேறி தன் பாலின ஈர்ப்பை வெளிப்படுத்தினார். துரானியைப் போல எல்லோரும் மார்க்கத்தை விட்டு வெளியேற முடியாது. சில விஷயங்களை மக்களுக்காக மார்க்கம் விட்டுக்கொடுக்கலாம். இறைவன் நிச்சயம் இதைத் தவறென்று சொல்ல மாட்டார். ஒருவருடைய கள்ளம் கபடமற்ற பக்திக்கு மத்தியில் இதைப்போன்ற விஷயங்கள் எதுவும் தவறாகாது.

பார்சிய இலக்கியம்

இரண்டாயிரம் வருடப் பார்சிய இலக்கியத்தில் ஒருபால் ஈர்ப்பு என்பது கொண்டாடப்பட்டும் இருக்கிறது, புறக்கணிக்கப்பட்டும் இருந்திருக்கிறது. பெர்சியாவில் இரண்டாவது ஆயிரம் ஆண்டுகளில் மதரீதியான இலக்கியங்களின் தாக்கம் அதிகமானது. 'அவெஸ்டா' என்னும் ஜோராஸ்ட்ரிய மதத்தின் புனித நூல் பழைய ஈரானிய மொழியில் எழுதப்பட்டது. அந்த நூலின் முக்கிய அம்சமாக இறைவனின் வழிபாட்டுப் பாடல்கள், மதத்தின் சட்டத் திட்டங்கள் என எல்லாமே ஆயிரமாவது ஆண்டுகளில் எழுதப்பட்டுவிட்டன. அதன்பின்பு இஸ்லாமியர்களின் காலத்தில் நிறைய கலாசார முறைகளும், மத ரீதியான கருத்துக்களும் அந்த நூலில் இணைக்கப் பட்டன.

ஜோராஸ்ட்ரிய மதத்தைப் பொருத்தவரை 'இந்தப் பிரபஞ்சமே இரண்டு எதிரெதிர் நிலைகளால் பிரிக்கப்பட்டுள்ளது. அதில் ஒன்று நல்லது, மற்றொன்று தீயது' என்ற கருத்து உள்ளது. இம்மதத்தைப் பொருத்தவரை ஒருபால் ஈர்ப்பு என்பது 'தீய' வகையைச் சேர்ந்தது. அவெஸ்டாவில் ஒருபால் ஈர்ப்பைப் பற்றி ஒருசில இடங்களில் குறிப்பிடப்பட்டுள்ளது. 'ஒருபால் ஈர்ப்பைத் தீய செயலாகவும், ஒருபால் ஈர்ப்பில் ஈடுபடும் நபர்கள் சாத்தான்கள், சாத்தானை வழிபடுபவர்கள் சாத்தானின் பின்தொடரிகள்' என்ற கருத்தையும் அவெஸ்டா நூலில் வலியுறுத்துகிறார்கள். ஒருபால் ஈர்ப்பாளர் களுக்குக் கொடுக்கும் தண்டனையாக '800 சவுக்கடிகள்' பரிந்துரைக்கப் பட்டுள்ளது. இதனை மன்னிக்க முடியாத குற்றமாக அவர்கள் கருதினார்கள்.

ஆர்தா விராஸ் (The book of Arda Wiraz) என்ற ஒன்பதாம் நூற்றாண்டில் எழுதப்பட்ட நூலில் 'மரணத்திற்கு பிறகான தண்டனைகள்' பற்றி எழுதப்பட்டுள்ளது. அதில் நரகத்தில் கொடுக்கப்படும் தண்டனைகளுக்கான குற்றங்கள் பட்டியலில் முதலில் இருப்பது 'ஒருபால் ஈர்ப்பு.' அதற்குப் பின்புதான் மற்ற குற்றங்களின் பட்டியல் இருக்கிறது.

அந்த அளவிற்கு ஒருபால் ஈர்ப்பைப் பற்றிய தவறான புரிதல்கள் அவர்களோடு புரையோடிக் கிடந்தன.

பார்சிய இலக்கியத்தில் ஒருபால் ஈர்ப்பைப் பற்றிய முக்கியக் குறிப்புகள் பெரும்பாலும் இஸ்லாமிய காலத்தில் உருவானவை. இச்சைகளைத் தூண்டும் கதை மற்றும் கவிதைகளில் மட்டுமே பெரும்பாலும் பேசப்படும் ஒன்றாக இது ஆனது. இஸ்லாமிய இலக்கியத்தின் தாக்கத்தால் மட்டுமே பார்சிய இலக்கியங்களில் இத்தகைய ஒருபால் ஈர்ப்பு எதிர்ப்புக் கருத்துகள் நிறைந்து இருப்பதாகப் பலரும் கூறுகிறார்கள்.

ஆனாலும், அதற்குப் பின்புவந்த பல இலக்கிய நூல்களும், இலக்கியவாதிகளும் ஒருபால் ஈர்ப்பை இயல்பான ஒன்றாக நினைத்துப் படைப்புகளை உருவாக்கினார்கள். இன்றைக்கும் பார்சிய இலக்கியத்தின் சிறப்பாக இத்தகைய ஒருபால் ஈர்ப்பு ஆதரவு நிலைப்பாட்டைப் பலரும் குறிப்பிடுகிறார்கள்.

குவாபாஸ்னேம் (Qabusname - 1083) என்ற புத்தகத்தில் ஒரு தந்தை மகனுக்குச் சொல்லும் அறிவுரையாகச் சில விஷயங்கள் சொல்லப் பட்டுள்ளன. அதில் தந்தை, ''ஒருபால், எதிர்பால் என்று எந்த உறவையும் புறக்கணிக்கக் கூடாது. சிலநேரங்களில் ஒன்றைவிட மற்றொன்று சிறப்பானதாகத் தெரியும். பாலினம் என்பது காதலைத் தீர்மானிக்காமல், ஒருவனின் அறிவுதான் அதனைத் தீர்மானிக்க வேண்டும்'' என்று கூறுகிறார்.

ஷாதி (Sa'di) என்ற பார்சியக் கவிஞர் பார்சிய இலக்கியத்தின் முக்கியமான படைப்பாளி. ஒருபால் ஈர்ப்புக் காதலைப் பற்றி நிறைய கவிதைகளைப் படைத்துள்ளார் இவர். பதின்மூன்றாம் நூற்றாண்டில் இவர் எழுதிய கொலிஸ்டன் (ரோஜாதோட்டம் என்று பொருள்) என்ற படைப்பு புகழ்பெற்ற கவிதைத்தொகுப்பு. அதில் பல இடங்களில் ஒருபால் ஈர்ப்புக் காதலைப் பற்றி எழுதியுள்ளார். இறை நம்பிக்கை நிரம்பிய கவிதைகள் நிறைய எழுதிய இவர், அதே தரத்தோடும் அழகோடும் காமரசம் சொட்டும் கவிதைகளையும் நிறைய எழுதினார்.

ஒபிட் -ஈ சகாணி (Obeid - e Zakani) என்ற எழுத்தாளரும் நிறைய காமரசம் சொட்டும் கதைகளை எழுதியுள்ளார். ஒருபால் ஈர்ப்பைப் பற்றிய கதைகளை நிறைய நகைச்சுவையோடு எழுதி, படிப்பவர்களைச் சிந்திக்க வைப்பதோடு, சிரிக்கவும் வைப்பவர் இவர்.

ஈரானிய மன்னர்களின் வரலாற்றில் ஒருபால் ஈர்ப்பு இருந்ததற்கான வரலாற்றுச் சான்றுகள் உள்ளன. அயாஸ் (Ayaz) என்னும் பணிவிடை செய்பவன், முகம்மது காஸ்ணா மன்னரிடம் பணி புரிந்தான். இருவரின் காதலும் பார்சிய இலக்கியத்தில் முக்கிய இடத்தைப் பெற்றது. அயாஸ் மற்றும் முகம்மது மன்னர் இருவரும் பார்சிய இலக்கியத்தின் முக்கியக் காதலர்களாக இப்போதும் கருதப்படுகிறார்கள். சூஃபி இலக்கியங்களில் அயாஸ் மிகவும் புனிதமானவனாகச் சொல்லப்படுகிறான்.

இராட்ஜ் மிர்ஸா (Iradj mirza) என்ற நவீன கவிஞர் (1874-1926) ஒருபால் ஈர்ப்பைத் தன் கவிகளில் நிறைய கூறியுள்ளார். இவர் அரசவைக் கவிஞராக இருந்தவர் என்பது கூடுதல் தகவல். மிகவும் புகழ்பெற்ற பல கவிதைகளை எழுதிய இவர் கவிதைகளில், ஒருபால் ஈர்ப்புக் காதல் மற்றும் பிரிவைப் பேசும் சில கவிதைகள் ரசிக்கும் வண்ணம் உள்ளன.

பார்சிய இலக்கியத்தைப் பொருத்தவரை ஒருபால் ஈர்ப்பு என்றால் அது 'ஆண் ஆண்' காதலை மட்டுமே வலியுறுத்தியுள்ளது. லெஸ்பியன் பற்றிய எவ்விதச் செய்திகளும் குறிப்பிடப்படவில்லை.

எகிப்தின் மறுபக்கம்

பண்டைய காலத்தில் கிழக்குலக நாடுகளில், குறிப்பாக எகிப்து, மெசபடோமியா, துருக்கி போன்ற நாடுகளில் நிலவிய ஒருபால் ஈர்ப்பைப் பற்றிப்பார்த்தால் பல வியக்கத்தக்க செய்திகள் கிடைக்கின்றன. இஸ்ரேல் நாடு பண்டைய எகிப்திலிருந்து உருவானது. பண்டைய எகிப்தின் ஒருபால் ஈர்ப்பு நிலைப்பாட்டை அறிந்துகொள்வது கொஞ்சம் கடினமான காரியம்தான். ஒரு சிறிய சட்ட ரீதியான வார்த்தை கூடப் பண்டைய எகிப்து வரலாற்றில் குறிப்பிடப்படவில்லை. பாலியல் தொடர்பான இலக்கியங்கள், கலை வடிவங்கள் கூடக் கட்டுக்குள் வைக்கப்பட்டிருந்தன. எகிப்தின் மின் (Min) கடவுளின் சிலைகளில் எப்போதும் ஆணுறுப்பு விறைப்பு நிலையில் காணப்படும். பல எகிப்திய இலக்கியவாதிகளும் இதனை விரும்பத்தகாத ஒன்றாகக் குறிப்பிடுகிறார்கள். அருங்காட்சியகம் ஒன்றில் வைக்கப்பட்டிருந்த அந்தச் சிலை காணாமல் போய்விட்டது. எகிப்தின் முக்கிய வரலாற்றுக் கதையான ஹோரஸ் மற்றும் செத் (Horus and Seth) பற்றிய புனைவுகள் முக்கியமானவை. செத்தின் தந்தையான ஒசிரிஸைக் கொன்றுவிட்ட ஹோரஸ், செத்துடன் உறவில் ஈடுபடும் செய்தி இதில் குறிப்பிடப்பட்டுள்ளது. ஹோரசுடன் உறவு கொண்ட செத், தன் விந்துவை ஹோரஸ் மீது செலுத்த, அதனைக் கையில் வாங்கிய ஹோரஸ் தன் தாய் இசிஸ் இடம் காட்டுகிறான். அதனைப் பார்த்து அலறிய இசிஸ், தன் மகனின் கையை வெட்டி எறிந்துவிடுகிறார். அதோடு, தன் மகன் ஹோரசின் விந்துவை, செத் விரும்பி உண்ணும் உணவில் கலந்து, செத் சாப்பிடுமாறு செய்து விடுகிறாள். எகிப்தியர்களைப் பொருத்தவரை, விந்து தவறான வழியில் உடலுக்குள் சென்றால், அது விஷம். பலதரப்பட்ட

மின் கடவுள்

வித்தியாசமான கதைகள் செத் மற்றும் ஹோரஸ் பற்றிச் சொல்லப்பட்டாலும், அவர்களுக்கிடையிலான ஒருபால் ஈர்ப்பு உறவை அவர்கள் மறுக்கவில்லை. ஒசிரிஸ் என்கிற மன்னரின் குடும்பத்தில் காணப்பட்ட இந்த நிகழ்வுகளை அடிப்படையாகக் கொண்ட கதைகளை யாரும் இன்றும் மறுக்கவில்லை. செத் மற்றும் ஹோரஸ் இருவரையும் எகிப்தில் கடவுளாக வழிபடுகிறார்கள். இக்கதை புராணக் கதை மட்டுமே என்றும் இதற்கு வரலாற்று ஆதாரமில்லை என்றும் சில வரலாற்று ஆய்வாளர்கள் கருதுகிறார்கள் என்பதையும் குறிப்பிட வேண்டும்.

'மரணங்களின் புத்தகம்' என்ற புத்தகம் எகிப்தியர்களின் நம்பிக்கைக்குரிய ஒன்றாக இன்றும் விளங்குகிறது. இறந்த பின் செய்யப்படும் சடங்குகள், உடலைப் பதப்படுத்தும் முறைகள், சாத்தான்களிடமிருந்து பாதுகாக்கும் முறைகள் என்று 18ம் நூற்றாண்டு முதல் 21ம் நூற்றாண்டைச் சேர்ந்த அரசர்களின் காலத்தைய நிகழ்வுகளைத் தொகுத்த புத்தகம் இது. அதில் புனிதத்தன்மை தொடர்பான விஷயங்களில் கொலை, பாவச் செயல்கள், கடவுளை நிந்திப்பது போன்ற விஷயங்களோடு ஆணுடன் ஆண் உறவுகொள்வதையும் வைத்திருக்கிறார்கள். இதனை முறை தவறிய புணர்ச்சி, வயது வித்தியாசம் அதிகமான உடலுறவு என்று பலரும் பல கருத்துக்களால் விளக்கினாலும், இறந்தபிறகு புனிதம் அடைவதற்கான தகுதியை ஒருபால் ஈர்ப்பு இழக்கச் செய்வதாக அவர்கள் நம்பினார்கள். மின் என்கிற எகிப்தியக் கடவுள், விறைத்த ஆண் குறியைத் தன் இடதுகையில் ஏந்தியவாறு காணப்படும். சந்தோசம், இன்பம் போன்றவற்றின் கடவுளாக அவர் பார்க்கப்பட்டார். மின் பற்றிய ஒருபால் ஈர்ப்புக் கருத்துக்கள் அக்கடவுளின் வரலாற்றில் உண்டு. ஒருபால் ஈர்ப்பை 'மரணங்களின் புத்தகம்' தவறான நம்பிக்கையாகவும், கடவுளுக்கு முரணான செயலாகவும் குறிப்பிடுகிறது.

12ம் அரச வம்சத்தின் காலத்தில் (1191-1785 பொ.மு.) வாழ்ந்த விசியர் டஹோடேப் (Vizier Ptahhotep) என்ற அறிஞரின் கருத்துக்கள் முக்கியமானவை. நல்ல மற்றும் தெய்வத்திற்கு உகந்த கருத்துக்களைத் தொகுத்திருப்பார் விசியர். மனித இனத்துக்கான ஆபத்துக்களையும் தோல்விகளையும் தவிர்க்க ஆலோசனைகளை வழங்கி இருப்பார். 'ஓர் ஆணுடன் இயற்கைக்கு மாறான புணர்ச்சியில் ஈடுபடுவது தவறு. தவறான ஒன்றை ஓர் இரவில் செய்துவிட்டு வருந்தக்கூடாது. அதற்கு பதிலாக, அந்தத் தவறான எண்ணங்களை உடைத்துவிட்டு, எப்போதும் நிம்மதியாக இருக்கலாம்' என்கிறார். இரவில் அத்தகைய செயல்களில் ஈடுபடுவோர், எந்தக் காலத்திலும் அதிலிருந்து விடுபட முடியாது என்றும் கூறுகிறார். இங்கு நாம் முக்கியமாகக் கவனிக்க வேண்டிய ஒன்று என்னவென்றால், ஒருபால் ஈர்ப்பு குற்றமாகப் பார்க்கப் பட்டாலும், அதில் ஆதிக்கம் செலுத்தும் நபர் குற்றம் சாட்டப் படாமல், ஆதிக்கம் செலுத்தப்படுபவர் மட்டுமே குற்றவாளிகளாக ஆக்கப்படுகிறார்கள். காரணம், ஆணுடன் புணர்ந்தாலும், ஆதிக்கம் செலுத்துபவன் ஆணுக்குரிய செய்கையில்தான் ஈடுபடுகிறான். ஆதிக்கம் செலுத்தப்படுபவன் பெண்ணுக்குரிய பாத்திரத்தை அங்கு ஏற்கிறான் என்ற காரணத்தை அவர்கள் கூறுகிறார்கள்.

சேத் மற்றும் ஹோரஸ்

மன்னர் நெபிர்கரே (Neferkare) மற்றும் ராணுவத் தளபதி சிசெனே (Sisene) இருவருக்கும் இடையிலான ஆறாம் அரசவையின் வரலாற்றுக் கதை மிக முக்கியமானது. அந்தக் கதையின் சில பகுதிகள் கிடைக்கவில்லை என்றாலும், கிடைத்த பல விஷயங்கள் ஆச்சரியப்படுத்துகின்றன. டெட்டி (Tjeti) என்பவன் கதையை விவரிப்பான். அதில் மன்னர், தளபதியின் வீட்டிற்கு நள்ளிரவு நேரத்தில் செல்வதை டெட்டி பார்க்கிறான். நான்கு மணி நேரம் உள்ளே இருந்துவிட்டுப் பிறகு மன்னர் வெளியே வருகிறார். இருவருக்கும் இடையில் காதல் உறவு இருப்பதாகப் பல நேரங்களில் அவன் கேள்விப்பட்டதுண்டு. அந்த வரலாற்றில்

சேத் (இடது) மற்றும் ஹோரஸ் (வலது) தெய்வங்கள்.

மன்னர் எப்போதும் தன் ஒருபால் ஈர்ப்புக்காகக் குற்றம் சாற்றப்படவில்லை. மோசமான ஆட்சிக்காக மட்டுமே குற்றம் சாட்டப்படுகிறார்.

அதே போன்று பதினெட்டாம் அரச பரம்பரையில், பத்தாவது மன்னராக அகினேட்டன் (Akhenaton) தன் காதலுடன் வாழ்ந்ததைப் பற்றியும் வரலாற்றில் பதிவுசெய்யப் பட்டுள்ளது. மற்ற மன்னர்களைப் போல அல்லாமல், இவருடைய உருவத்தை 'அகண்ட இடுப்பு, செழுமையான மார்பகங்கள், பெரிய தொடைகள், பெரிய முகம்' என்று வித்தியாசமாகக் குறிப்பிட்டுள்ளார்கள். இதைப்பற்றி பின்னர் வந்த ஆய்வாளர் எலியாட் ஸ்மித் கூறுகையில், 'ப்ரோளிச் சிண்ட்ரோம்' (Froehlich's syndrome) அதாவது ஹார்மோன்கள் குறைபாடு இருந்திருக்கலாம் என்று கூறுகிறார். ஆனால், அது முற்றிலும் தவறு. இத்தகைய குறைபாடு இருப்பவர்களுக்கு மலட்டுத்தன்மை இருக்கும். ஆனால் அகினேட்டன் ஆறு பெண் குழந்தைகளுக்குத் தந்தை. அண்டக மன்னரின் காதலனாக வரலாற்றில் குறிப்பிடப்படுவது ஸ்மென்கரே (smenkhare) என்பவனை. இருவருடைய காதலைச் சொல்லும் சிற்பங்களை இன்றும் நாம் பல அருங்காட்சியகத்திலும் பார்க்க முடிகிறது. ஆனால், மன்னரின் மனைவிதான் ஸ்மென்கரே என்று தன் பெயரை மாற்றிக்கொண்டார் என்று சிலர் கருத்துச் சொல்கிறார்கள். ஸ்மென்கரே பற்றிய முழுமையான, தெளிவான குறிப்புகள் இல்லை என்பதே இத்தகைய கருத்துக்களுக்கு காரணம். ஆனாலும் பலராலும் ஏற்றுக்கொள்ளப் பட்ட கருத்து, 'அகினேட்டன்தான் முதல் வரலாற்று ஒருபால் ஈர்ப்பு மனிதன்' என்பதாகும்.

1964 ம் ஆண்டு மெம்பிஸ் அருகே சகாராவில் கண்டுபிடிக்கப்பட்ட ஒரு சமாதி, வரலாற்றில் சொல்லப்படாத ஓர் உண்மையை உலகுக்கு வெளிக்காட்டியுள்ளது. அந்த சமாதியில் இரண்டு ஆண்கள் இணைந்து, கை பிணைத்து, மூக்குகள் உரசும்படி புதைக்கப்

பட்டிருந்தது தெரிய வந்தது. மூன்றாம் அரசாட்சியில் புதைக்கப் பட்டவர்கள் இவர்கள். 'நியான்க்-க்னம்-ஹோடப்' (Niankh-Khnum--hotep) என்ற வாசகத்துடன் இவர்கள் புதைக்கப் பட்டனர். 'வாழ்க்கையின் இணைந்தனர், இறப்பிலும் இணைகின்றனர்' என்பதே இதற்கான அர்த்தம். இவர்களைப் பால்நடுநர்களாகக் குறிப்பிடுகிறார்கள்.

'நியான்க்-க்னம்-ஹோடப்'

தங்கள் பாலினம் வகுக்கப்படாமல் காணப்பட்ட அத்தகைய நபர்கள் அந்தக் காலகட்டத்தில் ஆன்மிகப் பணிகளில் ஈடுபட்டனர். இறப்பு, புதைத்தல் தொடர்பான சடங்குகளைச் செய்தவர்கள் இவர்கள். இவர்களுக்குரிய உயரிய அந்தஸ்து மன்னராட்சியில் கொடுக்கப் பட்டது. இவர்கள் திருநரோ, திருமணமானவர்களோ அல்ல. இந்த இருவரைப் பற்றியும் பல கட்டுக்கதைகள் கிளம்பின. இருவரும் சகோதரர்கள், திருமணமானவர்கள், தொழில் புரிவோர் என்று பலவிதமாகச் சொல்லப்பட்டது. ஆனால், இந்த உறவு இந்த எல்லை களைத் தாண்டிய ஒன்று என்பதுதான் உண்மை. இருவருக்குள்ளும் உணர்வு ரீதியான ஆழமான பிணைப்பு இருந்தது. அந்தக் கல்லறையில் இருவரைப் பற்றிய பலவிதமான ஓவியங்கள் இடம்பெற்றுள்ளன. இருவரும் தோள் மீது சாய்ந்திருப்பது, கை பிணைத்து நடப்பது, இருவரையும் சுற்றி இசைக்கலைஞர்கள் இசைப்பது, இருவரும் நெருக்கமாக அமர்ந்திருப்பது போன்ற காட்சிகளை நாம் அதில் காணமுடியும். இவர்கள் தங்கள் ஒருபால் ஈர்ப்புச் செய்கைகளுக்காக உயிரோடு புதைக்கப்பட்டிருக்கலாம் என்று கூடச் சிலர் சொல்கிறார்கள்.

ஞானமடைந்த மதம்

'**ஷா**மனியம்' (Shamanism) என்பது பதினெட்டாம் நூற்றாண்டில் வாழ்ந்த பல்வேறு பழங்குடியின மக்கள் பின்பற்றிய ஒரு வழிபாட்டு முறை. பெரும்பாலும் மருத்துவம் சார்ந்த விஷயங்களுக்கு இறையை நம்புபவர்கள் இவர்கள்.

நோயைக் குணப்படுத்துதல், வேறு இடங்களுக்குப் பயணம் செய்தல், சுயநினைவை மாற்றுதல், இறைவனுடன் பேசுதல் மற்றும் திருமண உடலுறவு தொடர்பான விஷயங்கள் உட்பட்ட பலவற்றையும் இந்த மக்கள் பழகி இருந்தனர்.

கிறுத்துவ அமைப்புகள் இவர்களை 'நோய்களைக் குணப்படுத்துப வர்கள்' என்று சொல்கிறார்கள். ஷாமானிஸம்தான் உலகின் பழமை யான மதம் என்றும் சிலர் சொல்கிறார்கள். வரலாற்றுக்கு முந்தைய காலத்தில் ஷாமன்கள் வாழ்ந்ததற்கான ஆதாரங்களைத் தொல்லியல் துறையினர் காட்டுகிறார்கள். சுயநினைவை மாற்றும் ஷாமன்களின் தந்திரம் குகைகளிலும் பாறைகளிலும் ஓவியங்களாகச் செதுக்கப் பட்டு இருப்பதாகக் கூறுகிறார்கள்.

இறைவனுக்கும் மக்களுக்கும் உள்ள தொடர்பாளர்களாக ஷாமன்கள் பார்க்கப்பட்டனர். ஷாமானிய மதத்தைப் பின்பற்றும் இந்த மக்களைப் பொருத்தவரை பாலின வேறுபாடு கிடையாது. உயிருள்ள பொருள், உயிரற்ற பொருள் என்று மட்டுமே இவர்கள் உலகில் உள்ள அனைத்தையும் பாகுபடுத்தினர்.

பால், பாலினம், பாலின ஈர்ப்பு போன்ற எதையும் இந்த மக்கள் பிரித்துப்பார்க்கவில்லை. ஆண் பெண் என்ற பாலினங்களை

அவர்கள் வகுக்கவில்லை, ஆண் பெண்ணிடம்தான் ஈர்ப்புக் கொள்ளவேண்டும் என்று நிர்ணயம் செய்யவில்லை. சைபீரிய ஷாமன்கள் ஆண், பெண் அற்ற மூன்றாம் நிலையைக் கொண்டிருந்ததாகவும், இனுயிட் ஷாமன்கள் (Inuit shamans) இரண்டு பாலினத்துக்கும் இடைப்பட்ட மூன்றாம் பாலினமாக இருந்ததாகவும் வரலாற்று ஆய்வாளர்கள் தெரிவிக்கிறார்கள்.

மூன்றாம் பாலினம் என்பது ஆண், பெண் அல்லாத ஒரு தனிப்பட்ட பாலினத்தை மட்டும் குறிக்கவில்லை. ஒருவரே பல பாலினம் உடையவராக இருக்கலாம் என அவர்கள் நினைத்தார்கள். அதாவது ஒருவரே, ஆண் பெண் திருநர் போன்ற பல பாலினங்களைத் தனக்குரிய பாலினமாகக் கருதுபவர். அதாவது நாம் குறிப்பிடும் பாலின வேறுபாடுகளைக் கடந்தவர்கள் என்று பொருள் கொள்ளலாம். அதனால் ஒருபால் ஈர்ப்புத் திருமணம் என்பது அந்தச் சமூகத்திற்குள் மிக இயல்பாக நடந்தது. அதே போல அவர்களின் உடையும் தனிப்பட்ட பாலினத்துடன் தொடர்புடையதாக இருக்காது. ஆண் மற்றும் பெண் உள்ளிட்ட இரண்டு பாலின அடையாளங்களையும் கொண்ட உடைகளை இணைத்து அணிவார்கள். சில ஆய்வாளர்கள் அதை மறுத்து, 'அங்கு உயிரியல் ரீதியிலான ஆண்கள், பெண்கள் உடை அணிந்து வாழ்ந்தார்கள். அவர்கள் பிறர்பால் உடை அணிவோர்தான்' என்கிறார்கள். சில ஷாமன்கள் இறைவனை மணம் புரிந்துகொள்வதாகவும் கூறுகிறார்கள். அதன் மூலம் இறைவனோடு நெருக்கமாகி, அவர்கள் பல வித்தைகளையும், மந்திரங்களையும் கற்றார்கள் என்ற ஒரு செவிவழிச் செய்தி அங்கு நிலவுகிறது.

சீனா திரும்பிப் பார்க்கிறது

ஒருபால் ஈர்ப்பை சீனா ஏற்றுக்கொண்டதை அதன் வரலாற்றில் இருந்து நாம் தெரிந்துகொள்ளலாம். சில மதங்கள் ஒருபால் ஈர்ப்பைக் குற்றமாகப் பார்ப்பது போல, கன்ஃபூஸியஸின் மதம் அதைத் தவறாகப் பார்க்கவில்லை. பழங்காலம் முதல் ஒருபால் ஈர்ப்பு சீனாவில் இருந்ததற்கான சான்றுகள் உள்ளன. சாங் வம்சம் காலத்தில் ஆண் மற்றும் பெண்களுக்குள் இது நாகரிகமான ஒன்றாகப் பார்க்கப்பட்டது. மிங் வம்சத்தின் இலக்கியவாதியான பியான் எர் சாய் (Bian er Chai) இதைப்பற்றிக் கூறும்போது, ''எதிர்பால் ஈர்ப்பை விட ஒருபால் ஈர்ப்பு மிகவும் இன்பமயமானது. புனிதமானது'' என்கிறார். பண்டைய ரோமானியக் காலத்தில் ஒருபால் ஈர்ப்பு என்பது எப்படிச் சமூகத்தின் ஒரு அம்சமாக இருந்ததோ, அதேபோலப் பண்டைய சீனாவிலும் இருந்திருக்கிறது.

காகிதத்தை முதன்முதலில் சீனாவில் ஒரு திருநங்கைதான் கண்டுபிடித்தார். லியூ சாங் ஆட்சி காலத்தைய பதிவுகளில், மூன்றாம் நூற்றாண்டில் எதிர்பால் ஈர்ப்பைப் போல ஒருபால் ஈர்ப்பும் பேதமின்றிக் காணப்பட்டது. இடைப்பட்ட டாங் வம்ச ஆட்சிக் காலத்தில், ஒருபால் ஈர்ப்புக்கான எதிரான மனநிலை உண்டானது. கொஞ்சம் கொஞ்சமாகக் கிறுத்துவ மற்றும் இஸ்லாமிய மதங்களின் தாக்கத்தால் உண்டான எதிர் மனநிலை, சீனா, குடியரசு நாடாகும் வரை குறையவே இல்லை.

பண்டைய சீன இலக்கியங்களில் ஒருபால் ஈர்ப்புக்கான ஆதாரங்களைத் தேடுவது கொஞ்சம் கடினம். அதற்குக் காரணம், 'அவன்' 'அவள்' போன்ற உச்சரிப்புகள் அவர்கள் மொழியில் ஒரே

வடிவத்தில் இருக்கும். மற்ற மொழிகளைப் போல அவர்கள் இலக்கணத்தில் ஆண் மற்றும் பெண்ணுக்கெனத் தனித்தனி வார்த்தைகள் கிடையாது. அதனால் அவற்றைப் படிப்பவர்களின் கண்ணோட்டத்தில், ஒருபால் ஈர்ப்பு, எதிர்பால் ஈர்ப்பாக மாறிவிடும் வாய்ப்பு இருக்கிறது. ஆனால், ஒருபால் ஈர்ப்புக் காதல் என்பது சீனக் கலைகளில் கொண்டாடப்பட்டு இருப்பதை நாம் காணமுடியும். பெரிய அளவிலான சிலைகள் இல்லை என்றாலும், சிறிய அளவிலான ஓவியங்கள், கைவினைப் பொருட்கள் போன்றவற்றில் நாம் அவற்றைக் பார்க்கலாம்.

வரலாற்று ரீதியிலான ஒருபால் ஈர்ப்பைப் பற்றிய முக்கியப் புத்தகமான 'சீனர்களின் ஒருபால் ஈர்ப்பு' (Chinese Homosexuality) என்ற புத்தகத்தை எழுதிய லீ இன்ஹி (Li Yinhe) என்பவர் ஷாங் வம்சத்தில் காணப்பட்ட இயல்பான ஒருபால் ஈர்ப்பைப் பற்றிய விஷயங்களைக் குறிப்பிட்டிருக்கிறார். அந்தக் காலத்தைய ஒருபால் ஈர்ப்பைப் பற்றிய தகவல்களில் 'லுவான் பெங்' (Luan Feng) என்ற வார்த்தையை, ஒருபால் ஈர்ப்பைக் குறிப்பிடப் பயன்படுத்தினார்கள்.

பல வம்ச ஆட்சிக் காலத்திலும் ஒருபால் ஈர்ப்பு இருந்ததற்கான ஆதாரங்கள் இருக்கின்றன. வரலாற்றுப் பதிவுகள் மூலம் ஹான் வம்ச ஆட்சியாளர்கள் அனைவருமே ஒருபால் ஈர்ப்புக் காதலர்களைக் கொண்டிருந்ததற்கான சான்றுகள் உள்ளன. அத்தனை காலங்களிலும் ஒருபால் ஈர்ப்புக்கு எதிரான மனநிலையையும், கலாசாரத்தின் பெயரால் புறக்கணிக்கப்படும் மனநிலையையும் சீன மக்கள் மத்தியில் காணமுடியவில்லை என்பது ஆச்சரியமான ஒன்றுதான்.

மிங் வம்ச ஆட்சி காலம் என்பது தொழில், வர்த்தகம், நாகரிக வாழ்க்கை என்று சீனர்களின் வாழ்க்கையை மேம்படுத்திய முக்கியமான காலகட்டம். உடல் தேவையை பூர்த்தி செய்ய விபசாரம் கூட அங்கு இயல்பாகக் காணப்பட்டது. அப்போது, ஒருபால் விபசாரமும் கூட அங்குக் காணப்பட்டதை வரலாறுகள் சொல்கின்றன. இப்படி முற்போக்குச் சிந்தனைகளைக் கொண்ட சீனாவின் ஒருபால் ஈர்ப்பு வரலாற்றில் இரண்டு முக்கியக்க் காலகட்டங்கள் ஒருபால் ஈர்ப்புக்கு எதிரான மனநிலையை சமூகத்தில் உருவாக்கின.

1740ம் ஆண்டு ஒருபால் ஈர்ப்பைக் குற்றமாக்கிச் சட்டம் இயற்றினார்கள், 1966-76 ஆண்டுகளில் ஒருபால் ஈர்ப்பு சமூக அவலமாகவும், மனநோயாகவும் பார்க்கப்பட்டது. பத்தொன்பது மற்றும் இருபதாம் நூற்றாண்டுகளில் ஒருபால் ஈர்ப்புக்கு எதிரான மனநிலை மேற்கத்திய தாக்கத்தால் உண்டானது. 1997ம் ஆண்டு

ஒருபால் ஈர்ப்பு சட்டரீதியாகக் குற்றமில்லை என்றும், 2001ம் ஆண்டு இது மனநோய் அல்ல என சுகாதாரத்துறை அமைச்சகத்தாலும் அறிவிக்கப்பட்டன. அதே நேரத்தில் சட்ட ரீதியான இணைவும், தத்தெடுப்பதும் சட்டப்படி அனுமதி இல்லை. ஒருபால் ஈர்ப்புக்கு எதிரான சட்டம் கிடையாது என்பது ஒன்றே மிகப்பெரிய ஆறுதலான விஷயம். எய்ட்ஸ் நோய்க்கு எதிரான நடவடிக்கையில் ஒருபால் ஈர்ப்பைக் குற்றம் சாட்டினர். ஒருபால் விபசாரங்களுக்கு எதிரான காவல்துறை நடவடிக்கை இதன்மூலம் அதிகமானது. ஒருபால் ஈர்ப்புத் தொடர்பான தவறான நம்பிக்கைகளை இன்னும் அந்த நாட்டில் பரவலாக நாம் காணமுடிகிறது. ஆனாலும் அது ஒருபால் ஈர்ப்புக்கு எதிரான மக்களின் பயமாக உருவாகவில்லை. பெரும் பாலானோர் இதை இயல்பான ஒன்றாகப் பார்க்கும் நிலைக்கு மாறிக்கொண்டிருக்கிறார்கள். சமீபகாலமாக பல ஒருபால் ஈர்ப்பாளர்கள் தங்களை அதிகமாக வெளிப்படுத்தத் தொடங்கி இருக்கிறார்கள், ஷாங்காய் நகரில் 'கே'க்களுக்கான உணவகங்கள் தனியாக இருக்கின்றன. உலகில் ஒருபால் ஈர்ப்பு நபர்கள் சுதந்திரமாகவும், தங்கள் விருப்பப்படியும் வாழும் வாய்ப்பைக் கொடுத்துள்ள முக்கிய நகரங்களில் ஷாங்காய் நகரும் ஒன்று. ஒட்டுமொத்த சீனாவும் ஷாங்காய் நகரின் பாதையில் சென்று கொண்டிருப்பது ஆரோக்கியமானது.

ஆழத்தில் புதைந்த ஆப்பிரிக்க ரகசியம்

பொதுவாகவே ஆப்பிரிக்க வரலாற்றில் கிடைத்த விஷயங்களை விடப் புதைக்கப்பட்ட விஷயங்களே அதிகம். அப்படி நமக்குக் கிடைத்த ஒரு சில சான்றுகள் மூலம் கொஞ்சம் உண்மைகளைப் பார்ப்போம். சகாராவின் தென்பகுதி ஆப்பிரிக்கர்கள் தங்கள் வாழ்க்கையில் எதிர்பால் உறவு அல்லாத மற்ற உறவுகளில் ஈடுபடவில்லை என்று எட்வர்ட் கிப்பன் (Edward Gibbon) தன் நூலான 'ரோமானிய சாம்ராஜ்யத்தின் வீழ்ச்சி' (1781) என்பதில் குறிப்பிட்டுள்ளார். இத்தகைய கருத்தை வலுப்படுத்தும் விதமான எவ்வித ஆதாரங்களையும், குறைந்தபட்சம் அதைப்பற்றிய ஆப்பிரிக்காவின் ஆராய்ச்சிகளைக் கூட அவர் குறிப்பிடவில்லை. ஆனால், ஒரு நூற்றாண்டுக்குப் பிறகு, சர் ரிச்சர்ட் பர்டன் (Sir RichardBurton) என்பவர் கிப்பனைப் போல அல்லாமல், ஆய்வுகளை மேற்கொண்டு சில எல்லைகளை வகுத்தார். அதில் அவர் ஆப்பிரிக்காவில் ஒருபால் ஈர்ப்பு என்பது பரவலாக நடை முறையில் இருந்த ஒன்று என்றும் அதை அவர்கள் அங்கீகரித்தார்கள் என்றும் கூறுகிறார்.

ஆப்பிரிக்காவின் இப்போதைய ஒருபால் ஈர்ப்புத் தொடர்பான சில முன்னேற்றங்களுக்குக் காரணமாகப் பலரும் மேற்கத்தியத் தாக்கத்தையும், காலனிய ஆதிக்கத்தையும் குறிப்பிடுகிறார்கள். ஆனால், இத்தகைய ஒருபால் ஈர்ப்பு, ஆப்பிரிக்க நாட்டில் அடிப்படையி லேயே இருந்ததை வரலாற்றுச் சான்றுகள் தெரிவிக்கின்றன.

ஆப்பிரிக்கக் கலாசாரத்தைப் பற்றிய அடிப்படை விஷயங்களை எழுதியவர்கள் எவரும் அடிப்படை ஆப்பிரிக்கர்களைப் பற்றியும், அங்கிருந்த உண்மையான கலாசாரத்தைப் பற்றியும் எதுவும்

தெரியாதவர்களான பயணிகளும் காலனிய அலுவலர்களும் மத அமைப்புகளைச் சேர்ந்தவர்களும் மானுடவியல் ஆய்வாளர்களும் தான். இப்படி வெளியில் இருந்து ஆப்பிரிக்காவைப் பார்த்து, அதை கிரகித்து எழுதியவர்களின் கருத்துகள் மட்டுமே, ஒருபால் ஈர்ப்பைப் பற்றிய ஆப்பிரிக்காவின் கலாசாரக் கருத்துக்களாகப் பிரதிபலிக்கப் படுகின்றன. காலனிய ஆதிக்கத்திற்குப் பிறகு பத்தொன்பதாம் நூற்றாண்டில்தான் இத்தகைய கருத்துகள் பதிவுகளாக மாற்றப் பட்டன. மேலும், அவர்களின் சட்டங்களையும், நம்பிக்கைகளையும் ஆப்பிரிக்காவோடு ஒன்றிணையச் செய்தனர். ஆனாலும் அத்தகைய வரலாற்றுப் பதிவுகளில்கூட ஒருசில இடங்களில் சமபால் ஈர்ப்புத் தொடர்பான ஆப்பிரிக்காவின் நிலையை நாம் அறிய முடியும்.

அங்கிருந்த ஒரு விநோதமான நடைமுறையான 'பையன் மனைவிகள்' (Boy wives) பற்றி ஆங்கில மானுடவியலாளர் ஈவன் ரிச்சர்ட் குறிப்பிடும்போது, 'மத்திய ஆப்பிரிக்காவின் சாண்டே கலாசாரத்தில் (Zande) வாழ்ந்த ஆண்கள், தங்கள் மனைவி இல்லாத போது, பதின்வயதுச் சிறுவர்களைத் தங்களுடன் படுக்கவைத்துக் கொள்வார்கள். சிலர் அந்தப் பையன்களுடன் உறவும் கொள்வார்கள். அதற்காக அந்தப் பையன்களின் குடும்பங்களுக்குப் பணம் கொடுப்பார்கள். அந்தச் சிறுவன் வளர்ந்தவுடன், அவன் தனக்கொரு பையன் மனைவியைத் தேர்ந்தெடுத்துக்கொள்வான். அந்தப் பையன்கள் அந்த ஓர் ஆண்மகனைத் தவிர வேறு எவருடனும் உறவுகொண்டால் தண்டிக்கப்படுவர்' என்கிறார்.

தெற்கு எத்தியோப்பியாவில் இன்னொரு வித்தியாசமான முறை இருந்தது. அங்கிருக்கும் சில ஆண்கள், பெண்களின் உடை தரித்து, பெண்களுக்குரிய பாவனைகள் செய்து ஆண்களுடன் உறவு கொள்வார்கள். அவர்களுக்குப் பெயர் ஆஷ்டைம் (Ashtime) என்பதாகும். அப்படிப்பட்ட ஒரு நபரான டொனால்ட் டோன்கம் (Donald Donham) கூறியது, ''நான் ஆணாக இருந்திருந்தால் ஒரு பெண்ணை மணந்து குழந்தை பெற்றிருப்பேன். பெண்ணாக இருந்திருந்தால் ஓர் ஆணை மணம் புரிந்து குழந்தை பெற்றிருப்பேன். ஆனால், என்னால் எதுவும் செய்ய முடியாத அளவிற்கு ஆகிவிட்டேன்'' என்பதாகும். இதில் 'மூன்றாம் பாலினம்' என்ற ஒரு கருத்தை நம்மால் உணரமுடியும்.

கென்யாவின் கடற்கரைப் பகுதிகளில், குறிப்பாக மொம்பாசா (Mombasa) என்ற இடத்தில் மஷோகா (Mashoga) என்னும் திருநங்கைகள் விபசாரம் செய்ததாகக் குறிப்புகள் உள்ளன. ஆனால், அத்தகைய திருநங்கைகள் மரியாதையுடன் அங்கு

நடத்தப்பட்டதாகவும், ஆண்கள் செல்ல முடியாத இடங்களுக்குள்ளும் இவர்கள் செல்ல அனுமதிக்கப்பட்டதாகவும் சொல்கிறார்கள். இப்போதைய பெனினில் முன்பு சிறுவர்கள் தங்களுக்குள் விளையாடும்போது, ஒரு சிறுவன் பெண் போலத் தன்னை கற்பனை செய்துகொண்டு, இன்னொரு சிறுவனுடன் உறவில் ஈடுபடுவதாக ஹெர்ஸ்கோவிட்ஸ் (Herskovits) தன் குறிப்புகளில் குறிப்பிடுகிறார்.

வயது வித்தியாசங்கள், திருமண பந்தங்கள், பாலின வேறுபாடுகள் எல்லாம் கடந்து ஒருபால் ஈர்ப்பு என்பது பண்டைய ஆப்பிரிக்காவின் ஓர் அங்கமாக இருந்ததை நம்மால் உணரமுடிகிறது. ஆண்-ஆண் உறவாகட்டும், பெண்-பெண் உறவாகட்டும் மிகவும் இணக்கத் தோடு, மகிழ்வோடு உறவில் இருந்ததாகக் கூறுகிறார்கள்.

இன்றைய தான்சானியா மற்றும் ஜிம்பாவே பகுதிகளின் எல்லைப் பகுதியாக இருந்த நிகாக்யுசா (Nykakyusa) பகுதிகளில் வசிக்கும் மக்களைப் பற்றி மோனிக்கா வில்சன் தன் கட்டுரையில், ''அந்தக் கிராமங்களில் வசிக்கும் ஒத்த வயது பதின் வயது சிறுவர்கள் ஒன்றாக விளையாடிவிட்டு, ஒன்றாகப் படுக்கும்போது தங்களுக்குள் உடலுறவு கொள்வார்கள். அதைப் பார்ப்பவர்கள் பொருட்படுத்த மாட்டார்கள். பதின்வயதில் இது இயல்பான ஒன்று என்று அவர்கள் கருதினார்கள்'' என்கிறார்.

இன்றைய அன்கோலாவில் முன்பு, எப்படி ஆண்கள் ஆண்களுடன் உறவு கொள்வதை இயல்பாகக் கருதினார்களோ, அதே போல பெண்களும் பெண்களுடன் உறவு கொள்வதை இயல்பாகக் கருதினார்கள். செயற்கை ஆணுறுப்பைப் பயன்படுத்தி அப்போதைய பெண்கள் தங்களுக்குள் உறவு கொண்டதை நிரூபித்திருக்கிறார்கள். கொஞ்சம் வயது முதிர்ந்த பெண்கள், இளம் வயது பெண்களுடன் உறவு கொள்வது அதிகமாக இருந்திருக்கிறது. ஆண்களின் ஒருபால் ஈர்ப்புச் செய்திகள் கிடைத்த அளவுக்கு, பெண்களின் ஒருபால் ஈர்ப்புப் பதிவுகள் அதிகம் கிடைக்கவில்லை. பெரும்பாலான ஒருபால் ஈர்ப்புகள் என்பது திருமண பந்தத்திற்கு முன்பு காணப்படும் ஒன்றாகவும், சூழ்நிலை காரணமாகக் காணப்பட்டதாகவும் தெரிகிறது. ஆனாலும், ஒருபால் ஈர்ப்பு என்பது ஆப்பிரிக்காவில், புதிதாக உருவான கலாசாரம் அல்ல; அது ஆப்பிரிக்கக் கலாசாரத்தின் அடிநாதமாக இருந்தது.

கருப்பின இலக்கியம்

ஆப்பிரிக்க -அமெரிக்க (கருப்பின அமெரிக்க) இலக்கியங்களில் 1920க்கும் 1930க்கும் இடைப்பட்ட காலத்தில் ஒருபால் ஈர்ப்புத் தொடர்பான இலக்கியங்கள் பெரிய அளவில் இடம்பெறத் தொடங்கின. ஒருபால் ஈர்ப்பைக் கதைகளிலும், கவிதைகளிலும் பலரும் இயல்பாக உருவாக்கினார்கள். கறுப்பினத்தவர்களில் ஒருபால் ஈர்ப்பை, குறிப்பாக லெஸ்பியன்களைப் பற்றி அந்த மக்களிடம் அதுவரை இருந்த தவறான பிம்பத்தை இந்த இலக்கியங்கள் மாற்றின. க்லோரியா நௌர் (Gloria Naylor), டோசாகே ஷாங் (Ntozake Shange) மற்றும் ஆலிஸ் வாக்கர் (Alice Walker) போன்ற வெகுஜன எழுத்தாளர்கள் தங்கள் படைப்புகளில் மற்ற பாத்திரங்களோடு, ஒருபால் ஈர்ப்புப் பாத்திரங்களையும் உருவாக்கினர். அதேபோல ஆட்ரே லோர்டே (Audre Lorde), பெக்கி பிர்த்தா (Becky Birtha), செரில் கிளார்க் (Cheryl Clarke) போன்ற லெஸ்பியன் எழுத்தாளர்கள் தாங்கள் எழுதிய கதை மற்றும் கவிதைகளில் காதல் மற்றும் காமம் கலந்த ஒருபால் ஈர்ப்பு உறவுகளை வெளிக்காட்டினர். அதேபோல பாடகர்களான பெஸ்ஸி ஸ்மித் (Bessie Smith), மா ரைனி (Ma Rainey) மற்றும் ஜோசப்பின் பேக்கர் (Josephine Baker) போன்றவர்கள் தங்கள் பாடல்கள் மற்றும் இசைகளில் ஒருபால் ஈர்ப்பையும், அதிலிருந்த ஆழமான காதலையும் பாடினர். அறுபதுகளில் கறுப்பின மக்கள் மத்தியில் ஒருபால் ஈர்ப்புக்கான உரிமைப் போராட்டங்களும், பெண்ணியப் பாலியல் உரிமைகளும் உருவாக இந்த இலக்கியவாதிகள் காரணமாக இருந்தனர்.

அமெரிக்காவில் வெளியான முதல் கறுப்பினப் பெண்ணின் காதல் நாவலை எழுதியவர் அன் ஆலன் ஷாக்லே (Ann Allen Shockley).

எழுதியவர் லவிங் ஹெர் (Loving her). பெரும் பரபரப்பையும், புரட்சியையும் அமெரிக்க இலக்கியத்தில் உண்டாக்கியது இந்த நாவல். கறுப்பினப் பெண் இசைக் கலைஞரான ஒரு பெண், தன் கணவன் குடிபோதையில் தன்னைத் துன்புறுத்தும் நிலையில், ஒரு வெள்ளையினப் பெண் மீது காதல் கொள்கிறாள். இன வேற்றுமை, ஒருபால் ஈர்ப்பு எதிர்ப்புச் சமூகம், குடும்பம் போன்ற பல எதிர்ப்புகளையும் மீறி அந்தக் காதலின் உன்னதம் அவர்களை எப்படி இணைக்கிறது என்பதுதான் கதை.

ஒருபால் ஈர்ப்பாளர்கள் அத்தகைய சமூகத்தில் எதிர்கொள்ளும் இயல்பான துன்பங்களைத் தெளிவாகக் காட்டியுள்ளார் ஷாக்லி. பால் ஈர்ப்புப் பிரச்சினை மட்டுமல்லாமல் இந்தக் கதை நிறவெறிப் பிரச்சினையையும் காட்டியுள்ளதால் பலராலும் பேசப்படும் நாவலாக மாறியது. தொன்னூறுகளில் அடுத்த கட்டத்தை நோக்கிப் பாய்ந்தன கறுப்பின அமெரிக்கர்களின் ஒருபால் ஈர்ப்பு இலக்கியங்கள்.

வரலாறுகள், நம்பிக்கைகள், வாய்மொழிக் கதைகள் என்று ஒருபால் ஈர்ப்பைக் குறிப்பிட்ட கதைகள் இந்தக் காலகட்டத்தில் மறுவடிவம் பெற்றன. லெஸ்பியனிஸம் பேசும் பலரும் பெண்ணியமும் பேசினார்கள். லெஸ்பியன் என்பதைப் பெண்ணுரிமையுடன் இணைத்தார்கள். அனிதா கார்ன்வல் (Anita Cornwell) என்பவர்தான் இதை இன்னும் அதிகமாகப் பெண்ணியவாதிகள் மத்தியில் கொண்டு சேர்த்தவர்.

கலாசார ரீதியில் ஏதேதோ காரணங்கள் சொல்லிச் சமூகம் மறுக்கும் பெண்ணுரிமைகளில்பாலுரிமையும் ஒன்று என்று பலரையும் உணரவைத்தார்.

காலம் காலமாகப் பல காரணங்களையும் சொல்லிச் சமூகம் பறித்த உரிமைகளுக்கு எதிராக பெண்களே தங்கள் உரிமைகளுக்காகப் போராடியது வியக்கத்தக்க விஷயம். அதுவும் அமெரிக்கக் கறுப்பினப் பெண்கள் தங்கள் லெஸ்பியன் உரிமைகளுக்காக முன்னெடுத்த கலை மற்றும் இலக்கியப் புரட்சி, இந்த உலகிற்கே அவர்கள் கற்றுத்தரும் ஒரு பாடம்.

ஜப்பான் மறக்கலாமா?

இன்றைக்கு ஒருபால் ஈர்ப்பு மனநிலை உள்ள நாடுகளில் ஜப்பானும் குறிப்பிடத்தக்க நாடு. ஒரு காலத்தில் ஜப்பான் ஒருபால் ஈர்ப்பைத் தங்கள் கலாசாரத்தின் அங்கமாகப் பார்த்ததை இன்று பலர் அறிந்திருக்க வாய்ப்பில்லை. ஜப்பானியர்களின் பாரம்பரியக் கலாசாரம் முழுமை பெற்றிருந்த நாட்களில் ஒருபால் ஈர்ப்பு புனிதமாகப் பார்க்கப்பட்டது. ஆனால், காலம் செல்லச் செல்ல, கொஞ்சம் கொஞ்சமாக ஒருபால் ஈர்ப்பு அங்கு புறக்கணிக்கப்படத் தொடங்கி, இன்றைக்குக் கிட்டத்தட்ட அது மறைந்து கிடக்கும் நிலைமையை அடைந்திருக்கிறது. ஜப்பானில் ஒருபால் ஈர்ப்பைப் பிரபலப்படுத்திப் பரப்பியதில் முக்கிய அம்சமாகத் திகழ்ந்தது நோ மற்றும் காபுகி அரங்குகள் (No and Kabuki theatres).

பன்னிரண்டாம் நூற்றாண்டில் வாழ்ந்த மன்னர் ஷிரகவா இன் (Shirakawa-In) என்பவர் ஒருபால் ஈர்ப்பில் மிகுந்த ஆர்வம் கொண்டவர். அவருக்குப் பிடித்தமான ஆண் காதலர்களை அழகுபடுத்தும் சடங்கு அங்கு ஒரு வழிமுறையாகவே கடைப் பிடிக்கப்பட்டது. மன்னருக்குப் பிடித்த காதலர்களை இன்னும் பேரழகாக்கும் சடங்காக அதைக் கருதினார்கள் அந்த மக்கள். அதேபோல பொழுதுபோக்கு அம்சங்களில் ஒன்றான சருகக்கு (Sarugaku) என்பதைக் குரங்குகளின் நடனம் என்று சொல்வார்கள். ஒரு பழங்கால நம்பிக்கையின் அடிப்படையில் அல்லது ஒரு சிறந்த மனிதரைப் பற்றிய வாழ்க்கை அடிப்படையில் நடக்கும் மேடை நிகழ்ச்சிகள் அவை. இத்தகைய நிகழ்ச்சிகளை நடத்தும் நிறுவனங்கள் நோ அரங்கம் என்று பின்னர் அழைக்கப்பட்டன. அந்த நிகழ்ச்சிகளில் நடிக்கும் அழகான ஆண் நடிகர்கள், உயர்வான

பதவியில் உள்ளவர்களோடும், மதிப்புள்ளவர்களோடும் உறவுக்காகச் செல்வது வழக்கமாக இருந்தது.

நோ அரங்கம் போலவே, கபுக்கி என்பதும் ஒரு பொழுதுபோக்கு நிகழ்ச்சிதான். ஆரம்பக் காலத்தில் பெண்கள் நடனமாடும் நிகழ்ச்சியாகத் திகழ்ந்த இது, பின்பு ஆண்கள் பெண்ணுடையில் நடனம் ஆடும் நிகழ்ச்சியாக மாறியது. இளம் வயது ஆண்கள் மீது மற்றவர்களுக்கு ஈர்ப்பும், காதலும் உண்டாக இத்தகைய நிகழ்ச்சிகள் உந்துதலாக இருந்தன. இளம் ஆண்களின் அழகு என்பது பெண்மை அழகு கொண்டதாகப் பலரும் கருதினார்கள். இந்த இரண்டு அரங்குகளும் இளம் ஆண்களைப் பாலியல் தொழிலுக்கு இட்டுச் செல்லவே பெரும்பாலும் வழி வகுத்தது. ஆனால், பல ஆண்கள் அந்த இளைஞர்கள் மீது உன்னதமான காதல் கொண்டனர். அப்போது ஒரு விந்தையான பழக்கம் அவர்களுக்கு மத்தியில் காணப்பட்டது. தங்கள் கைகளைக் காயப்படுத்திக் கொண்டு வெளியாகும் ரத்தத்தை ஒன்றாக இணைத்துத் தங்கள் காதலை வெளிப்படுத்துவார்கள். தங்கள் காதல் புனிதமானது என்பதை உணர்த்த இவ்வாறு செய்தனர். வசதி படைத்தவர்கள் பலர் இளம் ஆண்களுக்காகப் பல வசதிகளை இழந்தனர். அவர்களுக்குச் செலவு செய்வதைப் பிறவிப்பயனாக நினைத்தனர். ஆணுடனான ஆண் காதல் என்பது சாமுராய்ப் பிரிவில் ஒரு கலாசாரமாகவே கருதப்பட்டது. ஆனால் பெண்ணுடனான பெண்களின் காதலை அவர்கள் ஏற்கவில்லை. அவர்கள் காலத்தில் பெண்ணடிமைத்தனம் நடை முறையில் இருந்ததால், பெண்களுக்கான பாலியல் உரிமையும் மறுக்கப்பட்டது.

பிற்காலத்தில் சாமுராய் பற்றிய பல படங்கள் வெளியானபோதும், இத்தகைய உண்மைகளை அந்த இயக்குநர்கள் சொல்லத் தயங்கினார்கள். உணர்வு மற்றும் உடல்ரீதியான ஒரு மத்திம வயது போர் வீரனுக்கும் இளம் வயது ஆணுக்கும் உண்டாகிய அந்த உறவைக் 'காதல்' என்ற சொல்லுக்குள் அவர்கள் அடக்கவில்லை. பல பெயர்களில் அந்த உறவுகளை அழைத்தாலும், அத்தனை பெயர்களின் சாராம்சமும் 'காதல்'தான் என்பதைப் பலரும் உணரவில்லை.

பதினாறாம் நூற்றாண்டு முதல் பதினெட்டாம் நூற்றாண்டுக்கு இடைப்பட்ட காலகட்டத்தில் இந்தக் கலாசாரம் உச்சத்தைத் தொட்டது. பதின்மூன்று முதல் பத்தொன்பது வயதிற்குட்பட்ட பதின்வயது இளைஞர்களை சாமுராய்கள் காதலுக்கு

உகந்தவர்களாகத் தேர்ந்தெடுத்தனர். அதற்கு பெயர் வாகாஷு-டு (Wakashu-do) என்பதாகும். ஜப்பானில் பொதுவான ஒருபால் ஈர்ப்புக்கும், சாமுராய்ப் பிரிவில் காணப்பட்ட ஒருபால் ஈர்ப்புக்கும் இப்படி நிறைய வேறுபாடுகள் காணப்பட்டன. பதின்வயது ஆண்களைத் தேர்ந்தெடுக்கும் சாமுராய்கள், அவர்களை மிகவும் கனிவுடன் அணுகுவார்கள். மெய்ஜி அரசு திரும்ப அமைந்த பிறகு ஒருபால் ஈர்ப்புப் பற்றிய மனநிலை சமூகத்தில் மாற்றம் அடைந்தது. பத்தொன்பதாம் நூற்றாண்டில் ஒருபால் ஈர்ப்பைக் குற்றமாகவும், அதில் ஈடுபடுவோர் பத்து ஆண்டுகள் வரை சிறைத் தண்டனை பெறுவார்கள் என்று சட்டம் உருவானது.

சாம்ராய்களுக்கு முன்பே ஒருபால் ஈர்ப்பு புத்த மடாலயங்களால் ஏற்றுக்கொள்ளப்பட்டுவிட்டது. அந்த சீடர்களை ‘சிகோ’ என்று அழைப்பார்கள். அவர்களைப் பற்றிய கதைகளை இன்றும் நாம் ‘சிகோ கதைகள்’ என்ற புத்தகத்தில் பார்க்கலாம். புத்த மதத்தைப் பொருத்தவரை துறவிகள் உடலுறவில் ஈடுபடக்கூடாது என்றாலும், இந்த உறவுகளை அவர்கள் உடல் சார்ந்த உறவாகப் பார்க்காமல், புனிதமாகக் கருதினார்கள். ஜப்பானின் பூர்விக மதமான ஷிண்டோ மதம் பாலியலுக்கு ஆதரவான கருத்துக்களைக் கொண்டுள்ளது. இந்த மதத்துக்கென தனியான வரலாறுகளும், கொள்கைகளும் இல்லாததால், புதிய நம்பிக்கைகளைத் தனக்குள் அவ்வப்போது ஏற்றுக்கொள்ளும். குழந்தைப் பேறு என்ற அம்சம் ஒருபால் ஈர்ப்பில் இல்லாததால், ஷிண்டோ மதம் இதனை வரவேற்கவில்லை. அதே நேரத்தில் ஒருபால் ஈர்ப்பைக் குற்றமாக ஷிண்டோ மதம் எந்த இடத்திலும் குறிப்பிடவில்லை.

பொதுவான கலாசாரத்தில் பெண்ணடிமைத்தனம் மேலோங்கிய காரணத்தால், இளம் ஆண்கள் பெண்களின் உடை அணிந்து நிகழ்ச்சிகளில் பங்கேற்பார்கள். அத்தகையோர் ஒருபால் ஈர்ப்பில் அதிகம் ஈடுபட்டனர். லியூப் என்கிற ஆராய்ச்சியாளர் இதுபற்றிச் சொல்லும்போது, ‘‘பெண்கள் பல இடங்களிலும் மறுக்கப்பட்டு அதனால் ஏற்பட்ட பற்றாக்குறையால் ஒருபால் ஈர்ப்பு அதிகமாக அந்தச் சமூகத்தில் காணப்பட்டது’’ என்கிறார். பெண்கள் அதிகம் இல்லாததால், ஆண்கள் மீதான ஈர்ப்பு அந்தச் சமூகத்து மக்களிடம் இயல்பாகத் தோன்றியதாகக் கூறுகிறார்கள். அதேபோல பெண்களுடன் இளம் ஆண்கள் நெருக்கமாகப் பல ஒற்றுமைகளைக் கொண்டிருந்ததால் ஒருபால் ஈர்ப்பு இளம் ஆண்களின் மீதான காதலாக மாறியது. அத்தகைய இளம் ஆண்கள் உடைகள் மற்றும் ஒப்பனைகளில் பெண்களைப் போலத் தங்களை மாற்றிக்கொண்டு மற்ற ஆண்களைக் கவர்ந்தனர்.

ஜப்பானில் மேற்கத்திய கலாசாரம் புகுந்த பிறகு ஒருபால் ஈர்ப்புக்கு எதிரான மனநிலை அம்மக்களுக்கு இடையில் உருவானது. தொழில் புரட்சிக்குப் பின்பு ஒருபால் ஈர்ப்பு என்பது அங்கு மறைக்கப்பட்டு விட்டது. இன்றைக்கு ஒருபால் ஈர்ப்பு என்பதை ஒரு குறைபாடாகவும், நோயாகவும் அந்த மக்கள் அணுகுகிறார்கள். ஜப்பானில் உண்டான மேற்கத்தியத் தாக்கமும், ஒருபால் ஈர்ப்புக்கு எதிரான கிறுத்துவ மனநிலையும் அந்த மக்களிடம் இன்றைக்குத் தங்கள் பாரம்பரியக் கலாசாரத்திற்கு எதிரான மனநிலையைக் கொள்ளும்படிச் செய்திருக்கிறது. ஒருபால் ஈர்ப்பு என்பதைப் புறக்கணித்துவிட்டு ஜப்பானின் கலாசாரத்தை நாம் பார்க்க முடியாது என்பதை மட்டும் நாம் உறுதியாகக் கூறமுடியும்.

சமீப காலத்தைய மாற்றங்கள் ஜப்பானில் ஒருபால் ஈர்ப்புக்கு ஆதரவான மனநிலையை உருவாக்கி வருகின்றன. அக்டோபர் 2005ம் ஆண்டு, ஜப்பானின் ஒசாகா வீட்டு நல அமைப்பு ஒருபால் ஈர்ப்புத் தம்பதிகளுக்கு வாடகைக்கு வீடு கொடுக்கப்படும் என்று அறிவித்தது. இதில் முக்கியமான விஷயம் என்னவென்றால், ‘திருமணம் ஆனவர்’களுக்கான சலுகையின் கீழ் அவர்களுக்கு இந்த உரிமை வழங்கப்படுகிறது. அவர்கள் திருமணத்தை இந்த அமைப்பு அங்கீகரிப்பதை நாம் உணரலாம். கனாகோ ஓட்சுஜி (Kanako Otsuji) என்ற வீட்டு நல அமைப்பின் உறுப்பினர் அந்த ஆண்டு ஜப்பானில் நடைபெற்ற கே பேரணியில் தன்னை லெஸ்பியன் என்று அறிவித்தார். அவருடைய உழைப்பின் பரிசாக இந்த உரிமை ஒருபால் ஈர்ப்புத் தம்பதிகளுக்குக் கிடைத்தது. அயா காமிகவா (Aya Kamikawa) என்ற திருநங்கை டோக்யோவின் உள்ளாட்சி மன்றத்தில் 2003ம் ஆண்டு வெற்றி பெற்றார். ஜப்பானில் உயர் பதவிக்குத் தேர்வான முதல் திருநங்கை இவர்தான். ஜப்பானின் உள்நாட்டுச் சமூகக் கொள்கைகளில் ஓட்சுஜியுடன் இணைந்து இந்த கமிகவாவும் மாற்றங்களை உருவாக்கினார்.

சமூகத்தில் இவர்கள் மாற்றம் உண்டாக்க விரும்பிய நேரம், ஊடகத்தின் வழியால் ஒருபால் ஈர்ப்பு நபர்களைப் பற்றி வேறு பிம்பங்கள் உருவாக்கப்பட்டு வந்தன. அதாவது, ரமோன் சுமிதனி (Ramon Sumitani) என்ற பிரபல நகைச்சுவை நடிகர், ஒருபால் ஈர்ப்பு நபராகப் படங்களில், தொலைக்காட்சிகளில் நடித்தார். கே நபர்களைக் கிண்டல் செய்யும் விதமாக அவர் நடித்தார். இதைக்கண்ட ஓட்சுஜி கோபமாக அவருக்கு எதிராகக் கருத்துத் தெரிவித்தார். ‘‘சுமிதனி ஒரு கே அல்ல. கே பற்றிய தவறான பிம்பங்களை மக்கள் மத்தியில் உருவாக்குகிறார். இதன்மூலம் ஒருபால் ஈர்ப்புக்கு

எதிரான, முகம் சுளிக்கும்படியான எண்ணங்கள் மக்கள் மத்தியில் உருவாகலாம்'' என்றார்.

ஊடகங்கள் ஒருபால் ஈர்ப்புக்கு முரணான, தவறான கருத்துக்களை முன்வைத்ததைப் பலரும் எதிர்த்தார்கள். எந்த ஜப்பானியச் சட்டமும் ஒருபால் ஈர்ப்பைக் குற்றமாகச் சொல்லவில்லை. சில கட்டுப்பாடுகளைத் தவிர, முழுமையான தவறாக இதனைப் பார்க்கவில்லை. ஆனால் ஜப்பானில் சமூக அழுத்தம் ஒருபால் ஈர்ப்புக்கு எதிராக அதிகமாக இருந்தது. நாம் முன்பு குறிப்பிட்டதைப் போல மேற்கத்தியத் தாக்கத்தினால் உண்டான மாற்றம் அது. தங்கள் அடையாளங்களை மறைத்து சமூகத்திற்காக ஒரு வாழ்க்கையும், தங்களுக்காக இன்னொரு வாழ்க்கையும் என 'இரட்டை வாழ்க்கை' வாழ்ந்தனர்.

பொதுவாகப் பல கருத்துக்களிலும் தன்னை அவ்வப்போது காலத்திற்குத் தகுந்தாற்போலப் புதுப்பித்துக்கொள்ளும் ஜப்பான் ஒருபால் ஈர்ப்புத் தொடர்பான தன் கருத்தில் உண்மையை ஏற்கவில்லை. ஆனால், மாற்றங்கள் உண்டாகிக்கொண்டு இருப்பதை நம்மால் காணமுடிகிறது. விரைவில் மிகப்பெரிய அளவிலான மாற்றத்தை அந்நாடு அடையும் என்று உறுதியாக நம்பலாம்.

பிஷ்ஷு வாரியாஸ்

இந்தோனேசியா தீவுகள் உலக அளவில் ஒரு புவியியல் சிறப்புப் பெற்ற நாடு. ஐரோப்பியக் கண்டம், ஆப்பிரிக்கா, அரபு நாடுகள், சீனா, ஜப்பான், கொரியா போன்ற பல நாடுகளுடனும் வணிகவழித் தொடர்பு கொண்ட நாடு இது. 350ஆண்டுகளாக டச்சுக்காரர்கள் வசம் இருந்து 1945ல் சுதந்திர நாடானது. இஸ்லாமியர்கள் அதிகம் இருக்கும் நாடுகளில் முக்கியமானது இந்த நாடு.

ஏறத்தாழ மூவாயிரம் தீவுகளைக் கொண்டுள்ள இந்நாட்டில் பால் மற்றும் பாலின விஷயங்களில் பல வேறுபாடுகள் நிலவுவது அதிசயமல்ல. பிறர்பால் உடை அணியும் மக்கள், ஒருபால் ஈர்ப்புக் கொண்ட மக்கள் என்று அங்குள்ள பல தீவுகளிலும் பல பாலின அடையாளங்கள் இருந்ததற்கான குறிப்புகள் இருக்கின்றன. மேற்கத்திய ஆதிக்கத்திற்குப் பிறகு இந்த வரலாற்று உண்மைகள் மறைக்கப்பட்டதாகச் சொல்கிறார்கள். பல்வகை கலாசாரங்கள் அங்கு இருந்ததற்கான அடையாளங்களை அவர்கள் புறந்தள்ளியதாகக் கூறுகிறார்கள்.

அப்படி இருந்த, சில கலாசாரம் சார்ந்த பாலின அடையாளங்களைப் பார்க்கலாம்.

பிஸ்ஸு (Bissu) - ஏதேனும் நிகழ்ச்சிகள் அல்லது நாடகங்களுக்காகப் பிறர்பால் உடையணியும் மக்கள் பிஸு ஆவார்கள். சுலவேசித் தீவின் கலாசாரத்தை சேர்ந்த பூகிஸ் (Bugis) என்ற மக்கள் வாழ்வில் இம்முறை காணப்பட்டது. இத்தகைய பிஸு மக்களில் உள்ள ஆண்கள், பெண் உடை அணிந்து கடவுளின் பொருட்களைக் காவல்

புரிவார்கள். அவர்களுக்கு இறை அருள் இருப்பதாக ஒரு நம்பிக்கை உண்டு.

வரியாஸ் (Warrias) - பிறப்பால் ஆணான இந்தப் பிரிவினர் தங்களுக்குள் பெண் ஆன்மா இருப்பதாகக் கருதி, பெண்ணுக்கான உடைகளை அணிவர். பத்தொன்பதாம் நூற்றாண்டில் இந்தப் பிரிவினர் இருந்ததாகத் தெரிகிறது. தனிப்பட்ட எந்த ஒரு கலாசார மக்களுக்குமென இல்லாமல், பல இடங்களிலும் இருந்தவர்கள் இவர்கள். 1980களில் இவர்கள் உடைகளில் மட்டுமல்லாமல், உடல் அளவிலும் நிரந்தர மாற்றங்களைச் செய்துகொண்டனர். ஹார்மோன் சிகிச்சைகள், அறுவை சிகிச்சைகள் என்றெல்லாம் கூட உடல் ரீதியாகத் தங்களை மாற்றிக்கொண்டனர். இப்போது இந்த வரியாஸ் பிரிவினர் முடி திருத்துபவர்களாகப் பெரும்பாலும் இருக்கிறார்கள். மற்ற பொதுமக்களைப் போல இவர்கள் சரிசமமாக நடத்தப்படாமல், சமூகத்தில் புறக்கணிக்கப்படுகிறார்கள். இவர்களது பாலியல் ஈர்ப்புகள் பெரும்பாலும் ஆண்களின் மேல்தான் உண்டாகும்.

கே, லெஸ்பி, டாம்பாய் (Gay, Lesbi, Tomboy) - 1970களில்தான் இந்தப் பெயர்கள் இந்தோனேசியாவில் பேசப்பட்டன. ஒருபால் ஈர்ப்பாளர்கள் மத்தியில் தங்களை அடையாளப்படுத்திக்கொள்ளும் வார்த்தைகளாக இவை இருந்தன. எண்பதுகளில் அவர்களுக்கென சில அமைப்புகள் பல தீவுகளிலும் உருவாகின. இவர்களில் கே மற்றும் வரியாஸ் இருவரும் சில நேரங்களில் உறவு கொண்டார்கள். அதேபோல லெஸ்பி பெண்களும், டாம்பாய் (ஆண்மைத்தனம் உடைய பெண்) பெண்களும் உறவுகொண்டார்கள். 2000ம் ஆண்டில் கே மற்றும் லெஸ்பி விஷயங்கள் ஊடகங்களில் முக்கியத்துவம் பெற்றன. இந்தோனேசிய மக்களின் ஒருபால் ஈர்ப்புக்கு எதிரான அடிப்படையான மனநிலையால் கே மற்றும் லெஸ்பிக்கள் முடக்கப்பட்டனர். தாக்கப்பட்டனர். சட்ட ரீதியிலான சிக்கல் களுக்கு இவர்கள் ஆளாகினர். சட்டரீதியாக இந்தோனேசியாவில் ஒருபால் ஈர்ப்பு என்பது குற்றம்.

தனிப்பட்ட கலாசாரம்

ஒருபால் ஈர்ப்புடையவர்கள் தங்களுக்கென தனிப்பட்ட கலாசார அடையாளங்களைக் கொண்டிருந்தனர். அத்தகைய கலாசாரம் இருந்திடாமல் சுய அடையாளம் என்பதை தங்களிடம் அவர்களால் காணமுடிந்திருக்காது. இத்தாலி நாட்டில் பதினான்காம் நூற்றாண்டில், இளம் வயதினர் மத்தியில் ஒருபால் ஈர்ப்பு என்பது இயல்பாகக் காணப்பட்டது. முன் நவீன கால மொரோக்கோவில் பதின்வயது இளைஞர்களோடு மத்திம வயது ஆண்கள் உறவு கொள்வது கலாசார அடையாளமாகக் காணப்பட்டது. ஒருபால் ஈர்ப்பு எதிர்ப்பு மனநிலை இருக்கும் நேரங்களில், இத்தகைய தனிப்பட்ட கலாசார அடையாளங்களை அவர்கள் உருவாக்குவதும், அதன்வழிச் செல்வதும் கடினம். நிறைய கலாசார அடையாளங்கள் இதனால் மறுக்கப்பட்டன. அத்தகைய அடையாளங்கள் காணப்பட்டிருந்தால், ஒருபால் ஈர்ப்புக்கு எதிரான மனநிலை கொண்ட ஆளும் வர்க்கத்தினால் தண்டனைக்கு உட்படுத்தப்பட்டிருப்பார்கள். அப்படிக் கலாசார அடையாளங்கள் மறைக்கப்பட்டாலும், அவர்களுக்கென பிரத்யேக சில வரைமுறைகளை உலகம் அறியாமல் அவர்கள் உருவாக்கிக் கொண்டிருக்கிறார்கள் என்பதை நாம் உணரவேண்டும். அதில் ஒன்று, அவர்கள் சந்திக்கும் அவர்களுக்கான இடங்கள். அந்தக் காலம் முதல் இன்று வரை, அவர்கள் அதிகம் சந்திக்கும் இடங்களாக சில இடங்களை அவர்களுக்குள் உருவாக்கி வைத்திருக்கிறார்கள். பொதுக் கழிப்பிடங்கள், திரை அரங்கங்கள், மேம்பாலங்களின் அடிப்பகுதி, மறைவான மரங்கள் சூழ்ந்த இடங்கள் என்று இன்றும் நம் ஊர்களில்கூட இத்தகைய ஒருபால் ஈர்ப்பு நடவடிக்கைகளை நாம் பார்க்கலாம். இப்படிப் பொது இடங்களில் அநாகரிகச்

செயல்களில் ஈடுபடுவதாகப் பரவலான குற்றச்சாட்டுகள் அவர்கள் மீது சுமத்தப்பட்டாலும், இத்தகைய இடங்கள் அவர்களுக்கு ஒரு வடிகாலாக இருப்பதை மறுப்பதற்கில்லை.

பத்தொன்பதாம் நூற்றாண்டிலேயே பிரான்ஸ் மற்றும் ஜெர்மனி நாடுகளில் ஒருபால் ஈர்ப்பு நபர்களுக்கான குளியல் அறைகள், தனிப்பட்ட இடங்கள் உருவாக்கப்பட்டன. பொதுவிடங்களில் பொதுமக்களின் அசௌகரியத்தைப் போக்க அந்நாட்டு அரசுகள் இத்தகைய நடவடிக்கைகளை மேற்கொண்டன. லண்டன், ஜெர்மனி, இத்தாலி, பிரான்ஸ் உட்பட்ட பல இடங்களிலும் இப்படித் தனிப்பட்ட இடங்களில் மட்டுமே ஒருபால் ஈர்ப்பு நடவடிக்கைகள் காணப்படுகின்றன. இப்படித் தங்களுக்கென இடங்கள் இல்லாத காரணத்தால், நம் நாட்டில் பொது இடங்களைத் தங்களுக்கான களங்களாக மாற்றிக்கொண்டு இருக்கிறார்கள் ஒருபால் ஈர்ப்பாளர்கள். இப்போது மேற்குலக நாடுகளில் ஒருபால் ஈர்ப்பாளர்களுக்கான உணவகங்கள், மதுபான விடுதிகள், குளியல் அறைகள் என்று பிரத்யேகமாக உருவாக்கப்பட்டு உள்ளன. அத்தகைய ஓர் இடமான ஸ்டோன்வால் என்ற இடத்தில் உருவான கலவரம்தான், இன்றைக்கு, மேற்குலக நாடுகளில் ஒருபால் ஈர்ப்புக்கான புரட்சியாக வெடித்து, அவர்களுக்கான உரிமைகளைப் பெற்று தந்திருக்கிறது. இப்படிப்பட்ட மாற்றங்களால் அவர்கள் நாடுகளில் இப்போது ஒருபால் ஈர்ப்புப் பாலியல் குற்றங்கள் பெருமளவில் குறைந்துள்ளதாகக் கூறுகிறார்கள்.

நம் நாட்டில் நித்தமும் இப்படி ஒருபால் ஈர்ப்புத் தொடர்பான பல குற்றங்கள் நடந்து வருகின்றன. ஆனால், அவை எவையும் சமூகப் புறக்கணிப்பின் காரணமாக அரசுப் பதிவேடுகளில் பதிவாவதில்லை. அதனால், இத்தகையக் குற்றங்களைப் பற்றிய ஒரு சிறு புள்ளி விவரம் கூட நமக்குத் தெரியவில்லை. ஒருபால் ஈர்ப்பைத் தவறு என்று சொல்லி, நித்தமும் பல தவறுகளுக்கு வழிகோலும் தவறான நிலையில் நாமும் நம் நாடும் இருக்கிறோம்.

மறைக்கப்பட்ட பிணங்கள்

ஒருபால் ஈர்ப்பு ஒரு நாகரிகமாக வளர்ச்சி பெற்று, மதங்கள் உருவான இடைக்காலத்தில் பரவலாக விரவி இருந்தது. அப்படி உருவாக்கப்பட்ட மதத்தின் சிந்தனைகள் ஒருபால் ஈர்ப்புக்கு எதிராகக் கடுமையான கருத்துக்களை முன்வைத்தன. முக்கியமாக இஸ்லாமும் கிறிஸ்தவமும் இதில் முன்னிலை வகித்தன. கிறுத்துவ மன்னர்களான கான்ஸ்டான்ட்டியஸ் மற்றும் கான்ஸ்டான்ஸ் இருவரும் ஒருபால் ஈர்ப்பைக் குற்றம் என்று அறிவித்தார்கள். அவர்களுக்குப் பின்பு வந்த மன்னர்களான இரண்டாம் வாலேண்டினியன், முதலாம் தியோடோசியஸ் மற்றும் அர்காடியஸ் மூவரும் இன்னும் ஒருபடி மேலே போய், ''ஒருபால் ஈர்ப்பு என்பது சட்டத்திற்குப் புறம்பான குற்றம். அதைச் செய்பவர்கள் பொது மக்கள் முன்னிலையில் உயிருடன் எரிக்கப்படுவார்கள்'' என்று அறிவித்தார்கள். இவர்களை எல்லாம் தூக்கிச் சாப்பிடும் விதமாக ''ஒருபால் ஈர்ப்பாளர்கள்தான் இயற்கைச் சீரழிவுகளான பூகம்பம், பஞ்சம், கொடிய நோய்கள் போன்றவற்றுக்குக் காரணம்'' என்று குண்டைப் போட்டார் மன்னர் ஜஸ்டினியன்.

இடைக்காலத்தில் பிரெஞ்சு அரசுகள் ஒருபால் ஈர்ப்புடையவர்களை மரணதண்டனைக்கு உட்படுத்தப்பட வேண்டும் என்று அறிவித்தது. இந்தச் சட்டத்தின் கீழ் பிளாரன்ஸ் நகரின் இளைஞன் ஜியோவனி என்பவன், தொடைகளுக்கு இடையில் சூடான இரும்புக் கம்பியால் கூடுவைக்கப்பட்டுக் கொல்லப்பட்டான். பின்பு இந்தத் தண்டனை அருகில் இருந்த சில நாடுகளுக்கும் பரவியது. ரிச்சர்ட் ஹோஹன்பர்க் என்ற போர்வீரன் தன் காதலனுடன் ஒன்றாக உயிருடன் எரிக்கப்பட்டான். பிரெஞ்சு எழுத்தாளர் ஜாக்ஸ் சாஸனும் கூட இதே குற்றச்சாட்டுக்கு ஆளாகி உயிருடன் எரிக்கப்

பட்டவர்களில் ஒருவர். மதம் வளர வளர ஒருபால் ஈர்ப்பு மீதான மக்களின் பார்வையும் மாறியது. இதைப் பற்றிப் புகழ்பெற்ற சரித்திர ஆராய்ச்சியாளர் வாரன் ஜோஹன்சன் குறிப்பிடும்போது "ஒருபால் ஈர்ப்பை மதவாதிகள் ஒரு கொடிய குற்றமாக பாவித்தார்கள். ஒருபால் ஈர்ப்பு மட்டுமல்லாமல், வாய்ப்புணர்ச்சி, ஆசனவாய்ப் புணர்ச்சி போன்றவற்றையும் குற்றமாகக் கருதினார்கள். இறைக் கருத்துகளுக்கு எதிரானதாகவும், மதத்திற்கு விரோதமானதாகவும் ஒருபால் ஈர்ப்புப் பற்றிய செய்திகள் தேவாலயங்களில் சொல்லப் பட்டன. பின்னர் இந்தக் கருத்தை சில மாநில தலைமைகளும் தங்கள் சட்டத்தின் ஒருபகுதியாக இணைத்து ஒருபால் ஈர்ப்பை கிரிமினல் குற்றங்களில் சேர்த்தனர். மற்ற மதத்தவர்கள் கிறித்தவர்களாக மாறியபோதும், மாற்றப்பட்டபோதும் முதல் முக்கியக் கருத்தாக அவர்களை நம்பச் செய்தது, ஒருபால் ஈர்ப்பு என்பது மிகக் கொடிய செயல் என்ற கருத்தைத்தான். இதனால், கிறுத்துவ மதம் விஸ்வரூபம் எடுத்து வளர்ந்த காலத்தில், அதற்கு நேர்கோட்டில் ஒருபால் ஈர்ப்பு பற்றிய தவறான புரிதலும், ஒருபால் ஈர்ப்புக்கு எதிரான கருத்துக்களும் மக்கள் மனதில் பதிந்தன. இடைக்காலத்தில் உருவான எல்லா அரசுகளும் அரசாங்கங்களும் தங்கள் கொள்கை களை வடிவமைப்பதில் முக்கிய இடத்தை கிறுத்துவ அமைப்பு களுக்கும், தத்துவவாதிகளுக்கும் கொடுத்தன. அதனால் அத்தகைய சட்டங்களில் தவறாமல் ஒருபால் ஈர்ப்பு பற்றிய குற்றமும் இடம்பெறுவது புறக்கணிக்க முடியாத ஒன்றாகிவிட்டது" என்கிறார்.

மதங்களின் ஒருபால் ஈர்ப்பு வெறுப்பிற்கான வேர் எங்கிருந்து வந்தது என்பதைப் பார்க்கலாம். கிறுத்துவ மதம் தோன்றுவதற்கு முன்பு, தெய்வ வழிபாட்டை ஒருங்கிணைத்த மதமாக விளங்கியது 'பாகனியம்' (ஆங்கிலத்தில் பாகனிசம்). கிரேக்க, ரோம கலாசாரம், ஒருபால் ஈர்ப்பைத் தவறென சொல்லும் கருத்தை உறுதியாக எதிர்த்தது இந்த பாகனியம்.

ஓரின ஈர்ப்புக்கு எதிரான கிறுத்துவ மதத்தின் எதிர்ப்பு என்பது பண்டையக் கிரேக்கத்தின் யூத மதத்திலிருந்து தோன்றியது. யூத மதம் சமபால் ஈர்ப்புக் கருத்தை எதிர்த்தது. கிறுத்துவ மதத்தைப் பொருத்தவரை, உடலுறவு என்பது குழந்தை பெற்று வாரிசை உருவாக்க மட்டுமே. குழந்தை பெறும் வாய்ப்பில்லாத எத்தகைய உறவுமே மதத்திற்குப் புறம்பானது என்ற கருத்து மதம் சார்ந்து ஆழமாய் உள்ளது. 'இயற்கைக்கு எதிரான குற்றம்' என்ற ரீதியில் கிறுத்துவ மத மன்னர்கள், மதத்தலைவர்கள், போப்கள் ஆகியோர் இதைப் பெருங்குற்றம் என்று அறிவித்தனர். மரண தண்டனைக் குற்றமாக இதைக் கருதியதால் நாம் மேற்சொன்னபடி பல தண்டனைகள் வழங்கி, சமூகத்திற்கும் ஓரின விருப்பத்தின் மீது

ஒருவித பயத்தை உண்டாக்கினர். இடைக்காலத்திற்குப் பின்பு நவீன காலத்துத் தொடக்கத்தில் இத்தகைய மரண தண்டனைக் குற்றமாக ஒருபால் ஈர்ப்பைப் பார்ப்பது குறைந்துவிட்டது. ஆனாலும், மதத்தின் அடிப்படைக் கோட்பாடு இதைக் குற்றமாகப் பார்ப்பதால், இதை அப்போதும் மக்கள் ஏற்கவில்லை. சில தத்துவவாதிகள், குறிப்பாக சியனாவின் புனித பெர்னாடினோ, ஒருபால் ஈர்ப்பை ஒரு மன நோய் என்று கூறினார். காவல்துறையும் இத்தகைய சமபால் விருப்பம் கொண்ட நபர்களைக் கண்காணிக்கவும், அவர்களின் செயல்பாட்டைக் குறைக்கவும் நடவடிக்கைகள் எடுக்கத் தொடங்கின. இருபதாம் நூற்றாண்டுகளில் பெரிய நகரங்களில் இத்தகைய மக்களின் செயல்பாட்டைக் குறைக்க, அவர்கள் பாணியில் மிரட்டலும், சிறு தண்டனைகளும் கொடுத்தனர். நேரடியாகவும் மறைமுகமாக வும், மதமும், மதம் சார்ந்த அரசுகள் மற்றும் தலைவர்கள் எடுத்த முயற்சிகள் பலனின்றிப் போயின. மறைமுகமாக ஓரின விருப்பம் சமூகத்திற்குள் ஊறிப்போனது. அதே நேரத்தில் மேற்குலகம் ஒருபால் ஈர்ப்பைக் குற்றமாகப் பார்க்க மறக்கவில்லை. ஒருபால் ஈர்ப்பாளர்கள் சமூக விரோதிகளாக மக்களால் பார்க்கப்பட்டார்கள்.

பெரும்பாலும் மன்னர்கள் ஒருபால் ஈர்ப்புக்கு எதிராகக் கடுமையான நடவடிக்கை எடுப்பவர்களாக இருந்தாலும், சில மன்னர்கள் ஒருபால் ஈர்ப்பாளர்களாக இருந்தார்கள். இந்த மன்னர்கள் ஒருபால் ஈர்ப்புத் தொடர்பாக எவ்விதச் சமூக இணைப்பிலும் பங்குபெறவில்லை. சில மன்னர்களின் அரங்கத்தில் ஒருபால் ஈர்ப்பாளர்களுடன் இணைப்பில் இருந்தனர். சார்லிமாக்னே மன்னரின் அரங்கில் பலர் காமரசம் சொட்டும் கவிதைகளைத் தங்களுக்குள் பகிர்ந்து கொண்டனர். பல ஒருபால் ஈர்ப்பாளர்கள் தங்கள் திருமண நிர்ப்பந்தத்தைத் தவிர்க்கும் பொருட்டு மதத்தில் தீவிரமாக ஈடுபட்டனர். மதத்தால் புறக்கணிக்கப்பட்ட ஒருபால் ஈர்ப்பை, ஒரு விதத்தில் மதத்தால் ஓரின விரும்பிகள் பயன்படுத்திக்கொண்டனர்.

மன்னர் ரிச்சர்ட், இங்கிலாந்தின் மன்னனாக 1189-1199ல் ஆட்சி புரிந்தார். சிங்க இதயம் கொண்டவன் என்று வரலாறுகளால் புகழப் பட்டவன். மிகையான வலிமைக்கும், கொடூரமான வீரத்திற்கும் பெயர் பெற்ற மன்னன் இவன். ஜான் என்ற மன்னனுடன் இவன் ஓரினக் காதலில் இருந்ததாக அவன் வரலாற்றுக் குறிப்புகள் தெரிவிக்கின்றன. அர்னால்ட் வெர்னோயில் என்ற கிறுத்துவப் பாதிரியார் தன் மாணவர்களுடன் ஒருபால் ஈர்ப்பில் ஈடுபட்டதால் தண்டிக்கப்பட்டார். இப்படி மதத்தால் ஒருபால் ஈர்ப்பு மேற்குலக நாடுகளில் நிறையவே நிறம் மாறியது என்பதை நாம் உறுதியாகச் சொல்லலாம்.

பிரான்சின் இரண்டாம் விடுதலை

பிரான்ஸில் கே விடுதலைக்கான அடித்தளம் 1970களின் இறுதியில் பல்வேறு பரந்துபட்ட சமூக நடவடிக்கைகள் மூலம் இடப்பட்டது.

மார்ச் 10, 1971 அன்று பிரான்சில் வானொலி நிகழ்ச்சி ஒன்றில் ஒருபால் ஈர்ப்பாளர்களுக்கான விவாத நிகழ்ச்சி நடைபெற்றது. அதில் தங்கள் உரிமைகளுக்காகவும், தங்களுக்கு எதிராக சமூகத்தில் போடப்பட்டிருக்கும் அடக்குமுறைகளுக்கு எதிராகவும் பலமாகக் குரல் எழுப்பினர். அந்த நிகழ்வு அங்கிருந்த ஒருபால் ஈர்ப்பாளர்கள் தங்கள் உரிமைகளுக்குக் குரல் கொடுப்பதற்கான களத்தை அமைத்துக்கொடுத்தது. 1968ம் ஆண்டு நடந்த பிரான்ஸ் மாணவர் கலவரமும், 1969ம் ஆண்டு நடைபெற்ற அமெரிக்காவின் ஸ்டோன்வால் கலவரமும், பிரான்ஸ் முழுவதும் நடந்த இந்த உரிமைப் போராட்டங்களை ஒன்றிணைத்தன. ஆரம்பக் கால பிரெஞ்சுக் கலாசாரத்தில் ஒருபால் ஈர்ப்பு என்பது சாதாரண நடைமுறையாகக் கருதப்பட்டிருந்தாலும், பதினெட்டாம் நூற்றாண்டு, இதைக் குற்றமாகக் கருதியது. வன்முறைகளுக்கும், சமுதாயப் புறக்கணிப்புகளுக்கும் ஒருபால் ஈர்ப்பாளர்கள் வெகுவாக ஆளாகினர்.

இரண்டாம் உலகப்போரின் போது நாஜிக்களின் ஆக்கிரமிப்பில் பிரான்ஸ் வந்ததனால் 'ஒருபால் ஈர்ப்பு சட்டப்படியான குற்றம்' என்று சட்டம் இயற்றினர். அந்தச் சட்டத்தின்படி 21வயதுக்கு உட்பட்டவர்கள் ஒருபால் ஈர்ப்பில் ஈடுபட்டால் அவர்கள் தண்டனைக்கு உட்படுத்தப்பட்டார்கள்.

அதன்பின்பு வந்த சார்லஸ் டிகல்லி (Charles DeGaulle) அரசும் இதைக் குற்றப்பட்டியலில் இணைத்தது. 1960களில் ஒரு

சட்டத்திருத்தத்தின்படி 'காசநோய் மற்றும் குடிபோதையைப் போல ஒருபால் ஈர்ப்பும் சமூகக் சீர்கேட்டை உண்டாக்குகிறது' என்று அறிவிக்கப்பட்டு, பொது இடத்தில் நாகரிகமின்றி நடந்தால் அவர்கள் தண்டிக்கப்படுவார்கள் என்ற நிலை உண்டானது.

1954ம் ஆண்டு ஆண்ட்ரே பாட்ரி (André Baudry) என்ற கே எழுத்தாளர் ஒருபால் ஈர்ப்புக்கு எதிராக சமூகத்தில் நிலவும் தவறான புரிதல்களைப் பற்றி எழுதினார். பொதுமக்களுக்கு உண்டாக வேண்டிய மனமாற்றங்கள் பற்றியும், அவர்கள் சந்தித்துக்கொள்ள பாதுகாப்பான இடங்கள் அவசியம் என்றும் வலியுறுத்தினார். Literary and Scientific Club of the Latin Countries என்ற அமைப்பை உருவாக்கிய பாட்ரி, அந்த அமைப்பின் மாத இதழான அர்காடி (Arcadie) என்பதில் ஒருபால் ஈர்ப்பைப் பற்றிய விழிப்புணர்வுக் கட்டுரைகளை எழுதினார். சமூகப் புறக்கணிப்பை மக்கள் கைவிட வேண்டும் என்றும் பலமாக வலியுறுத்தினார்.

நீண்ட வருடங்களாக பிரான்சின் ஒரே கே விடுதலை இயக்கமாக இது செயல்பட்டது. அர்காடி மூலம் நடனங்கள், விளக்க உரைகள் மற்றும் சமூகக் கல்வி விழிப்புணர்வுகள் என்று பலவிதங்களில் ஒருபால் ஈர்ப்பு விழிப்புணர்வு ஒருங்கிணைக்கப்பட்டது. பல்லாயிரம் உறுப்பினர்களைக் கொண்ட இந்த இதழின் விற்பனை லட்சங்களைத் தொட்டது. 1982ம் ஆண்டுவரை மிகவும் சிறப்பாகச் செயல் பட்டார்கள் இவர்கள். 1970களில் மாணவர்கள் மற்றும் தொழிலாளர் கள் ஆகியோர் செய்த போராட்டங்கள் மற்றும் ஆர்ப்பாட்டங்கள், பிரெஞ்சு சமூகத்தில் ஒருபால் ஈர்ப்புக்கான புரட்சிக்கு வித்தாக அமைந்தது. அர்காடியின் அங்கத்தில் பெண்களும் தங்கள் லெஸ்பியன் உரிமைகளுக்காகப் போராட இணைந்தனர்.

இந்நூலில் முன்பு சொல்லப்பட்ட வானொலி விவாதத்தில் கலந்துகொண்டவர்கள் இந்த ஆண்ட்ரே பாட்ரியும், பிரபல கே பத்திரிகையாளர் பியரி ஹானும் (Pierre Hahn) 'ஒருபால் ஈர்ப்பு - ஒரு வலி மிகுந்த பிரச்சினை' என்ற தலைப்பில் காரசாரமாக விவாதித்தனர். ஒருபால் ஈர்ப்பாளர்கள் சமூகத்தில் எப்படிப் புறக்கணிக்கப் படுகிறார்கள் என்று பேசியதன் விளைவாக பெரிய தாக்கம் ஏற்பட்டது. அடுத்த சில நாட்களில் இது போராட்டங்கள் வடிவில் வெளிப்பட்டது. புதிய அமைப்பாக The Homosexual Front for Revolutionary Action-FHAR உருவாக்கப்பட்டது. ஒருபால் ஈர்ப்பு அரசியலில் பல மாற்றங்களை இந்த அமைப்பு உருவாக்கியது. அதுவரை இயல்பான பாலியல் ஈர்ப்பாகச் சொல்லப்பட்ட கருத்துகளை பாஸிச வெறியாகக் கருதி எதிர்ப்புகளைக் காட்டினர்.

நூற்றுக்கணக்கான ஒருபால் ஈர்ப்பாளர்கள் இந்த அமைப்பின் சந்திப்புகளில் கலந்துகொண்டனர்.

FHAR அமைப்பில், லெஸ்பியன்களுக்காக மேரி ஜோ பொன்னேட் (Marie-Jo Bonnet) மற்றும் அன்னி மேரி கிரேலோசிஸ் (Anne-Marie Grélois) ஆகியோர் இணைந்து பெண்களுக்கு உருவாக்கிய அமைப்புதான் ரெட் டைக்ஸ் (Red Dykes). பெண்ணிய விடுதலை இயக்கம் என்கிற அமைப்போடு இந்த அமைப்புப் பெண்களும் இணைந்து உரிமைகளுக்காக ஒன்றாகக் குரல் கொடுத்தனர். 1970களில் கே அரசியல் புரட்சி என்பது சட்டரீதியான அணுகுமுறையிலும் கவனத்தை செலுத்தியது. அதற்கான அமைப்பாக Emergency Committee Against Homosexual Repression என்பது உருவாக்கப்பட்டது. பால்புதுமை மக்களுக்காக சட்ட ரீதியிலான போராட்டங்களை இந்த அமைப்பு முன்னெடுத்தது. அதில் சிறிது வெற்றியும் கண்டார்கள். சில சட்டங்களைத் தளர்வாக்கினர் நீதித்துறையினர். மற்ற நாடுகளைப் போலவே இங்கும் ஒருபால் ஈர்ப்புக்கான விழிப்புணர்வுப் போராட்டங்கள் உச்சத்தில் இருந்த காலகட்டமான எண்பதுகளில் எய்ட்ஸ் பற்றிய தவறான பிம்பம், ஒருபால் ஈர்ப்பாளர்களின் நடவடிக்கைகளைப் பின்னுக்கு தள்ளியது. மக்கள் மத்தியில் இந்தத் தவறான பிம்பத்தை மாற்ற பெரிய அளவில் விழிப்புணர்வுப் பிரசாரங்கள் மேற்கொள்ள வேண்டி இருந்தது. இந்தப் போராட்டங்களின் பலனாக 1999ம் ஆண்டு, 'ஒருபால் ஈர்ப்பு தவறில்லை. எதிர்பாலினர் போலவே எல்லா உரிமைகளையும் பெற அவர்களுக்கு உரிமை உண்டு' என்ற நிலை உண்டானது.

சட்டம், மக்களின் மனநிலை, அரசு - இந்த மூன்றுமே இந்தப் பலகட்ட போராட்டங்களின் விளைவாக, ஒருபால் ஈர்ப்பு மக்களின் உரிமைகளுக்குச் செவி சாய்த்து செயல்திட்டங்களை வகுத்தன.

லெஸ்பியன் பெண்ணியம்

1970 மற்றும் 1980களில் லெஸ்பியன் பெண்ணியம் என்பது அமெரிக்கா, கனடா, பிரிட்டன் போன்ற நாடுகளில் பெரிய விவாதப்பொருளாகப் பேசப்பட்டது. அந்தக் காலகட்டத்தில் 'கே விடுதலை' (Gay Liberation) தொடர்பாகப் பெரிய அளவில் போராட்டங்களும், புரட்சிகளும் நடந்தன. அதில் தங்களையும் இணைத்து, தங்கள் உரிமைகளுக்காகவும் குரல் கொடுக்க முன்வந்தார்கள் லெஸ்பியன் சமூக அமைப்பினர். ஆனால், ஆணாதிக்கம் மிகுந்த அந்தப் போராட்டக்களத்தில், இந்தப் பெண்ணியவாதிகள் புறக்கணிக்கப்பட்டனர். தனியான போராட்டங்களையும் முன்னெடுத்துச் செல்ல முடியாமல், கே விடுதலை அமைப்புகளுடனும் இணைந்து போராட முடியாமல், தொடக்கத்திலேயே தடுக்கப்பட்டார்கள் லெஸ்பியன் பெண்ணியவாதிகள்.

பல சமூகப் பெண்ணியவாதிகள்கூட, லெஸ்பியன் பெண்ணியவாதிகளின் கருத்துக்கு ஆதரவளிக்கவில்லை. இந்த நிலையில் 1970ம் ஆண்டி பெட்டி ஃப்ரைடன் (Betty Friedan) என்ற பெண்மணி தேசியப் பெண்களுக்கான அமைப்பின் (National Organization of Women - NOW) தலைவரானார். பெண்ணிய உரிமைகளில் பாலியல் உரிமையும் ஒன்று என்று வலியுறுத்திய பெட்டி, பெண்ணியப் போராட்டங்களில் லெஸ்பியன்களுக்கு ஆதரவாகப் போராட வலியுறுத்தினார்.

'பெண்களைப் பெண்கள் அடையாளம் காணவேண்டும்' என்ற கருத்தை முன்வைத்து, பொதுவான பெண்களுக்கு மத்தியில் லெஸ்பியன்களுக்கான உரிமையைப் பற்றி விளக்கினார் பெட்டி.

லெஸ்பியன்களும் அவர்களுக்கான உரிமைகளும் பெண்ணியப் போராட்டங்களின் மையமாக ஆக்கப்பட்டன. ஆண்களைச் சாராமல், ஒரு பெண் இன்னொரு பெண்ணுடன் வாழமுடியும், ஆண்கள் இன்றிப் பெண்களால் தனித்து இயங்கமுடியும் என்ற கருத்துகள் வலுப்படுத்தப்பட்டன. லெஸ்பியன் பெண்ணிய வாதிகள் தங்கள் போராட்டங்களின் நோக்கங்களை விரிவாக்கினர். சமபால் ஈர்ப்பினர் வாழ்க்கையின் சாதகங்களையும், எதிர்பால் வாழ்க்கையின் பாதகங்களையும் இணைத்துத் தங்கள் கருத்துக்களுக்கு வலு சேர்த்தனர். ஆண் பெண் திருமணத்தில் ஒரு பெண் என்பவள் நிரந்தர வீட்டு வேலைக்காரி போல நடத்தப்படுவதாகவும், அடக்கப்படுவதாகவும் கூறினார்கள். பல பெண்ணியவாதிகள், பெண்களுக்கென சமூகம் வகுத்த சில கட்டுப்பாடுகளைத் தாண்டிச் சென்றனர். நீளமாக முடி வளர்க்காமல், ஆண்களுக்குரியதாகக் கருதப்படும் உடைகள், காலணிகள் என்று அடிப்படைப் பெண்ணியச் சிந்தனையை மாற்ற முயன்றார்கள்.

சில பெண்கள் பிறப்பால் ஆண்மை உடையவர்களாக இருப்பார்கள். அத்தகைய பெண்களை இந்த லெஸ்பியன் பெண்ணியவாதிகள் தங்கள் போராட்டங்களோடு இணைக்கவில்லை. மேலும், அப்படிப்பட்ட ஆண்மைத்தன்மையுடைய பெண்கள், தங்களை 'கே' என்று சொல்லிக்கொண்டார்கள். பெண்கள் மீதே அத்தகைய பெண்களுக்கு ஈர்ப்பு இருந்தாலும், தங்களை லெஸ்பியன் என்று சொல்வதை அவர்கள் விரும்பவில்லை. ஆனாலும், லெஸ்பியன் பெண்ணியவாதிகளின் போராட்டங்களும், முன்னெடுப்புகளும் சமூக மற்றும் அரசியல் அரங்குகளில் நல்ல முன்னேற்றத்தைக் கொடுத்தன. 1972ம் ஆண்டு சார்லோட் பஞ்ச் (Charlotte Bunch) எழுதிய 'புரட்சியில் லெஸ்பியன்கள்' என்ற கட்டுரை இந்தப் போராட்டங்களின் வெற்றியைப் பிரதிபலித்தது.

பஞ்ச் அதில், ''லெஸ்பியனியம் என்பது ஆண்களின் அதிகாரத்தை அச்சுறுத்துகிறது. பெண்கள் தங்களுக்குள் உறவுகளை வைத்துக் கொள்வதால் மட்டுமல்ல, ஆண்கள் இன்றி, அவர்கள் துணையின்றிப் பெண்களால் வாழ்க்கையைக் கொண்டுசெல்ல முடியும் என்கிற நேர்மறை சக்தியால்'' என்றார்.

பெண்ணியம் முறியடித்த பெண்ணியம்

1970களில் ஒருபால் ஈர்ப்பை 'அமெரிக்க மனநல அமைப்பு' மனநோய்கள் பட்டியலிலிருந்து நீக்கிய பின்பு, இந்தப் போராட்டங்கள் மக்களை இன்னும் வேகமாகச் சென்றடைந்தன. தத்துவ மற்றும் கலாசார ரீதியிலான NOW அமைப்பின் முன்னெடுப்பு களால் அமெரிக்காவைத் தாண்டியும் கனடா, பிரிட்டன், ஸ்காட்லாந்து, ஆஸ்திரேலியா போன்ற நாடுகளில் வசித்த லெஸ்பியன் பெண்கள் பலர் வெளிவரத் தொடங்கினர். அமெரிக்காவின் கலைத் துறையில் லெஸ்பியன் தாக்கம் தெரியத் தொடங்கியது. எழுபது-களில் நாடகங்கள், பத்திரிகைகள், கதை மற்றும் கவிதைத் தொகுப்புகள் என்று பல இடங்களிலும் லெஸ்பியன் புரட்சி அடிஎடுத்து வைத்தது.

'பெண்களுக்கு மட்டுமே இயற்கை கொடுத்துள்ள குழந்தைப் பேறு என்பது லெஸ்பியன் மூலம் பெண்களுக்கு இல்லாமல் போய்விடும். சிறப்பான தாய்மையை அடையமுடியாத ஒரு நிலைக்குப் பெண்கள் கொண்டுசெல்லப்படுவார்கள்' என்ற, லெஸ்பியன் பெண்களுக்கு எதிரான கருத்துகளை மதவாதிகள் முன்வைத்தனர். லெஸ்பியன் புரட்சியில் இது மக்கள் மத்தியில் ஒரு பின்னடைவை ஏற்படுத்தியது. ஆனாலும், பெண்ணியவாதிகளின் உறுதியான போராட்டங்கள் மற்றும் பல கட்ட விழிப்புணர்வுப் பிரசாரங்கள் ஆகியவை, லெஸ்பியன் உறவை அந்த நாடுகளில் உள்ள சமூகம் புரிந்து கொள்ளும் அளவிற்குக் கொண்டு சேர்த்தன.

பெண்களைக் காட்சிப்பொருளாகவும் போகப்பொருளாகவும் சித்தரிக்கும் ஆபாசப்படங்களுக்கு எதிராகவும், பெண்களை ஒரு

விலைபொருளாக ஆக்கிவிட்ட விபசாரத்திற்கு எதிராகவும் இந்த லெஸ்பியன் பெண்ணியவாதிகள் குரல் கொடுத்தனர். 'உடலுறவுக்குக் கருவியாகப் பெண் பயன்படுத்தப்படுகிறாள்' எனும் குரல் ஒட்டுமொத்த மேற்குலக நாடுகளையும் யோசிக்க வைத்தது.

எண்பதுகளில் உண்டான எய்ட்ஸ் பற்றிய தவறான பிரசாரங்கள், ஒட்டுமொத்த ஒருபால் ஈர்ப்பினரையும் அசைத்துப் பார்த்தது. போராட்டங்கள் மீண்டும் பழைய நிலைக்கே கொண்டுசெல்லப் பட்டது. போராட்டம் புத்துயிர் பெற சில ஆண்டுகள் ஆகின.

இன்றைக்கு ஓரளவு தங்கள் பாலியல் விருப்பங்களையும், உரிமைகளையும் வெளிக்காட்டிக்கொள்ளும் நிலைமையில் அந்த நாட்டுப் பெண்கள் இருக்கிறார்கள் என்றால், அந்தச் சுதந்திரத்துக்கு எழுபதுகளில் போராடிய லெஸ்பியன் பெண்ணியவாதிகளின் போராட்டம் மட்டுமே காரணம்.

வாக்களிக்கும் உரிமைகள் கூட இல்லாதவர்களாக இன்னும் பெண்களை வைத்திருக்கும் நாடுகளுக்கு மத்தியில், அமெரிக்கா மற்றும் மேற்குலக நாடுகளில் ஏற்பட்ட இந்த 'லெஸ்பியன் போர்' வரலாற்றுச் சிறப்புமிக்க விஷயம்தான்.

பெண்ணியம் பெண்ணின் முதல் எதிரி

திருநர் நங்கை (Translesbian) - பிறப்பால் ஆணான ஒரு நபர், தன் பாலினத்தைப் பெண்ணாக மாற்றிய பிறகு வேறு பெண் மீது ஈர்ப்பு கொள்வது இந்த வகையினுள் அடங்கும். பொதுவாகப் பெண்ணாக மாறும் ஆண்கள் திருநங்கைகள் என்று அழைக்கப்படுகிறார்கள். அவர்கள் பெண்ணாக மாறிய பிறகு ஆணின் மீதுதான் பாலின ஈர்ப்புக் கொள்வார்கள் என்ற பொதுவான பிம்பத்திலிருந்து விலகி, ஒரு பெண் மீது பாலின ஈர்ப்புக் கொள்பவர்களைத் திருநர் நங்கை என்று அழைக்கிறார்கள். இந்தியா போன்ற நாடுகளில் திருநங்கை களைத் தரக்குறைவாகப் பார்க்கும் நிலைமையும், லெஸ்பியன் பெண்களை அருவருப்புடனும் பார்க்கும் கண்ணோட்டமும் உள்ளன. இந்நிலையில் பெண்ணாக மாறிய திருநங்கை இன்னொரு பெண் மீது ஈர்ப்புக் கொள்வதை இந்தச் சமூகம் எப்படிப் பார்க்கும் என்பதை நம்மால் எளிதாக உணரமுடியும்.

ஆணாகப் பிறந்தாலும் தன்னை உடல் ரீதியாகப் பெண்ணாக உணர்ந்தபோதும், பாலின ஈர்ப்பு என்னும் உணர்வின்படி ஒரு பெண்ணின் மீதே ஈர்ப்புக் கொள்வார்கள். இத்தகைய திருநர் நங்கை நபர்கள் அதிகமான வன்முறைக்கும், புறக்கணிப்புக்கும் ஆளாகும் நிலை உள்ளது. இதைப் பற்றிய புரிதல் மக்களுக்கு இல்லை எனும் நிலை உள்ள நாட்டில், நிச்சயம் இவர்கள் இத்தகைய வன்முறைக்கு ஆளாகவே செய்வார்கள். ஆண்கள் பெண்கள் என்று பொதுவாக வரையறுக்கப்பட்டிருந்த சமூகக் கோட்பாடுகளை உடைத்தெறியும் நிலையை உருவாக்கியவர்கள் இத்தகைய திருநர் நங்கைகள்.

பெண்களுக்கான பாலின உரிமைகளுக்கே அதிகம் போராட வேண்டிய அவசியம் இருக்கும் நிலையில், இத்தகைய பாலின ஈர்ப்பின் உட்பிரிவுகளில் உள்ளவர்கள் நித்தமும் புறக்கணிக்கப் பட்டும், ஒடுக்கப்பட்டும் அவதிக்குள்ளாக்குகிறார்கள். மிகப்பெரிய போராட்டங்களுக்குப் பிறகு மட்டுமே இவர்களுக்கு வெளிச்சம் கிடைக்கும்.

முதல் நங்கை

'**அ**ன்னே லிஸ்டர்' (Anne Lister) *(1791 - 1840)* - இவர்தான் நவீன உலகின் முதல் லெஸ்பியன். இன்றைக்கும் லெஸ்பியன் பற்றிய பேச்சுக்களில் முக்கியமான இடத்தைப் பெற்றிருக்கிறார் லிஸ்டர். பல பத்திரிகைகளிலும் லெஸ்பியன் பற்றிய செய்திகளை கிரேக்க மற்றும் குறியீடு சார்ந்த மறைமுகமான குறிப்புகளாக இவர் கூறியுள்ளார். தன்னுடைய பால்ஈர்ப்பை உணர்ந்தது எவ்வாறு என்பதைப் பற்றியும் லிஸ்டர் குறிப்பிடுகிறார். பால்புதுமைகள் பற்றிய பல புத்தகங்களைவிட, லெஸ்பியன் பற்றிய ஒருவருடைய சொந்த அனுபவக் கருத்து முக்கியத்துவம் வாய்ந்தது. இந்தச் செய்திகள் அடங்கிய தொகுப்புகளை ஹெலினா விட்பிரெட் (Helena Whitbread) என்பவர் 1988 முதல் 1992க்குள் வெளியிட்டார். சமூக மற்றும் கலாசார அடிப்படையில் மற்றப் பெண்களைவிட லெஸ்பியன் பெண்கள் எத்தகைய தனிப்பட்ட அம்சங்களை, அடையாளங்களைப் பெற்றிருக்கிறார்கள் என்பதை இவர் ஆராய்ந்தார். 1824ம் ஆண்டு லிஸ்டரின் காதலி மரியானா லாட்டன் மூலம் இவருக்குப் பரவிய பாலியல் நோய்க்கு (அந்தப் பெண்ணின் கணவர் சார்லஸ் மூலம் மரியானாவுக்கு அந்த நோய் பரவியிருக்கலாம் என்கிறார் லிஸ்டர்) சிகிச்சை பெற பாரிஸ் சென்றார். மரியானாவின் திருமணத்திற்குப் பின்பும் இருவருக்கும் இடையில் உறவு தொடர்ந்தது. லிஸ்டர் பல பெண்களுடன் தொடர்பு கொண்டவர். பலரையும் தன் ஆசைக்கு மயக்கும் வித்தை தெரிந்தவர். பார்லோ என்பவருடன், விளையாட்டாகத் தொடுவது, முத்தம் கொடுப்பது போன்ற செயல்கள் மூலம் லிஸ்டர் உறவு கொண்டார். பல பெண்களுடனும் உறவுகொள்ள இவர்

வைத்திருந்த விஷயம், ஒருபால் ஈர்ப்புத் தொடர்பான புத்தகங்கள். அந்தப் புத்தகங்களை அவர்களுடன் படித்து, பேசி, அவர்களுக்குத் தன் எண்ணங்களை வெளிப்படுத்தி, பின்பு உறவுகொள்வார்.

பிற பெண்களை எவ்வாறு தன் வசமாக்கினார் என்பதை ஒரு கலை போல நிறையக் கட்டுரைகளை எழுதியுள்ளார். நிறையச் செய்திகளை அன்னே மறைமுகமாகவே குறிப்பிட்டார். உதாரணமாக, ''நேற்று இரண்டு முத்தங்கள் கிடைத்தன. எட்டு மணிக்குப் பிறகு'' என்று அவர் குறிப்பிட்டிருந்தால், 'முத்தம்' என்ற சொல் உடலுறவைக் குறிக்கும் என்பது அவரது முழுக் கட்டுரைகளையும் படித்தால்தான் நமக்குப் புரியும். அன்றையக் காலகட்டம் அவரை வெளிப்படையாக எழுத முடியாமல் செய்திருக்கலாம். இயல்பான பெண்களை விடத் தனக்குப் பெண்தன்மை அதிகமாக இருப்பதை உணர்ந்தார் அன்னே.

உறவுகளின் போதும்கூட, தான் பெண்மையாக இருப்பதையே விரும்புகிறார். ஆரம்பக் காலத்தில் தனக்கிருப்பது கொஞ்சம் மாறுபட்ட பாலின ஈர்ப்பு என்பதை உணராமலே, உறவுகளில் ஈடுபட்டார். ஒரு சமயம், தன்னையே சுயபரிசோதனை செய்து கொண்டு, தன்னைத் தானே நிறைய கேள்விகளைக் கேட்டுக் கொண்டார். அதன்பிறகே தன் பாலின ஈர்ப்புப் பற்றியும், தன்னைப் போலப் பலர் இருப்பதையும் உணர்ந்தார். அதன் பொருட்டே தன் வாழ்வை ஆவணப்படுத்தினார் அன்னே.

அன்னே தன் விரலில் திருமணமான அடையாள மோதிரம் அணிந்திருப்பார். அது அவருடைய காதலி மரியானா போட்டு விட்டது. இருவரும் திருமணமான தம்பதிகளைப் போலத் தங்களுக்குள் உணர்ந்தனர். மரியானாவுடன் இடையில் ஏற்பட்ட பிரிவுக்குப் பிறகு மீண்டும் இணைந்தார். அன்னே அந்தக் காலகட்டத்திலும் மனதைரியம் மிக்கவராக இருந்தார். தன் உறவினர்களிடம் தன் பாலின ஈர்ப்புப் பற்றி விளக்கினார். யாரையும் சார்ந்து வாழ வேண்டிய தேவை அற்ற அளவுக்கு வருமானம் கிடைத்து வந்தது. பொருளாதார ரீதியால் தான் யாரையும் சார்ந்திருக்க வேண்டாம் என்கிற நிலையில், அவர் இன்னும் அதிக தைரியத்துடன் தன்னை வெளிப்படுத்தினார். இன்றைக்கும் பெண்ணுரிமையைச் சார்ந்தே அவர்களுடைய பாலின உரிமையும் இருக்கிறது. அவர்களுக்கென பொருளாதாரச் சார்பற்ற நிலை உண்டாகும் நாளில் அன்னேவைப் போலவே பலரும் வெளிவருவார்கள் என்றே தெரிகிறது.

ஹிட்லரின் இரண்டு எதிரிகள்

ஹிட்லருக்கே கண்களில் விரலை விட்டு ஆட்டிய ஜெர்மன்தான் நம் ஹர்ஸ்ஃபீல்ட். 1800 களின் பிற்பகுதியில் ஹிட்லர் ஜெர்மனியின் சர்வாதிகாரியாக இருந்த அந்த நாள்களில், அவரைவிட அந்த நாட்டில் அதிகம் பிரபலமாக இருந்தவர் ஹர்ஸ்ஃபீலட். அதற்குக் காரணம், ஒருபால் ஈர்ப்புப் பற்றிய அவரது ஆய்வுகளும், பிரசாரங்களும், போராட்டங்களும் என்றால் உங்களால் நம்ப முடிகிறதா? நம்பித்தான் ஆகவேண்டும்.

அடிப்படையில் ஹர்ஸ்ஃபீல்ட்க்கு Transvestism எனப்படும் பாதிப்பு இருந்தது. Transvestism என்றால் நமக்குப் புரியும் வகையில் Cross Dressers என்று சொல்லலாம். அதாவது ஆண்கள், பெண்களின் ஆடைகளை அணிவதில் அதிக ஆர்வம் கொண்டிருப்பார். இந்தப் பாதிப்பிற்கும் அரவாணிகளுக்கும் உள்ள வேறுபாட்டை விளக்கியவர் இவர்தான். அதாவது Gay, Trans-Gender, Transvestism இது மூன்றும் வெவ்வேறு என்றும், இவற்றுக்கு இடையே உள்ள வேறுபாட்டையும் முதன் முதலில் உலகிற்கு எடுத்துரைத்தவர் ஹர்ஸ்ஃபீல்ட் (Magnus Hersfeld) தான்.

ஹர்ஸ்ஃபீல்ட் யூத இனத்தைச் சேர்ந்தவர்.பொதுவாக ஹிட்லருக்குப் பிடிக்காதவர்கள் இரண்டே பேர்தான். ஒன்று யூதர்கள், மற்றொன்று ஒருபால் ஈர்ப்புடையவர்கள். இந்த இரண்டுமே ஒருவர் உருவில் இருந்தால், ஹிட்லருக்குக் கேட்கவா வேண்டும். ஆனால், ஹிட்லர் அஞ்சும் அளவிற்கு ஹர்ஸ்ஃபீல்ட் புகழ் பெர்லின் முதல் பட்டிதொட்டி வரை பரவி இருந்தது. அது எப்படி? ஆரம்ப காலத்தில் செக்ஸ் பற்றிய பொதுவான ஆய்வுகளையும்,

கருத்தரங்கங்களையும் நடத்திய ஹர்ஸ்ஃபீல்ட், பின்னாளில் மொத்தமாகத் தன் வாழ்வையே ஒருபால் ஈர்ப்புடையவர்களின் வளர்ச்சிக்காக அர்ப்பணித்தார். நம் நாட்டில் ஒருபால் ஈர்ப்பு குற்றம் என்று சொல்லும் IPC 377 சட்டப்பிரிவைப் போன்று, ஜெர்மனியில் ஒருபால் ஈர்ப்பு தவறு (German Penal Code, Paragraph 175) எனக் கடுமையாக மிரட்டியது ஹிட்லர் அரசு. ஆனால், அந்த உரிமைகளை மீட்டெடுக்க ஹர்ஸ்ஃபீல்ட் தொடங்கிய ஒரு சமூக நலன் காக்கும் இயக்கமான 'அறிவியல்பூர்வமான மனிதாபிமானிகள் சங்கம்' (Scientific Humanitarian Committee) பல்வேறு போராட்டங்களை முன்னெடுத்து நடத்தியது. அப்போது அவர் கே பற்றி சொன்ன விளக்கம் பலரையும் யோசிக்க வைத்தது. அறிவியல்பூர்வமாக அதிகமாக மக்களிடம் பேசிக் குழப்பிடாமல், தெளிவாக மக்களுக்குப் புரியும்படிக் கூறுவார். ''பெரும்பாலானோர் வலது கைப் பழக்கம் உடையவர்கள் என்பதற்காக, இடது கைப் பழக்கம் உடையவர் களைக் குற்றம் சொல்ல முடியுமா? அதைப்போலப் பெரும் பாலானவர்கள் அடுத்த பாலினத்தின் மீது நாட்டம் கொண்டவர் களாக இருக்கிறார்கள் என்பதற்காக, ஒருபால் ஈர்ப்புடையவர் களைக் குற்றம் சொல்ல கூடாது. இது இயற்கை. இதை ஏற்பதுதான் மனிதத்தன்மை'' என்ற அடிப்படையான கருத்து பலரையும் யோசிக்க வைத்தது. மேலும், ''என் கருத்தரங்கத்தை அரைமணி நேரம்கேட்டால், ஹிட்லர் கூட ஒருபால் ஈர்ப்பு தவறல்ல என்பதை ஒப்புக்கொள்வார்'' என்று ஹர்ஸ்ஃபீல்ட் கிண்டலாகச் சொன்னாலும் கூட, அவர் கருத்துகளைக் கேட்டவர்களுக்கு அவர் சொல்வது உண்மைதான் என்று விளங்கும்.

ஹர்ஸ்ஃபீல்ட்டின் தொடர் பிரசாரத்தால் பல ஆச்சரியமான விஷயங்கள் நடந்தன. இவரின் முன்னெடுப்பால் பெர்லின் மற்றும் பல நகரங்களில் கே நண்பர்களுக்கான பார்கள், நடன அரங்குகள், சந்திப்பு இடங்கள் என்று பட்டவர்த்தனமாக நிறுவப்பட்டன. கிராமத்து இளைஞர்கள் மத்தியில் கூட விழிப்புணர்வு உண்டானது. வீட்டில் அமர்ந்து குடும்பத்தினர் ஒருபால் ஈர்ப்புப் பற்றி விவாதிக்கும் அளவிற்கு, வெகுஜன மக்களும் புரிந்துகொள்ளும் விஷயமாக மாற்றினார். மேலும், இவரின் ஆதரவோடு ஒருபால் ஈர்ப்புப் பற்றி முதன்முதலாக ஒரு திரைப்படம் வெளிவந்தது. யாரும் எதிர்பார்க்காத அளவிற்கு ஐரோப்பியக் கண்டம் முழுவதும் வெற்றி அடைந்தது அந்தத் திரைப்படம். ஆக, இவரின் புகழும், ஒருபால் ஈர்ப்புப் பற்றிய புரிதலும் ஐரோப்பியக் கண்டம் முழுவதும் பரவின. அத்தோடு நிற்காமல் ஜெர்மன் சட்டமான, பத்தி 175-ஐ நீக்கவேண்டி ஒரு கையெழுத்து இயக்கம் நடத்தினார்.

ஐரோப்பா முழுவதும் எழுத்தாளர்கள், படித்தவர்கள், ஆன்றோர்கள், அரசியல்வாதிகள் என்று கையெழுத்து வாங்கி, தன் போராட்டத்தின் மூலம் அரசுக்கு நெருக்கடி கொடுத்தார். அந்தக் கையெழுத்து இயக்கத்திற்குப் பிரபல விஞ்ஞானி ஆல்பர்ட் ஐன்ஸ்டீன்முதல் அத்தனை பேரும் ஆதரவு தெரிவிக்க, அந்தப் போராட்டம் இன்னும் வீரியமடைந்தது. இவ்வளவுநாள் ஹிட்லர் பொறுத்திருந்ததே ஆச்சரியமான விஷயம்தான். இதற்கு மேலும் அமைதியாக இருந்தால், ஆட்சிக்கே ஆபத்து என்றுணர்ந்த ஹிட்லர் தன் நாஜிப்படையை ஏவி முதலில் ஹர்ஸ்ஃபீல்ட்டின் நூலகத்தை எரித்தார். பலஅரியநூல்கள் அதில் எரிந்து சாம்பல் ஆனது.

அந்தச் சோகத்தில் உடல்நலம் பாதிக்கப்பட்ட ஹர்ஸ்ஃபீல்ட், பிரான்ஸ் சென்றார். அடுத்த இரண்டு வருடங்களில் அந்த 'ஜெர்மன்' சிங்கம் இறந்துபோனது. நிச்சயம் அவருக்கு அந்த நூலக எரிப்பு பெரிய இழப்புதான்.

ஹர்ஸ்ஃபீல்ட்டை எளிதாக இப்படிக் கொல்லமுடிந்த ஹிட்லர், இன்னொரு ஒருபால் ஈர்ப்புடைய நபரைக் கொல்ல அதிகம் திட்டம் தீட்டவேண்டியிருந்தது என்பதும் உண்மை.

அவர்தான் எர்னஸ்ட் ரோம் (Ernst Rohm). ஹிட்லரின் நாஜி படையில் இருந்த முக்கியப் பிரிவான குண்டர்கள் படையின் தளபதி இந்த எர்னஸ்ட் ரோம். இவர் கே என்று தெரிந்த ஹிட்லரால் நேரடியாகக் கண்டிக்க முடியவில்லை, தண்டிக்கவும் முடியவில்லை. காரணம், அந்த குண்டர்படையில் இருந்த ஐந்து லட்சம் வீரர்களும் எர்னஸ்ட் ரோம் சொன்னால், ஹிட்லரை எதிர்த்துச் சண்டைபோடும் அளவிற்கு ரோம்மீது மிகுந்த மதிப்பும், பக்தியும் வைத்திருந்தார்கள். ஆரம்பத்தில் இதைக் கண்டுகொள்ளாமல் இருந்தார் ஹிட்லர். போகப்போக குண்டர்படையின் பெரும்பாலான நபர்களும் தங்கள் ஓரின விருப்பத்தை வெளிப்படுத்தும் அளவிற்குச் சென்றது. நிலைமை தன் கையை மீறிப் போவதை உணர்ந்த ஹிட்லர் சதித் திட்டம் தீட்டினார். தன் இருநூறு சகாக்களுடன் எர்னஸ்ட் ரோம் தூங்கும் வேளையில் அதிரடித் தாக்குதல் மூலம் ரோம் மற்றும் அவரின் சகாக்களைக் கொன்றார் ஹிட்லர்.

இந்த இருவரும் ஹிட்லருக்கு மட்டும் சிம்மசொப்பனமாக இருந்தவர்கள் அல்ல. இன்றும் ஹிட்லரைப் போல LGBTQ-ஐ ஏளனமாகப் பார்க்கும் ஒட்டுமொத்த ஒருபால் ஈர்ப்பாளர்களின் எதிர்ப்பாளர்களுக்கும் சிம்மசொப்பனம்தான்.

இந்த ஆராய்ச்சிகளில் நாம் அடுத்து குறிப்பிட வேண்டிய இன்னொரு நபரும் இருக்கிறார். அவர் கின்சி. 1945 ஆண்டில் செய்யப்பட்ட ஆராய்ச்சியில், 'அமெரிக்காவில் பெரும்பாலான ஆண்கள் தங்கள் வாழ்க்கையில் ஒருமுறையாவது ஒருபால் ஈர்ப்பு எத்தகைய இன்பத்தைத் தரும் என்று அனுபவித்துப் பார்த்திருக் கிறார்கள். அதில் பெரும்பாலானோர் அந்த இன்பத்தில் மயங்கி தொடர்ச்சியாக ஓரினப் பிரியர்களாகவேஇருந்திருக்கிறார்கள்'' என்று கூறினார் கின்சே. இவரது ஆய்வு முடிவு அவரைப் பல எதிர்ப்புகளுக்கு உள்ளாக்கியது.

அப்போது அமெரிக்காவில் புறக்கணிக்கப்பட்ட கின்சிதான் இன்று செக்சாலஜியின் தந்தை என்று உலகம் முழுக்கப் போற்றப்படுகிறார். பல்வேறு தாக்குதலுக்கும், துன்புறுத்தல்களுக்கும் ஆளான கின்சி வாழ்க்கை ஹாலிவுட் திரைப்படமாக வெளிவந்தது. செக்ஸ் பற்றிய ஆய்வாளர்கள் எல்லாம் ஒரு முறையாவது அவருடைய ஆராய்ச்சி நிலையத்திற்குச் சென்றுவர வேண்டும் என்பது இப்போது எழுதப்படாத விதி. இந்த ஆய்வாளர்களும், விஞ்ஞானிகளும் நிச்சயம் முள் செருப்பின் மீது நின்றுதான், இத்தகைய விழிப்புணர்வுப் பயணங்களை மேற்கொண்டனர். ஏனோ, இந்தியாவில் மட்டும் இவர்களைப் போன்று ஒரு 'புரட்சியாளர்' உருவாகவில்லை. நம் விடியலுக்கு வாய்ப்பில்லாமல் போனதற்கான முக்கியக் காரணம் இதுவே.

ஒருபால் ஈர்ப்புக்கான உரிமைகளைப் பற்றிப் பேசும்போது ''அமெரிக்கா மாதிரிலாம் வருமா?'' என்று பலர் சொல்வதுண்டு.

அமெரிக்காவில் ஏற்பட்டுள்ள ஒருபால் ஈர்ப்பு ஆதரவுச் சமூகம் என்பது ஏதோ ஒருநாளில் உண்டானது அல்ல. அதற்கு அந்த நாடு சந்தித்த போராட்டங்களும், ஒருபால் ஈர்ப்பாளர்கள் கொடுத்த விலையும் ரொம்பவே அதிகம். ஒரே நாளில் எந்தச் சமூக மாற்றமும் வந்துவிடாது. புரட்சி வடிவில் இதைக் கொண்டு செல்ல வேண்டிய தூரமும், காலமும் ரொம்பவே அதிகம். அந்தப் புரட்சி பயணத்தைப் பற்றிக் கொஞ்சம் இப்போது பார்க்கலாம்.

சப்தமற்ற குண்டு வெடித்தது

இரண்டாம் உலகப்போருக்குப் பின்புதான் ஒருபால் ஈர்ப்பினருக்கான உரிமைகளை வலியுறுத்தி பல நிகழ்வுகளும் நாடு தழுவிய அளவில் விரிவடைந்தன. ஒருபால் ஈர்ப்பினருக்கான வன்முறைகள் அதிகமான காலகட்டத்தில், 1950களில் இத்தகையப் போராட்டங்களுக்கான அடித்தளம் அமைக்கப்பட்டது. ஸ்டோன்வால் (Stonewall) என்னும் ஒருபால் ஈர்ப்பினருக்கான ஒரு மதுபான அரங்கில் காவல் துறையினரின் திடீர் சோதனை 1969ல் நடைபெற்றது. அதன் தொடர்ச்சியாகப் பெரும் கலவரம் சில நாட்களுக்கு அந்தப் பகுதியில் நீடித்தது. இன்றும் 'ஸ்டோன்வால் புரட்சி' என்று சொல்லப்படும் அந்தக் கலவரம்தான் ஒருபால் ஈர்ப்பினருக்கான மாபெரும் போராட்டங்களுக்கு அச்சாணியாக விளங்கியது.

ஒருபால் ஈர்ப்பாளர்கள் ஒன்று திரண்டு தங்கள் உரிமைகளை அரசு பறிப்பதாகவும், தங்கள் சுதந்திரத்தை அரசு இல்லாமல் செய்வதாகவும் கூறித் தங்கள் எதிர்ப்பை வன்முறையாக வெளிப்படுத்தினர். ஸ்டோன்வால் புரட்சி நடந்த ஒரு மாதத்திற்குள், நியூ யார்க் நகரில் பல ஒருபால் ஈர்ப்பாளருக்கான அமைப்புகள் ஒன்றாக இணைக்கப் பட்டு 'கே விடுதலை முன்னணி' (Gay Liberation Front) என்ற அமைப்பு உருவாக்கப்பட்டது.

ஒருபால் ஈர்ப்பாளர்கள் பற்றிய விழிப்புணர்வுப் பிரசாரங்கள், கூட்டங்கள் என்று வெகுஜன மக்கள் மத்தியிலும் தங்கள் விழிப்புணர்வுப் பிரசாரத்தை இந்த அமைப்பு கொண்டுபோனது. 'ஒருபால் ஈர்ப்பு உரிமை', 'ஒருபால் ஈர்ப்பு விடுதலை' என்ற இரண்டு கொள்கை களையும் அவர்கள் அடிப்படையாக வைத்துக்கொண்டார்கள்.

அதன்பின்பு ஒருசில வருடங்களில் குறிப்பிடத்தக்க மாற்றம் சமூகத்தில் நிகழ்ந்ததை அனைவரும் கண்டார்கள். போராடினால் மட்டுமே உரிமைகள் கிடைக்கும் என்று அவர்கள் அப்போதுதான் புரிந்துகொண்டார்கள். மேலும் பல அமைப்புகளை உருவாக்கி இதை நாடுதழுவிய போராட்டமாக முன்னெடுத்தார்கள்.

1973ம் ஆண்டு ப்ரூஸ் வோல்லர் (Bruce Voeller), நாதலி ராக்கில் (Nathalie Rockhill) ஆகியோர் இணைந்து உருவாக்கிய National Gay Task Force என்ற அமைப்புதான் அமெரிக்காவில் முதலில் தொடங்கப்பட்ட ஒருபால் ஈர்ப்பு உரிமைகள் கோரும் அமைப்பு. இந்த அமைப்புதான் ஒருபால் ஈர்ப்பு என்பது மனநோய் அல்ல என்று போராடியது. பின்பு அமெரிக்கன் மனவியல் அமைப்பு (American Psychiatric Association) அதை உறுதி செய்தது. மனநோய்கள் பட்டியலிலிருந்து ஒருபால் ஈர்ப்பை நீக்கியது. பின்பு, ஒருபால் ஈர்ப்பாளர்கள் சில தேர்தல்களில் வென்றனர். இது, ஒருபால் ஈர்ப்பாளர்களை அங்கீகரிக்கும் மனநிலை மக்கள் மத்தியில் இருந்ததை வெளிக்காட்டியது. மதவாதக் கருத்துக்களும், அடிப்படைக் கொள்கைகளும் ஒருபால் ஈர்ப்புக்கான எதிர்ப்பை சமூகத்தில் வெளிப்படுத்தினாலும், ஒருபால் ஈர்ப்புக்கான விழிப்புணர்வுப் போராட்டங்கள் மின்னல் வேகத்தில் ஒவ்வொரு அமெரிக்க இல்லத்தையும் சென்றடைந்தன.

ஆனாலும் ஒருபால் ஈர்ப்புக்கான ஓர் எதிர்மறை மனநிலை 1977ம் ஆண்டு திடீரென்று உருவாகக் காரணமாக இருந்த கிறுத்துவ பெண் அனிதா ப்ரியான்ட் என்பவர்.

'நம் குழந்தைகளைக் காப்பாற்றுங்கள்' என்ற வாசகத்தோடு இந்தப் பெண்மணி 'இளைஞர்களை ஒருபால் ஈர்ப்பாளர்களாக இந்த அமைப்புகள் மாற்றுகின்றன' என்று ஒருபால் ஈர்ப்புக்கு ஆதரவான அமைப்புகள் மீது குற்றம் சுமத்தினார். அவர் சொன்ன கருத்துகள் மக்களை மிக எளிதாகச் சென்றடைந்தன. அதன் விளைவாக 1978ல் ஒருபால் ஈர்ப்புக்கான உரிமைகளை மூன்று மாகாணங்கள் திரும்ப பெற்றன. ஒருபால் ஈர்ப்பு விழிப்புணர்வில் இது ஒரு பெரிய சறுக்கலாக அமைந்துவிட்டது. அதன்பின்பு வாஷிங்டனில் அக்டோபர் 1979ம் ஆண்டு ஒருபால் விழிப்புணர்வுக்கான பல அமைப்புகள் இணைந்து ஒரு மாபெரும் விழிப்புணர்வுப் பேரணி ஒன்றை நடத்தியது. ஒருபால் ஈர்ப்புத் தொடர்பாக உலகில் நடத்தப்பட்ட மாபெரும் முதல் பேரணி அது. இன்றைக்கு நம் நாட்டில் நடக்கும் பல பேரணிகளுக்கு முன்னோடியாக அந்த வாஷிங்டன் பேரணி நடைபெற்றது. அது ஒருபால் ஈர்ப்பினருக்கு நல்ல பலனைக்

கொடுத்தது. ஆனால், அது நெடுநாட்கள் நீடிக்காத வகையில் அடுத்த பூதம் உருவானது. அந்த பூதம் 'எய்ட்ஸ்' என்னும் உருவத்தில் வந்தது. எய்ட்ஸ் நோய் பற்றிக் கிளம்பிய பல்வேறு வதந்திகளில் ஒன்று, 'ஒருபால் ஈர்ப்பினர் மூலம்தான் எய்ட்ஸ் பரவுகிறது.'

எய்ட்ஸ் நோய்க்கு 'கே பிளேக்' (Gay Plague) என்ற, தவறான கண்ணோட்டத்திலான ஒரு பெயரையும் சூட்டினர். இதைத் தனக்குச் சாதகமாகப் பயன்படுத்திக்கொண்ட பல மத அமைப்புகளும், தங்கள் ஒருபால் ஈர்ப்பு எதிர்ப்புப் பிரசாரத்தைத் தீவிரப்படுத்தின. 1987ம் ஆண்டு மீண்டும் வாஷிங்டன் விழிப்புணர்வுப் பேரணி ஒன்றை ஒருபால் ஈர்ப்பு ஆதரவு அமைப்புகள் நடத்தின. முதல் பேரணியை விட, மக்கள் மத்தியில் இந்தப் பேரணி இன்னும் அழுத்தமான ஆதரவை உண்டாக்கியது. 1992ம் ஆண்டு தேர்தலில் ஜனாதிபதியாக பில் கிளிண்டன் பொறுப்பேற்ற பின்பு, ஒருபால் உரிமைகளில் இன்னும் முன்னேற்றம் உண்டானது.

1993ம் ஆண்டு மூன்றாம் பேரணி நடத்தின ஒருபால் ஈர்ப்பு ஆதரவு அமைப்புகள். கிட்டத்தட்ட பத்து லட்சம் மக்கள் கலந்துகொண்ட மிகப் பிரம்மாண்டமான பேரணி அது. அதுவரை ராணுவத்தில் ஒருபால் ஈர்ப்பாளருக்குத் தடை போடப்பட்டிருந்தது. அந்தத் தடையை நீக்கக் கோரும் கோரிக்கை வலுப் பெற்றது. அரசியலிலும் ஒருபால் ஈர்ப்பாளர்கள் ஆதிக்கம் செலுத்தத் தொடங்கினார்கள். 2000ம் ஆண்டு தேர்தலில் கிறுத்துவமத அடிப்படைவாதிகள் ஆட்சியில் அதிகம் பங்குபெற்றனர். ஜார்ஜ் புஷ் பொறுப்பேற்ற அந்தக் காலகட்டத்தில் ஒருபால் ஈர்ப்பு விழிப்புணர்வு மற்றும் உரிமைகளில் பெரிய முன்னேற்றம் ஏற்படவில்லை. ஆனாலும், ஒருபால் ஈர்ப்பு விழிப்புணர்வு தொடர்ந்த காரணத்தால், சில வருடங்களில், ஒருபால் ஈர்ப்புக்கு ஆதரவான நிலைப்பாட்டைச் சட்டமாகவும், உரிமைகளாகவும், ஒவ்வொரு மாகாணமாகக் கொண்டுவந்தது. பின்பு வந்த ஒபாமாவுக்கு ஆரம்ப காலங்களில் ஒருபால் ஈர்ப்பைப் பற்றிப் பெரிதாக அபிப்பிராயம் எதுவும் இல்லை. பின்னர் சில ஆண்டுகளாக ஒருபால் ஈர்ப்புக்கான ஆதரவான கருத்துக்களைத் தெரிவிக்கத் தொடங்கினார். கடைசியாக ஒபாமா வென்ற தேர்தலில்கூட ஒருபால் ஈர்ப்பு மக்களின் முழு ஆதரவையும் ஒபாமா பெற்றதாகக் கருத்துக்கணிப்புகள் தெரிவித்தன.

அதன் தொடர்ச்சியாகக் கடந்த வருடம் அமெரிக்க வெளியுறவுத் துறை அமைச்சர் ஹிலாரி கிளின்ட்டன் பேசிய பேச்சு வரலாற்றுச் சிறப்புமிக்க பேச்சாக அமைந்துள்ளது. அவர், ''கே உரிமைகள்

என்பது அடிப்படை மனித உரிமை. உலகில் எங்கெல்லாம் ஒருபால் ஈர்ப்பு நபர்கள் ஒடுக்கப்பட்டும், உரிமைக்காகப் போராடியும் வருகிறார்களோ, அவர்களுக்காக நாங்கள் இருக்கிறோம். அதற்கான அமைப்புகள் இங்கு உருவாக்கப்பட்டு நிதி நடுவங்களும் அமைக்கப்படும். உலகில் எங்கு ஒருபால் ஈர்ப்பு மக்களுக்கு எதிரான குரல் எழுந்தாலும், அங்கு அவர்களுக்கு ஆதரவாக நாங்கள் வருவோம்'' என்றார். அமெரிக்கா போன்ற அதிகாரமிக்க நாட்டின், அதிகாரபூர்வ தகவலாக இது அமைந்ததினால் ஒருபால் ஈர்ப்பு மக்கள் மத்தியில் தன்னம்பிக்கையும், பெருமிதமும் உண்டாகி இருக்கிறது.

இப்போது சில மாகாணங்கள் இதைச் சட்டமாகவும், உரிமைகளாகவும் அங்கீகரித்துள்ள நிலையில், ஒட்டுமொத்த அமெரிக்காவும் ஒருபால் ஈர்ப்புக்கான ஆதரவுக் களத்தை உருவாக்கிக் கொடுத்திருக்கிறது. சட்ட ரீதியாகச் சில மாகாணங்கள் இன்னும் இதனை அங்கீகரிக்காமல் இருந்தாலும் கூட, சமூக ரீதியில் இதனை மக்கள் அங்கீகரித்திருக்கிறார்கள்.

மனதில் புதைந்த ரகசியங்கள்

சிக்மண்ட் ஃப்ராய்ட் மனோதத்துவ மருத்துவத்தை முதன்முதலில், ‘உளவியல் ஆய்வு’ (Psychoanalysis) என்ற சொல்லில் குறிப்பிட்டார். தன்னுடைய Weitere Bemerkungen über Abwehr-Neuropsychosen (Further Remarks on the Neuro-Psychoses of Defense) மற்றும் L'hérédité et l'étiologie des névroses (Heredity and the Aetiology of the Neuroses) என்ற இரண்டு நூல்களிலும் உளவியல் ஆய்வு என்ற வார்த்தையை அப்படிப் பயன்படுத்தியுள்ளார் ஃப்ராய்ட்.

உளவியல் மருத்துவத்தில் ஒரு முறையாக உளவியல் ஆய்வைக் குறிப்பிடுகிறார். ஆழ்மனதில் புதைந்திருக்கும் விஷயங்களை உளவியல் ஆய்வாளர்கள் கண்டுபிடித்து, அதற்கு ஏற்றாற்போல் சிகிச்சை கொடுப்பார்கள். அந்த ஆய்வின்போது, ஆய்வுக்கு உட்படுபவரை உறக்க நிலையில் கொண்டு செல்லாமல், அவர்களுடன் நேருக்கு நேர் அமர்ந்து பேசுவதுதான் இதில் நடைமுறையாகக் கையாளப்பட்டது. அந்தப் பேச்சின்போது அந்த ஆய்வுக்கு உட்படும் நபர் உடல் ரீதியாக எவ்விதச் சங்கடமும் இல்லாமலும், மனரீதியாக எவ்விதத் திசைதிருப்பலும் இல்லாமல் இருப்பது அவசியம். உளவியல் ஆய்வின் வரலாற்றில், அப்படிச் சிகிச்சை செய்த பல ஆய்வுகளையும் ஒன்றாக இணைத்து ஒரு முழுமையான வடிவமாக உருவாக்கினார். ஃப்ராய்டின் இந்த உளவியல் ஆய்வை மையப்படுத்திப் பலரும் ஆய்வுப் புத்தகங்களை 1905 முதல் 1914க்குள் நிறைய எழுதினர். ஃப்ராயிடுடன் இணைந்து ஜோசப் ப்ரூயர் (Josef Breuer) எழுதிய The Psychoanalytical Cures of Ida Bauer ("Dora'), எர்னஸ்ட் லான்சர் (Ernst Lanzer) எழுதிய Rat

Man மற்றும் செர்ஜி (Sergei Constantinovitch Pankejeff) எழுதிய Wolf Man ஆகிய புத்தகங்கள் உளவியல் ஆய்வு தொடர்பானவை.

ஃப்ராய்டின் இந்த உளவியல் ஆய்வு, ஐந்து சிகிச்சை முறைகளால் முழுமை பெறுகிறது. ஆழ்மனம் (The Unconscious), குழந்தைகளின் ஆழ்மனதில் இருக்கும் பெற்றோர்கள் மீதான பாலீர்ப்பு (The Oedipus complex), தடைகள் (Resistance), அடக்குதல் (Repression), மற்றும் பாலினம் (Sexuality) என்ற ஐந்துமே அந்த ஆய்வு முறையின் ஐந்து தூண்களாகக் கருதப்படுகின்றன. இந்த வரலாறுகளில் உள்ள உளவியல் ஆய்வின் இந்த ஐந்து விஷயங்களைப் பற்றியும் பலர் தங்களுக்குள்ள முரண்பட்ட கருத்துக்களை முன்வைத்து, மாற்றுக் கருத்துக்களைத் தெரிவித்தனர்.

ஃப்ராய்டின் உளவியல் ஆய்வுக் கருத்தை உலக அளவில் வடிவமைத்து வெளியிட்டார்கள். கல்வி நிலையங்களுக்கு ஏற்றது போல அதை வடிவமைத்து, விளக்கி வெளியிட்டார் ஃப்ராய்ட்.

ஆல்பிரட் ஆட்ளர் (Alfred Adler), வில்ஹம் ஸ்டேகல் (Wilhelm Stekel), ருடால்ஃப் ரெயட்லர் (Rudolf Reitler) மற்றும் மேக்ஸ் கஹானே (Max Kahane) ஆகியோருடன் இணைந்து ஃப்ராய்ட் 1902ம் ஆண்டு உருவாக்கிய ஓர் அமைப்புதான் Mittwochsgesellschaft. *('புதன்கிழமைச் சங்கம்' என்று பொருள்.)* பின்னர் 1907ம் ஆண்டு இது *'வியன்னா உளவியல் ஆய்வுச் சங்கம்'* (Wiener Psychoanalytical Vereinigung) என்று பெயர் மாற்றம் செய்யப்பட்டது. அதேபோல 1910ம் ஆண்டு இதன் பெயர் 'சர்வதேச உளவியல் ஆய்வுச் சங்கம்' (Internationale Psychoanalytische Vereinigung) என்றும் பெயர் மாற்றம் செய்யப்பட்டது.

ஃஃப்ராய்ட் மற்றும் சாண்டர் பெரன்ஷி (Sandor Ferenczi) இருவரும் உருவாக்கிய இந்த அமைப்புதான் பின்பு 'சர்வதேச உளவியல் ஆய்வு அமைப்பு' (International Psychoanalytical Association) என்று உருவானது.

ஃஃப்ராய்டின் இந்த உளவியல் ஆய்வுக் கொள்கையை அந்தக் காலகட்டத்தில் வியன்னாவில் பின்பற்றியவர்கள் பெரும்பாலும் ஆஸ்திரிய மற்றும் ஹங்கேரியப் பின்னணியைக் கொண்ட யூத இனத்தைச் சேர்ந்தவர்கள். அதனால்தான் இது ஜெர்மானிய மொழியில் மிகவும் பிரசித்தி பெற்ற கொள்கையாக இருந்தது. மேரி போனபார்ட் (Marie Bonaparte) மூலம் இது பிரெஞ்சு மொழியில் மொழி பெயர்க்கப்பட்டுப் பிரபலமானது. போனபார்ட், ஃப்ராய்டைத்

தீவிரமாகப் பின்பற்றுபவர். அவரது மொழிபெயர்ப்பாளரும் கூட. அதேபோல எர்னஸ்ட் ஜோன்ஸ் (Ernest Jones) இதை ஆங்கிலத்தில் எழுதி, பிரித்தானியாவில் பிரபலமாக்கினார்.

நாசிசக் கொள்கை ஜெர்மனியில் ஆளுமை செலுத்தியபோது, பல யூதர்கள் அமெரிக்காவிற்குப் புலம்பெயர்ந்தனர். இதன்மூலம் உளவியல் ஆய்வுக் கொள்கை அமெரிக்காவில் பிரபலமானது. தொடர்ந்து உலகம் முழுக்கப் புகழ்பெற்றது.

அவான்ட் கார்டே கலை (Avant-Garde Art) எனும் பிரெஞ்சுக் கலை மூலம் ஃப்ராய்டின் இந்தக் கொள்கை உலகம் முழுக்க வெளிவந்தது. கலை, இலக்கியம் மற்றும் சமூகத் துறைகளில் உள்ள வேலைகளை ஆய்வு செய்திடவும் உளவியல் ஆய்வு வலிமையான ஒன்றாக இருந்தது. அதேபோலப் பாலின உருவாக்கங்கள் மற்றும் பாலினப் பிரிவுகளில் கூட உளவியல் ஆய்வு பயனுள்ளதாக இருந்தது.

உளவியல் ஆய்வு ஒருபால் ஈர்ப்பு மற்றும் திருநர்கள் தொடர்பான ஆய்வுகளில் நிறைய பயன்பட்டது. ஃப்ராய்ட் ஒருபால் ஈர்ப்பை நோயாகப் பார்க்கவில்லை. அது, 'பாலியல் வளர்ச்சியில் ஒரு சிறு தடங்கல்' என்கிறார். இரண்டாம் ஃப்ராய்டின் இந்த சுய உணர்தல் விஷயங்கள் உலகப்போருக்குப் பிறகு மீள்பதிவு செய்யப்பட்டு எர்னஸ்ட் ஜோன்சால் வெளியிடப்பட்டன.

*1970*ல் ஃப்ராய்டின் உளவியல் ஆய்வு தொடர்பான சொந்த ஆய்வுகள் மற்றும் அறிவியல் பூர்வக் கருத்துக்களை முன்வைத்து Discovery of the Unconscious என்ற புத்தகத்தை ஹென்றி எல்லன்பர்கர் (Henri F. Ellenberger) எழுதினார். அதன் தொடர்ச்சியாக *2000*ம் ஆண்டு பால் ரோசென் (Paul Roazen) என்பவர் தான் எழுதிய The Historiography of Psychoanalysis என்ற புத்தகத்தில் பல செவிவழி மற்றும் கலாசார முறையில் சொல்லப்பட்ட அதிகாரப்பூர்வமற்ற உளவியல் ஆய்வு முறைகளைப் பற்றிக் கூறியுள்ளார்.

ஃப்ராய்டின் இந்தக் கொள்கைகளுக்கு முரணாகவும் நிறைய அறிஞர்கள் தங்கள் கருத்துக்களையும், ஆய்வுகளையும் முன்வைத்தனர். இதைத் தொடங்கி வைத்தவர் ஆல்ஃப்ரட் ஆட்லர் (Alfred Adler) *(1870 - 1937)* என்பவர். ஆரம்பத்தில் ஃப்ராய்ட் தொடங்கிய 'புதன்கிழமைச் சங்கம்' அமைப்பின் உறுப்பினராக இருந்தவர்தான் ஆட்லர். ஃப்ராய்டின் உளவியல் கொள்கைகளுக்கு முரணாகத் தான் வகுத்த உளவியலை முன்வைத்தார். சமூகத் தொடர்பு மற்றும் சுயச் சார்பு போன்ற விஷயங்களுக்கு முன்னுரிமை கொடுத்தும், ஃப்ராய்டின்

ஆழ்மனம் மற்றும் பாலினம் தொடர்பான கொள்கைகளைப் புறக்கணித்தும் தன் உளவியல் கொள்கையை வடிவமைத்தார்.

அதன் பிறகு ஃப்ராய்டின் தீவிர ஆதரவாளரான கால் கஸ்டவ் ஜங் (Carl Gustav Jung) *(1875-1961)* என்பவர் ஃப்ராய்டின் கொள்கைகளுக்கு எதிர்க் கருத்துகளை முன்வைத்தார். குறிப்பாக ஃஃப்ராய்டின் பல பாலினம் தொடர்பான கருத்துக்களுடன் முரண்பட்டார் ஜங். முதலாம் உலகப்போருக்குப் பின்பு ஜங் தான் உருவாக்கிய உளவியல் ஆய்வுக் கொள்கையை வெளியிட்டார். மனவியல் வாழ்க்கை என்ற கருத்தை முன்வைத்தார். கனவுகள், கலை, மதம் தொடர்பாக ஆழ்மனத்தின் வெளிப்பாடாக உளவியல் ஆய்வை உருவாக்கினார். ஆட்லர் மற்றும் ஜங் இருவரையும் ஃப்ராய்டின் முதல் தலைமுறை முரண்பட்ட கருத்துடையவர் களாகச் சொல்கிறார்கள்.

அப்படியானால், இரண்டாம் தலைமுறையிலும் அப்படி எதிர்க்கருத்து கொண்டவர்கள் இருந்தார்களா?. ஆம். அவர்களில் முக்கியமானவர் வில்ஹம் ரிச் (Wilhelm Reich) *(1897-1957)* ஆவார். ப்ராய்டிய மார்க்சியம் (Freudian Marxism) என்ற அமைப்பை உருவாக்கியவர் இவர். மற்ற உளவியல் ஆய்வாளர்களின் கருத்துகளுக்கு முழுவதும் முரண்பட்டு, ரிச் 'சமூகத்தின் நிர்பந்தத்தால் ஒருவருடைய பாலினம் தொடர்பான எண்ணங்கள் முடக்கப்படுவதாகவும், தனி மனித உரிமைகள் தொடர்பாகவே உளவியல் வெளிப்பாடுகள் அமைவதாகவும்' கூறுகிறார். பெரும்பான்மையான ஆய்வாளர்கள் 'பெரும்பான்மை' பற்றியே சிந்தித்தபோது, இவர் தனிமனித உரிமை தொடர்பான கருத்துக்களை முன்வைத்தார். இப்படி ஃப்ராய்ட் தலைமுறைகள் கடந்து எதிர்க்கருத்துகளைப் பெற்று இருந்தாலும், இன்றைக்கும் அவர் பெயர் உளவியலில் முதன்மையாக இருக்கக் காரணம் அவருடன் இணைந்து பணியாற்றியவர்கள்தான். சண்டோர் பெரென்ஷி (Sándor Ferenczi) அவர்களில் முதன்மையானவர்.

ஹங்கேரியன் உளவியல் ஆய்வு இயக்கத்தின் மூலம் பல ஆக்கப்பூர்வ எழுத்துகள் உருவாக காரணமாக இருந்தவர் இவர். பெரென்ஷி ஒருபால் ஈர்ப்புத் தொடர்பான உயிரியல் மற்றும் சமூகவியல் ஆய்வுகளைச் செய்தார். ஹர்ஷ்ஃபீல்ட் (Hirschfeld) நடத்திய 'ஒருபால் ஈர்ப்புக்கு எதிரான சட்டத்திருத்தத்தை நீக்க வேண்டும்' என்ற கையெழுத்து இயக்கத்துக்கு உதவிகள் செய்தார் பெரென்ஷி. ஒருபால் ஈர்ப்புப் பற்றிய விழிப்புணர்வுக்கு இவருடைய படைப்புகள் பெரிதும் உதவி செய்தன.

பெரென்ஷியை போலவே ஃப்ராய்டின் இன்னொரு அறிவார்ந்த ஆதரவாளர் ஓட்டோ ராங்க் (Otto Rank) என்பவர். The Trauma of Birth and its Meaning for Psychoanalysis என்ற புத்தகத்தை வெளியிட்டார். பிறக்கும்போதே சில உளவியல் விஷயங்கள் உருவாகிவிடுகின்றன, அதுவும் கருப்பையில் இருக்கும் சமயத்தில்தான் என்பது இவரது செய்தி. அவர்களைப் போலவே கார்ல் ஆபிரகாம் போன்ற பலரும் ஃஃப்ராய்டின் கொள்கைகளுக்குத் துணையாக நின்றனர்.

எர்னஸ்ட் ஜோன்ஸ் ஜெர்மன் மற்றும் பிரிட்டனில் பெண்ணியப் பாலினம் தொடர்பான விவாதங்கள் நடைபெறக் காரணமாக இருந்தார். அதே போல அமெரிக்காவில் காரன் ஹார்னி (Karen Horney) என்பவர் ஃப்ராய்டின் கருத்துக்களைப் பெரிய அளவில் கொண்டு சேர்த்தார்.

ஃஃப்ராய்ட் காலத்துக்குப் பின்பு அவருடைய ஆய்வுக்கொள்கை களை மறு ஆய்வு செய்தவர் ஜாக்கஸ் லக்கான் (Jacques Lacan) *(1901-1981)*. அதில் சொல்லப்பட்ட கருத்துகளை மாற்றம் செய்திடாமல், அதே நேரத்தில் அந்தக் கருத்துக்களைத் தத்துவ ரீதியான ஒரு வடிவமாக இவர் உருவாக்கினார். உளவியல் ஆய்வு தொடர்பாக துல்லியமான முன்னுரையும், அதற்கான முறையான சிகிச்சை முறைகளையும் தெளிவாக வெளியிட்டார் லக்கான்.

அதுவரை 'அமெரிக்க உளவியல் ஆய்வு' என்ற அளவில் மட்டும் இருந்த விஷயத்தை, உலகத்தின் பார்வையில் உருவாக்கினார் லக்கான். மாற்றுப்பாலினம் தொடர்பான முக்கியத்துவத்தையும், ஒருபால் ஈர்ப்புக்கு எதிரான மனநிலையை எதிர்ப்பதையும் தன் உளவியல் கொள்கையில் வலியுறுத்தினார்.

*1964*ம் ஆண்டு லக்கான் Freudian School of Paris என்ற பள்ளியைத் தொடங்கினார். இன்றைக்கும் ஒரு வலிமையான உறுதியான உளவியல் ஆய்வுக் கொள்கைகளை லக்கான் உருவாக்கி வைத்திருக்கிறார். ஃப்ராய்ட் பாலினம் என்பதை உளவியலின் மையமாகக் கருதினார். இன்றைக்கும் பால்புதுமைகள் தொடர்பான ஆய்வுகளுக்கு முதலில் எவரும் படிப்பது ஃப்ராய்டின் கொள்கைகளைத்தான்.

லியூஸ் இரிகரே (Luce Irigaray) என்ற பெண்ணியவாதி அடிப்படையில் ஓர் உளவியல் ஆய்வாளர். லக்கானின் மாணவி. ஃப்ராய்டின் உளவியல் ஆய்வுக் கொள்கையில் சில விஷயங்களை முழுமையாக மறுத்துத் தன் புத்தகத்தில் கருத்துகளைக் கூறினார்

இவர். பெண்களின் பாலியல் வித்தியாசங்களைப் பற்றிய ஃப்ராய்டின் கருத்தைத்தான் இரிகரே மறுத்தார். பெண்ணிய வாதியாக இருந்தாலும், லெஸ்பியனிஸம் தொடர்பாக இவர் அதிகம் அக்கறை காட்டவில்லை.

Guy Hocquenghem (1946-1988) என்ற ஆய்வாளர் கே விடுதலை தொடர்பான ஒரு புத்தகத்தில், பல்வேறு பால்புதுமைகளைப் பற்றியும், பாலின வரலாறு பற்றியும் குறிப்பிட்டுள்ளார். ரிச் மற்றும் மார்கஸ் ஆகியோர் பாலினம் தொடர்பாகக் கூறும் முன்பே, மனித பாலினத்தைப் பற்றி மார்க்சிய தத்துவத்தின் அடிப்படையிலும், ஃப்ராய்டின் உளவியல் ஆய்வுக் கொள்கையின் அடிப்படையிலும் விளக்கினார் இவர். மற்றவர்களைப் போல் அல்லாமல் ஃப்ராய்டின் கருத்துகளைச் சார்ந்தே தன் பெரும்பாலான கருத்துகளைக் கூறினார். ஆண் பெண் அல்லாத பாலினங்கள் பற்றியும் பாலின உணர்வுகள் பற்றியும் விளக்கினார். உளவியல் ரீதியான பாலியல் உணர்வுகளுக்கு முக்கியத்துவம் கொடுப்பதைப் பற்றி நிறைய வலியுறுத்தினார்.

ஃஃப்ராய்டின் உளவியல் ஆய்வுக் கொள்கை என்பது, பெண்களுக்கான பால் சார்ந்த முக்கியத்துவம், பால்புதுமை பற்றிய ஆய்வுகள் போன்ற விஷயங்களுக்கு இன்றும் அடிப்படைக் கட்டமைப்பாக விளங்குகிறது. எவ்வளவோ முரண்களும், எதிர்க்கருத்துக் கொண்டவர்களும் இருந்தாலும் இன்றைக்கும் ஃப்ராய்டின் உளவியல் ஆய்வு என்பது பலராலும் அசைக்க முடியாத கொள்கையாக விளங்குகிறது.

சமூகம் கொன்றது

ஒருபால் ஈர்ப்பைப் பற்றிய சமூகத்தின் எதிர் மனநிலையால் ஒருபால் ஈர்ப்பாளர்களுக்குள் உண்டாகும் பயம், வெறுப்பு என்பவை 'தன்னையே வெறுக்கும்' மனநிலைக்கு அவர்களைத் தள்ளிவிடுகிறது. ஒருபால் ஈர்ப்பாளர்கள் மீதான வன்முறைகள், கொலைவெறித் தாக்குதல்கள் போன்றவை பலநேரங்களில் 'சுய நிராகரிப்பு' நிலைக்கு ஒருபால் ஈர்ப்பாளர்களைக் கொண்டு செல்கிறது. அதாவது தன் மேல் கோபம், வெறுப்பு, அருவருப்பு போன்றவை உண்டாகி விடுகின்றன. இதைப் பற்றிய ஃப்ராய்டின் கொள்கையில், ''ஒருபால் ஈர்ப்பாளர்களின் சுய வெறுப்புணர்வு என்பது உளவியல் ஆய்வுக்கொள்கையின் வெளிப்பாடு. ஒருபால் ஈர்ப்பைப் பற்றிச் சமூகத்தில் நிலவி வரும் கருத்துகளான நோய், 'இயற்கைக்கு எதிரானது' என்பன போன்ற கருத்துகளால், தன் உணர்வைக் கட்டுப்படுத்தி, சமுதாயக் கருத்துகளோடு ஒன்றிணைய வற்புறுத்துவதுதான் இதற்குக் காரணம்'' என்று கூறுகிறார். 1950களில் அமெரிக்கா மற்றும் பல மேற்குலக நாடுகளில் காணப்பட்ட பல ஒருபால் ஈர்ப்பாளர்களின் தற்கொலைகளுக்குக் காரணம் இத்தகைய 'சுய நிராகரிப்பு'தான். அவர்களின் இலக்கியங்களில் சுய நிராகரிப்பைப் பற்றிய விஷயங்களை நாம் காணமுடியும். பெரும்பாலும் அத்தகைய தற்கொலைகள் 'சுய நிராகரிப்பின்' காரணமாக நிகழ்ந்தாலும், தற்கொலைக்கான காரணங்களாக 'ஒருபால் ஈர்ப்புக்கு எதிரான வன்முறை, சட்ட ரீதியான எதிர்ப்பு, கொலைவெறித் தாக்குதல்கள்' போன்றவற்றைக் கூறினார்கள். ஹெய்ன்ரிச் வான் க்ளிஸ்ட் (Heinrich Von Kleist) என்ற நபர் 1811ம் ஆண்டு தற்கொலை செய்துகொண்டதுதான், உலகில்

பதிவு செய்யப்பட்ட ஒருபால் ஈர்ப்புக் காரணத்தினாலான முதல் தற்கொலை ஆகும்.

ஹர்ஷ்ஃபீல்ட் ஆய்வு ஒன்றுக்குப் பத்தாயிரம் ஒருபால் ஈர்ப்பு நபர்களை எடுத்துக்கொண்டார். அதில், 25% மக்கள் தற்கொலை முயற்சி செய்தவர்களாகவும், பெரும்பாலானோர் தற்கொலை எண்ணம் கொண்டு இருப்பதாகவும் அவர் கூறுகிறார். 1970களில் ஜோஹன்சன் செய்த ஓர் ஆய்வில், ''நாற்பது சதவிகித ஒருபால் ஈர்ப்பு மனிதர்கள் தற்கொலை முயற்சி செய்தவர்களாகவும், அந்த எண்ணத்தில் தீவிரமாக இருப்பவராகவும் இருக்கிறார்கள். சமூகப் புறக்கணிப்பு என்ற காரணத்தைவிட, ஒருவரின் சுய நிராகரிப்பே இதற்குக் காரணம்'' என்கிறார் அவர்.

இந்தியா போன்ற நாடுகளில் இத்தகைய சுய நிராகரிப்பு மிகவும் அதிகமாகக் காணப்படுகிறது. மேற்குலக நாடுகளில் எடுக்கப்பட்ட ஆய்வுகளில் ஒருபால் ஈர்ப்புத் தற்கொலைகள் என்பவற்றை தனியாகப் பிரித்துப் பார்க்க முடிந்தது. ஆனால், நம் நாட்டில் இத்தகைய தற்கொலைகளுக்கான காரணங்கள் மறைக்கப்படு கின்றன. 'குடும்பப் பிரச்சினையால் இளைஞர் தற்கொலை', 'காதல் தோல்வியால் கல்லூரி மாணவர் விஷம் குடித்தார்' போன்ற செய்திகளை நாம் தினம்தோறும் பார்க்கிறோம். அந்தத் தற்கொலை களுக்குச் சில நேரங்களில் 'ஒருபால் ஈர்ப்பு' காரணமாக இருக்கலாம். ஆனால், இறந்த பிறகு கூட அத்தகைய உண்மையான காரணங்களை மறைத்து, அந்த இறப்பின் உண்மையான நோக்கத்தைக்கூட மறக்கடித்து விடுகிறார்கள். அதனால், நம் நாட்டில் அத்தகைய ஆய்வுகளைச் செய்ய முடியாத சூழல் இருக்கிறது.

இன்றும் நம் நாட்டில் பெரும்பாலான ஒருபால் ஈர்ப்பு நபர்கள் 'சுய நிராகரிப்பு', 'சுய வெறுப்பு' நிலைகளில் அதிகம் உள்ளனர். அவர்களில் பெரும்பாலானோர் தற்கொலை முயற்சி செய்துகொண்டவர்களாக இருப்பதைக் காணமுடிகிறது. முறையான விழிப்புணர்வும், கலந்தாய்வுகளும் அத்தகைய நபர்களுக்குக் கொடுத்து, சுய மதிப்பை உண்டாக்கினால் மட்டுமே இதைப்போன்ற தற்கொலைகளைத் தவிர்க்கலாம்.

பரவிய புரளிகள்

எப்போதுமே உண்மைகள் தீக்குச்சி போலப் பற்றினால், பொய்கள் காட்டுத்தீ போல பரவும். பல புரளிகளும் அப்படித்தான் பரவி, உண்மையைப் போலத் தன்னைக் காட்டிக்கொள்ளும். அப்படி ஒரு பொய்தான் 'எய்ட்ஸ் ஒரு கே நோய்' (HIV is a gay disease) என்பதும். அதுவும் அமெரிக்காவில் தொடங்கிய இந்தப் புரளி இந்தியாவிலும் ஒரு சுற்று வந்தது. ஏற்கெனவே ஒருபால் ஈர்ப்பாளர்கள் மீதும் அந்தச் சமூகத்தின் மீதும் வெறுப்பில் இருக்கும் பலர் இதைக் கையில் எடுத்துக்கொண்டு இன்னும் இதை விஸ்வரூபம் எடுக்க வைத்தனர். ஏற்கெனவே மதத்தின் பெயரால் ஒருபால் ஈர்ப்பைத் தவறாகப் பிரசாரம் செய்துவந்த பல கிறுத்துவ அமைப்புகளும் ஒருபால் ஈர்ப்புக்கு கடவுள் கொடுக்கும் தண்டனைதான் எய்ட்ஸ் என்ற ரீதியில் பிரசாரம் செய்தனர். இதன்மூலம் ஒருபால் ஈர்ப்பைப் பற்றிய மக்களின் எண்ணம் எய்ட்ஸ் பற்றிச் சிந்திக்க தொடங்கியது. உலக சுகாதார நிறுவனத்தின் அறிக்கை ஒன்று, ஒருநாளைக்கு பதினாறாயிரம் நபர்கள் எய்ட்ஸ் நோயால் பாதிக்கப்படுவதாகக் கூறுகிறது. அதில் மிகக்குறைந்த அளவிலான நபர்களே ஒருபால் ஈர்ப்பாளர்கள். உலகம் முழுவதும் நாற்பது மில்லியன் நபர்கள் எய்ட்ஸ் நோயால் பாதிக்கப்படுவதாகக் கூறப்படுகிறது, எனில் அதிலும் குறைவான அளவே ஒருபால் ஈர்ப்பாளர்கள்.

எய்ட்ஸ் நோயால் பாதிக்கப்பட்ட ஒருபால் ஈர்ப்பாளர்களில் பலரும் ஒரே ஊசியின் மூலம் போதை மருந்துகள் பயன்படுத்தியதால் ஒருவர் மூலம் மற்றொருவருக்கு நோய் பரவியதாக ஆய்வுகள் வெளிவந்தன. இந்தப் புரளிகளால் ஒருபால் ஈர்ப்பாளர்கள் ரத்த வங்கிகளில் ரத்தம் கொடுக்கக் கூடாது என்று அமெரிக்காவில்

ஒருகாலத்தில் இருந்தது. பின்பு, ஒருபால் ஈர்ப்புக்கும் எய்ட்ஸ் நோய்க்கும் எவ்வித நேரடித் தொடர்பும் இல்லை என்ற உண்மை தெரிந்த பிறகே, அப்படிப்பட்ட தடைகள் அகற்றப்பட்டன.

பாதுகாப்பற்ற உடல் உறவால்தான் எய்ட்ஸ் நோய் பரவும். அப்படிப்பட்ட பாதுகாப்பற்ற உடலுறவு, ஒருபால் ஈர்ப்பாளர் என்றோ, எதிர்பால் ஈர்ப்பாளர் என்றோ பேதம் பார்க்காமல் எவரையும் பாதிக்கும் என்பதுதான் அறிவியல் உண்மை. நோயைப் பற்றிய தெளிவும், அதன் முழுமையான அறிவும் இல்லாத பலரும் ஒருபால் ஈர்ப்பையும் எய்ட்ஸ் நோயையும் இணைத்துப் பேசுவதைக் காணமுடிகிறது. அறிவியலும் மருத்துவமும் தெளிவான உண்மையை நமக்குக் கூறினாலும், இன்னும் அதை முழுமையாக நம்பாத நபர்கள் இருக்கிறார்கள் என்பதுதான் கசப்பான உண்மை.

ஒருபால் ஈர்ப்பைப் பற்றிய விழிப்புணர்வு மக்கள் மத்தியில் ஏற்படத் தொடங்கிய நேரத்தில், எய்ட்ஸ் பற்றிய இப்படி ஒரு தவறான தகவலால், ஒருபால் ஈர்ப்பு விழிப்புணர்வில் பெரிய சறுக்கல் வந்தது. ஆனால், புரளிகள் எப்போதும் ஒரு கட்டத்திற்கு மேல் சமூகத்தில் தாக்குப் பிடிக்க முடியாது. நிச்சயம் இதைப்பற்றிய மக்களின் மனநிலையும் தெளிவாகும். அந்த நாள் வெகு அருகில் தான் இருக்கிறது.

இருளிலிருந்து ஒளிக்கு

'வெளிப்படுத்துதல்' (Outing) என்பது ஒருவரது பாலின அடையாளத்தை அவர் அனுமதியின்றே வெளிப்படுத்துதல் என்பதாகும். முன்பெல்லாம் இதனை ஒருவர் மீதான தாக்குதலாகக் கருதினர். அதாவது அரசியல், ராணுவம் போன்ற இடங்களில் தங்கள் போட்டியாளர்களைத் தாக்குவதற்காக அவர்கள் மீது சுமத்தப்படும் குற்றச்சாட்டுகளை இப்படிக் கூறினார்கள். 1980களுக்குப் பிறகு, ஒருபால் ஈர்ப்பை மாற்றிய மேற்குலகச் சிந்தனை வளர்ந்த பிறகு, பல புத்தகங்கள், நாளிதழ்கள் போன்றவை பல புகழ்பெற்ற நபர்களின் ஒருபால் ஈர்ப்பைப் பற்றிய செய்திகள் வெளியிட்டுத் தங்கள் பத்திரிகைகளின் விற்பனையை உயர்த்தினர். ஒருபால் ஈர்ப்பு உரிமைகளுக்கான போராட்டங்கள் தொடங்கிய காலகட்டத்தில், மிகக் குறைந்த அளவு ஒருபால் விரும்பிகள் மட்டுமே தங்களை, தங்கள் பாலின ஈர்ப்பை வெளிப்படுத்திப் போராட முன்வந்தனர். பெரும்பாலானவர்களும் தங்கள் பணி, நண்பர்கள், குடும்பம், சமூக அந்தஸ்து போன்ற காரணங்களால் தங்கள் அடையாளத்தை வெளிக்காட்ட தயங்கினர். இன்னும் சிலரோ தாங்கள் தாக்கப் படலாம் என்ற காரணத்தால் பயந்து தங்கள் அடையாளத்தை மறைத்தனர். தங்கள் பாலின அடையாளத்தை மறைக்க அவர்கள் பெரிய மனப்போராட்டம் நடத்த வேண்டி இருந்தது. இப்படிப் பலரும் தங்கள் அடையாளத்தை மறைத்து வாழ்ந்ததனால், ஒருபால் ஈர்ப்புப் பற்றிய யூகங்களும், தவறான எண்ணங்களும் மக்கள் மத்தியில் நிறைய உண்டாகியது. அவர்கள் மீதான மக்களின் தவறான அபிப்ராயம் இன்னும் வலுப்பெற்றது.

பல ஒருபால் ஈர்ப்பாளர்களும் இத்தகைய தவறான எண்ணங்களால் தங்கள் பாலின அடையாளங்களை மறைத்தனர். தன்னையும் கேவலமாகப் பார்ப்பார்களோ என்ற அச்சத்தில் மறைந்து வாழ்ந்தனர்.

இருபதாம் நூற்றாண்டின் கடைசிக் காலங்களில் கூட அமெரிக்காவில் பலர் தங்கள் பாலின அடையாளத்தை வெளிக்காட்டவில்லை. கே மதுபான விடுதிகளில் இருந்து பலர் கைது செய்யப்பட்டதாக வெளியான நாளிதழ் செய்தி தங்களை வெளிப்படுத்திக் கொள்வதில் இருந்து பலரையும் பின்வாங்க வைத்தது. ராணுவத்தில் இத்தகைய விஷயம் ஒருபால் ஈர்ப்பாளர்களுக்கு இன்னும் சிக்கலைக் கொடுத்தது. ஒருபால் ஈர்ப்புk கொண்ட ராணுவத்தினர் உடல் ரீதியான உறவு கொள்ளும் சமயத்தில் யாரேனும் பார்த்துவிட்டால், அந்த ஒருபால் ஈர்ப்பு ராணுவத்தினர்கள் உடனே தண்டனைக்கு உட்படுத்தப் பட்டார்கள். அதனால் அங்கு அதைப்பற்றிய எண்ணமே இல்லாமல் இருக்க வேண்டிய கட்டாயம் அவர்களுக்கு உருவானது.

அப்படி ராணுவத்திலிருந்து வெளியேற்றப்படும் மக்கள் வேறு பணிகளுக்கும் செல்ல முடியாத சூழல் அமெரிக்காவில் நிலவியது. ஒருபால் ஈர்ப்புப் பற்றிய விழிப்புணர்வு தொடங்கிய காலகட்டத்தில் கொஞ்சம் கொஞ்சமாகப் பலரும் தங்களை வெளிப்படுத்தத் தொடங்கினார்கள்.

இன்றைக்கு அமெரிக்கா மற்றும் பல மேற்குலக நாடுகளும் ஒருபால் ஈர்ப்புக் கொண்ட தங்கள் மக்களுக்குத் தங்கள் பாலின விருப்பத்தை வெளிப்படுத்தும் சுதந்திரத்தையும், பாதுகாப்பையும் கொடுத்துள்ளது. இந்தத் தருணத்தில் நாம் இந்தியாவையும் இதில் ஒப்பிட்டுப் பார்க்க வேண்டும். இந்தியாவில் ஏறத்தாழ 90%ஒருபால் ஈர்ப்பாளர்கள் இதுவரை தங்கள் பாலின ஈர்ப்பு அடையாளத்தை வெளிக்காட்டவில்லை.

குடும்பம், சமூகம், நண்பர்கள் என்ற பல காரணங்களும் இதற்கு உண்டு. போதிய விழிப்புணர்வின்மை கூட ஒரு முக்கியக் காரணம். இன்றைக்கும் ஒருபால் ஈர்ப்பைப் பற்றிய முழுமையான புரிதல் பெரும்பாலான பத்திரிகைத் துறையைச் சேர்ந்தவர்களுக்கு இல்லை. ஒருபால் ஈர்ப்பைப் பற்றிய செய்திகளை வெளியிட்டால், தங்கள் பத்திரிகைக்கான குடும்ப ஆதரவு கிடைக்காமல் போய்விடுமோ என்கிற தயக்கத்தால், பல ஊடகத் துறை நண்பர்களும் உண்மைச் செய்திகளை வெளியிடத் தயங்குகிறார்கள்.

மெல்ல மெல்ல இப்போது ஒருபால் ஈர்ப்பைப் பற்றிய தெளிவு இப்போதுதான் நகரங்களில் எட்டிப்பார்க்கிறது. இந்த நிலை இன்னும் நாட்டின் எல்லா மக்களையும் சென்றடைய பல காலங்கள் ஆகும் என்பதுதான் உண்மை. அதுவரை தங்கள் பாலின அடையாளத்தை, விருப்பத்தை வெளிப்படுத்தாமல் தங்களுக்குள் புதைத்து வைத்திருக்க வேண்டிய கட்டாயத்துக்கு இந்தியாவில் உள்ள ஒருபால் ஈர்ப்பாளர்கள் தள்ளப்பட்டு இருக்கிறார்கள். இந்நிலை மாறவேண்டும். மாறும் என்று நம்புவதைத் தவிர வேறு வழி இப்போதைக்கு இல்லை.

வண்ணத்தில் பதிந்த வாழ்க்கை

பாலினத்தின் பல நிறங்கள், வானவில்லின் பல நிறங்கள் போல. நாங்கள் வானவில்லைத்தான் எங்கள் சின்னமாக வைத்திருக்கிறோம். LGBT - குழுவின் கொடி வானவில்தான். ஒரே நிறமாகத் தெரிந்தாலும் பல வண்ணங்களாகச் சிதறியிருக்கிறது - கில்பர்ட் பேக்கர்

சமீப காலங்களாக சென்னை மற்றும் பெங்களூரு ஒருபால் ஈர்ப்பு ஆதரவுப் பேரணிகளில், கூட்டங்களில் நாம் பல வண்ணங்கள் நிறைந்த ஒரு கொடியைப் பார்த்திருப்போம். அது வானவில் கொடி. வானவில்லின் நிறங்களைக் கொண்டு உருவாக்கப்பட்ட அத்தகைய கொடிதான் இன்று உலகம் முழுக்க ஒருபால் ஈர்ப்புக்கான ஓர் அடையாளக்கொடியாக மாறி இருக்கிறது. 1970களில்தான் இந்தக் கொடி முதலில் ஒருபால் ஈர்ப்புக்கு ஆதரவான நிகழ்வுகளுக்குப் பயன்படுத்தப்பட்டது. முதன்முதலில் கலிபோர்னியா மாகாணத்தில் இதனை அறிமுகப்படுத்தினர். இதை உருவாக்கிய கில்பர்ட் பேக்கர் (Gilbert Baker) 1978ம் ஆண்டு பல திருத்தங்களுக்குப் பிறகு, வானவில் கொடியை வடிவமைத்தார். அதே ஆண்டு சான் பிரான்சிஸ்கோ நகரில் நிகழ்ந்த கே பேரணி ஒன்றில் இக்கொடி பறக்கவிடப்பட்டது.

அதற்கு முன்புவரை வானவில் கொடி என்பது உலக சமாதானத்தை வலியுறுத்தும் விதமாக, பல இனங்களையும் ஒன்றிணைக்கும் நோக்கத்துடன் பார்க்கப்பட்டது. அந்த வானவில் கொடியில் சில மாற்றங்கள் செய்த பேக்கர், ஒருபால் ஈர்ப்புக்கென அதை வடிவமைத்தார். 1978ம் ஆண்டு சான் பிரான்சிஸ்கோவின் ஹார்வே மில்க் (Harvey Milk) என்ற ஒருபால் ஈர்ப்பு நபர் படுகொலை

செய்யப்பட்ட பிறகு நடந்த பல போராட்டங்களின் விளைவாக வானவில் கொடிக்குப் பற்றாக்குறை உண்டானது. நிறைய வானவில் கொடிகள் போராட்டக்காரர்களால் வாங்கப்பட்டு, தங்கள் போராட்டங்களில் இணைக்கப்பட்டன. அதுவரை பிங்க் நிறமும் வானவில் கொடியில் இடம்பெற்றிருந்தது. பிங்க் நிறத் துணியின் பற்றாக்குறையால் அது நீக்கப்பட்டு ஏழு நிறங்கள் கொண்ட வானவில் கொடியை பேக்கர் இறுதி செய்தார். அந்த அளவிற்கு அந்த நாட்களில் வானவில் கொடி வெகு வேகமாக மக்கள் மத்தியில் பிரபலமானது.

1979ம் ஆண்டு மீண்டும் ஒருமுறை இந்தக் கொடியில் மாற்றம் செய்யப்பட்டு, ஆறு நிறங்கள் (சிவப்பு, ஆரஞ்சு, மஞ்சள், பச்சை, ஊதா, கருநீலம்) உடைய வானவில் கொடி இறுதி செய்யப்பட்டது. ஸ்டோன்வால் கலவரத்தின் 25வது நினைவு நாள் 1994ம் ஆண்டு அனுஷ்டிக்கப்பட்டது. அதில் மிகப்பெரிய வானவில் கொடியை உருவாக்க பேக்கர் முடிவு செய்து, முப்பது அடி நீளமுள்ள கொடியை உருவாக்கினார். உலகில் நீளமான கொடி என்கிற கின்னஸ் சாதனையை அந்தக் கொடி பெற்றது. அதன்பின்பு வானவில் கொடி அமெரிக்காவைத் தாண்டிப் பலநாடுகளையும் சென்றடைந்தது.

வானவில் கொடி தன்னுடைய 25வது வருட விழாவை 2003ம் ஆண்டு கொண்டாடியது. எட்டு வண்ணம் உள்ள வானவில் கொடி மற்றும் ஆறு வண்ணம் உள்ள கொடி என இரண்டு விதத்திலும் மக்கள் பேரணிகளில் கொண்டு செல்கிறார்கள். சமுதாய மாற்றத்தின் காரணமாக மேற்குலக ஒருபால் ஈர்ப்பு மக்கள் தங்கள் வீடுகளின் வாசல், வாகனங்களின் முன்புறம் என்று வானவில் கொடியைப் பறக்கவிட்டு பெருமை கொள்வதைக் காணமுடிகிறது.

நகைகள், உடைகள், ஆபரணங்கள், காலணிகள் என்று பல விஷயங்களிலும் ஒருபால் ஈர்ப்பு நபர்கள் வானவில் கொடி பதிந்த அடையாளங்களை வாங்கிப் பயன்படுத்துகிறார்கள். அவற்றைத் தங்களது பெருமைக்குரிய அடையாளமாக அவர்கள் பார்க்கிறார்கள்ள். இது தங்கள் மனதில் தன்னம்பிக்கையை உண்டாக்குவதாக அவர்கள் கருதுகிறார்கள். நம் தமிழகத்தில் கூட சென்னை, மதுரை, கோவை என்று முக்கிய நகர வீதிகளில் இந்த வானவில் கொடிகள் வந்துவிட்டன. நிச்சயம் இது ஒரு வரலாற்று வெற்றிதான். அந்தக் கொடியின் நோக்கம் அட்டகாசமான வெற்றியைப் பெற்றுவிட்டது என்பதை உறுதியாகச் சொல்லலாம்.

உலகத்திற்கு ஒரு சட்டம்

யோக்யகர்தா என்பது பாலின ஈர்ப்பு மற்றும் பாலியல் அடையாளங்கள் தொடர்பான கொள்கைகளைக் கொண்டு உருவாக்கப்பட்ட சர்வதேச மனித உரிமைச் சட்டம். பாலினச் சிறுபான்மையினரான கே, லெஸ்பியன், இருநர் மற்றும் திருநர்களுக்கு, அடிப்படை மனித உரிமைகளுக்கு எதிராக ஏற்படுத்தப்படும் பிரச்சினைகளை ஒட்டி, இதில் கொள்கைகளை வகுத்துள்ளனர். உலகெங்கிலும் உள்ள பலதரப்பட்ட சர்வதேச மனித உரிமை ஆர்வலர்களும், நீதித்துறை வல்லுநர்களும் இந்தக் கொள்கைகளை ஜாவாவில் உள்ள கட்ஜா மாதா பல்கலைகழகத்தில் நவம்பர் 2006ல் உருவாக்கினர். 29 கொள்கைகளை அடக்கிய இந்தத் தொகுப்பில் பல அரசுகளும் செய்யவேண்டிய நடவடிக்கைகளுக்கான பரிந்துரைகள், திருத்தங்கள் மற்றும் மாற்றங்கள் போன்றவை பரிந்துரைக்கப் பட்டுள்ளன. இந்தோனேசியாவில் உள்ள யோக்யகர்தா என்னும் இடத்தில் இந்த கொள்கைகள் வகுக்கப்பட்டதால், இந்த சட்டமும் அதன் பெயரிலேயே வழங்கப்படுகிறது. உலகில் உள்ள அனைத்து நாடுகளுக்கும் பொருந்தும் வகையில், மனித உரிமைகளுக்கான அம்சங்களை வலியுறுத்தும் விதமாக இந்தக் கொள்கைகள் வகுக்கப்பட்டன.

பலநாடுகளில் இருந்தும் பெறப்பட்ட, பாலின உரிமைக்கு எதிரான அடக்குமுறைகள் பற்றிய செய்திகளைக் கொண்டு இந்தக் கொள்கைகளை உருவாக்கினர். பாலின அத்துமீறல், கற்பழிப்பு, தொல்லை, கருணைக்கொலை, தனி மனித உரிமைகளைச் சிதைப்பது, கைது மற்றும் சிறையிலடைப்பு, பேச்சு மற்றும் கருத்துரிமை பறிக்கப்படுதல், கல்வி மற்றும் வேலைவாய்ப்பில் புறக்கணிக்கப்படும்

நிலை என்று பாலின உரிமைக்கு எதிரான அனைத்து அத்துமீறல்களையும் பலவகையாகப் பிரித்து, அதற்குத் தகுந்தாற்போல் கொள்கைகளைக் கவனத்துடன் உருவாக்கினர். இறுதி செய்யப்பட்ட யோக்யகர்தா கொள்கைகள் மார்ச் 2007ம் ஆண்டு ஜெனீவாவில் உள்ள ஐக்கிய நாடுகளின் மனித உரிமைகள் கவுன்சிலில் வெளியிடப்பட்டன. இந்தக் கொள்கைகள் தொடர்பாக சர்வதேச கே மற்றும் லெஸ்பியன் அமைப்பின் சார்பாக நடத்தப்பட்ட மாபெரும் கூட்டத்தில் பேசிய மைக்கேல் ஓஃப்லார்ட்டி (Michael O'Flaherty), "மனித உரிமைகள் என்பது நம் எல்லோருக்கும் பொதுவானது. இது கே மற்றும் லெஸ்பியன்களுக்கான உரிமை மட்டுமல்ல, இது நம் அடிப்படை உரிமை" என்று கூறினார். இந்த மைக்கேல் யோக்யகர்தா உருவாக முக்கியக் காரணமாக இருந்தவர் என்பது குறிப்பிடத்தக்கது.

ஐநா. அவையில் கொண்டுவரப்பட்ட இந்தக் கொள்கைகளின் அடிப்படையில், 77 நாடுகள் ஒருபால் ஈர்ப்பைக் குற்றப்பட்டியலில் இருந்து நீக்கினர். இது இந்தக் கொள்கைகளுக்குக் கிடைத்த முதல் வெற்றி. சர்வதேச அளவில் கொண்டுவரப்பட்ட இத்தகைய பாலின ஈர்ப்பு மற்றும் பாலியல் அடையாளங்களுக்கான உரிமைகள் அடங்கிய சட்டக் கொள்கை பல நாடுகளிலும் நிறைய மாற்றங்களைக் கொண்டுவந்தது. சில நாடுகள் யோக்யகர்தா கொள்கையை அடிப்படை மனித உரிமையாகப் பார்ப்பதை எதிர்த்தனர். ஆனாலும், பல நாடுகளும் இந்தக் கொள்கைகளை ஏற்கும் மனநிலைக்கு வந்தன. இந்த சர்வதேச பொதுச் சட்டம் என்பது ஒவ்வொரு நாடுகளின் தனிப்பட்ட சட்டங்களை எந்த அளவிலும் பாதிக்க வாய்ப்பில்லை. யோக்யகர்தா சட்டத்தை இந்தியா கண்டுகொள்ளவே இல்லை என்றுதான் சொல்லவேண்டும். திருமணம் தொடர்பாகக் கூட இந்தியாவில் பலதரப்பட்ட குழப்பமான நிலைப்பாடே இருக்கிறது என்பதையும் நாம் கவனிக்க வேண்டும்.

இந்தியாவில் தற்பொழுது நடைமுறையில் உள்ள குடும்ப நலச் சட்டத்தின் (Family Law) படி இந்தியக் குடிமக்களுக்குப் பெரும்பாலும் இரண்டு விதமான திருமணச் சட்டங்கள் உள்ளன. பொதுவாக நடைமுறையில் உள்ள சிவில் திருமணச் சட்டமும், ஒருவரின் மதம் சார்ந்த திருமண சட்டமும்தான் அவை.

இந்துக்கள், சீக்கியர்கள், சமணர்கள் மற்றும் பௌத்தர்களுக்கான திருமணங்கள் இந்துத் திருமணச் சட்டம் 1955ன் கீழ் வருகின்றன. கிறுத்துவ மதத் திருமணங்கள் இந்தியக் கிறுத்துவ மதத் திருமணச்

சட்டம் 1872ன் கீழ் வருகின்றன. முஸ்லிம்களின் திருமணங்களை இஸ்லாமியச் சட்டமே நிர்ணயிக்கிறது. இதைத்தவிர மாநில அளவிலான திருமணச் சட்டங்களும் பல மாநிலங்களில் உள்ளன.

இவ்வளவு சிக்கலான திருமண சட்டங்களைத் தாண்டி ஒருபால் ஈர்ப்பு அங்கீகாரம் மற்றும் திருமணத்துக்கான சட்டம் போன்றவை பல விதங்களிலும் ஆலோசித்து மாற்றப்பட வேண்டியவை. இந்தியாவில் இரண்டு வகையில் இத்தகைய சட்டங்கள் கொண்டுவரப்பட வழி இருக்கிறது. நாடாளுமன்றத்தில் தீர்மானமாகக் கொண்டுவரப்பட்டு, அது பெரும்பான்மை உறுப்பினர்கள் ஆதரவுடன் நிறைவேற்றப்பட்டு குடியரசுத் தலைவர் ஒப்புதல் பெற்றுச் சட்டமாக உருவாகுவது முதல் வழி. உச்ச நீதி மன்றத்தின் தீர்ப்பு வாயிலாக சட்டமாக உருவாக வாய்ப்புள்ளது இரண்டாவது வழி.

நம் நாட்டைப் பொருத்தவரை முதல் வழி என்பது இப்போதைக்குச் சாத்தியமில்லாத ஒன்றாகத்தான் இருக்கிறது. ஆனால், நீதித்துறை மூலம் இது சட்டமாக்கப்படும் வாய்ப்பு இருக்கவே செய்கிறது. டெல்லி உயர்நீதி மன்றத்தின் 377சட்டத்தின் மீதான தீர்ப்பு பலராலும் அதிசயித்துப் பார்க்கப்பட்டது. அதே தீர்ப்பை உச்சநீதிமன்றமும் வழிமொழிந்தால் நிச்சயம் ஒருபால் ஈர்ப்புக்கான ஆதரவான மனநிலை சில காலத்தில் நம் நாட்டில் உருவாகும் என்பதில் மாற்றுக்கருத்து இல்லை. அதன்பின்பு ஒருபால் ஈர்ப்புத் திருமணச் சட்டங்களும் உருவாக்கப்பட வேண்டியது காலத்தின் கட்டாயமாகி விடும்.

எதிர்பால் திருமணத்திற்குக் கிடைக்கப்பெறும் சொத்துரிமை, வாரிசு உரிமை, ஓய்வூதியம் போன்ற அடிப்படை திருமணச் சட்டங்களின் உரிமையும் கிடைக்கப்பெற்று, முழுமையான ஒரு சட்டத்திருத்த மாக இது கொண்டுவரப்படும் நாள், நிச்சயம் வரலாற்றுச் சிறப்புமிக்க நாளாக இருக்கும்.

வரலாற்று நிகழ்வுகளில் சிலவற்றின் கால வரிசை திரிக்கப்பட்டு, அவை நவீன காலத்தில் தவறாகப் பார்க்கப்படுவதுண்டு. வரலாற்று ஆராய்ச்சியாளர்கள் ஒருபால் ஈர்ப்பைப் பற்றிய வரலாறுகளை மறைத்து, தவறான கால வரிசையைத் திணிக்கப் பார்க்கிறார்கள். உதாரணமாக மைக்கேல் ஏஞ்சலோவின் சிற்பங்கள் மற்றும் ஓவியங்களில் பட்டவர்த்தனமாகக் காணப்படும் ஒருபால் ஈர்ப்பு விஷயங்களை, சிலர் பால்புதுமை பற்றிய ஆய்வுகளில் குறிப்பிட வில்லை. மேலும் ஒருபால் ஈர்ப்புப் பற்றிய மேற்கத்திய இலக்கியக் கவிதைகளில், பெரும்பாலும் குறியீட்டால் மட்டுமே ஒருபால்

ஈர்ப்பை வலியுறுத்தி இருப்பார்கள். அதற்குக் காரணம், அந்தக் காலகட்டத்தில் காணப்பட்ட ஒருபால் ஈர்ப்புக்கு எதிரான சமுதாயத்தின் மனநிலை. லியோனார்டோ டாவின்சி அவர்கள் தன் படைப்புகளில் வெளிப்படையாக ஒருபால் ஈர்ப்பை வலியுறுத்திய காரணத்தால் இரண்டு மாதம் சிறைத் தண்டனை பெற்றிருக்கிறார். அதனால், நேரடியாகப் பல கவிதைகள், ஓவியங்கள் மற்றும் இதர கலைகள் ஒருபால் ஈர்ப்பைப் பற்றிச் சொல்லிடாமல், பலநேரங்களில் மறைமுகமாக வலியுறுத்தின. பிளாட்டோ கூடத் தன் கதைகளில் ஒருபால் ஈர்ப்பைப் பற்றித் தன் கதையின் நாயகர்கள் உரையாடு வதைப் போன்ற காட்சிகளை வடிவமைத்து இருப்பார்.

ஒருபால் ஈர்ப்புப் பற்றிய மறைமுகமான படைப்புகளைக் கொடுத்த இலக்கியவாதிகள் பலரும் இறந்தபின்னரே அவர்கள் ஒருபால் ஈர்ப்பு நபர்கள் என்பதும், தங்கள் படைப்புகளில் மறைமுகமாக ஒருபால் ஈர்ப்பை வலியுறுத்தி இருந்தார்கள் என்பதையும் புரிந்துகொள்ள முடிந்தது. ஜியோவாணி பிக்கோ டெல்லா மிரண்டோலா (Giovani Pico Della Mirandola) மற்றும் ஜிரோலோமா பெணி வெய்ணி (Girolamo Benivieni) என்ற இரண்டு மேற்குலக இலக்கியவாதிகள் இறந்தபோது ஒன்றாகப் புதைக்கப்பட்டனர். ''இருவரின் ஆன்மா வாழும்போது காதலால் பிணைக்கப் பட்டிருந்தது'' என்ற வாசகத்தோடு அவர்கள் புதைக்கப்பட்டார்கள். பிளாட்டோவின் காதலைக் கூட எதிர்பாலின ஈர்ப்புக் காதலாக மாற்றச் சில தத்துவவாதிகள் முயன்றார்கள். அவர்களின் எண்ணம் நிறைவேறவில்லை. இரண்டு ஆண்களுக்குள் உண்டாகும் நட்பை 'புனிதம்', 'சிறப்பு' என்ற வார்த்தைகளோடு வரலாற்றில் இணைத்தால், ஏதோ ஒரு வகையில் நட்பைத் தாண்டிய உறவை அவர்கள் நமக்குக் குறிப்பால் உணர்த்த முனைகிறார்கள் என்றே பொருள். அமெரிக்க இலக்கியங்கள் விக்டோரியா காலம் தொட்டே இத்தகைய காதல் நடப்புக்களைக் கொண்டிருக்கின்றன.

பாலினம் பயணித்த தடம்

மானுடவியல் என்பது மனித சமுதாயத்தின் தோற்றம், வளர்ச்சி மற்றும் வேற்றுமைகளைப் பற்றித் தொகுப்பாக படிக்கும் படிப்பு. பத்தொன்பதாம் நூற்றாண்டுக்குப் பிறகு மானுடவியல் ஆய்வாளர்கள் மனிதர்களின் உயிரியல், மொழி, வரலாறு மற்றும் சமூக வாழ்க்கை போன்றவற்றை அதன் தேவைகள் அறிந்து ஆய்வுப்பட்டியலில் இணைத்தனர்.

மற்ற ஆய்வுகளைப் போல அல்லாமல் ஆய்வுக்காக இத்தகைய ஆராய்ச்சியாளர்கள் அந்த குறிப்பிட்ட மக்கள் வசிக்கும் பகுதிகளில் அவர்களோடு ஒன்றாக வாழ்ந்து, அவர்கள் மொழியைக் கற்று, அவர்களின் தினசரி நடவடிக்கைகளைக் கவனித்து, அவர்கள் வாழ்க்கை முறையினை புரிந்துகொண்டு தங்கள் கருத்துகளைப் பதிவு செய்வார்கள்.

இந்த மானுடவியலுக்கும் மனித பாலினத்துக்கும் உள்ள தொடர்பு மிகவும் பழமையான ஒன்று என்றாலும் முக்கியமான ஒன்றாகும். இந்த மானுடவியல்தான் மற்ற சமூகவியல் துறைகளுக்கு முன்பே பாலினம் பற்றிய (குறிப்பாக ஒருபால் ஈர்ப்பு பற்றி) அறிவார்ந்த ஆய்வுகளை இருபதாம் நூற்றாண்டுகளின் தொடக்கத்தில் செய்தது. பின்பு இரண்டாம் உலகப்போருக்குப் பின்பு கொஞ்சம் தணிந்த இந்த ஆய்வுகள், மீண்டும் 1970களில் பல்வேறு பெண்ணிய மற்றும் கே விடுதலை முழக்கங்கள் மூலம் துளிர்விடத் தொடங்கின.

ஐரோப்பிய எழுத்துகளில் ஒருபால் ஈர்ப்புப் பற்றிய மானுடவியல் ஆராய்ச்சிகளை முதன்முதலில் மேற்கொண்டவர்கள் பத்தொன்பதாம்

நூற்றாண்டின் தடயவியல், குற்றவியல் மற்றும் மானுடவியல் ஆராய்ச்சியாளர்களான சீசர் லோம்ப்ரோசோ (Cesare Lombroso) மற்றும் ரிச்சர்ட் வான் கிராப்ட் எபிங் (Richard von Krafft-Ebing) ஆவார். மனித நடத்தைகளுக்கும் அவர்களின் உடற்கூறு அம்சங்களுக்கும் தொடர்பு இருப்பதாக இவர்கள் கூறினார்கள். இதனை முன்மாதிரியாக வைத்து, பின்பு வந்த ஹர்ஷ்ஃபீல்ட் போன்றவர்கள், ''ஒருபால் ஈர்ப்பு என்பதும் எதிர்பால் ஈர்ப்பு போன்றே ஆழமாக, பிறப்பால் உயிரியல் ரீதியாகப் பதிவான உணர்வு. அதை எவரும் தானாகத் தேர்ந்தெடுக்க முடியாது'' என்றார்கள். ''மனிதனின் எந்தப் பாலியல் நடத்தைகளுமே உயிரியல் தொடர்பானதே தவிர, சமூகத்தால் தீர்மானிக்கப்படவேண்டியது அல்ல. அந்த இயற்கையான உணர்வு உலகில் உள்ள ஒவ்வொரு உயிருக்கும் இருக்கும்போது, அந்தச் செயலுக்காக மனித சமுதாயம் மட்டும் தண்டிக்கப்படுவது தவறு'' என்றார்கள்.

இதை ஐரோப்பியக் கொள்கை என்ற அடிப்படையில் மட்டுமே சிலர் பார்த்தார்கள். இந்த கருத்துக்கு முரணாக மார்கரட் மீட் (Margaret Mead) மற்றும் ருத் பெனிடிக்ட் (Ruth Benedict) ஆகியோர், ''பாலியல் சார்ந்த நடத்தைகள் உயிரியல் அம்சங்களால் உருவாகுவது இல்லை, அதை தீர்மானிப்பது அவர்கள் வாழும் கலாசாரக் கட்டமைப்பு'' என்கிறார்கள்.

சில சமூகத்தில் பெண்கள் ஆளுமை மிக்கவர்களாகவும், ஆதிக்கம் செலுத்துபவர்களாகவும் இருந்து ஆண்கள் அவர்களுக்கு அடிபணிந்து போகும் கட்டமைப்பு உள்ளது. அத்தகைய சமூகங்களில் ஆய்வு செய்த இவர்கள், ஆண்மை மற்றும் பெண்மைக் கருத்துகள் அங்கு முரண்பட்டு நிற்பதைக் கண்டார்கள். ஆனால், ஒருபால் ஈர்ப்புப் போன்ற பாலின ஈர்ப்புக் கருத்துகளை ஐரோப்பியக் கொள்கைகளிலிருந்து அவர்களால் மாற்ற முடியவில்லை.

இருபதாம் நூற்றாண்டின் மத்தி வரை இந்த 'ஒருபால் ஈர்ப்பு இயற்கையா? செயற்கையா?' என்ற வாதம் பல மட்டத்திலும் விவாதப்பொருளாக மட்டுமே இருந்தது. மனித உயிரியல், கலாசாரம், மொழி, சமூகத் தொடர்பு, பொருளாதார வாழ்க்கை என்று பல விஷயங்களோடும் பாலின ஈர்ப்புப் பற்றிய விஷயங்கள் இணைக்கப்பட்டுப் பலராலும் பேசப்பட்டன.

உலகில் உள்ள பல்வேறு கலாசாரங்களிலும் பாலின வேறுபாடு பற்றிய தகவல்களை ஒன்றாக இணைத்து முறைப்படுத்தி, க்லெல்லன் ஃபோர்ட் (Clellan Ford) மற்றும் ஃப்ரான்க் பீச் (Frank Beach)

ஆகியோர் Patterns of Sexual Behavior (1951) என்ற புத்தகத்தில் தொகுத்துள்ளனர். பல ஆய்வுகளுக்கும் அடிப்படைத் தகவல்களை இந்தப் புத்தகம் கொடுக்கிறது.

ஒருபால் ஈர்ப்பு என்பது ஒரு தனி மனிதனின் உளவியல் எண்ணம், அதனால் அவன் சமுதாயத்தில் தனித்துத் தெரிகிறான். அந்த காலகட்டத்தில், இந்தப் பிரச்சினையை தரமான சந்ததிகளை உருவாக்கும் முறை மூலம் சரிப்படுத்த முடியும் என்ற ஒரு தவறான நம்பிக்கை இருந்தது. இதனை மறுக்கும் கட்டாயத்தில் உளவியல் ஆய்வாளர்களும், சமூகவியலாளர்களும் இருந்தார்கள். ஆல்ஃபிரட் கின்சே (Alfred Kinsey) தன் புத்தகத்தில், ''சிலர் ஒருபால் ஈர்ப்பு எண்ணம் மட்டுமே கொண்டவர்களாக இருப்பார்கள். ஆனால், உலகில் உள்ள பெரும்பாலான மக்கள் தங்கள் வாழ்க்கையில் ஒருமுறையாவது சமபால் உறவில் ஈடுபட்டு இருப்பார்கள்'' என்றார். இவரது இந்தப் புத்தகம் பரபரப்பாக விற்பனை ஆனது.

1960களில் உண்டான பெண்ணிய மற்றும் கே உரிமைகளுக்கான போராட்டங்கள், ஒருபால் ஈர்ப்புப் பற்றிய சமூகவியல் கொள்கைகள் பற்றிய ஆராய்ச்சிகளைக் கட்டாயப்படுத்தின. ஒருபால் ஈர்ப்பு அரசியல் இதனைப் பற்றிய ஆராய்ச்சிகளைக் கூர்ந்து கவனித்தது.

மானுடவியல் கருத்துகள் மாற்றம் கொண்டதாக இருந்தன. முந்தைய மானுடவியல் ஆராய்ச்சியாளர்கள் சொன்ன கருத்துகளை, நம்பிக்கைகளை, சமூக அடையாளங்களை, அதற்குப் பின் வந்தோர் மாற்றுக்கருத்தால் மறுத்தனர்.

The Anthropology Research Group on Homosexuality (ARGOH) என்ற அமைப்பு 1970களில் உருவாக்கப்பட்டது. 1972ல் எஸ்தர் நியூட்டன் (Esther Newton) எழுதிய மதர் கேம்ப் (Mother Camp) என்ற புத்தகத்தில் சிக்காகோ மற்றும் கன்சாஸ் நகரில் வாழ்ந்த ட்ராக் குவீன் (Drag queens) பற்றிய ஆய்வை மேற்கொண்டார். அந்தப் புத்தகத்தில் கே பற்றிய விரிவான தகவல்களையும் எஸ்தர் இணைத்துள்ளார். 1980, 1990களில் ஒருபால் ஈர்ப்புத் தொடர்பான மானுடவியல் ஆய்வுகள் நிறைய நடந்தன. ஒருபால் ஈர்ப்பாளர்களின் வாழ்க்கை முறைகளைப் பற்றிய ஆய்வுகள், அவர்களைப் பற்றிய விழிப்புணர்வுக்கு அவசியமாக இருந்தன. ஒருபால் ஈர்ப்பு உள்ள நபர்களின் குடும்பம், நண்பர்கள், அவர்கள் சார்ந்த சமூகம், நிகழ்ச்சிகள், அவர்கள் குடும்பத்தின் குழந்தைகள் என்று ஆய்வாளர்கள் பல ஆராய்ச்சிகளை மேற்கொண்டனர். ஒருபால்

ஈர்ப்பாளர்களுக்கென இருப்பதாகக் கூறப்பட்ட மொழியியல் ஆய்வையும் மேற்கொண்டனர்.

1987ல் ARGOH அமைப்பு Society of Lesbian and Gay Anthropologists (SOLGA) என்று பெயர் மாற்றம் செய்யப்பட்டது. இதுவே பின்பு அமெரிக்காவின் அதிகாரப்பூர்வ மானுடவியல் கூட்டமைப்பின் பிரிவாக மாறியது.

ஆரம்ப காலத்தில் இதை மானுடவியல் ஆராய்ச்சியாளர்கள் உடல் நோயாகக் கருதினார்கள். பின்னர் வந்தவர்கள் இதனை கலாசார மற்றும் வரலாற்று நிகழ்வுகளுடன் ஒப்பிட்டுப் பார்த்தார்கள். ஒவ்வொரு சமூகமும் ஒருபால் ஈர்ப்பு என்பதை அவரவர் கலாசார மற்றும் வரலாற்று கண்ணோட்டத்தில் பார்த்தது. அந்தக் கண்ணோட்டங் களுக்கான காரணத்தை மானுடவியல் ஆராய்ச்சிகள் தெளிவாக விளக்கியுள்ளன. பல்வேறு விழிப்புணர்வுகளுக்கும், தெளிவான மனநிலைக்கும் இந்த ஆய்வுகள் பெரிதும் உதவியாக இருந்தன.

பாலின அரசியல்

அரசியல் கல்வியைப் படித்தவர்கள் பெரும்பாலும் பாலினம் பற்றி அதிகம் அறிந்துகொள்ளவில்லை. கல்லூரிகளும், பல்கலைக்கழகங் களும் கூடப் பாலின ஒருங்கிணைவை பெரிதாகப் பொருட்படுத்துவது இல்லை. 1995ம் ஆண்டு வெளியிடப்பட்ட ஓர் அறிக்கையில் பாலின ஒருங்கிணைவு பற்றிய பாடத்திட்டங்களை இணைப்பதில் உள்ள தடைகள் பற்றி விளக்கப்பட்டுள்ளது.

பின்பு பல அரசியல் விஞ்ஞானிகளும் பாலினம் பற்றியும், பாலின ஒருங்கிணைவு மக்கள் பற்றியும் முந்தைய அரசியல் மற்றும் சமூக நிகழ்வுகள் மூலம் ஆய்வுகள் செய்ய முற்பட்டனர். அரசியலுக்கும் பாலினத்துக்கும் இடையில் உள்ள தொடர்புகளை பற்றி இவர்கள் விளக்கியுள்ளனர். மக்கள் தாமாகவே முன்வந்து தங்கள் பாலியல் ஈர்ப்பைத் தங்களுக்குள் அடையாளம் கண்டுகொள்வது இதன் முக்கியமான அம்சம். சிலர் சமூக இயக்கங்களில் இனைந்து, தங்கள் பங்களிப்பைச் சமூகத்தில் வெளிக்காட்டினர்.

அமெரிக்காவின்‘பாலின ஒருங்கிணைவு மக்களுக்கான காங்கிரஸ்’ அமைப்பு நீதிமன்றத்தில் உரிமைகளைக் கோருவது முதல், நிதி சேகரித்து, தங்கள் ஆதரவு வேட்பாளர்களுக்குச் செலவு செய்து அவர்களை தேர்தலில் வெற்றிபெறச் செய்வது என்று தனது அரசியல் பங்களிப்பை மேற்கொண்டது. ஹைடர் மார்கல் (Haider Markel), ஜோஸ்லின் (Joslyn), நிஸ் (Kniss) ஆகியோர் இதன் அரசியல் அலுவலர்களாகத் தேர்ந்தெடுக்கப்பட்டவர்கள். விளிம்பு நிலையில் உள்ள இத்தகைய நபர்களுக்காக அரசியல் மாற்றத்தை உண்டாக்கவும், அங்கீகாரம் பெற்றிடவும் இந்தத்

தேர்ந்தெடுக்கப்பட்ட உறுப்பினர்கள் குரல் கொடுத்தார்கள். ஒருபால் ஈர்ப்புக்கு ஆதரவான கொள்கைகளைச் செயல்படுத்த வழிவகை செய்தனர். ஜென்னிங் மற்றும் ஆண்டர்சன் (Jenning and Anderson) இருவரும் எய்ட்ஸ் தொடர்பான விழிப்புணர்வில் சிலர் ஒருபால் ஈர்ப்பை இணைத்ததை எதிர்த்துக் குரல் கொடுத்தனர்.

அரசியலில் பாலியல் ரீதியிலான கருத்துகள் முக்கிய அம்சமாக மாறத் தொடங்கியது. தேர்தல்களின் வெற்றியை பாலினம் தீர்மானிக்கும் அளவுக்கு முக்கியத்துவம் பெற்றது. தேர்தல்களில் அரசியல் கட்சிகளின் கொள்கைகளாகப் பாலினம் தொடர்பான அம்சங்களும் இடம்பெறத் தொடங்கின. அமெரிக்கா, பிரித்தானியா, பிரான்ஸ், தென் ஆப்பிரிக்கா, ஜிம்பாவே, இந்தியா உட்பட்ட பலநாடுகளும் பாலினம் என்பதை அரசியலோடு ஒன்றாகவே இணைத்துப் பார்க்கின்றன. அமெரிக்காவின் பல அதிகார மையங்களைப் பாலினம் தீர்மானித்தது.

ஜாக்கி அலெக்ஸாண்டர், "லெஸ்பியன் மற்றும் விபசாரம் - இந்த இரண்டையும் பஹாமாஸ் தீவுகளில் தண்டனைக்குரிய குற்றமாக அறிவித்தது அந்நாட்டு அரசு" என்று கூறுகிறார்.. அமெரிக்காவில் எதிர்பால் ஈர்ப்பை வலியுறுத்துவதற்காக, ஒருபால் ஈர்ப்புக்கான வாய்ப்புகளைத் தடுத்து நிறுத்தி, எதிர்பால் திருமணத்தைக் கிட்டத்தட்ட கட்டாயமாக்கும் வகையில் சட்டம் இயற்றினர். டையானே ரிச்சர்ட்சன் (Diane Richardson) பாலியல் குடியுரிமை என்பதை வலியுறுத்துகிறார். தன் பாலின சுய அடையாளத்தை வெளிக்காட்ட உரிமை, பாலின ஈர்ப்பை வெளிப்படுத்த உரிமை, விருப்பப்பட்ட பாலினத்தினருடன் உறவு கொள்ளும் உரிமை என்று பலரும் பலவாறும் பாலியல் தொடர்பான உரிமைகளைப் பற்றி வலியுறுத்துகிறார்கள்.

ஒருபால் தம்பதிக்குக் குழந்தை

ஒருபால் தம்பதிகளுக்கு குழந்தைகளைத் தத்தெடுக்கும் உரிமை சில நாடுகளில் உள்ளன. அதே போலச் செயற்கை முறையில் கருத்தரித்தல், (Artificial Insemination), வாடகைத் தாய் மூலம் குழந்தை பெறுதல் (Surrogacy) என, சில ஒருபால் தம்பதிகள் குழந்தை பெற்றுக்கொள்கிறார்கள். அத்தகைய குழந்தைகளை வளர்க்கும் பெற்றோரும், அந்தப் பெற்றோர்களால் வளர்க்கப்படும் குழந்தைகளும் பொதுவான எதிர்பால் குடும்பங்களைப் போலவே நல்ல முறையில் இருப்பதாக ஆய்வுகள் தெரிவிக்கின்றன.

அமெரிக்காவில் 2000ம் ஆண்டில் சீன் கஹில் (Sean Cahill) மற்றும் சாரா டோபியாஸ் (Sarah Tobias) ஆகியோர் எடுத்த புள்ளிவிவரத்தில் 34% லெஸ்பியன் தம்பதிகளும், 22% கே தம்பதிகளும் ஒரு குழந்தையாவது வளர்ப்பதாகக் கூறப்பட்டுள்ளது. குடும்ப அமைப்பு என்பது குழந்தைகள் மூலமே நிறைவாகிறது. அதற்காகவே குழந்தைகளை வளர்ப்பதாக அவர்கள் கூறுகிறார்கள். அதன்மூலம் தம்பதிகளுக்குள் அதிகமான பிணைப்பு ஏற்படுவதாக நம்புகிறார்கள். ஆனால், அத்தகைய பெற்றோர்கள் குழந்தைகளை வளர்ப்பதில் சட்ட ரீதியாகவும், கலாசார ரீதியாகவும் நிறைய சிக்கல்கள் உள்ளன. பெரும்பாலும் லெஸ்பியன் பெண்கள் செயற்கை முறையில் கருத்தரித்துக் குழந்தைகள் பெறுகிறார்கள். ஆண்கள் பெரும்பாலும் தத்தெடுத்தும், சிலர் வாடகைத் தாய் மூலம் குழந்தை பெற்றும் வளர்க்கிறார்கள். கடந்த முப்பது வருடங்களாக இந்த முறைகள் மூலம் பல ஒருபால் ஈர்ப்பாளர்கள் குழந்தைகளை வளர்ப்பது அதிகரித்து வருகிறது.

பெற்றோர்கள் இருவருமே ஆண் அல்லது இருவருமே பெண் என்னும் நிலையில் தம்பதிகள் இருவருமே குடும்பப் பொறுப்பு களையும், குழந்தையைப் பராமரிப்பதிலும் சரிசமமான பங்கை வகிக்கிறார்கள். எதிர்பால் தம்பதிகள் குழந்தைகளை வளர்ப்பதை விட, ஒருபால் தம்பதிகள் குழந்தைகளை வளர்ப்பதில் ஒருபால் தம்பதிகளுக்குப் பொறுப்புகள் அதிகம். குழந்தை வளரும்போது தங்கள் பெற்றோர்கள் ஒருபால் தம்பதிகள் என்ற உண்மை குழந்தைக்கு புரியும்போது அதற்கு மனக்குழப்பம் உண்டாகலாம். அதனால், வளரும் போதே அந்தக் குழந்தைகளுக்குத் தங்கள் வாழ்க்கை பற்றியும், அந்தக் குழந்தையின் பிறப்புப் பற்றியும் தாங்களே சொல்லிப் புரிய வைக்கவேண்டும். மேலும், அத்தகைய குழந்தைகள் வளர்ந்து சமூகத்தை அணுகும்போது எதிர்கொள்ளும் பிரச்சினைகள் பற்றி முன்பே சிந்தித்து, அவர்களை அத்தகைய பிரச்சினைகளைஎதிர்கொள்ளும் மன திடத்தையும், பக்குவத்தை யும், அறிவையும் உண்டாக்கும் விதமாக வளர்க்க வேண்டும்.

சக குழந்தைகளுக்கு மத்தியில் அந்நியப்பட்டு இருப்பதைப்போல அவர்கள் உணராத அளவிற்கு அந்த குழந்தைகளுக்குத் தெளிவான மனநிலையைக் கொடுக்க வேண்டும். பெற்றோர்களால் முடியவில்லை என்றால் அதற்கான அமைப்புகள் மூலம் கலந்தாய்வு கொடுக்கலாம். மேற்குலக நாடுகள் பலவற்றிலும் இத்தகைய பெற்றோர் தங்கள் பிள்ளைகளை ஒன்றாக வளரவிடுகிறார்கள். அதன்மூலம் தான் அந்நியப்படவில்லை, இதுவும் இயல்பான ஒன்றுதான், தன் பெற்றோர்களைப் போலவே மற்ற சிலரும் இருக்கிறார்கள் என்று அந்தக் குழந்தை உணர்ந்திட வழி இருக்கும்.

ஆரம்பக் காலத்தில், முறையான தளத்தை நாம் அமைத்துக் கொடுத்தால், அந்தக் குழந்தைகளின் எதிர்காலத்தில் அது உறுதியான மனநிலையை உருவாக்கும்.

American Academy of Pediatrics, American Psychological Association, National Association of Social Workers in conjunction with the APA, மற்றும் the American Psychoanalytic Association போன்ற பல அமைப்புகளும் ஒருபால் தம்பதிகளுக்கான குழந்தை களுக்கு ஆதரவாகப் பல செயல் திட்டங்களையும், வளர்க்கும் முறைகளையும் விளக்குகிறார்கள். COLAGE (Children of Lesbians and Gays Everywhere) என்கிற அமைப்பு இத்தகைய குழந்தை களுக்காகவே 1993ம் ஆண்டு உருவாக்கப்பட்டது. சான் பிரான்சிஸ் கோவில் இதற்கான தேசிய அலுவலகம் செயல்பட்டு வருகிறது. இந்தக் குழந்தைகளின்தேவைகள், சமூகத்தில் அவர்களை ஒன்றாக

இணைக்கும் செயல் திட்டங்கள் என்று கொலாஜ் அமைப்பு விரிவாகச் செயல்பட்டு வருகிறது. உலகம் முழுக்க கிளைகளைப் பரப்பி, பல குழந்தைகளை வழிநடத்திச் சிறப்பாக இயங்கி வருகிறது இந்த அமைப்பு.

''கே பெற்றோர்களுக்குப் பிள்ளையாய் இருப்பது ஒரு சவாலாக இருக்கிறது. அதைப்பற்றி நான் கவலைப்படவில்லை. என்னிடம் அவர்கள் உண்மையாக இருக்கிறார்கள். நானும் அவர்களிடம் உண்மையாக இருப்பேன்.'' இதைச் சொன்னது பதினைந்து வயது சிறுமி ஜேன் ட்ரக்கர். இவளுடைய பெற்றோர் ஒரு 'கே.'

பொதுவாக ஒருபால் ஈர்ப்பை அங்கீகரிக்காத நாட்டில் வாழும் நாம், அவர்கள் திருமணம் முடிந்து, இல்வாழ்க்கை நடத்தி, குழந்தைகள் வளர்ப்பதை அதிசயமாகத்தான் பார்க்க வேண்டி இருக்கிறது. ஆனால் மேற்சொல்லப்பட்ட அந்தச் சிறுமியின் நான்கு வரி ஒப்புதல் என்பது, இன்று ஒருபால் ஈர்ப்பை எதிர்க்கும் பலருக்கும் சவுக்கடி கொடுப்பதைப்போல உள்ளது. தன்னிடம் உண்மையாக இருக்கும் ஒரு பெற்றோருக்காகத் தான் உண்மையாக இருப்பதாக அந்தப்பெண் சொல்லும் வார்த்தைகளை, நம் நாட்டில் இப்படிப் புத்தகத்தில் படிக்க மட்டுமே முடியும் ஒரு சூழலில் நாம் இருக்கிறோம். இந்திய ஒருபால் தம்பதிகளின் குழந்தை, இந்தப் புத்தகத்தை எப்போது கைகளால் புரட்டுகிறதோ அன்றுதான் இந்தப் புத்தகத்துக்கு முழுப்பயன் கிடைக்கும்.

ஓரினப் பொருளாதாரம்

பொருளாதார நிலைக்கும் ஒருபால் ஈர்ப்புக்கும் தொடர்புண்டு என்று சொல்வதை நம்மால் நம்பமுடிகிறதா? ஆனால் அதுதான் உண்மை. பாலினம் தொடர்பான கருத்துகள் பத்தொன்பதாம் நூற்றாண்டில் மாற்றம் கண்டதற்குக் காரணமாகப் பலரும் கூறுவது சமூக மதிப்பு மற்றும் பொருளாதார நிலையைத்தான். முதலாளித்துவக் கோட்பாடுகள் நிலவிய காலத்தில் ஒருபால் ஈர்ப்புப் பரவலாக காணப்பட்டது. ஒருபால் ஈர்ப்புப் பற்றி சமூகத்தில் நிலவிய பயம் மற்றும் குழப்பம், ஆசியக் கலாசாரத்தில் மேற்தட்டு குடும்பங்களில் அவ்வளவாகக் காணப்படவில்லை. அதே நேரத்தில் இத்தகைய பொருளாதார அம்சம் மட்டுமே 'லெஸ்பியன்' விஷயத்தில் புரிதலை ஏற்படுத்தப் போதவில்லை. அதைத் தாண்டி, பெண்ணுரிமையும், சமூகத்தில் பெண்களின் நிலையுமே லெஸ்பியன் பற்றிய சமூகத்தின் கருத்தை பிரதிபலித்தன. நாகரிகப் பொருட்களின் மிகப்பெரிய நுகர்வோர்களாக இருந்தது ஒருபால் ஈர்ப்பு நபர்களே. ஒருபால் ஈர்ப்பு என்ற ஒன்றை வெளிப்படுத்தியதே முதலாளித்துவம்தான். ஆனால், இனப்பெருக்கம் என்கிற காரணத்தால் அதைப் புறக்கணித்ததும் அவர்கள்தான். ஒருபால் ஈர்ப்புக்கு எதிரான மனநிலை, மேற்குலகில் மதக் காரணங்களால் மட்டுமே உண்டானது. இதை முதலாளித்துவ விஷயமாகப் பார்த்ததனால், கம்யூனிஸ்ட்கள் கடுமையாக ஒருபால் ஈர்ப்பை எதிர்த்தனர்.

இன்றைக்கு இந்தியாவில் கூட ஒருபால் ஈர்ப்புத் தொடர்பான விழிப்புணர்வு ஓரளவேனும் வளர்ந்திருப்பது மெட்ரோபொலிட்டன் நகரங்களில் மட்டுமே. சென்னை, பெங்களூரு, டெல்லி, மும்பை போன்ற நகரங்களில் இன்று பொருளாதார ரீதியில் வளர்ச்சி

அடைந்த மக்கள் மத்தியில் இதைப் பற்றிய புரிதல் காணப்படுகிறது. ஒருபால் ஈர்ப்புக்கான அமைப்புகள், நிறுவனங்கள் போன்றவை விழிப்புணர்வை ஏற்படுத்தும் வண்ணம் செயல்படும் செயல் பாடுகளும் கூட இத்தகைய நகரங்களில்தான் அதிகம் காணப்படுகிறது.

'மேற்தட்டு' மக்களின் பழக்கம் இது என்று மட்டுமே இதை மற்றவர்கள் நினைத்திட காரணமாகவும் இது இருக்கிறது. இதை, மேற்தட்டு மனநிலையைத் தாண்டிய அடுத்த கட்டத்திற்குக் கொண்டுவர வேண்டியது, ஒருபால் ஈர்ப்பு சார்ந்த விழிப்புணர்வு களை மேற்கொள்பவர்களின் கடமை.

நாகரிகம் வந்த நாகரிகம்

இருபதாம் நூற்றாண்டு ஒருபால் ஈர்ப்புக்கும் நாகரிக மாற்றத்திற்கும்பெரிய இணைப்பைக் கொடுத்துள்ளது. ஒரு பாலின ஈர்ப்புக்கும், நாகரிகத்துக்கும் என்ன தொடர்பு என்று நீங்கள் நினைக்கலாம். தொடர்பு உண்டு. இருபதாம் நூற்றாண்டின் முற்பகுதிகளில் ஒருபால் ஈர்ப்பைச் சட்டப்படிக் குற்றமாகவும், சமூக அங்கீகாரம் கொடுக்காத விஷயமாகவும் வட அமெரிக்கா மற்றும் பிரிட்டனில் பார்த்தார்கள். அதனால், அங்கு வாழ்ந்த ஒருபால் ஈர்ப்பாளர்கள் தங்கள் பாலின ஈர்ப்புகளை மறைத்து வாழவேண்டிய கட்டாயம் உண்டானது. அப்படி மறைத்து வாழ்ந்த நிலையில், தங்கள் பாலின ஈர்ப்பு அடையாளங்களைத் தங்கள் உடைகள் மூலம் வெளிப்படுத்திக் கொண்டார்கள். தங்களை தங்களைப் போன்றவர்களிடம் வெளிக்காட்டிக்கொள்ளவும், அதே நேரத்தில் அது பொதுவாக உள்ளவர்களுக்குப் புலப்படாத விஷயமாகவும் இருப்பதற்காக அவர்கள் உடைகளை தங்கள் கருவிகளாகப் பயன்படுத்திக்கொண்டார்கள். அதற்காக கே ஆண்கள் பெண்மைக்கான ஆடைகளையும், லெஸ்பியன் பெண்கள் ஆண்மைக்கான ஆடைகளையும் அணிந்தார்கள்.

பின்பு சமூகம் ஓரளவு ஒருபால் ஈர்ப்பைப் புரிந்துகொண்ட கால கட்டமான 1970களில் ஆண்கள் தங்கள் வழக்கமான கலாசார உடைகளை, இன்னும் தங்களை ஆண்மை உடையவர்களாகக் காட்டிக்கொள்ளும் விதமான ஆடைகளை அணிந்தனர். கே ஆண்கள் நாகரிக மாற்றங்களில் பெரிய அளவில் தாக்கங்களை உண்டாக்கினார்கள். ஆண்களின் ஆடைகள் மாற்றங்களுக்கு முக்கியக் காரணமாக விளங்கினார்கள். இந்த ஆடை மூலம் பாலின ஈர்ப்பை வெளிப்படுத்தும் விஷயம் பின்பு பலருக்கும் தெரிந்ததனால், இன்னும் நுணுக்கமான

அடையாளங்களைக் கையாளத் தொடங்கினார்கள் ஒருபால் ஈர்ப்பாளர்கள். குறிப்பிட்ட வகை ஆபரணம், சில நிறத்தில் ஆபரணம் என்று நுணுக்கமான அடையாளங்களை மேற்கொண்டார்கள். அதில் 'பச்சை' நிறம் பெரிய தாக்கத்தை உண்டாக்கியது. கே அமைப்புகள், ஆண்கள் என்று பச்சை நிறம் பிரதானமான கே வண்ணமாக மாறியது. பச்சை நிறப் பட்டைகளை பல கே பேரணிகளின் போதும் கே ஆண்கள் அணிந்தனர். அதே போல காலணிகள் அணிவதிலும் ஒருபால் ஈர்ப்பைத் தனித்துவப்படுத்தினர். குறிப்பாக சியூட் ஷூக்கள் (Suede shoes) அணிபவர்கள் எவராக இருந்தாலும் அவர்களை 'ஒருபால் ஈர்ப்பாளர்களா' என்ற சந்தேகத்துடன் பலரும் பார்த்தார்கள்.

அதே போலத் தங்கள் அலங்காரங்களிலும் சில மாற்றங்களை உருவாக்கினர். சில கே ஆண்கள் மற்றும் பெண்களின் அலங்காரங் களாகச் சொல்லப்பட்ட, புருவங்கள் சரி செய்தல், கண்களில் அலங்காரம், முடிகள் அலங்காரம், உயரமான ஹீல்ஸ் வகை காலணிகள், பெண்கள் அணிவது போன்ற மேலாடைகள் என்று தங்கள் அடையாளங்களை உருவாக்கிக்கொண்டனர். ஒருபால் ஈர்ப்புக்கான விழிப்புணர்வும் போராட்டங்களும் அதிகமான காலங்களில் இந்த நாகரிகமும் அவற்றோடு வளர்ந்தது. தங்கள் பாலின ஈர்ப்பு அடையாளத்தை வெளிப்படுத்தும் மன வலிமையை அந்தப் போராட்டங் கள் அவர்களுக்குக் கொடுத்தது, அதன் விளைவே தங்கள் அடையாளங் களை இப்படிப் பலருக்கும் வெளிக்காட்டும் விதமாக அமைந்தது.

ஆண்களைப் போலவே லெஸ்பியன் பெண்களும் ஆண்களின் உடையை அணிந்துகொண்டார்கள். அப்படி அணிவதால் தங்களைப் போன்ற லெஸ்பியன் பெண்களை அடையாளம் கண்டுகொள்வ தோடு மட்டுமல்லாமல், சமூகத்தில் பயம் குறைந்து, மன தைரியத் தோடு வலம் வர முடிந்தது. எல்லா லெஸ்பியன்களும் அப்படி ஆடைகளை அணிவதில்லை என்றாலும் பலர் அப்படி இருந்ததாகத் தெரிகிறது. 'ஆணியல் பெண்மை' என்ற பிரதான மூலச் சொல்லே, நாகரிக வளர்ச்சிகளாகச் சொல்லப்படும் பலவற்றுக்கும் முக்கியக் காரணம். 1960களில் உடை அணிவதில் புரட்சி உண்டானது என்று கூடச் சொல்லலாம். பல இளைஞர்கள் தங்கள் ஆடைகளுக்காகப் பணம் மற்றும் நேரத்தை நிறைய செலவழித்தனர். கர்னாபி தெரு நாகரிகம் (Carnaby street fashion) என்பது உலகம் முழுக்கப் பரவியது. அதாவது கர்னாபி என்னும் தெருவில் நாடக நடிகர்கள் மற்றும் கலைஞர்களுக்கான ஆடைகள் தயாரித்தனர். அங்கு கே ஆண்கள் தங்கள் அடையாளங்களுக்கான ஆடைகளை வாங்கினர். இந்த கர்னாபி தெரு பின்பு, பல வெகுஜன இளைஞர்களும் கூடும் இடமாக மாறியது.

கே ஆண்கள் மட்டுமே பயன்படுத்திய ஆடை நாகரிகம் அப்படியே மெல்ல மற்ற எல்லாத் தளங்களுக்கும் பரவிவிட்டது.

கே ஆண்கள் பெண்களுக்குரிய அடையாளங்களை அணிந்ததனால் அவர்களை சமூகம் பார்க்கும் பார்வை இரண்டாம் தரமாக இருந்தது. அதுவரை சிலர், ‘கே ஆண்கள் உடலால் ஆணாக இருந்தாலும், மனதால் பெண்கள்’ என்ற தவறான எண்ணம் கொண்டு இருந்ததை, தங்கள் ஆடைகள் மூலம் ஒப்புக்கொண்டதைப் போல் ஆனதை உணர்ந்தார்கள். அதன்பின்பு, தாங்கள் பிறப்பால், உணர்வால், இருப்பால் ஆண்களே என்று காட்டிக்கொள்ள அதீத ஆண்மை வெளிப்படுத்தும் ஆடைகளைத் தேர்ந்தெடுத்தனர். பூட்ஸ் வகை காலணிகள், இறுக்கமான கீழ் ஆடைகள், கட்டம் போட்ட சட்டைகள், ஒட்ட வெட்டிய முடிகள், அடர்த்தியான மீசை என்று தங்கள் ஆண்மையை இன்னும் அதிகமாக வெளிக்காட்டினர். அதே போல, மதுபான அரங்குகளில் அமர்வது, உடற்பயிற்சிக் கூடங்கள் செல்வது என்று ஆண்மைத்தனங்களாகக் கருதப்பட்ட விஷயங்களை இன்னும் அதிக ஈடுபாட்டுடன் செய்தனர். ஆண்மையின் அடையாளங் களைத் தங்கள் பாலின ஈர்ப்பின் முக்கிய அம்சமாகக் கருதினார்கள்.

நாகரிகத் துறையில் பல கே ஆண்கள் முக்கியத்துவம் பெற்றிருந்தார் கள். இருபதாம் நூற்றாண்டில் சிறப்பான நாகரிக மாற்றங்களை உருவாக்கிய நாகரிக வடிவமைப்பாளர்கள் பெரும்பாலும் கே ஆண்கள்தான். நாகரிக வடிவமைப்பாளர்களில் முக்கியமான Christian Dior, Cristóbal Balenciaga, Yves Saint Laurent, Norman Hartnell, Halston, Rudi Gernreich, Giorgio Armani, Calvin Klein மற்றும் Gianni Versace போன்றவர்கள் கே ஆண்கள்தான்.

எப்போதுமே கே ஆண்கள் புதுப்புது எண்ணங்களை உருவாக்க நினைப்பவர்கள். அந்த எண்ணம் அவர்களை நாகரிகத் துறையில் கொடிகட்டிப் பறக்க வைத்தது. அதுவரை பெண்கள் மட்டுமே காமம் தூண்டும் விதமான விளம்பரங்களில் வரும் நிலை மாறி, ஆண்களும் தங்கள் கவர்ச்சிகளை வெளிக்காட்டும் விதமான விளம்பரங்கள் நிறைய உருவாகத் தொடங்கின. ஆரம்பத்தில் கே ஆண்கள் தங்கள் அடையாளங்களாக உருவாக்கிய பல விஷயங்கள் இன்று பல தளத்திலும் பலராலும் பயன்படுத்தப்படுகின்றன. ஒருபால் ஈர்ப்பைத் தவறென்று சொல்லும் பலரும், இன்று ஒருபால் ஈர்ப்பாளர்கள் தங்கள் பாலின ஈர்ப்பு அடையாளத்தை வெளிக்காட்ட உருவாக்கிய நாகரிகத்தைத்தான் பயன்படுத்துகிறார்கள் என்ற உண்மையை அறியாமலேயே அவற்றைப் பயன்படுத்துகிறார்கள். ஒருபால் ஈர்ப்பின் அடையாளத்தை விரும்பி ஏற்கும் மக்கள், அவர்களையும் ஏற்கும் நாள் இனிதான் உருவாக வேண்டும்.

பாலின அகதிகள்

உலகில் ஒருநாட்டுக் குடிமகன் இன்னொரு நாட்டுக்கு வேலை நிமித்தமாகச் செல்வது இயல்பான ஒன்றுதான். ஆனால், ஒரு நாட்டில் தங்கள் உரிமைகள் பறிக்கப்பட்டு, வாழ்வதற்கான பாதுகாப்புக் கிடைத்திடாமல், முறையான அனுமதியின்றி இன்னொரு நாட்டில் தஞ்சம் அடையும் அகதிகள் தமிழ் சமூகத்தில் ரொம்பவே பரிச்சயமானவர்கள்தான். இலங்கைத் தமிழர்கள் விவகாரத்தால் இந்த வார்த்தை நமக்கு இயல்பான ஒன்றாக ஆகிவிட்டது. இலங்கை அகதிகள், பர்மிய அகதிகள் என்று பல அகதிகள் பல நாடுகளிலும் தஞ்சம் புகுவதை நாம் கண்டுவருகிறோம். இதில் 'பாலின அகதிகள்' என்ற சொல் எங்கிருந்து வருகிறது? அடிப்படை உரிமைகள் பறிக்கப்படுவதால் அகதிகள் ஆக்கப்படும் மக்களுக் கிடையே, ஒருவரின் பாலியல் சுதந்திரம் ஒடுக்கப்படும்போது தங்கள் நாட்டைவிட்டு, அந்த சுதந்திரத்தைச் சட்டப்பூர்வமாகவும், சமூகரீதியாகவும் அங்கீகரிக்கும் நாடுகளுக்குச் செல்வார்கள். ஒருபால் ஈர்ப்பாளர்களை இந்தியா உட்பட பலநாடுகள் இன்னும் அங்கீகரிக்கவில்லை. இப்படி உள்ள நாட்டிலிருந்து ஓரினக் காதலர்கள் வேறுநாட்டில் தஞ்சம் புகுந்தால் அவர்களே பாலியல் அகதிகள்.

பெரும்பாலும் அப்படிச் செல்பவர்கள் வெளியில் தெரியாமல், பொருளாதாரக் காரணத்தைக் காட்டிச் செல்வதால் தெளிவான புள்ளிவிவரங்கள் நமக்குத் தெரிவதில்லை. வங்கதேசம் நாட்டைச் சேர்ந்த இரண்டு ஒருபால் ஈர்ப்பாளர்கள், ஒருபால் ஈர்ப்பாளர் களுக்கு எதிரான சட்டத்தால் தங்கள் நாட்டில் மரணதண்டனை விதிக்கப்பட்டவர்கள் அடைக்கலம் தேடி ஆஸ்திரேலிய தூதரகத்தை அணுகினர். அவர்கள் உண்மையாகவே ஒருபால் ஈர்ப்பாளர்கள்

தானா என்று உறுதி செய்தது ஆஸ்திரேலிய அரசு. 1998ம் ஆண்டு ஆஸ்திரேலியா வந்த இந்த ஓரினத் தம்பதி, தங்கள் பாலின உரிமைக்காகவும் பாதுகாப்புக்காகவும் போராடினார்கள். மீண்டும் தங்கள் தாய்நாடு சென்றால் மரணம் நிச்சயம் எனும் மரணப் போராட்டத்தில் ஆஸ்திரேலியாவில் போராடினார்கள். இந்த வங்கதேச ஓரினக் காதலர்கள் செய்தி உலகம் முழுக்கப் பரபரப்பாகப் பேசப்பட்டது.

இது ஒரு சிறிய உதாரணம்தான். அதே போல 21 வயது லீலா என்கிற இலங்கைத் தமிழ் இளைஞன், இலங்கையில் தன் ஒருபால் ஈர்ப்பு எண்ணத்திற்கு எதிராக நடக்கும் வன்முறைகளுக்குப் பயந்து ஆஸ்திரேலியாவின் கதவைத் தட்டியுள்ளார். இலங்கையில் பாலியல் உரிமைக்கு எதிராக நடத்தப்பட்ட வன்முறையை உறுதி செய்த ஆஸ்திரேலியா, லீலாவுக்கு அடைக்கலம் தரச் சம்மதித்தது. தமிழன் என்பதைவிட தான் ஒரு ஒருபால் ஈர்ப்பாளன் என்ற காரணத்தால்தான் அங்கு அதிகம் பாதிப்புகளுக்கு உள்ளானதாக லீலா கூறுகிறார். மீண்டும் இலங்கை திரும்பினால் நிச்சயம் தான் கொல்லப்படும் அபாயம் இருப்பதாக இவர் கூறியதுதான், ஆஸ்திரேலியா எந்தத் தயக்கமும் இன்றி அடைக்கலம் கொடுக்க ஒரு முக்கியக் காரணம். எத்தனையோ அகதிகள் தங்கள் பாலின ஈர்ப்பு உரிமைகள் மறுக்கப்படுவதாலும், பாலின விருப்பங் களுக்காக ஒடுக்கப்படுவதாலும் தங்கள் தாய் நாட்டைப் பிரிந்து, ஏதுமற்ற அகதிகளாக மற்ற வளர்ந்த நாடுகளில் தஞ்சம் கோருகின்றனர்

உலக அளவில் ஒருபால் ஈர்ப்பாளர்களை மரண தண்டனைக்குரிய குற்றவாளிகளாகப் பார்க்கும் அதே உலகத்தில்தான், இதை மிக எளிதாகச் சாதாரண விஷயமாகக் கையாளும் நாடுகளும் இருக்கின்றன. பிரித்தானியாவில் பாடத்திட்டத்தில் ஒருபால் ஈர்ப்பாளர்கள் பற்றிய பாடங்களைச் சேர்க்க அந்நாட்டு அரசு தீர்மானித்து வருகிறது. அமெரிக்காவின் அதிபர் ஒபாமா இதைப்பற்றி நிறையப் பேசி இருக்கிறார். அமெரிக்காவின் பல மாகாணங்கள் இப்போதே ஒருபால் ஈர்ப்பு குற்றமல்ல என்று கருதும் நிலையில், அமெரிக்கா முழுவதும் இதைப்பற்றிய விழிப்புணர்வும் உரிமைகளும் வெகுவிரைவில் வரும் என்று நம்பலாம்.

இந்த நூற்றாண்டின் தொடக்கத்தில்தான் பல நாடுகளும் இதை அங்கீகரிக்கத் தொடங்கின. நெதர்லாந்து முதலில் சட்ட ரீதியாக அங்கீகரித்தது. அதைத் தொடர்ந்து பெல்ஜியம், ஸ்பெயின் (ரோமன் கத்தோலிக்கத் திருச்சபைகளின் கடுமையான எதிர்ப்பையும் மீறிச் சட்டம் இயற்றியது ஸ்பெயின்), கனடா (நெதர்லாந்து முதலில்

சட்டமாக்கினாலும், முதல் திருமணம் கனடாவில்தான் நடந்தது), தென் ஆப்பிரிக்கா (ஆப்பிரிக்கக் கண்டத்தில் முதலில் சட்டமாக்கிய நாடு), நார்வே, சுவீடன் (சுவீடனில் லூதரன் தேவாலயத்தில் வாக்கெடுப்பு நடத்தப்பட்டு அதில் பெரும்பாலானோர் ஆதரித்ததன் பேரில் சட்டமாக்கப்பட்டது), போர்ச்சுகல் (பாராளுமன்றத்தில் வாக்கெடுப்பு நடத்தப்பட்டது), ஐஸ்லாந்து, அர்ஜென்டினா என்று பலநாடுகள் சட்டரீதியாக அங்கீகரித்தன. நேபாளத்தில் விரைவில் சட்டமாகும் நிலை உள்ளது.

ஒருபால் ஈர்ப்பாளர்களைச் சட்டப்படி அங்கீகரிப்பதோடு தங்களின் எல்லைகளைச் சுருக்கிக்கொள்ளாமல், சமூக ரீதியாக, சமூகக் கட்டமைப்பை ஒருபால் ஈர்ப்பாளர்களுக்கு ஆதரவாகப் பல நாடுகள் மாற்றி வருகின்றன. இன்னும் சில நாடுகளோ, அத்தகைய ஓரினத் தம்பதிகள் குழந்தைகளைத் தத்தெடுக்கவும், வாடகைத் தாய்கள் மூலம் குழந்தைகளைப் பெற்றுக்கொள்ளவும் ஊக்கம் அளிக்கின்றன.

53 ஆப்பிரிக்க மாகாணங்களில் 38ல் ஒருபால் ஈர்ப்பு குற்றச் செயலாகப் பார்க்கப்படுகிறது. ஐநா உறுப்பு நாடுகளில் அறுபது சதவிகித நாடுகள் இதுபோன்ற பாலியல் உரிமைகளைக் குற்றப் பட்டியலிளிருந்து நீக்கியும், நீக்குவதற்குத் தயாராகவும் இருக்கிறார்கள். நாற்பது சதவிகித நாடுகள் தங்கள் கலாசார அடையாளத்தைக் காரணமாகக் கூறி இதை ஏற்க மறுக்கிறார்கள். சில நாடுகள், குறிப்பாகத் தென்னாப்பிரிக்கா, மொசாம்பி, மொரீசியஸ், போட்ஸ்வானா போன்ற நாடுகள், தங்கள் பாராளுமன்றங்களில் ஒருபால் ஈர்ப்பு தவறில்லை என்று அறிவித்தாலும், தங்கள் சட்டங்களில் அதைக் குற்றப்பட்டியலில் இருந்து நீக்கவில்லை. ஒருசில நாடுகள் சட்ட ரீதியாக ஒருபால் ஈர்ப்பை அங்கீகரித்தாலும், அங்குள்ள அடிப்படை எண்ணங்களால் இத்தகைய ஒருபால் எண்ணம் கொண்ட நபர்கள் மீது வன்முறைகள் நிகழ்ந்துகொண்டுதான் உள்ளன. சட்டங்கள் மட்டும் ஒருநாட்டு மக்களின் மனநிலையை மாற்றிவிடாது என்பதை நாம் புரிந்துகொள்ளலாம்.

குறிப்பாக பிரேசில் நாட்டில், சட்ட ரீதியாக ஒருபால் ஈர்ப்புக்கு ஆதரவான நிலை இருந்தாலும், அங்கு அத்தகைய செயல்களில் ஈடுபடும் மக்கள் மீது வன்முறை பல சமயங்களில் கொலைகள் வரை சென்றிருக்கிறது. இன்னும் 78 நாடுகள் ஒருபால் ஈர்ப்பைக் குற்றமாகவும், தண்டனைக்குரிய ஒரு செயலாகவும் பார்க்கிறார்கள். அந்த நாடுகளிலும் ஒருபால் ஈர்ப்புக்கு எதிரான வன்முறைகள் நிறையவே நடக்கின்றன. ஒருபால் ஈர்ப்பு என்பது மரணதண்டனைக் குரிய குற்றமாக சூடான், நைஜீரியா, தென் சோமாலியா போன்ற

ஆப்பிரிக்க நாடுகளிலும், ஈரான், சவுதி அரேபியா, ஏமன் போன்ற ஆசிய நாடுகளிலும் கருதப்படுகிறது.

பல நாடுகள் ஒருபால் ஈர்ப்பைத் தண்டனைக்குரிய குற்றமாகக் கருதுகின்றன. அதிலும் கொடுமையான மரண தண்டனைக்குரிய குற்றமாகப் பார்ப்பதுதான் அதிர்ச்சி அளிக்கிறது. அதே நேரத்தில் இதற்கு நேர் முரணாக ஒருபால் திருமணங்களை அங்கீகரிக்கும் சில நாடுகளும் இருக்கின்றன. தென் ஆப்பிரிக்கா, ஐஸ்லாந்து, பெல்ஜியம், நெதர்லாந்து, நார்வே, போர்ச்சுகல், ஸ்பெயின், ஸ்வீடன், அர்ஜென்டினா, கனடா மற்றும் அமெரிக்காவின் சில மாகாணங்கள் முன்னோடிகளாகத் திகழ்கின்றன.

பொதுவாக மேற்குலக நாடுகள் இதில் ஜெட் வேகத்தில் செல்கிறார்கள், ஆசிய நாடுகள் நம் ஊர் அரசுப் பேருந்து மாதிரி செல்கிறார்கள். அரபு நாடுகளும் ஆப்பிரிக்க நாடுகளும் இன்னும் ஆமை வேகத்தில்தான் செல்கிறார்கள்.

ஒருநாட்டில் உரிமைகள் மறுக்கப்பட்டு அந்நாட்டுக் குடிமகன் வேறு நாட்டை நாடிச் செல்வதை ஒவ்வொரு நாடும் தன் நாட்டின் அவமானமாகப் பார்க்க வேண்டும். அந்த அவமானத்தைப் போக்கி, தங்கள் நாட்டின் கட்டமைப்பைப் பலப்படுத்த நாம் பாலியல் சுதந்திரத்தில் அக்கறை கொள்ளவேண்டும். உரிமைகளை நீங்கள் கொடுக்க வேண்டாம்; அவர்கள் உரிமைகளைப் பறிக்காமல் இருந்தாலே போதும்.

உலகில் தங்கள் சொந்த நாட்டில், தன் உண்மையான பாலின அடையாளத்தோடு, எவ்வித அச்சுறுத்தலும் இன்றி நிம்மதியாக ஒரு குடிமகன் வாழும் நாள் வரும்போதுதான், இதைப்போன்ற பாலியல் அகதிகளுக்கு ஒரு விடிவு காலம் கிடைக்கும்.

இணையத்தில் வீடு

இன்றைக்கு உலக அளவில் 'இணையம்' என்பது இணையில்லா இடத்தைப் பெற்றிருக்கிறது. அதுவும் குறிப்பாக இந்தியாவில் இணையத்தைப் பயன்படுத்துபவர்கள் மற்றநாடுகளைவிட அதிகம். லிபியப் புரட்சிக்குக் காரணம் ஒரு சமூக வலைத்தளம்! இந்திய அரசியலில் இன்றைக்கும் பல புரட்சிகளுக்கு அடித்தளமாக அமைந்திருப்பது இணையத்தளங்கள். காஷ்மீரில் ஒரு குண்டூசி விழுந்தால்கூடக் கன்யாகுமரியில் உள்ளவனுக்கு அது செய்தியாக அடுத்த நிமிடம் செல்லும் அளவிற்கு இந்த உலகத்தைச் சுருக்கி இருக்கிறது இணையம். அத்தகைய பலம்வாய்ந்த இணையச் சமூகம், ஒருபால் ஈர்ப்பில் எந்த அளவிற்குப் பங்குவகிக்கிறது?

இன்று, ஒருபால் ஈர்ப்பு தொடர்பாக உள்ள இணையதளங்களில் 99% காம நோக்கத்தோடு மட்டுமே செயல்படுகின்றன. காமக்கதைகள், காமக் காணொளிகள், படங்கள் என்று அத்தனையுமே வெறும் இச்சைகளைத் தூண்டும் விதமாகவே அமைந்துள்ளன. மேற்குலக நாடுகளில் இத்தகைய இணையத்தளங்கள் பலருக்கும் வடிகாலாக இருக்கலாம். காரணம், அங்கு தேவையான அளவு ஒருபால் ஈர்ப்பைப் பற்றிய விழிப்புணர்வு மக்கள் மத்தியில் உருவாகி உள்ளது. மனதளவில் உறுதியாக இருக்கும் அந்த நபர்கள் உடலளவில் தங்கள் தேவைகளையும் இச்சைகளையும் தீர்த்துக்கொள்ள ஒரு வடிகாலாக இந்த இணையதளங்கள் பயன்படுகின்றன. ஆனால், இந்தியாவைப் போன்ற வளரும் நாடுகளில், ஒருபால் ஈர்ப்புப் பற்றிய கருத்துகளை மாற்றப் போதிய விழிப்புணர்வோ, மனநிலையோ இல்லாத நாட்டில், ஏற்கெனவே மன அழுத்தத்தில் இருக்கும் ஒருபால் ஈர்ப்பாளர்களின் மனதில் மேலும் சுமைகளைப் புதைத்து, மன அழுத்தத்தை இன்னும் இவை அதிகமாக்குகின்றன.

ஒரு கேயைப் பொருத்தவரைக்கும் உடல் ரீதியான தேவை என்பதை விட, உணர்வு ரீதியான தேவைகள் அதிகம். 'ஒருபால் ஈர்ப்பு என்பது தவறு, அதில் ஈடுபடுவது குற்றம், மதத்திற்கும் கடவுளுக்கும் எதிரான செயல்' என்ற பிம்பம் நம் நாட்டில் புரையோடிக் கிடக்கிறது. அதனால் இயல்பாக ஒரு மனிதனுக்கு, ஒருபால் ஈர்ப்பு எண்ணம் உண்டாகும்போது, சமூகத்தின் ஓரின எதிர்ப்பு எண்ணங்களால் 'தான் செய்வது தவறோ?' என்ற எண்ணம் உண்டாகும். ஆனாலும், அதைச் செய்ய ஒருவன் விழைகிறபோது மன ரீதியான அழுத்தத்திற்கு உள்ளாவான். அவனுக்கு வெறும் உடல் தேவையை மட்டுமே பூர்த்தி செய்யும் இணையத்தளங்கள், ஒருபால் விரும்பிகளை மேலும் அதிகமான உளைச்சலுக்கு ஆளாக்கும்.

சமூக வலைத்தளங்கள் தொடங்கி கே டேட்டிங் தளங்கள் என்று பரவிக்கிடக்கிறது ஓரின விரும்பிகளின் இணையத்தள உலகம். ஆனால், அங்குப் பெரும்பாலும் டேட்டிங் என்பது 'இருவருடைய உடல் உறவுக்கு நாள், இடம் குறிக்கும்' ஒரு தரம் தாழ்ந்த செயல் மட்டுமே நடைபெறுகிறது.

ஒருவர் இன்னொருவருடன் பேசி, பழகி, இருவருக்கும் ஒத்துப்போனால் அடுத்த கட்டமாக மற்ற உறவில் ஈடுபடுவதுதான் டேட்டிங் என்பதன் அர்த்தம். ஆனால், இங்கே டேட்டிங் என்பதோ, இன்னொருவரின் பெயர் கூடத் தெரியாமல், நாள் இடம் குறித்து உடல் உறவுக்கு ஆயத்தம் ஆவது என்று ஆக்கப்பட்டுவிட்டது. காமத்தைத் தவிர வேறு எதையுமே சிந்திக்க முடியாத அளவிற்கு ஒரு கேயை இத்தகைய தளங்கள் முடக்கிவிட்டன. ஒரு கே தன்னை உடல் சார்ந்த 'போகப்பொருள்' என எண்ணும் அளவுக்கு இந்த இணையத்தளங்கள் செயல்படுகின்றன.

ஒரு ஒருபால் ஈர்ப்பு நபரின் மனதைப் புரிந்துகொள்ளவும், தான் செய்வது தவறில்லை என்று சுட்டிக்காட்டவும் இந்தத் தளங்கள் முன்வருவதில்லை. அத்திப்பூத்தாற்போல் ஒரு சில தளங்கள் இருப்பதை மறுக்கமுடியாது. ஆனால், அவை மிக மிகச் சொற்பமே.

ஒருபால் ஈர்ப்பில் காமம் ஒரு சிறு பகுதிதான். ஆனால், இந்தத் தளங்கள் மூலம் ஒருபால் ஈர்ப்பு என்றாலே 'காமம், உடலுறவு மட்டுமே' என்று நினைக்கும் நிலை வந்துவிட்டது. ஒருபால் ஈர்ப்பாளர்களின் உடலுக்கும், சதைகளுக்கும் கொடுக்கும் முன்னுரிமையை, உள்ளத்திற்கும், உணர்வுகளுக்கும் இந்தத் தளங்கள் கொடுக்கத் தவறிவிட்டன. ஒரு மன அழுத்தம் நிறைந்த இளைய சமுதாயத்தை இந்த இணையத்தளங்கள் இந்தியாவில் நாளுக்கு நாள்

அதிகமாக்கிக்கொண்டே வருகின்றன. இதன் அர்த்தம், உடலுறவே தவறென்று சொல்வதல்ல. உடலுறவு என்பதை ஒருபால் ஈர்ப்பின் தகுதியாகவும், மிகுதியாகவும் ஆக்கிவிடாமல் ஒரு சிறு பகுதியாக மட்டும் வைத்தால் ஆரோக்கியமான ஒருபால் ஈர்ப்புச் சமுதாயம் உருவாகும். பொதுமக்களும் இதை நல்ல அபிப்ராயத்தோடு அணுகுவார்கள். சமுதாய மாற்றம் ஏற்படவும் வாய்ப்பு உண்டாகும்.

இணையத்தளங்கள், சமூக ஊடகங்கள், வலைத்தளங்கள், வலைப்பதிவுகள் என்று பலவகையில் பரந்து விரிந்திருக்கும் இணைய உலகம், இந்தியா போன்ற ஒரு 'ஒருபால் ஈர்ப்பினர் பற்றிய விழிப்புணர்வு குறைவாக உள்ள' நாட்டில், ஒருபால் ஈர்ப்பை மேலும் அதிகமான குற்றமாக மக்கள் பார்க்கும் அளவிற்கு ஆக்கிவிடாமல், அடுத்த கட்ட முன்னேற்றத்திற்கு உதவலாம். இணைய உலகம் உதவாமல் இருப்பதில் கூடத் தவறில்லை, முன்னேற்றப் பாதையில் குறுக்கிடாமலாவது இருக்கவேண்டும்.

இவர்களை யார் கொலை செய்தது?

உலகத்தில் பெரும்பாலானவர்களுக்கு ஆப்பிள் நிறுவனத்தைப் பற்றித் தெரியும். அந்த நிறுவனத்தின் அதிகாரப்பூர்வ சின்னத்தைப் பற்றிய பின்னணியை வெகு சிலரே அறிவர். இதைத் தெரிந்து கொள்ள ஆலன் டூரிங்கின் வாழ்கையை நாம் தெரிந்துகொள்ள வேண்டும். பொ.பி 2500ம் வருடம் நம் மனித சமூகம் எட்டியிருக்க வேண்டிய அதிநவீன வளர்ச்சியினை அரை நூற்றாண்டுக்கு முன்னரே கொடுக்கவல்ல ஒரு மேதையை நம் அறியாமை கொன்றுவிட்டது. தத்துவ இயலின் விடிவெள்ளி, கணினி அறிவியலின் தந்தை, தர்க்கத்தின் அதிபதி, மறையீட்டியலின் அரசர், செயற்கை நுண்ணறிவின் கடவுள், உயிரின அமைப்பியலின் முன்னோடி என்று பல்துறை அறிவை உள்ளடக்கிய ஒரு அரும்பெரும் மேதை. இவரால்தான் இரண்டாம் உலகப்போர் நிறைவுக்கு வந்தது. அவர்தான் ஆலன் டூரிங் (Alan Turing).

ஒரு மனிதன் ஆயிரம் வருடம் வாழ்ந்தாலும் சாதிக்க இயலாத விஷயங்களை, நாற்பத்தொரு வயதிற்குள் எந்த வாய்ப்புமில்லாமல் சாதித்துக் காட்டியவர் டூரிங். பாலினப் பாகுபாடு என்ற ஒரே காரணத்தால் அவரின் தனி மனிதச் சுதந்திரம் பறிக்கப்பட்டது. ஆழ்ந்த துயரத்தில் வாழ்ந்து மறைந்த இவரின் நூற்றாண்டு வருடம் இது. அவரைக் கொன்ற அறியாமை இப்போதாவது நம் சமூகத்திலிருந்து விலகி இருக்கிறதா? இல்லை!

இருபத்தியோராம் நூற்றாண்டின் அரிய கண்டுபிடிப்பாகக் கருதப்படும் கணினி உலகின் Artificial Intelligenceன் தந்தை டூரிங். அவர் சமபால் ஈர்ப்புடையவர் என்ற காரணத்தினாலேயே ஆங்கில

அரசு அவரைத் தற்கொலை செய்யத் தூண்டியது. டூரிங் விஷம் சாப்பிட்டுக் கடித்து வைத்த ஆப்பிளைத்தான் ஆப்பிள் நிறுவனத்தில் அதிகாரப்பூர்வ இலட்சினையாக ஸ்டீவ் ஜாப்ஸ் மாற்றினார். இதுபோல நடந்த தற்கொலைகள் ஏராளம். கொலைகள் எண்ணற்றவை. காலத்தால் கணிக்கமுடியாமல் போயிற்று. சாக்ரடீஸ் தொடங்கிப் பலர் தங்களின் விருப்பங்களை மறைத்து நடைப்பிணமாக வாழ்ந்து சென்றுள்ளனர்.

தற்கொலைகள் பற்றிய ஓர் ஆய்வில் பலரும் அதிரும் வண்ணம் உண்மை ஒன்று வெளியானது. அதாவது வறுமை, இழப்பு போன்ற விஷயங்களைவிட, தற்கொலைகளும், தற்கொலை முயற்சிகளும் பாலின புறக்கணிப்பின் காரணமாக அதிகமாக நிகழ்வதாக ஆய்வுகள் கூறுகின்றன. அதுவும், எதிர்பால் ஈர்ப்பினரைவிட, ஒருபால் ஈர்ப்பு எண்ணம் கொண்டவர்கள் இந்நிலைக்கு அதிகம் ஆளாவதாக ஆய்வில் சொல்லப்பட்டிருக்கிறது. அதேபோல திருநர்களும் தற்கொலை விஷயங்களில் அதிகம் ஈடுபடுகிறார்கள். ஒருபுறம் தங்கள் பாலின அடையாளத்தை வெளிப்படுத்த முடியாத இயலாமை, மறுபுறம் சமூகம் தன்னைப் புறக்கணிக்குமோ என்கிற அச்சம். விளைவு, மன அழுத்தம் அதிகமாகி தற்கொலை எண்ணம் மேலோங்குகிறது. சமூகப் புறக்கணிப்புதான் இத்தகைய தற்கொலைகளுக்கு மூலகாரணம் என்பதை யாராலும் மறுக்க முடியாது.

1989ம் ஆண்டு சுகாதாரத் துறை சார்பாக வெளியான அறிக்கை ஒன்று பலத்த அதிர்ச்சி அலைகளை ஏற்படுத்தியது. 'எதிர்பால் ஈர்ப்பாளர்களைவிட, ஒருபால் விரும்பிகள் மூன்று மடங்கு அதிகமாகத் தற்கொலை செய்துகொள்கிறார்கள். தற்கொலை ஆய்வில், 30% தற்கொலைகள், ஒருபால் ஈர்ப்பாளர்கள், தங்கள் பாலின அடையாளத்தால்தான் இறக்கிறார்கள்' என்றது அந்த அறிக்கை.

இந்த அறிக்கைக்குப் பின்புதான் பலரும் இந்த பிரச்சினையின் தீவிரத்தை உணர்ந்தனர். இந்த ஆய்வின் அடிப்படையில் பல ஆராய்ச்சிகள் மேற்கொள்ளப்பட்டன. ஆனால் அதற்குப் பின்பு சிலர் செய்த ஆய்வுகளில், அப்படித் தற்கொலை செய்து கொண்டவர்களில் ஒருபால் ஈர்ப்புக் கொண்டவர்கள் மிகவும் குறைவுதான் என்று கூறினார்கள். சுகாதாரத்துறை இதை மிகைப் படுத்துவதாக அவர்கள் சொன்னார்கள். ஆனால் உண்மையில் அப்படி ஆய்வு செய்தவர்களின் ஆய்வுகளின் நம்பகத்தன்மை மிகவும் குறைவாக இருந்தது. காரணம், இறந்தவர்களின் இறப்புக்கான காரணங்களை அவர்களின் பெற்றோர்கள் மறைத்தார்கள். ஒருபால்

ஈர்ப்புக்காக இறந்ததாக அவர்கள் வெளியில் கூறுவதை கவுரவக் குறைச்சலாகக் குடும்பத்தினர் கருதினார்கள். அதனால் பலரது இறப்புகளுக்கான காரணமும் மறைக்கப்பட்டது.

ஒவ்வொரு ஆய்வாளர்களும் ஒவ்வொரு இடம் மற்றும் ஒவ்வொரு விதமான மக்கள் மத்தியில் ஆய்வுகள் செய்ததனால் அப்படி முரண்பட்ட ஆய்வு முடிவுகள் வெளியாயின என்பதையும் மறுக்க முடியாது. பரந்து விரிந்த உலகில் நிகழும் எல்லாத் தற்கொலை களின் காரணங்களையும் ஆய்வு செய்வது என்பது முடியாத காரியம். இன்னொரு சிக்கலும் இந்த ஆய்வில் இருக்கிறது. ஒருபால் ஈர்ப்புக் கொண்டவர்களில் எத்தனை பேர் தங்கள் பாலின விருப்பத்தை வெளிப்படுத்தினர்?. எத்தனை பேரின் பாலின அடையாளம் அந்த நபரைச் சார்ந்த குடும்பத்தினருக்குத் தெரிந்திருக்கும்? இப்படிப் பல சிக்கல்களுக்கு விடை தெரியாமல், இந்த ஆய்வுகள் சிக்கலான விஷயம்தான்.

பாக்லி மற்றும் ட்ரெம்ப்ளே (Bagley and Tremblay) என்ற இரண்டு ஆய்வாளர்களும் 1997ம் ஆண்டு கனடாவில் நடத்திய ஆய்வில் எதிர்பால் ஈர்ப்பினரைவிட ஒருபால் விரும்பிகளின் தற்கொலைகள் 14 மடங்கு அதிகம் என்ற அதிர்ச்சியான செய்தியை வெளியிட்டனர்.

ரசல் மற்றும் ஜோயனர் (Rusell and Joyner) இருவரும் 2001ல் நடத்திய ஆய்வில் அமெரிக்காவில் இளைஞர்களின் தற்கொலை களில் எதிர்பால் ஈர்ப்பு எண்ணம் கொண்டவர்களைவிட ஒருபால் ஈர்ப்பாளர்கள் இரண்டு மடங்கு அதிகமாகத் தற்கொலை செய்து கொண்டதாகக் கூறினர்.

ஹெரால் மற்றும் குழுவினர் (Herrell) ஒரு வித்தியாசமான 1999ல் ஆய்வைச் செய்தனர். அதாவது ஒட்டிப்பிறந்த இரட்டையர்களுக்குள் தங்கள் ஆய்வுகளை மேற்கொண்டனர். அதில் ஒருபால் ஈர்ப்புக் கொண்ட இரட்டையர்கள், எதிர்பால் ஈர்ப்பு நபர்களைவிட நான்கு மடங்கு அதிகமாகத் தற்கொலை எண்ணம் உடையவர்களாக இருந்தார்கள். இந்தத் தற்கொலைகளுக்கும் மன பாதிப்பிற்கும் எவ்விதத் தொடர்பும் இல்லை.

மாத்திவ்ஸ் (Matthews) என்பவர் இளம் பெண்கள் மத்தியில் மேற்கொண்ட தனது ஆய்வில் 52% லெஸ்பியன் பெண்கள் தற்கொலை எண்ணம் கொண்டவர்களாகவும், 38% எதிர்பால் எண்ணம் கொண்டவர்கள் தற்கொலை எண்ணம் கொண்டவர்களாகவும் இருப்பதாகக் கூறினார். அதேபோல மற்றவர்களைவிடத் திருநர்கள்

அதிகத் தற்கொலை எண்ணம் கொண்டிருந்ததாக ஆய்வுகள் கூறுகின்றன.

இப்படித் தற்கொலைகளுக்குக் காரணம் மன அழுத்தமும், அதன் விளைவாக வரும் போதைப்பழக்கமும்தான். சமூகப் புறக்கணிப்பும், பாதுகாப்பின்மையும் இத்தகைய தற்கொலைகளை நோக்கி இந்த மக்களைச் செலுத்துகின்றன. ஒருபால் ஈர்ப்பைப் பற்றிய சமூகத்தின் பயமும், தவறான எண்ணமும், ஒருபால் ஈர்ப்பு நபர்களை நோக்கிய எதிர்ப்பாகவும், வன்முறையாகவும் மாறின. அதன் விளைவாகத் தற்கொலைகள் பெருகின. தங்களுக்கென பாதுகாப்பும் ஆதரவும் இல்லாத நிலையில், இத்தகைய நபர்கள் தற்கொலையை நாடுகிறார்கள். எல்லா ஒருபால் ஈர்ப்பு நபர்களும் தற்கொலை எண்ணம் கொண்டவர்கள் அல்ல. ஆனால், பெரும்பான்மையானவர்கள் இத்தகைய எண்ணம் உடையவர்களாகத்தான் இருக்கிறார்கள்.

இந்தத் தற்கொலைகளுக்கு முக்கியக் காரணம் சமூகப் புறக்கணிப்பு தான். ஒருவகையில் இது இந்தச் சமூகத்தின் கொலை. உரிமைகள் பறிக்கப்பட்டு, அவர்களைத் தற்கொலையை நோக்கிச் செலுத்துவதும் கூட ஒருவகையில் கொலைதான்.

நம்பி டூ நார்மல்

சமபால் ஈர்ப்புடைய ஒரு நபர் எதிர்பால் மீது ஈர்ப்பை உண்டாக்க மருத்துவ ரீதியில் வாய்ப்புகள் உண்டா? இந்தக் கேள்விகள் பலரின் மனதிலும் எழாமல் இருக்காது. ஒரு பால் ஈர்ப்பை மனதளவில் ஏற்கமுடியாமலும், சமூக நிர்பந்தத்திற்குப் பயந்து அதனைத் தவறெனக் கருதும் ஒருபால் விரும்பிகள் நிறையப் பேர் உள்ளனர். அவர்களுக்கான பிரச்சினைகளைத் தீர்க்க அளிக்கப்படவேண்டிய சிகிச்சைகளை இரண்டு வகையாகப் பிரிக்கின்றனர்.

மாற்றுச் சிகிச்சை (Conversion therapy) மற்றும் *ஒருபால் ஏற்புச் சிகிச்சை* (Gay-affirmative therapy). மாற்றுச் சிகிச்சைகள் பெரும் பாலும் தங்களின் ஓரின விருப்ப எண்ணத்தை சில நிர்பந்தங்கள் மற்றும் அழுத்தத்தால் வெறுக்கும் மக்களுக்குக் கொடுக்கப்படு கின்றன. 'எக்ஸ்-கே' என்ற அமைப்புகள் இத்தகைய சிகிச்சைகளை ஒருபால் விரும்பிகளுக்குக் கொடுத்து, அவர்களின் பாலின ஈர்ப்பை மாற்ற முயற்சிக்கிறார்கள்.

அதே நேரத்தில் இன்னொரு சிகிச்சையான 'ஒருபால் ஏற்புச் சிகிச்சை' சமூகத்தில் புரையோடிக் கிடக்கும் ஒருபால் ஈர்ப்புக்கான எதிர்க்கருத்துக்களை அறிவியல் ரீதியாகத் தவறென்று வாதிட்டு, ஒருபால் ஈர்ப்பு தவறல்ல என்று, பாதிக்கப்பட்டவர்களுக்கு மனரீதியாக அறிவுறுத்துவது. ஒருபால் ஈர்ப்பு என்பது ஒரு மன நோய் அல்ல. அப்படி இருக்கையில் அந்த எண்ணத்தை மாற்று வதற்கான 'மாற்றுச் சிகிச்சை' எதற்கு என்று பலர் கேள்வி எழுப்பு கிறார்கள். பல நேரங்களில் இந்தச் சிகிச்சைகளால் ஒரு நபரின் பாலின ஈர்ப்பையும், அதற்கு எதிரான சமூக நம்பிக்கைகளையும் ஒருசேர வகைப்படுத்தித் தெளிவாக உணர்த்த முடியவில்லை.

சிக்மண்ட் ஃப்ராய்ட் ஒருபால் ஈர்ப்புப் பற்றியும் அதற்கான தீர்வு பற்றியும் சொல்வதைப் பார்க்கலாம். ஒருபால் ஈர்ப்பைக் குற்றப் பட்டியலில் இருந்து நீக்கக்கோரி ஜெர்மனி மற்றும் ஆஸ்திரியாவில் எழுந்த கோரிக்கையில் ஃப்ராய்ட் கையெழுத்திட்டார். அப்போது தான் இதைப்பற்றிய மருத்துவ ரீதியான கருத்துகளைப் பொது மக்கள் மத்தியில் வைத்தார். இயற்கையாகவே ஒவ்வொரு மனிதனும் இருபால் ஈர்ப்பாளர்கள் என்கிறார். ஓரின விருப்பம் உள்ளே ஆழத்தில் மறைந்து கிடக்கும் நபர்கள் எதிர்பாலினத்தின் மீது ஈர்ப்புக் கொள்கிறார்கள். அவர்களை இயல்பாகப் பார்க்கிறோம். அதேநேரத்தில் எதிர்பால் ஈர்ப்பு அழுந்தியும், சமபால் ஈர்ப்பு மேலெழுந்தும் காணப்படும் மக்கள், சமபால் ஈர்ப்புடையவர்களாக இருக்கிறார்கள். அதாவது எல்லா எதிர்பால் ஈர்ப்பாளர்களும், மெல்லிய ஒருபால் விருப்பம் கொண்டவர்கள். அதே போல, எல்லாச் சமபால் ஈர்ப்பாளர்களும் மெல்லிய எதிர்பால் ஈர்ப்பாளர்கள் என்று ஃப்ராய்ட் கூறுகிறார். ஒருபால் ஈர்ப்புக் கொண்டவர்கள் அதீத புத்திசாலிகளாக இருப்பதையும் ஃஃப்ராய்ட் குறிப்பிடுகிறார். பிளாட்டோ, மைக்கேல் ஏஞ்சலோ, லியோனார்டோ டாவின்சி போன்றோரையும் அதற்கு உதாரணமாகக் காட்டுகிறார். ஒருபால் ஈர்ப்பு என்பது ஒரு உடல் குறைபாடோ, நோயோ அல்ல. அவர்களை நோயாளிகளைப் போல அணுகவோ, நினைக்கவோ கூடாது. அதேபோல மேதைகள் பலர் ஓரின விரும்பிகளாக இருக்கும் போது, இதனை மனநோயாகப் பார்ப்பதையும் தவறு எனக் குறிப்பிடுகிறார். ஒருபால் ஈர்ப்பாளர்களை அவர்களின் பாலின விருப்பத்தைக் காரணமாக வைத்து ஒதுக்கக் கூடாது, திறமையை வைத்தே எல்லா இடங்களிலும் வாய்ப்புக் கொடுக்க வேண்டும் என்கிறார்.

ஒருபால் ஈர்ப்பிற்கான காரணங்களாகச் சிலவற்றை ஃப்ராய்ட் குறிப்பிடுகிறார். அவை:

1. சிறுவனாக இருக்கும்போது பாலின அம்சம் பற்றிய தவறான நம்பிக்கை. (தனக்கு இருப்பதைப் போல ஆண் உறுப்பு பெண்ணுக்கு இல்லாததை அறியும்போது உண்டாகும் ஒரு மனக் குழப்பத்தின் விளைவாக.)

2. சிறுவயது முதல் தாயின் மீது அதிகப் பிணைப்போடு இருக்கும் ஆண் குழந்தைகள் எதிர்காலத்தில் ஒருபால் விருப்பத்தில் ஈர்ப்புக் கொண்டவர்களாக இருக்க அதிக வாய்ப்புண்டு.

3. ஒரு தந்தையின் அரவணைப்பை அதிகம் எதிர்பார்ப்பவனாக, விரும்புபவனாக வளரும் குழந்தைகள் சமபால் விரும்பிகளாக மாறும் வாய்ப்புகள் அதிகம்.

4. தந்தை மீதான பொறாமை மற்ற ஆண்களின் மீது ஈர்ப்பை உண்டாக்கலாம்.

ஒட்டுமொத்தமாக ஃப்ராய்ட் சொல்வது, பெரும்பாலும் ஒருபால் ஈர்ப்பை ஒருவர் வளரும் சூழலே தீர்மானிக்கிறது என்பதுதான். இது உளவியல் ரீதியான ஒன்றுதான் என்றாலும், இதை மாற்ற உளவியலால் மட்டும் முடியாது. அதைத்தாண்டிய உயிரியல் கோட்பாடுகளும் இதில் உள்ளன. ஓரின விருப்பத்தால் ஒருவர் வெட்கப்படவும் கவலைப்படவும் ஒன்றுமில்லை. அதனால் பாதிப்பும் இல்லை என்கிறார். ஒருவர் தன் பாலின ஈர்ப்பை மாற்றவேண்டும் என்ற உறுதியோடும், மனநிலையோடும் வரும் போது இத்தகைய மாற்றுச் சிகிச்சைகள் கைக் கொடுப்பதைப் போல் தெரியலாம். அந்த மாற்றம் கூடச் சிகிச்சைகளால் உண்டாவது இல்லை. தனிப்பட்ட அந்த நபரின் உறுதியான மனநிலையின் வெளிப்பாடு. பெரும்பாலும் இந்தச் சிகிச்சைகள் வெறும் கண்துடைப்பாகவே இருப்பதாக ஃஃப்ராய்ட் கருதுகிறார்.

அதனால் அதற்கான சிகிச்சையைப் பற்றியும், எண்ணங்களை மாற்றுவதற்கான யோசனைகளைப் பற்றியும் அவர் பெரிதாக எடுத்துக்கொள்ளவில்லை. பெரும்பாலும் இத்தகைய சிகிச்சைகள் தனிப்பட்ட நபரின் மனநிலையைப் பொருத்தே வெற்றிபெறும். அப்படியே வெற்றிபெற்றாலும் அது எதிர்பாலினத்தின் மீதான விருப்பமாக எந்த அளவுக்கு மாறும் என்பதில் மட்டுமே அத்தகைய சிகிச்சைகளின் முழு வெற்றி இருப்பதாக ஃப்ராய்ட் கூறுகிறார்.

நோய்க்குத்தானே சிகிச்சை வேண்டும், ஒருவரின் இயல்பான மனநிலையை மாற்றுவதற்கு எதற்காகச் சிகிச்சை என்பதுதான் ஃப்ராய்டின் மறுகேள்வியாக நம்முன் நிற்கிறது.

திருமணம் செய்ய போறீங்களா? ஒரு நிமிடம் ப்ளீஸ்!

நம் நாட்டைப் பொருத்தவரையில், இன்னும் ஒருபால் திருமணங்கள் ஏற்றுக்கொள்ளப்படுவதில்லை. அதனால், பல காரணங்களாலும் தங்கள் சுய அடையாளத்தை மறைத்து, பெற்றோர் மற்றும் குடும்பத்தின் நிர்பந்தத்தால் ஒரு பெண்ணைத் திருமணம் செய்துகொள்கிறார்கள். இத்தகைய நபர்கள் பெரும்பாலும் மனரீதியாகப் பாதிக்கப்பட்டிருக் கிறார்கள். நான் இங்கு சொல்வது, ஒருபால் விரும்பிகளைப் பற்றி மட்டும்தான். Bi பற்றி இங்குக் குறிப்பிடவில்லை. Bisexual நபர்களால், அத்தகைய வாழ்க்கையைச் சமாளித்து எடுத்துச் செல்ல முடியும். ஆனால், ஒரு கேயால் அப்படி வாழ்வதென்பது தன்னையும் ஏமாற்றி, தன்னைச் சார்ந்தவர்களையும் ஏமாற்றும் செயல். இப்போதும் பலர் அப்படித் திருமணங்களுக்குத் தயார் ஆகிக் கொண்டிருப்பவர்களாக இருக்கலாம். அத்தகைய நபர்கள், முதலில் தாங்கள் கே தானா என்பதை உறுதி செய்துகொள்ளவேண்டும். பெண்கள் மீது சிலருக்கு ஈர்ப்பே இருக்காது. அத்தகைய நபர்கள் எக்காரணம் கொண்டாவது திருமணத்தைத் தவிர்ப்பது நல்லது. அல்லது, ஒரு மனநல மருத்துவரிடம் உங்கள் நிலைமையைச் சொல்லி கலந்தாய்வு செய்யவும். திருமணத்திற்குப் பின்பு, அப்படிப்பட்ட நபர் இதன் காரணமாகத் தன் மனைவியோடு பரஸ்பர இன்பத்தைப் பகிர்ந்துகொள்ள முடியாமல் போய்விடக் கூடாது.

பெண்தன்மை நிறைந்த ஆண்களைப் பற்றி இங்குக் குறிப்பிட வில்லை. கே என்றால் தன்னை முழுவதும் ஆண்மையுடன் கருதிக்

கொள்ளும் ஓர் ஆண். சமூக நிர்பந்தத்தால் திருமணம் செய்து கொண்டோமே என்ற ஒரே காரணத்தால் விருப்பமின்றி மனைவியுடன் இல்லறத்தில் ஈடுபடுவது தவறு. பலப்பலக் கனவுகளுடன் இப்படிப்பட்டவர்களைத் திருமணம் செய்துகொள்ளும் பெண்களுக்கு இது ஒரு பேரிடியாக தோன்றும். மனைவியோடு இயல்பாக இல்லறம் அனுபவிக்க முடியாத விரக்தியால், தீவிர மன உளைச்சலுக்கு இவர்கள் ஆளாவார்கள். சில காலத்தில், இரவைக் கண்டாலே அஞ்சத் துவங்குவார்கள். ஒரு நண்பர், ''இப்போதல்லாம் இரவே வரக்கூடாதுன்னு தோணுது. இரவே இல்லாமல் இருந்தால் எப்படி இருக்கும்? நார்வே நாட்டில் பெரும்பாலும் பகலாக இருக்குமாமே, அங்க போகலாம்னு தோணுது'' என்றார்.இப்படி அந்த நபர் இரவை வெறுக்கக் காரணம், இரவில் அவர் மனைவியுடன் உறவு கொள்ள பயந்துதான். இரவு நெருங்க நெருங்க, இப்படிப்பட்ட நபர்களுக்கு, அன்றைய இரவை எப்படியாவது ஓட்டிவிட வேண்டும் என்ற எண்ணம் மட்டுமே இருக்கும். அனுபவித்து ரசிக்க வேண்டிய இத்தகைய இல்லற நிகழ்வை பயந்தே எத்தனை காலம் இவர்கள் ஓட்ட முடியும்?.

சிலர் தங்கள் தேவைகளை நிறைவேற்றிக்கொள்ள ஆண்களைத் தேடிச் செல்வதிலும் பெரிய ஆபத்து இருக்கிறது. மனைவி, குழந்தை என்று ஆனபிறகு கே வாழ்க்கையில் ஈடுபடுவது என்பது கத்தி மேல் நடப்பது போன்ற ஒன்று. எந்த விதத்திலாவது அந்த இரட்டை வாழ்க்கை உங்கள் குடும்பத்திற்குத் தெரிந்தால், அத்தோடு எல்லாம் முடிந்தது. இதைப் பயன்படுத்தி, சில திருமணம் ஆன ஆண்கள் மிரட்டப்படுவதும் நடக்கிறது. குடும்பத்திற்குத் தெரியக்கூடாது என்று, தங்கள் உடைமை மற்றும் நிம்மதியை இழந்தவர்களை நான் கண்டிருக்கிறேன். சில மனைவிகளுக்குத் தங்கள் கணவர் கே என்று தெரிந்து, விவாகரத்து வரை சென்றது கூட தமிழகத்தில் நடந்திருக்கிறது.

அமெரிக்காவில் இதைப்பற்றிய விழிப்புணர்வு நாம் எதிர்பார்ப்பதை விட அதிகமாக இருக்கிறது. அப்படி ஆண்கள் பெண்ணைத் திருமணம் செய்துகொள்ள நேர்ந்தால், சில நாட்களில் தன்னைப் பற்றிய முழு விபரத்தையும் மனைவியிடம் கூறிவிடுவார்களாம். கணவன் ஓரின விருப்பம் கொண்டவர் என்பதை அறிந்த இத்தகைய பெண்கள், எப்படி வாழ்க்கையைச் செலுத்துவது, இதை எப்படிக் கையாள்வது, கணவனுக்கு எந்த அளவுக்குத் துணை நிற்பது என்றெல்லாம் தங்களுக்குள் ஆலோசித்து வாழ்க்கையை நடத்துகிறார்கள். இதற்கென சில அமைப்புகளும் அங்கே

செயல்படுகின்றன. இத்தகைய அமைப்புகள் மூலம், இந்தக் காரணத்தினால் அங்கு ஏற்படும் திருமண முறிவுகள் வெகுவாகக் குறைந்திருப்பதாகக் கூறுகிறார்கள். சமீபத்தில் பிலடெல்பியாவில் இது தொடர்பாக ஒரு கருத்தரங்கம் நடைபெற்றது. இதன்மூலம் மனைவியும் தெளிவான மனநிலைக்கு வருகிறார். கணவனும் குற்ற உணர்வின்றி இருக்கிறார்.

இந்த நிலைமை நம் நாட்டுக்கு வர வெகு ஆண்டுகள் ஆகும். இவ்வளவு கூட வேண்டாம், அமெரிக்க ஆண்கள் செய்வதைப் போல், தங்கள் அடையாளத்தை யாராவது தன் மனைவியிடம் கூற முடியுமா? சொன்னாலும், அதைப் புரிந்துகொள்ளும் பக்குவம் நம் பெண்களுக்கு கிடைத்திருக்கிறதா?

சமூக வலைத்தளங்களில் பல ஆண்களும், தங்கள் இயலாமையை, வெறுமையை வெளியில் சொல்ல முடியாமல் பேசுவதைக் கண்டிருக்கிறேன். இவ்வளவு யோசிக்கும் ஒரு விஷயத்தை, திருமணத்திற்கு முன்பு ஒரு முறை யோசிக்கலாமே. பொதுவாகப் பெரியவர்கள், ''எல்லாம் கல்யாணம் ஆகிட்டா சரி ஆகிடும்'' என்பதை நம்பிப் பலரும் ஏதோ அசட்டு நம்பிக்கையில் திருமணத்தை முடித்துவிட்டு திண்டாடுவதைக் கண்டபோது மனம் உறுத்தியது. அதனால்தான், உங்களிடம் இதைப் பகிர்கிறேன்.

ஒருவரின் வாழ்க்கையைத் தீர்மானிக்கப்போகும் முடிவு, திருமணம். அதை நிறைய ஆராய்ந்து ஆழ்ந்து சிந்தித்து முடிவெடுக்க வேண்டும்.

அங்கீகரிக்கப்படாத எழுத்துகள்

ஓர் எழுத்தாளர் கதை, கவிதை, கட்டுரை என்று எதை எழுதினாலும், அந்த எழுத்தின் முக்கிய நோக்கம் அந்த எழுத்திற்கான அங்கீகாரம். அந்த அங்கீகாரத்தின் மூலம் கிடைக்கும் பெயர், புகழ் என்று எதையும் மறுப்பவர்கள் எவரும் இருக்கிறார்களா? அப்படி அங்கீகாரம் கிடைக்காத எழுத்துகளை எழுத எந்த எழுத்தாளராவது முன்வருவார்களா? தங்கள் சுய அடையாளத்தையும், நிஜ முகத்தையும் காட்டாமல் எவ்வித அங்கீகாரத்தையும் எதிர்பார்க்காமல் எழுதும் சில எழுத்தாளர்கள் நம் தமிழ்நாட்டில் கூட இருக்கிறார்கள். எங்கு எதற்காக யார் இப்படி எழுதுகிறார்கள் என்றால், அது இந்த கே உலகில்தான்.

பல சமூக ஊடகங்கள், வலைப்பதிவுகள், இணையங்கள் என்று ஒருபால் ஈர்ப்பு தொடர்பான கதைகள் எழுதுபவர்களைத்தான் சொல்கிறேன். ஒருபால் ஈர்ப்புக் கதைகள் என்றதும் அதைக் காம இச்சைகள், வர்ணனைகள் நிறைந்த கதைகளாக நினைத்து விடாதீர்கள். இப்போதெல்லாம் நிறைய கதைகள் துளியும் ஆபாசம் இல்லாமல், ஓரின விரும்பிகளின் உணர்வுகள், காதல்கள் என்று பிரதிபலிக்கத் தொடங்கி இருப்பதைப் பார்க்க ஆச்சரியமாகவே உள்ளது. இது சமீப காலத்தில் உருவான ஒரு இலக்கிய முன்னேற்றம் என்றுதான் சொல்லவேண்டும். பொதுவான எழுத்தாளர்களின் எந்தக் கதைக்கும் சற்றும் குறையாத வகையில் எழுத்து நடையையும், உணர்வுகளையும் கொண்ட பல கதைகள், அவை ஒருபால் ஈர்ப்பு தொடர்பானவை என்ற ஒரே காரணத்தால் புறக்கணிக்கப்படுகிறது.

எல்லா நாட்டிலும் அப்படித்தானே என்று நீங்கள் நினைத்தால் அது முட்டாள்த்தனம். நான் இப்போது சொல்லப்போவது மேற்குலகம் தங்கள் இலக்கியத்தின் ஒரு பகுதியாக எப்படி ஓரின விருப்பத்தை அங்கீகரிக்கிறது என்பதைப் பற்றித்தான்.

இருபதாம் நூற்றாண்டு, மேற்குலக நாடுகளில் ஓரின விருப்பம் கொண்ட நபர்களுக்கான இலக்கிய ரசனைக்கு விருந்து வைத்த நூற்றாண்டு என்று சொல்லலாம். அதில் முதன்முதலில் மிகப்பெரும் இடத்தைப் பிடித்தவர், ஆங்கில எழுத்தாளர் ஈ.எம்.போர்ஸ்டர். இருபதாம் நூற்றாண்டின் தொடக்கத்தில் இவர் படைப்பு முழுமை பெற்றுவிட்டாலும், அது புத்தக வடிவில் வந்தது இவர் இறந்த பின்னர்தான். ஓரின விரும்பிகளின் கதையை பிரித்தானிய சாமானிய மக்களும் வாசிக்கும்படிச் செய்தது போர்ஸ்டர் எழுத்து. மேற்குலகம் அப்போதுதான் அறிவியலின் ரீதியாகவும், உணர்வு ரீதியாகவும் ஒருபால் ஈர்ப்பை அங்கீகரிக்கத் தொடங்கிய காலம். அப்படிப்பட்ட அங்கீகாரம் போர்ஸ்டரின் எழுத்தை இன்னும் அனைத்து மட்டத்தினரையும் சென்றடைய வைத்தது.

புகழ்பெற்ற ஆங்கில எழுத்தாளர்களான ஜேம்ஸ் பால்ட்வின், கிறிஸ்டோபர் ஐஷர்வுட், எட்மண்ட் வைட், நோபல் பரிசு வென்ற ஆண்ட்ரே கைடே போன்றவர்கள் தங்கள் இயல்பான கதைகளுக்கு மத்தியில் ஒருபால் ஈர்ப்பை மையப்படுத்திய கதைகளையும் எழுதினர். அதனால், மக்கள் இன்னும் இயல்பான ஒரு விஷயமாக ஒருபால் ஈர்ப்பை ஏற்கத் தொடங்கிவிட்டார்கள்.

ஒருபால் ஈர்ப்புக் கதைகள் என்றால் ஒரே விதமான கதைகளை அவர்கள் எழுதவில்லை. நகைச்சுவை, காதல், திகில், துப்பறியும் கதை என்று பல விதங்களையும் மையமாகக் கொண்ட கதைகள் வெளிவந்தன. 1990ல் இதன் அடுத்தகட்டமாக காமிக்ஸ் கதைகள் ரூபத்திலும் ஒருபால் ஈர்ப்புக் கதைகள் வெளிவரத் தொடங்கின. 1989 வரை, சிறுவர்கள் அதிகம் படிப்பதால் காமிக்ஸ் கதைகளில் இத்தகைய ஓரினக் கதைகளைப் புகுத்தக் கூடாது என்ற சட்டம் இருந்தது. அது நீக்கப்பட்டுப் பல காமிக்ஸ் ஓரினக் கதைகள் வெளிவரத் தொடங்கின. ஆனால், மிகப்பெரும் வரவேற்பைப் பெற்று இதற்கென விருதுகள் கொடுக்கும் அளவிற்கு மக்களைச் சென்றடைந்தன ஓரின காமிக்ஸ் கதைகள். Gaylactic Spectrum Award மற்றும் GLAAD Media Awards என்ற விருதுகள் இதற்கெனப் பிரத்யேகமாக உருவாக்கப்பட்ட விருதுகள். Lambda Literary Award, Stonewall Book Award மற்றும் Dayne Ogilvie Prize போன்ற விருதுகள், ஒருபால் ஈர்ப்புக் கதைகளுக்காக கொடுக்கப்படும் மிக உயர்ந்த விருதுகள் ஆகும்.

Lambda Literary Awards என்பதை லாமி விருதுகள் என்று சொல்வார்கள். காதல், நகைச்சுவை, உண்மைக் கதைகள் என்று குறிப்பிட்ட தளங்களில் இந்த விருது வழங்கப்படும். இந்த அளவிற்கு மேற்குலகத்தின் அங்கமாக, அவர்களின் இலக்கியத்தின்

முக்கிய ஒரு பகுதியாக ஒருபால் ஈர்ப்புக் கதைகள் இடம் பெற்றிருக்கின்றன.

ஆங்கிலம், பிரெஞ்சு, ஜெர்மன் உள்ளிட்ட மேற்குலக இலக்கியங்கள் மட்டுமல்லாது ரஷ்யா, ஜப்பான் போன்ற நாடுகளும் தங்கள் இலக்கியங்களில் ஒரு பகுதியாக ஓரின விருப்பம் தொடர்பான இலக்கியங்களைக் கொண்டுள்ளன. உலகின் மிகப்பழமையான மொழி, செம்மொழி என்று புகழப்படும் நம் மொழியின் இலக்கிய வட்டத்தில் இன்னும் இதைப்போன்ற புதுமை முயற்சிகளுக்குத் தளம் அமைத்துக்கொடுக்கப்படவில்லை.

மிகவும் தவறான இன்னொரு எண்ணமும் இங்கே நம் மக்கள் மத்தியில் புதைந்துள்ளது. ஓரின விருப்பம் தொடர்பான கதைகள் என்றால் அது காமக்கதைகள் என்ற அளவில் அதைச் சுருக்கிப் பார்க்கிறார்கள். அது மிகவும் தவறான எண்ணம். இங்கே ஓரினக் கதை எழுதுபவர்களும் தங்கள் நிலைப்பாட்டை மாற்றிக்கொண்டு, நிறைய காதல், உணர்வுகள், நகைச்சுவை என்று இலக்கியத் தரமான படைப்புகளைக் கொடுக்க வேண்டும். இப்போது வேண்டுமானால் ஓரின ஈர்ப்பு சார்ந்த எழுத்துக்கும் படைப்புக்கும் அங்கீகாரம் கிடைக்காமல் இருக்கலாம். ஓரின விருப்பம் தொடர்பான மக்களின் மனநிலை மாறும் நாளில் இந்தப் படைப்புகள் பொக்கிஷமாகக் கருதப்படும்.

காமக்கதைகள் என்பது அந்த நேரத்துக் கிளர்ச்சியை உண்டாக்க மட்டுமே. இதைப்போன்ற இலக்கியத் தரமிக்க கதைகள் காலம் கடந்தும் நிலைத்து நிற்கும். நிச்சயம் ஒருநாள் இந்த வகை எழுத்துக்கான அங்கீகாரம் கிடைக்கும் என்று நம்பி எழுத்தாளர்கள் எழுதலாம். இதோடு, இன்னொரு முக்கியமான மாற்றமும் நிகழவேண்டும். தமிழின் இப்போதைய நட்சத்திர எழுத்தாளர்கள் ஓரின விரும்பிகளை நாயகர்களாகக் கொண்ட கதைகளை எழுத வேண்டும். ஓரின விரும்பிகளின் உணர்வுகளை வெளிக்காட்ட வேண்டும். அவர்களின் படைப்புகள் மட்டுமே இலக்கிய வட்டத்தில் ஓரின விருப்பம் தொடர்பான மக்களின் மனநிலையை மாற்றும் வல்லமை பெற்றவை. எந்த ஒரு அடக்குமுறையையும் எதிர்த்துத் தங்களை ஒரு முற்போக்குவாதிகளாக காட்டிக்கொள்ளும் நட்சத்திர எழுத்தாளர்கள், இத்தகைய ஒரு விஷயத்திலும் அவர்களது முற்போக்குச் சிந்தனையை உலகிற்கு உணர்த்த வேண்டும்.

இந்தியாவில் பாலியல் கல்வி

'**பா**லியல் கல்வி அவசியமா?' ரொம்ப காலமாகவே பல விவாத மேடைகளில் ஒலிக்கும் ஒரு முக்கியக் கேள்வி. பாலினக் கல்வி என்றால் உடல் உறவைப் பற்றியோ, எய்ட்ஸ் பற்றியோ, உடலியல் பற்றியோ படிக்கும் கல்வியைப் பற்றிச் சொல்லவில்லை மாறாகப் பால்புதுமையர் பற்றியும் மாற்றுப் பாலின மற்றும் பாலியல் ஒருங்கிணைவு பற்றியும் படிக்கும் கல்வி இந்தியாவில் அறவே இல்லை.

இந்தியா போன்ற வளரும் ஒரு நாட்டில், எந்த ஒரு பிரச்சினையுமே அதைப்பற்றிய அடிப்படை அறிவு இல்லாததால்தான் உண்டாகிறது. ஒரு 'டெங்கு' காய்ச்சலைக் கட்டுப்படுத்தவும் விழிப்புணர்வை உருவாக்கவும் வீடுகளுக்கும், விதிகளுக்கும் தேடி வரும் அரசு, பாலியல் ரீதியாக உண்டாகும் பிரச்சினைகளை ஏன் கையாள மறுக்கிறது?

வெளிப்படையாக அறிகுறிகள் தெரியும் ஓர் ஆபத்துக்கு இந்த அளவு முக்கியத்துவம் கொடுக்கும் அரசுகள், உடல் மற்றும் மனரீதியாகப் பல பாதிப்புகளை உண்டாக்கி, நித்தமும் பலரையும் மறைமுக நோயாளிகளாக்கிக்கொண்டு இருக்கும் பால் ரீதியான பிரச்சினை களுக்குத் தேவையான அடிப்படை அறிவைக் கூடக் கொடுக்க மறுக்கிறார்கள்.

பதின் வயது இளைஞர்கள், பருவ வயதை எய்தும்போது கல்வி அவர்களுக்குப் பல அடிப்படை விஷயங்களைப் போதிக்க வேண்டும். கல்வியை மதிப்பெண் எடுக்கும் வஸ்துவாகப் பார்க்கும்

நம் சமூகத்தில், இதைக் கொண்டசேர்ப்பது கடினம்தான் என்றாலும், சாத்தியம்தான்.

எல்லாவற்றுக்கும் அமெரிக்காவை உதாரணமாகச் சொல்லும் நாம், இந்த விஷயத்தில் அவர்கள் கடந்து வந்த பாதையைக் கவனிக்க வேண்டும். 1960களில் அமெரிக்காவில் பாலியல் கல்வி என்பது பாடத்திட்டங்களில் முழுமையான வடிவமாக இணைக்கப்பட்டது. 1964ம் ஆண்டு Sexuality Information and Education Council of the United States (SIECUS) என்ற அமைப்பு அதற்காக உருவாக்கப் பட்டது. பாலினம் மற்றும் பாலின ஈர்ப்புகள் என்று பலவாறும் செய்திகள் பாடங்களாக்கப்பட்டன. பாலியல் பற்றிய பேச்சைப் பேசத் தயங்கிய மக்களிடம் விழிப்புணர்வை ஏற்படுத்தி, அதையும் வாழ்க்கையின் ஓர் அங்கமாகப் பாவிக்க வைத்தார்கள் இந்த அமைப்பினர். இந்த அமைப்பிற்கும், அரசின் பாலியல் கல்வி முடிவுக்கும் எதிராக கிறுத்துவ மத அடிப்படைவாதிகளும், சில அமைப்புகளும் பலத்த எதிர்ப்பைப் பதிவு செய்தார்கள். "பேசாமல் எந்தப் பிரச்சினையும் தீராது" என்ற உண்மையை உணர்ந்த அமெரிக்க அரசுகள் மெல்ல மெல்ல ஒவ்வொரு செயல்திட்டமாக வகுத்து, பாலியல் கல்வியை முழுவதுமாக நடைமுறைப்படுத்தினார்கள். ரொனால்ட் ரீகன், பில் கிளிண்டன் ஆகிய ஜனாதிபதிகள் இந்த விஷயத்தில் மிகவும் சிறப்பான முன்னகர்வை மேற்கொண்டனர்.

சமபால் ஈர்ப்பைப் பற்றியும்கூட அவர்கள் பாலியல் கல்வித் திட்டத்தில் மிகத்தெளிவாகக் குறிப்பிடப்பட்டுள்ளது. "எல்லா வற்றையும் பிள்ளைகள் தெரிந்துகொண்டால்தான், அதில் நல்லவற்றை எடுத்துக்கொண்டு, தீயவற்றைத் தூக்கி எறிய அவர்களால் முடியும்" என்பதை அங்குள்ள பெற்றோர்களும் முழுமையாக ஏற்றுக் கொண்டு இதற்கு ஆதரவு கொடுத்துள்ளார்கள்.

ஐம்பது வருடங்களுக்கு முன்பு அமெரிக்காவில் யோசித்த விஷயத்தை, இப்போதுதான் நாம் யோசித்துக்கொண்டிருக்கிறோம். காலம் கடந்த யோசிப்புதான் என்றாலும், இதற்குச் செயல்வடிவம் கொடுப்பது இப்போது அத்தியாவசியமாக இருக்கிறது. முதலில் இதைப்பற்றிய அடிப்படைக் கல்வியைப் பெற்றோர்களும், ஆசிரியர்களும் புரிந்துகொள்ளவேண்டும். அதை மாணவர்களுக்குப் புரியும்படிச் சொல்லிக்கொடுக்க வேண்டும்.

அவர்கள் சொல்லிக்கொடுக்காவிட்டால், பெற்றோரும் ஆசிரியரும் சொல்லாத ஒரு விஷயத்தை மாணவர்கள் நிச்சயம் ஏதோ ஒரு வழியில் தெரிந்துகொள்ள முயல்வார்கள். ஆனால், அந்த வழி

அவர்களைத் தவறான ஓர் இடத்திற்குக் கொண்டு சேர்த்துவிடும். 'இது சரி, இது தவறு' என்று நாம் சொல்லிக்கொடுக்க மறந்ததனால், இந்தச் சமூகம் அந்த மாணவர்களுக்குத் திறந்துவிடும் தவறான வழிகள், அவனை மீள முடியாத படுகுழிக்குள் தள்ளிவிடும்.

நீங்கள் சொல்லிக்கொடுக்காவிட்டாலும், தொலைக்காட்சி, இணையம், நட்பு வட்டம் என்று அவர்களாகத் தெரிந்துகொள்ளும் வாய்ப்பை சமூகம் நிறையவே கொடுத்துள்ளது. அங்கு நல்ல விஷயங்களை விட, தவறான வழிநடத்தல்களே அதிகம். கல்வியாகப் போதிக்கப் பட வேண்டிய ஒரு விஷயம் அவர்களை கலவியை நோக்கி இழுத்துச் செல்லும். நடுத்தர வர்க்கப் பெற்றோர்களிடமிருந்து, ''பத்தாவது வரைக்கும் நல்லா படிச்சிட்டு இருந்தான், திடீர்னு என்னமோ தெரியல, ஆளே மாறிட்டான்'' என்று அதிகம் நாம் கேட்கும் புகார்களுக்குப் பின்னே உள்ள காரணத்தை யோசிக்க வேண்டும்.

நீங்கள் அவனுக்குத் தெரியக்கூடாது என்று மூடி மூடி மறைக்கும் ஒரு விஷயத்தை, தான் தெரிந்துகொள்ள வேண்டும் என்கிற அதீத ஆர்வத்தால், பல வழிகளையும் கையாண்டு அவன் தெரிந்துகொள்வான். விளைவு அந்த மானவனுக்குள் உண்டாகும் மனக்குழப்பம். அது மனநோயாக மாறும் வாய்ப்புகளும் அதிகம்.

பாடத்திட்டத்தில் நிச்சயம் 'செக்ஸ்' பற்றிய அடிப்படை விளக்கங்களைக் கொடுத்து, இதுவும் இயல்பான ஒன்றுதான் என்று மாணவர்களை உணரவைத்தாலே போதும். பாலியல் என்பதை இயல்பான ஒன்றாகக் கருதாமல், அதைப் பற்றிப் பெரிதாக யோசிக்கும்படி மாணவர்களைச் செய்துவிட்டதற்கு, இந்தச் சமூகத்தின் அடிப்படைக் கல்வி மற்றும் அறிவின்மைதான் காரணம்.

பதின் வயது என்பது களிமண் போன்ற வயது. அது பிள்ளையாராக வேண்டுமா, குரங்காக வேண்டுமா என்பதைத் தீர்மானிக்கப் போவது நீங்கள்தான். கிராமங்களில் சொல்வதைப்போல 'மேல் வயிற்றுப்பசி'க்கு முக்கியத்துவம் கொடுத்துப் பேசும் நாம், 'கீழ் வயிற்றுப்பசி'யைக் கண்டும் காணாமல் விட்டுவிட்டோம். ஒவ்வொருவருக்கும் இந்த இரண்டு பசிகளுமே இயல்பான ஒன்றுதான். இதைப் புரிந்துகொள்ளாததன் விளைவுதான் இன்றைக்கு விஸ்வரூபம் எடுத்து நிற்கிறது.

சரியான ஒரு விஷயத்தை 'சரி' என்று சொல்வதைவிட, தவறான ஒரு விஷயத்தை 'தவறு' என்று சொல்வதுதான் முக்கியமான ஒன்று.

சரியான வழியைக் காட்டுவதைவிட, தவறான வழியில் செல்லாதே என்று நாம் தெளிவாக விளக்கினால், நிச்சயம் தவறின் பக்கம் நம் பிள்ளைகள் தலை வைத்துக் கூடப் படுக்கமாட்டார்கள். மூடி மறைக்க மறைக்கத்தான் மாணவர்களுக்கு அதைத் தெரிந்து கொள்ளும் ஆர்வம் அதிகரிக்கும். 'இதுதான்' என்று சொல்லி விட்டால் அவர்கள் இயல்பாக அதையும் கையாள்வார்கள் என்பது உறுதி. விவரம் தெரிந்த குழந்தைகளுக்குக் கூட 'சரியான தொடுதல், தவறான தொடுதல்' போன்ற விஷயங்களை, அவர்களுக்குப் புரியும்படி செய்துவிட்டால், நம் நாட்டில் நடக்கும் அனேக 'குழந்தைகள் வன்புணர்வு' நிகழ்வுகள் குறைந்துவிடும். ஆரோக்கிய மான, தெளிவான சமூகத்தை உருவாக்க இதுபோன்ற ஆக்கபூர்வ மான, அறிவார்ந்த கல்வி இங்கு அனைவருக்கும் இப்போது அத்தியாவசியம்.

இந்தியாவில் ஒருபால் ஈர்ப்பின் இன்றைய நிலை

அசோக் ராவ் காவி என்பவர் ஆரம்பித்த ஹம்சபர் அறக்கட்டளை தான் முதன்முதலில் இந்தியாவில் ஒருபால் ஈர்ப்புடஈர்ப்புடையவர் களின் உரிமைகளைப் பாதுகாப்பதற்காக மும்பையில் துவக்கப் பட்டது. அசோக் ராவ் காவி ராமகிருஷ்ண மடம் மற்றும் மிஷனில் பிரம்மசாரியாக இருந்து தன் ஒருபால் ஈர்ப்பை சுதந்திரமாக வெளிப்படுத்த மடத்தின் மூத்த துறவிகளின் ஆலோசனையுடன் வெளியேறினார். பின்னர் பாம்பே தோஸ்த், கே பாம்பே போன்ற எண்ணற்ற அமைப்புகள் இவரின் உதவியுடன் தொடங்கப்பெற்றது. மேலும் இவர் உதவியுடன் ஸ்ரீதர் ரெங்கய்யன் என்பவர் மூலம் சர்வதேச மாற்றுப் பாலினத்தவர் மற்றும் ஒருபால் ஈர்ப்புடையோர்க்கான திரைப்படத் திருவிழா வருடா வருடம் மும்பையில் நடத்தபடுகின்றது. பத்மஸ்ரீ மற்றும் பத்மபூஷன் ஷ்யாம் பெனிகல் இந்த விழாவினை வழங்கிச் சிறப்பித்து வருகிறார்.

குஜராத்தைச் சேர்ந்த ராஜ்பப்பில ராஜ வம்சத்தைச் சேர்ந்த இளவரசர் மன்வேந்திர சிங் கோஹில், 2002ல் தன் ஒருபால் ஈர்ப்பை வெளிப்படுத்தினார். இதன் காரணமாகத் தன் சொந்தச் சமூகத்தில் இருந்தும் குடும்பத்தாரிடமிருந்தும் ஒதுக்கி வைக்கப்பட்டார். அதுவரை இந்தியாவில் வெளிப்படையாக யாரும் தனது ஒருபால் ஈர்ப்பை வெளிக்காட்டியிருக்கவில்லை. BBC தொடங்கி அமெரிக்காவின் முக்கியத் தொலைக்காட்சி என எல்லாவற்றிலும் 'இந்தியாவின் ஒருபால் ஈர்ப்புடைய இளவரசர்' என்ற தலைப்பில் இதைப் பற்றிய சர்ச்சை ஒளிபரப்பப்பட்டது.

பெரும்பாலான இந்த அமைப்புகள் பாலினத்தை வைத்து அரசியல் செய்யத் துவங்கின. எய்ட்ஸ், திருநர் விழிப்புணர்வு மற்றும் ஒருபால் புணர்ச்சி என்ற மூன்றையும் ஒன்றாக இணைத்து, எந்தக் கோட்பாடும் இன்றி, மேற்கத்திய நாகரிகத்தின் தாக்கத்தை இந்தியாவில் வெளிப்படுத்தின. பொது மக்களுக்கு அர்த்தமற்ற பிரசாரங்களைச் செய்தனவே தவிர்த்துப் பாலினம் மற்றும் பாலியல் குறித்த எந்தக் கல்வியறிவையும் வழங்கவில்லை. இந்தியச் சூழ்நிலைகளுக்கு ஏற்ப எந்த முயற்சியையும் இந்த அமைப்புகள் எடுக்கத் தவறிவிட்டன.

பெரும்பாலான பாலின அமைப்புகள், ஆண்கள் அல்லது ஆண்மைத்தன்மை குறித்தே பேசியதால், பெண்களுக்காக, முக்கியமாக லெஸ்பியன் பெண்களுக்காக, சாப்போ கல்கத்தாவிலும், ஸ்ட்ரீ சங்கம் மும்பையிலும் 1990ல் துவக்கப்பட்டன. பின்னர் சாயத்ரிகா, லேஸ்பிட், சம்பூர்ணா போன்ற அமைப்புகள் தென் இந்தியாவில் வளர்ந்தன.

சுமார் பத்து வருடங்களுக்கு முன்பு மற்றுப்பாலினம் குறித்தோ பாலின ஒருங்கிணைவு குறித்தோ தமிழில் போதுமான வார்த்தைகளோ இலக்கியங்களோ இல்லை. முதன்முதலில் தமிழில் திருநங்கை என்ற வார்த்தையைப் பிரபலப்படுத்தியது சங்கீத் நாட்டக் அகாடெமி விருது பெற்ற நடனக் கலைஞர், மதுரையைச் சேர்ந்த நர்த்தகி நடராஜன். இதற்கு முன்பு, சு.சமுத்திரம் எழுதிய 'வாடாமல்லி' என்னும் புதினத்தில், மூன்றாம் பாலினத்தைப் பற்றி, மதுரையைச் சேர்ந்த மூத்த திருநங்கை நூரி அம்மா அவர்கள் கதை மூலம் வெளிப்படுத்தினார். இதைத் தொடர்ந்து நாடகக் கலைஞர் மங்கை, எழுத்தாளர் பொன்னி, பரிசல் சிவ செந்தில்நாதன், அனிருத்தன் வாசுதேவன், திருநங்கை ரேவதி, கல்கி சுப்ரமணியம் ஆகியோரின் படைப்புகளில் இப்பிரச்சினைகள் வெளிப்பட்டன. தமிழ்ப் பேராசிரியர் பிரபாகரனின் முயற்சியால் மாற்றுப் பாலின இலக்கியம், (மூன்றாம் பாலின இலக்கியம்) மதுரை அமெரிக்கன் கல்லூரியின் தமிழ்த் துறையின் பாட வரைவுத் திட்டத்தில் இந்தியாவில் முதன்முதலாக அறிமுகப்படுத்தப்பட்டது.

திருநங்கை ரேவதி எழுதிய 'உணர்வும் உருவமும்' என்ற புத்தகம்தான் தமிழில் திருநங்கைகள் பற்றி, திருநங்கை ஒருவரால் கொண்டுவரப் பட்ட முதல் நூல். அவமானப்படுத்தப்பட்ட அம்மக்களின் வாழ்வை அவர்களின் மொழியிலேயே பதிவு செய்திருக்கிறது இந்நூல். தொடர்ந்து 'வெள்ளை மொழிகள்' என்னும் ரேவதி எழுதிய தன்வரலாறு, திருநங்கைகளின் வாழ்க்கையைப் பற்றி

மிகவும் வெளிப்படையாக எழுதப்பட்ட புத்தகம். தமிழில் வெளியான முதல் திருநங்கை தன்வரலாறு, லிவிங் ஸ்மைல் வித்யா எழுதிய, 'நான் சரவணன்/ வித்யா' என்ற நூல் ஆகும். இதைத் தொடர்ந்து லீனா மணிமேகலையின் 'அந்தரக்கண்ணி' என்னும் கவிதைப் புத்தகம் இரண்டு பெண்களுக்கிடையில் இருக்கும் காதலைப் பற்றி மிகவும் வெளிப்படையாக எடுத்துரைக்கிறது.

இந்தியாவில் மாற்றுப் பாலின மற்றும் பாலியல் ஒருங்கிணைவு உள்ள மக்களின் இலக்கியங்களை வெளியிடுவதற்காகத் தொடங்கப்பட்ட பதிப்பகம் 'குஈர் இங்க்.' இது ஷோபன் எஸ்.குமார் என்பவரால் ஏப்ரல் 2010ல் மும்பையில் துவக்கப்பட்டது. இந்தியாவில் தேசிய விருது பெற்ற முதல் LGBT திரைப்படம் ஓனிர் இயக்கிய 'ஐ'ம்' (I am) என்ற ஹிந்தித் திரைப்படம். இதைத் தொடர்ந்து மணிப்பூர், குஜராத் போன்ற மாநிலங்களிலிருந்தும் மாற்றுப்பாலினம் குறித்த திரைப்படங்கள் வெளியாகின. மலையாளத்தில் வெளியான 'சஞ்சாரம்' என்ற படம்தான் இரு பெண்களின் காதல் வாழ்வை வெளிப்படையாகப் பதிவுசெய்த முதல் இந்திய லெஸ்பியன் திரைப்படம். இடையிலிங்க மக்களைப் பற்றித் தமிழில் முதலில் வெளியான புதினம் 'குன்னிமுத்து'. இதன் ஆசிரியர் குமாரசெல்வா.

தமிழில் பால்புதுமையினரைப் பற்றிப் போதுமான சொல் வளங்கள், இலக்கியங்கள், ஆராய்ச்சிகள் இல்லாத குறையைப் பூர்த்தி செய்ய, ஸ்ருஷ்டி என்னும் அமைப்பு இலக்கியம் மதுரையில் 2011 செப்டம்பர் 2ம் தேதி தொடங்கப்பட்டது. இதன் தனித்துவம் என்னவெனில், இது முழுக்க முழுக்க மாணவர்களால் நடத்தப்படும், அமைப்பு சாரா, நிறுவனம் சாரா வட்டமாகும். பாலினம் மற்றும் பாலியல் சார்ந்த பிரச்சினைகளை, சமூகப் பார்வையோடு அணுகி, அனைவருக்கும் இது குறித்த விழிப்புணர்வினை உருவாக்குவதே ஸ்ருஷ்டியின் நோக்கம்.

மதுரை மற்றும் அதைச் சுற்றி உள்ள கிராமங்களைச் சேர்ந்த பள்ளி மற்றும் கல்லூரி மாணவ - இளைஞர்களுக்குப் பாலினம் தொடர்பான வகுப்புகளை மிகுந்த போராட்டத்துடன் நடத்தி வருகிறது ஸ்ருஷ்டி. 2012 ஜூலை 29ல் மதுரையின் முதல் வானவில் திருவிழா கொண்டாடப்பட்டது. கணித அறிவியலின் தந்தை என அறியப்படும், தன் ஒருபால் ஈர்ப்பின் காரணமாக ஆங்கிலேய அரசால் தற்கொலைக்குத் தூண்டிக் கொலை செய்யப்பட்ட அலன் டுரிங் பிறந்த நூற்றாண்டை நினைவுபடுத்தும் விதமாக, டுரிங் வானவில் திருவிழா கொண்டாடப்பட்டது. ஆசியாவின் முதல்

பால்புதுமையினர் விழா அஞ்சலி கோபாலனால் துவக்கி வைக்கப் பட்டது. ஆண், பெண் தவிர்த்து இருபதுக்கும் மேற்பட்ட பாலினங் களுக்கு தமிழில் பெயர் சூட்டியது இந்த அமைப்பு. தமிழில் பால்புதுமையினர் மற்றும் பல்வேறு பாலின ஒருங்கிணைவு உடையோர் தொடர்பாகவும் இலக்கியங்களையும் ஆராய்ச்சிக் கட்டுரைகளையும் வெளியிட்டு வருகிறது. மேலும் இது தொடர்பாக மாணவர்கள் மத்தியிலும் பொதுமக்கள் மத்தியிலும் விழிப்புணர்வு உண்டாக்கப் பாடுபட்டு வருகிறது.

பாலினக் கல்வியை இந்தியா முழுவதும் கட்டாயக் கல்வியாக மாற்றவேண்டும் என்றும் பால்புதுமையினர் பற்றிப் போதுமான ஆராய்ச்சிகள், மருத்துவம், சட்டம், சமூகம், கல்வி என அனைத்துத் துறை சார்ந்தும் மேற்கொள்ளப்பட வேண்டும் என்றும், பாலின ரீதியான அனைத்துத் துன்புறுத்தல்களையும் ஒடுக்குமுறையையும் அரசாங்கம் கவனிக்க வேண்டும் என்று பொதுநல வழக்கு தொடர முயற்சித்து ஸ்ருஷ்டி தோல்வியுற்றது. இது தொடர்பான பொதுநல வழக்கு மிக விரைவாக மதுரை அல்லது சென்னை உயர்நீதி மன்றத்தில் கொண்டுவரப்படும்.

அஞ்சலி கோபாலன் எனும் மாமனிதர்

அஞ்சலி கோபாலன், விளிம்பு நிலை மனிதர்களுக்காகப் பல வருடங்களாகக் குரல் கொடுத்து வருபவர். Naz ஃபவுண்டேஷன் என்ற சமூக விழிப்புணர்வுக்கான அமைப்பின் நிறுவனர். 2005ம் ஆண்டு இந்தியாவின் சார்பாக நோபல் பரிசுக்குப் பரிந்துரைக்கப்பட்டவர். டைம்ஸ் வெளியிட்ட, உலகின் 100 வலிமை மிக்கவர்களின் பட்டியலில் (2012) இடம்பிடித்தவர். பிரான்ஸ் அரசின் மிக உயர்ந்த செவாலியர் விருது பெற்றவர். மாவீரன் நெப்போலியன் கௌரவப் பட்டியலில் இடம் பெற்றவர். காமன்வெல்த் நாடுகளின் விருது பெற்றவர். இவர் பெற்றுள்ள விருதுகளையும் அங்கீகாரத்தையும் இன்னும் அடுக்கிக்கொண்டே போகலாம்.

பொதுவாக சமூக ஆர்வலர்கள் எடுத்துக்கொள்ளத் தயங்கும் பிரச்சினைகளுக்காக அஞ்சலி கோபாலன் தீவிரமாக இயங்கிவருகிறார். உதாரணத்துக்கு, மாற்றுப் பாலினத்தவர் எதிர்கொள்ளும் பிரச்சினைகள், எய்ட்ஸ் நோயாளிகளுடன் கைகுலுக்குவதால் நோய் தொற்றாது என்னும் விழிப்புணர்வு என அமெரிக்காவில் தொடங்கிய அஞ்சலி கோபாலனின் போராட்டங்கள், இன்று மதுரை வரை வேரூன்றி இருக்கிறது. பிறப்பால் தமிழர் இவர்.

சமூக ஆர்வலர்கள் பொதுவாக அரசியல் பிரச்சினைகளை முன்னிறுத்தியே போராடுவார்கள். சமூகத்தின் விளிம்பு நிலை மனிதர்களுக்காகப் போராடும் எண்ணம் எப்படி உங்களுக்கு வந்தது?

ஓர் உதாரணம் சொல்கிறேன். அமெரிக்கா போன்ற ஒரு நாட்டில் எய்ட்ஸ் பிரச்சினையைக் கையாளும் முறையையும் இந்தியா

கையாளும் முறையையும் ஒப்பிட்டுப் பார்த்தபோது எனக்கு அதிர்ச்சியாக இருந்தது. இங்கே எய்ட்ஸால் பாதிக்கப்பட்ட குழந்தைகள் நிராதரவற்றவர்களாக கைவிடப்பட்டதைக் கண்டேன். ஒருசில குழந்தைகளை அரவணைக்கத் தொடங்கினேன். பின்பு Naz என்னும் அமைப்பாக அது வளர்ந்தது.

தொடுதல் மூலம் எய்ட்ஸ் பரவாது என்ற அடிப்படை உண்மையை மக்கள் மத்தியில் கொண்டு செல்லவே பல கட்டப் போராட்டங் களை முன்னெடுக்க வேண்டியிருந்தது. அதே போல், எய்ட்ஸ் நோயுடன் ஓரின விரும்பிகளை இணைத்துப் பார்க்கும் அறியாமை மக்களிடத்தில் இருந்தது. இப்படிப்பட்ட தவறான எண்ணத்தை மாற்ற நினைத்தேன். மாற்றுப்பாலின விழிப்புணர்வுப் போராட்ட மாக என் களம் மாறிவிட்டது. பால் சார்ந்த போராட்டங்கள் மட்டுமல்லாமல் வேறு பல போராட்டங்களும் நடத்தியுள்ளோம். விளிம்பு நிலையில் இருக்கும் மக்கள் பாதிக்கப்படும்போது அவர்களுக்காகப் போராடுவோம். பால் சார்ந்த போராட்டமும் இதில் அடக்கம்.

பாலினம் சார்ந்த ஒரு போராட்டத்தை முன்னெடுக்கும் எண்ணம் எப்படி உங்களுக்கு ஏற்பட்டது?

பால் சார்ந்த இப்படிப்பட்ட போராட்டங்களில் ஒரு பெண்ணாக, தனியாகக் களத்துக்கு வந்தபோது அரசியல் ரீதியாகவும், மத ரீதியான அமைப்புகள் சிலவற்றின் மூலமாகவும், தனி நபர்கள் மூலமாகவும் பல மிரட்டல்கள் வந்தன. ஆனால், சிறுவயதுமுதல் தைரியத்துடன் வளர்ந்த எனக்கு, இந்தத் தடைகளும், மிரட்டல்களும் பெரிதாகப் படவில்லை. எதிர்ப்புகள் அதிகரித்தபோதுதான் போராட்டங் களை வலுப்படுத்தவேண்டும் என்னும் எண்ணமும் அதிகரித்தது.

உங்கள் குடும்பத்தைப் பற்றிச் சொல்லுங்கள்.

அப்பா விமானப் படையில் பணிபுரிந்தவர். அம்மா இல்லத்தரசி. அப்பா தமிழ்நாடு, அம்மா பஞ்சாப். அதனால்தானோ என்னவோ, வடக்கு முதல் தெற்கு வரை மொத்த இந்தியாவும் என் சொந்த ஊராகிவிட்டது. அப்பப்போ எனக்குக் குழந்தை இல்லைன்னு வருத்தம் வந்தாலும், என்னை அம்மா என்று கூப்பிட இங்கே ஆயிரக்கணக்கான பிள்ளைகள் இருப்பது ஆறுதல் அளிக்கிறது. நான் தனி மனுஷிதான். அந்த வருத்தம் இருக்கிறது. அதே சமயம், தனி மனுஷியாக இருந்ததால்தான் என்னால் இவ்வளவு போராட்டங் களைத் தாண்டியும் அதே தைரியத்தோட மறுபடியும் நிற்க முடிகிறது.

பால்புதுமையினர் விழிப்புணர்வுக்காக முதல்முறையாக மதுரையில் நடத்தப்பட்ட விழாவில் கலந்துகொண்டது பற்றி என்ன நினைக்கிறீர்கள்?

பொதுவாக நான் இதைப் போன்ற அமைப்புகள் நடத்தும் நிகழ்ச்சிகளில் கலந்துகொள்வதில்லை. ஆனால், சிருஷ்டி நடத்திய விழாவில் கலந்துகொண்டது தனிப்பட்ட முறையில் மகிழ்ச்சியளிக்கிறது. அமைப்பு சாராத, நிறுவனம் சாராத மாணவர்கள் வட்டம் சிருஷ்டி என்பது ஒரு காரணம். உலகில் முதல் முறையாக இருபதுக்கும் மேற்பட்ட பாலின வகைகளை வெளிக்காட்டிய பெருமை அந்த மாணவர்களுக்குக் கிடைத்துள்ளது.

மாணவர்களின் பங்களிப்பை ஊக்குவிக்க, திருநங்கை ரேவதி, கல்கி சுப்பிரமணியன் போன்றவர்களுடன் ஒரு அம்மாவாக நானும் அங்கு சென்றேன். மனநிறைவாக இருந்தது. மதுரை போன்ற ஓரிடத்தில் இத்தகைய விழிப்புணர்வு விழாக்கள் நடக்கும் என்று நான் எதிர்பார்க்கவே இல்லை. நான் மதுரைக்கு முதன்முதலாக அப்போது தான் வந்தேன். என் ஓய்வுக் காலத்தை மதுரையில் கழிக்கும் ஆசையை உண்டாக்கிவிட்டது அழகிய மதுரை மாநகரம்.

சர்வதேச அளவில் உங்களுக்கு அங்கீகாரம் கிடைத்திருந்தும், இந்திய ஊடகங்களின் கவனம் உங்கள்மீது போதுமான அளவுக்குக் குவியவில்லை என்ற வருத்தம் இருக்கிறதா?

இதில் நான் வருத்தப்பட ஒன்றுமில்லை. விளம்பரங்களுக்காக நான் செயல்படுவதில்லை. ஊடகங்கள்மூலம் கிடைக்கும் புகழையும் நான் எதிர்பார்க்கவில்லை. பிபிசி, டைம்ஸ் போன்ற சர்வதேச ஊடகங்கள் செய்தி வெளியிட்ட பிறகு இந்தியாவில் ஆங்கில ஊடகங்கள் இந்தப் போராட்டங்கள் பற்றிய செய்திகளை வெளியிட்டன. என் எதிர்பார்ப்பு ஒன்றுதான். நான் சொல்லும் செய்தி மக்களைச் சென்றடைய வேண்டும். நாங்கள் எதிர்பார்க்கும் விழிப்புணர்வை மக்கள் பெறவேண்டும். அதற்கு ஆங்கில ஊடகம் மட்டும் போதாது. மாநில அளவில், பல்வேறு மொழிகளில் விரிவான விவாதங்கள் நடைபெறவேண்டும். அவ்வாறு நடைபெறவில்லை என்பதுதான் என் கவலை.

இரு நபர்களின் சம்மதத்துடன் நடைபெறும் ஓரினச்சேர்க்கை சட்டப்படித் தவறல்ல என்று டெல்லி உயர்நீதிமன்றம் சமீபத்தில் தீர்ப்பு வழங்கியிருக்கிறது. இந்நிலையில், உச்சநீதிமன்றத்தில் இருந்து எத்தகைய தீர்ப்பு வரும் என்று எதிர்பார்க்கிறீர்கள்?

உண்மையில் டெல்லி உயர் நீதிமன்றம் அளித்த தீர்ப்பு வரவேற்க வேண்டிய ஒன்று. ஆனால், இப்போது உள்ள அரசியல்

சூழ்நிலையில் உச்ச நீதி மன்றம் நிச்சயம் நமக்குச் சாதகமான தீர்ப்பை வழங்காது என்றே நினைக்கிறேன். ஒரு விதத்தில், அதுவும் நல்லதுதான். எந்த விஷயமுமே போராடாமல் கிடைத்தால் அது முழுமையான வெற்றியாக இருக்காது. ஓரின விரும்பிகள் விஷயத்திலும் போராடினால்தான் வெற்றி கிடைக்கும்.

மாற்றுப் பாலினம் பற்றிய விழிப்புணர்வை சட்டத்தின் மூலம் மட்டும் கொண்டுவந்துவிட முடியுமா?

நிச்சயமாக முடியாது. மக்கள் மனத்தில் மாற்றுப்பாலினம் பற்றிய தவறான எண்ணங்களே ஆழமாகப் பதிந்திருக்கிறது. அத்தகைய எண்ணங்களை மாற்ற ஒரு சட்டத்திருத்தம் போதாது. சட்டம், அறிவியல், மருத்துவம், ஊடகங்கள், அரசு இயந்திரம் என்று அனைத்துத் துறைகளும் மக்கள் மத்தியில் விழிப்புணர்வை ஏற்படுத்துவதற்கான முயற்சிகளில் இறங்கவேண்டும். அப்போது தான் மாற்றம் நடக்கும். எல்லாம் ஒரே நாளில் நடக்கும் என்று நான் சொல்லவில்லை. அதே சமயம், நிச்சயம் ஒரு நாள் எல்லாம் மாறும் என்று நம்புகிறேன்.

ஆதாரங்கள்

1. "Defining Genderqueer" paper by Gopi Shankar. M- B.A R.P.S at National Queer Conference sponsored by Landsforeningen for lesbisk og homofil frigjøring (LLH) Norway, organized by Sappho For Equality at Jadavpur University, Kolkata.
2. "Defining Gender Theory, Genderqueer Theory" - paper by Gopi Shankar. M at National Seminar on Genderqueer and Transgender Rights sponsored by University Grants Commission of India at Bharathidhasan University, Trichy.
3. "Spectrum of Womanly Genderqueerness and gender inequality" - paper by Gopi Shanakr. M at National Conference on "Psycho Social Issues Related to Gender Inequality and Women Empowerment In Contemporary Indian Society" Sponsored by Indian Council of Medical Research, Indian Council of Social Science Research.
4. "Genderqueer in Tamil Context" - paper by Gopi Shankar. M in Second edition of Sangam 4 International Tamil Conference fest, the commemoration of the millennium of Rajendra Chola's coronation at Central Institute Of Classical Tamil.
5. "Gender Politics, Hinduism and LGBT" - paper by Gopi Shankar. M at valedictory of ICSSR - UGC National Seminar on Emerging Trends and Issues in Trans,Genderqueer Rights Organized by Political Science and Public Administration Wing of Annamalai University Sponsored by University Grants Commission, India & Indian Council of Social Sciences Research.
6. "Biological basis of Bi Gender identity and its Medical Sociology Interpretation" - Gopi Shankar.M at National Conference on Frontier Vistas in Modern Biotechnology - UGC, India, 2013 - ISBN: 978-81-928661-0-9.

7. South India Term Abroad Fall 2013, Independent Study Project, April 11, 2014:

A. Negotiating Notions of Identity among Gender and Sexual Minorities of South India - Jay Pulitano, Sara Lawrence College, New York.

B. The right way and the activist way: student participation in social justice movements in Madurai & Victoria Velasco, Oberlin College, Ohio.

8. https://www.unfe.org/intersex-awareness/

9. http://www.ohchr.org/EN/NewsEvents/Pages/DisplayNews.aspx?NewsID=20739-LangID=E

10. Newspaper reports:

A. "Parents prefer male child in intersex operation" - Radha Sharma - Feb 5 2014, The Times of India. Ahmadabad.

B. Newspapers Archives on LGBTQIA+ community, Srishti Media Centre, Srishti Madurai.

C. Madurai Comes Out Of Closet - D. Karthikeyan - July 30 2012, The Hindu, (National).

D. Making themselves heard - M. Gopi Shankar - July 5 2012, The Hindu, (Chennai)

E. Forum Asks Government To Reconsider Views On Homosexuality -TNN- December 12 2013, The Times of India

11. Book References:

A. The Trouble with Islam by Irshad Manji, St. Martin's Press (hardcover), 2004, ISBN 0-312-32699-8.

B. The world of homosexuals by Shakuntala Devi. Vikas Pub. House, Jun 1, 1977.

C. Habib, Samar (1997). Islam and Homosexuality, vol.2, ABC CLIO Publications.

D. Vincenzo Patanè, "Homosexuality in the Middle East and North Africa" in: Aldrich, Robert (ed.) Gay Life and Culture: A World History, Thames - Hudson, London, 2006.

E. Wilhelm, Amara Das. Tritiya-Prakriti: People of the Third Sex, Philadelphia, PA: Xlibris Corporation, 2003.

F. Interpreting Ramakrishna: Kali's Child Revisited by Swami Tyagananda and Pravrajika Vrajaprana, published by Motilal Banarsidass in 2010.

G. The Greenwood Encyclopaedia of LGBT Issues Worldwide [3 volumes] ISBN-13: 978-0313342318

H. The Turth About Me by A. Revathi, Penguin Publications ISBN-10: 0143068369 ISBN-13: 978-0143068365

12. Study Reports:
    A. ILGA Report- 2016.
    B. Born Free and Equal Report - United Nations Human Rights, Office of the High Commissioner- 2012.
    C. The Yogyakarta Principles Report 2006. Indonesia
13. E - Resources from Muslims for Progressive Values (MPV), Los Angeles - Non-Binary.org
14. National Legal Services Authority v. Union of India - WP (Civil) No 604 of 2013
15. Works of Bracha Ettinger and Archives from Srishti Madurai Student Volunteer LGBTQIA+ Educational Research Foundation, Madurai.
16. Gopi Shankar Madurai. "Why India Must Not Fail Santhi Soundarajan". Swarajya (magazine). ,India. December 2016
17. "Rights of transgender: Let me be "me' -Governance Now". governancenow.com.
18. "Why intersex folks need recognition - Times of India". timesofindia.indiatimes.com
19. ""Inter-sex people are not transgenders" - The Hindu". thehindu.com.
20. The Many Genders of Old India - Gopi Shankar .M , The Harvard Gay - Lesbian Review Worldwide, Boston